ഗ്രീൻ ബുക്സ്

അവശേഷിപ്പുകൾ

സിനാൻ അൻതൂൺ

അറബ് സാഹിത്യത്തിലെ അറിയപ്പെടുന്ന കവിയും വാഗ്മിയും നോവലിസ്റ്റും സാഹിത്യവിമർശകനുമാണ് സിനാൻ അൻതൂൺ. 1967ൽ ബാഗ്ദാദിൽ ജനിച്ചു. 1990ൽ ബാഗ്ദാദ് യൂണിവേഴ്സിറ്റിയിൽനിന്നും ഇംഗ്ലീഷ് സാഹിത്യത്തിൽ ബിരുദമെടുത്തു. 1991ലെ ഗൾഫ് യുദ്ധകാലത്ത് അമേരിക്കയിലേക്ക് കുടിയേറിയ സിനാൻ ജോർജ് ടൗൺ യൂണിവേഴ്സിറ്റിയിൽനിന്നും ഇംഗ്ലീഷിൽ പോസ്റ്റ് ഗ്രാജുവേഷൻ നേടി. 2006ൽ ഹാർവാർഡ് യൂണിവേഴ്സിറ്റിയിൽ നിന്നും അറബിയിലും ഇസ്ലാമിക് പഠനത്തിലും പിഎച്ച്.ഡി എടുത്തു. അറബ് ദേശീയതയിലും സംസ്കാരത്തിലും ഊന്നിയുള്ള എഴുത്താണ് സിനാൻ അൻതൂണിന്റേത്. 2003ൽ ഇറാഖിലുണ്ടായ അമേരിക്കൻ അധിനിവേശത്തിനെതിരെ സ്വന്തം നാടിന്റെ ശബ്ദമുയർത്തുന്ന 'ബാഗ്ദാദ്' എന്ന ഡോക്യുമെന്ററി ഇദ്ദേഹം സംവിധാനം ചെയ്തിട്ടുണ്ട്. അദ്ദേഹത്തിന്റെ 'മാതളമരത്തിനു മാത്രം അറിയുന്നത്' 2013ലെ അന്താരാഷ്ട്ര അറബിക് ബുക്കർ പുരസ്കാരത്തിലേക്ക് പരിഗണിക്കപ്പെട്ട കൃതിയാണ്. 2013ൽ അമേരിക്കൻ അക്കാദമിയുടെ ബെർലിൻ പുരസ്കാരവും 'കോർപ്സ് വാഷർ' എന്ന നോവലിന് 2014ലെ വിവർത്തക പുരസ്കാരവും ലഭിച്ചിട്ടുണ്ട്. വിവിധ രാജ്യങ്ങളിൽനിന്നും പുറത്തു വരുന്ന ആനുകാലികങ്ങളിലും പത്രങ്ങളിലും സമൂഹമാധ്യമങ്ങളിലും കോളമിസ്റ്റാണ് സിനാൻ. ഒമ്പതിലധികം വിദേശ ഭാഷകളിലേക്ക് സിനാൻ അൻതൂണിന്റെ നോവലുകളും കവിതകളും മൊഴിമാറ്റം ചെയ്യപ്പെട്ടിട്ടുണ്ട്.

ഉബൈദ്: മലപ്പുറം ജില്ലയിലെ പട്ടിക്കാട് സ്വദേശി. കാലിക്കറ്റ് യൂണിവേഴ്സിറ്റി, മൗലാനാ ആസാദ് നാഷണൽ ഉറുദു യൂണിവേഴ്സിറ്റി ഹൈദരാബാദ് എന്നിവിടങ്ങളിൽ പഠനം പൂർത്തിയാക്കി. സോഷ്യോളജിയിൽ ബിരുദവും സോഷ്യൽ സയൻസിൽ ബി.എഡും ഇംഗ്ലീഷിലും അറബിയിലും ബിരുദാനന്തര ബിരുദവുമുണ്ട്. എനിക്കും പറയാനുണ്ടൊരു പ്രണയകഥ (വിവർത്തനം) ഗ്രീൻ ബുക്സ് പ്രസിദ്ധീകരിച്ചു.

നോവൽ

അവശേഷിപ്പുകൾ

സിനാൻ അൻതൂൺ

വിവർത്തനം

ഉബൈദ്

ഗ്രീൻ ബുക്സ്

green books private limited
gb building, civil lane road, ayyanthole,
thrissur- 680 003, kerala, ph: +91 487-2381066, 2381039
website: www.greenbooksindia.com
e-mail: info@greenbooksindia.com

original arabic title
فهرس
novel
by
sinan antoon

english
index

malayalam
avaseshippukal

translated by
ubaid

first published june 2019

منحة الترجمة
Translation Grant
صندوق منحة الشارقة للترجمة
Sharjah Translation Grant Fund

cover design : mansoor cheruppa

branches:
thrissur 0487-2422515
palakkad 0491-2546162
thiruvananthapuram 0471-2335301
calicut 0495 4854662
kannur 0497-2763038

isbn : 978-93-88830-05-8

GBPL/1090/2019

എഴുത്തിന്റെ വിവിധ സങ്കേതങ്ങൾ പരീക്ഷിക്കുന്നതിൽ അതീവവൈദഗ്ദ്ധ്യമുള്ള സിനാൻ അൻതൂണിന്റെ പോസ്റ്റ് മോഡേൺ നിരയിലുള്ള വ്യത്യസ്തമായ കൃതിയാണ് അവശേഷിപ്പുകൾ. ന്യൂയോർക്കിൽ കഴിയുന്ന ഇറാഖിയാണ് നുമൈർ. അറബി അധ്യാപകൻ. ഡോക്യുമെന്ററി നിർമ്മിക്കുന്ന അമേരിക്കൻ സംഘത്തിന്റെ അറബി വിവർത്തകനായി നുമൈർ ബാഗ്ദാദിലെത്തുന്നു. പുസ്തകങ്ങൾ വിൽക്കുന്ന ഒരു തെരുവിൽ വെച്ച് സ്വന്തമായി പുസ്തകപ്രസാധനമുള്ള ഒരു സുഹൃത്തിനെ പരിചയപ്പെടുന്നു. തുടർന്നുള്ള കഥകളിൽ ഇറാഖിന്റെ സാംസ്കാരിക അപചയത്തെ, രാഷ്ട്രീയ നിലപാടുകളെ അവതരിപ്പിക്കുന്നു. യുദ്ധം തകർത്ത ബാഗ്ദാദിന്റെ ഭീകരമുഖമാണ് ഈ കൃതി.

പക്ഷികാണ്ഡം

ആദ്യമായി പറന്ന ദിവസം എനിക്ക് നല്ല ഓർമയുണ്ട്.

"ആഹാ, ഇപ്പോ സമയമായിരിക്കുന്നല്ലോ." അകലേക്ക് പറന്നുയരും മുമ്പ് അച്ഛൻ പറഞ്ഞു. അമ്മ കൊക്കുകൊണ്ട് സ്നേഹത്തോടെ എന്നെ പതിയെ കൂടിന്റെ വക്കിലേക്ക് തള്ളി.

"കുഞ്ഞേ പേടിക്കേണ്ട. നിനക്കും പറക്കാനാകും. ഞങ്ങളെല്ലാം നിന്റെ കൂടെ തന്നെയുണ്ട്. ഞാനും നിന്റെ പിന്നിൽ പറന്ന് വരുന്നുണ്ട്."

എന്റെ മൂത്തവരായ മൂന്ന് സഹോദരന്മാരും ആകാശത്തൂടെ എന്നെയും എന്റെ വിചാരങ്ങളേയും തെല്ലും വകവെക്കാതെ തിമിർത്താടി പാറിക്കളിക്കുന്നുണ്ടായിരുന്നു. എന്റെ ചിന്തകളെ പേടി കീഴടക്കി. എന്റെ ഹൃദയം പിടച്ചു. ചിറകുകൾക്ക് ശക്തിയില്ലാതാകുമോ? കൂട്ടിൽ തന്നെ അടങ്ങിയൊതുങ്ങി നിൽക്കുന്ന സ്വസ്ഥതയും സമാധനാവും ഇല്ലാതാകുമോ? പുറത്തേക്കിറങ്ങാനും പറന്നുയരാനും പേടി,.എനിക്കതിന് കഴിയുമോ? ഞാൻ തളർന്ന് വീഴുമോ? അതോടൊപ്പം ഞാനും വലുതായിരിക്കുന്നു എന്ന് ലോകത്തെ ബോദ്ധ്യപ്പെടുത്താനുള്ള അതിയായ താത്പര്യം, ഉത്കണ്ഠ.

ഞാൻ പതിയെ പേടിയോടെ മരക്കൊമ്പിന്റെ അറ്റത്തേക്ക് കാൽ വെച്ചു. അമ്മ തൊട്ട് പിറകിൽ നിന്ന് ധൈര്യം പകർന്നുതന്നു. അമ്മയുടെയും എന്റെയും ഭാരത്താൽ ആ കൊമ്പ് ചെറുതായി ആടി. ഞാൻ താഴോട്ട് നോക്കിയില്ല. മറിച്ച് തെളിഞ്ഞ ആകാശത്തിലൂടെ ആശങ്കകളില്ലാതെ പാറിപ്പറക്കുന്ന അച്ഛനെ നോക്കി ചിറകൊന്ന് കുടഞ്ഞു. അമ്മയെ ഒന്നൂടെ നോക്കി. ഇപ്രാവശ്യം അമ്മ ഒന്നും പറഞ്ഞില്ല. എന്നാൽ, ആ കണ്ണുകളിലുണ്ടായിരുന്നു എല്ലാ സ്നേഹവും കരുതലും ആശീർവാദവും. അവർ കൊക്ക് കൊണ്ട് എന്റെ തലയിൽ ഒന്ന് ഉമ്മ വെച്ചു. എന്നോട് എപ്പോഴും പറയാറുള്ള കാര്യം ഓർത്തു. "നമ്മുടെ ചിറകുകൾക്ക് നല്ല ശക്തിയാണ്. അവ ഒരു കാലത്ത് അതിവിദൂര ലോകരാജ്യങ്ങളിലേക്ക് നമ്മേയും കൊണ്ട് പറന്ന് പോകും. അതിന് തക്ക ശക്തി നമുക്കുണ്ട്."

മുന്നോട്ട് ഒന്ന് നോക്കി. ഒന്നൂടെ ശക്തി സംഭരിച്ചു. ശ്വാസം ഉള്ളിലേക്ക് എടുത്ത് ഞാൻ മുന്നോട്ടാഞ്ഞു.

ഞാനിതാ പറക്കുന്നു.

എനിക്ക് എന്നെ തന്നെ വിശ്വസിക്കാനായില്ല. ഇതിന് മുന്നേ ഒരുപാട് പറന്നതുപോലെ പറന്നുകൊണ്ടേയിരുന്നു. തണുത്ത കാറ്റ് വെള്ളത്തൂവലിനെ തഴുകി തലോടി. ആകാശം മുഴുവൻ എന്റേതാണ്, ഭൂമിയാണെങ്കിൽ എന്റെ കാഴ്ചയ്ക്ക് കീഴിലും. ചിറകിലേക്ക് നൽകുന്ന ചെറിയ മാറ്റത്തിലൂടെ ഞാൻ മുകളിലേക്കും താഴേക്കും വശങ്ങളിലേക്കും ഒഴുകിപരന്ന് പറക്കുന്നുണ്ടായിരുന്നു. സൂര്യൻ യാത്ര മതിയാക്കി കൂട്ടിലേക്ക് മടങ്ങുന്നതുവരെ പറന്നുകൊണ്ടിരുന്നു. അന്ന് അവസാനം കൂടണഞ്ഞത് ഞാനായിരുന്നു.

ആ സമയവും സന്ദർഭവും ഓർത്തോർത്ത് എനിക്ക് പിന്നെയും അഭിമാനവും ചിരിയും വന്നു. ആ സമയത്തെ പേടി, ആശങ്ക, പറയാനറിയാത്ത അനുഭൂതി തന്നെയായിരുന്നു. ഇതാ ഞാനും ഒരാണായിരിക്കുന്നു. ഇനി ചേട്ടന്മാർക്കൊപ്പം മറുനാടുകളിലേക്ക് പറന്ന് പോകാൻ എന്റെ ഈ ചിറകുകൾക്കും ശക്തിയുണ്ടായിരിക്കുന്നു.

താളിലേക്ക് വിയർപ്പ് കണം ഇറ്റി വീണപ്പോൾ ഞാൻ വായന നിർത്തി. വരികൾ വൃത്തിയുള്ളതും വ്യക്തതയുള്ളതുമായിരുന്നു. മഷി ഒന്നൂടെ കറുത്തു. നല്ല ഒന്നാന്തരം മഷികൊണ്ട് എഴുതിയതാകണം. നിരനിരയായി പരന്നൊഴുകുന്ന പക്ഷിക്കൂട്ടങ്ങളെപ്പോലെ, ആകാശനീലിമയിലെ നേർരേഖകളെപ്പോലെ കറുത്ത അക്ഷരങ്ങൾ പരന്ന് കിടക്കുന്നുണ്ടായിരുന്നു. ആകാശത്തെക്കുറിച്ചും പറന്നുയരുന്നതിനെക്കുറിച്ചുമായതുകൊണ്ടാണെന്ന് തോന്നുന്നു ആ വാക്കുകൾ എന്നെ ഏറെ ചിന്തിപ്പിച്ചു. ആ ഖണ്ഡിക വായിച്ചപ്പോൾ കുഞ്ഞായിരിക്കുമ്പോൾ ഷാർജയിലെ ഖുബ്ബകളിൽ കാണാറുണ്ടായിരുന്ന കൊക്കിൻ കൂടുകൾ ഓർത്തു. ഞാൻ പേജ് മറിച്ചു. അടുത്ത അധ്യായം തുടങ്ങുന്നതും ആപ്തവാക്യം കൊണ്ടായിരുന്നു.

കൂളർ സ്വതസിദ്ധമായ രീതിയിൽ മുക്കിയും മൂളിയും ശബ്ദമുണ്ടാക്കുന്നുണ്ടെങ്കിലും എന്റെ രോമകൂപങ്ങൾ ചൂടിൽ വെന്തുരുകുകയായിരുന്നു. ഒലിച്ചിറങ്ങിയ വിയർപ്പ്കണം ചൂണ്ടുവിരൽ കൊണ്ട് തുടച്ചു. കവിളിലൂടെ ഒലിച്ചിറങ്ങി വന്ന് താഴേക്ക് വീഴാനായ മറ്റൊരു കണവും ഞാൻ തുടച്ചു. വായിച്ചുകൊണ്ടിരുന്ന പേജുകൾ മേശയ്ക്ക് മുകളിലുണ്ടായിരുന്ന കളർ നോട്ട് പുസ്തകത്തിന്റെ അരികിൽ വെച്ച് ഞാൻ എഴുന്നേറ്റു. കൂളറിന്റെ അരികിൽ ചെന്ന് സ്പീഡ് കൂട്ടാനായി അതിന്റെ നോബ് തിരിച്ചു. ബാത്ത്റൂമിൽ ചെന്ന് തണുത്ത വെള്ളംകൊണ്ട് മുഖം നന്നായി കഴുകി. തുവർത്ത് കൊണ്ട് തുടച്ച് കുറച്ച് സമയം കൂളറിന്റെ മുന്നിൽ വന്ന് കാറ്റ് കൊണ്ടു. അവിടെ നിന്ന് കൊണ്ട് തന്നെ അമ്മാനിലേക്കുള്ള നീണ്ട

സാഹസിക യാത്രയെക്കുറിച്ച് ആലോചിച്ചു. ലഗേജ് കെട്ടി ശരിയാക്കണം, കൂടുതൽ ഉറങ്ങാനും പറ്റില്ല. ബാഗ്ദാദിൽ നിന്ന് യാത്ര പുറപ്പെടാനുള്ള സമയമായി. കാലത്ത് ആറ് മണിക്ക് ഇറങ്ങണം. കട്ടിലിൽ ചെന്നിരുന്ന് വീണ്ടും ആ കത്ത് വായിച്ചു.

പ്രിയപ്പെട്ട നുമൈർ സാറിന്,

ഭാവുകങ്ങൾ നേരുന്നു...

ആലസ്യത്തിൽ കിടക്കുന്ന നിങ്ങളുടെ ബാഗ്ദാദിന്റെ മടിത്തട്ടിലെ ഒരു ദിനം അത്യന്ത്യം സംഭവബഹുലമായി കടന്ന് പോയിക്കാണുമെന്ന് കരുതുന്നു. നിങ്ങളെ ശല്യം ചെയ്യുന്നതിനും നിങ്ങളോട് കുട്ടിക്കളി കളിക്കുന്നതിനും ആദ്യമേ മാപ്പ് പറയട്ടെ. എന്നിരുന്നാലും നമ്മെ പരസ്പരം ബന്ധപ്പെടുത്തിയ ആകസ്മിക കൂടിക്കാഴ്ചകളെ ഞാൻ ഓർക്കാറുണ്ട്. എന്റെ പ്രൊജക്ടിനോട് നിങ്ങൾ കാണിച്ച ആത്മാർത്ഥമായ താത്പര്യവും അത് വിവർത്തനം ചെയ്യാൻ മുൻകൈ എടുത്ത കാര്യവും മറക്കാത്ത അനുഭവങ്ങൾ തന്നെയാണ്.(നേരത്തെ നാം സംസാരിച്ചിരുന്നതുപോലെ അത് വിവർത്തനം ചെയ്യുന്നതിനോ എന്തിന് പബ്ലിഷ് ചെയ്യാനോ എനിക്ക് താത്പര്യമുണ്ടായിരുന്നില്ല, ഇപ്പോഴും ആ താത്പര്യരാഹിത്യത്തിന് വലിയ മാറ്റമൊന്നും വന്നിട്ടില്ല.). അതെല്ലാം നിങ്ങളുടെ താത്പര്യവും ദയയും എന്നോടുള്ള സമീപനവും മറ്റും കാണുമ്പോൾ നിങ്ങളിൽ വല്ലാതെ ആകൃഷ്ടനായിപ്പോകുന്നുണ്ട് എന്നതാണ് സത്യം. കർഫ്യൂ പ്രഖ്യാപിക്കുന്നതിന്റെ മുമ്പേ നിങ്ങൾക്ക് തരാനായി മാത്രം ഞാൻ എഴുതി തയ്യാറാക്കിയ കഥയുമായി അരമണിക്കൂർ നേരം വരെ ഹോട്ടൽ ലോബിയിൽ നിങ്ങൾ തിരിച്ച് വരുമെന്ന് കരുതി കാത്തിരുന്നു. അത് നേരിട്ട് നിങ്ങൾക്ക് കൈമാറണം എന്നാണ് കരുതിയിരുന്നത്. പക്ഷേ, നിങ്ങൾ തിരിച്ചുവന്നില്ല. അതുകൊണ്ടാണ് ഞാൻ ഈ കത്ത് എഴുതുന്നത്. ഒന്നാം അധ്യായം ഇതോടൊപ്പം അറ്റാച്ച് ചെയ്ത് അയയ്ക്കുന്നുണ്ട്. (അത് ആദിയിലെ സമയലോകങ്ങളുടെ അനന്തതയെക്കുറിച്ചുള്ള കഥയാണ്, അതിനെക്കുറിച്ച് എനിക്ക് എന്റേതായ കാഴ്ചപ്പാടുകളുണ്ട്, ഏതായാലും അതിനെക്കുറിച്ച് അടുത്ത തവണ കാണുമ്പോൾ കാര്യമായി നമുക്ക് സംസാരിക്കാം.) നിങ്ങൾ അത് വായിച്ച് ആസ്വദിക്കും എന്നുതന്നെയാണ് കരുതുന്നത്. ഏതായാലും നിങ്ങളുടെ വളരെ വിലപ്പെട്ട നിരൂപണവും പഠനവും അഭിപ്രായവും രേഖപ്പെടുത്തുമെന്ന് വിശ്വസിക്കുന്നു, അത് കുറച്ച് മോശമായിരുന്നാലും ശരി.

ഈ കത്തിന്റെ കൂടെ നിങ്ങൾക്ക് ഞാൻ നല്ല ഒരു സമ്മാനവും കൊടുത്തയയ്ക്കുന്നുണ്ട്. പുസ്തകങ്ങളാണ് എന്റെ ലോകം, അത് മാത്രമാണ് എന്റേതെന്ന് പറയാനുള്ളത്, അത് ദയവായി സ്വീകരിക്കണം. ഇ-മെയിൽ ലഭ്യമാക്കാനുള്ള വഴികൾ ഞാൻ നോക്കുന്നുണ്ട്, അത് കിട്ടിയാൽ പിന്നെ ഭൂഖണ്ഡങ്ങൾക്കും സമുദ്രങ്ങൾ

ക്കുമപ്പുറത്ത് നിന്നും നമുക്ക് പരസ്പരം ബന്ധപ്പെടാനാകുമല്ലോ. നന്ദി പറയുന്നതോടൊപ്പം തന്നെ ആദ്യം നമ്മൾ പരസ്പരം കണ്ടുമുട്ടിയപ്പോൾ ഏതെങ്കിലും തരത്തിൽ നിങ്ങൾക്ക് ബുദ്ധി മുട്ടുണ്ടാകുന്ന, പാരുഷ്യമേറിയ സമീപനങ്ങളോ, പ്രവർത്തനങ്ങളോ ഉണ്ടായിട്ടുണ്ടെങ്കിൽ നിർവാജ്യം മാപ്പ് ചോദിക്കുകയും ചെയ്യുന്നു. മനുഷ്യരോട് പെരുമാറാൻ ഇനിയും ഞാൻ പഠിക്കേണ്ടതുണ്ട്. പല പ്പോഴും അവിടെ പരാജയപ്പെടുന്നതുകൊണ്ടാണ് എഴുത്തിന്റെ ഭാഷ്യം ഞാൻ തിരഞ്ഞെടുക്കാൻ താത്പര്യപ്പെട്ടിരുന്നത്. കാരണം എഴുത്ത് ആർക്കും ആപത്തുണ്ടാക്കില്ലല്ലോ, ആരുടെയും രക്തം ചിന്തുകയുമില്ലല്ലോ.

പ്രിയത്തോടെ,

നിങ്ങളുടെ സ്നേഹിതൻ,

വദൂദ് അബ്ദുൽ കരീം

ബാഗ്ദാദ്

29-ജൂലൈ - 2003

വിവർത്തനം ചെയ്യുന്നതിനും പബ്ലിഷ് ചെയ്യുന്നതിനും അത്ര പ്രാധാ ന്യമില്ലത്രേ, പിന്നെ എന്തിനാണാവോ അവന്റെ കൃതി എനിക്ക് അയച്ച് തരുന്നത്, അതും ഇത്ര പെട്ടെന്ന്? അപരിചിതനായ ഒരാളുടെ അഭിപ്രാ യത്തിന് ഇത്രയും വില കൽപിക്കപ്പെടുന്നുണ്ടോ? ഈ സ്നേഹം - അത് വിചിത്രം തന്നെയാണ്. ആ കത്ത് മടക്കി, യാത്രയിൽ കൂടെകൊണ്ടു പോകുന്നതിനായി വാങ്ങിച്ച ഫയലിലേക്ക് വെച്ചു. കടലാസിന് നല്ല കന മുണ്ടായിരുന്നു, നല്ല ഭാരം തോന്നിക്കുകയും ചെയ്തു. പഴയ പുസ്തക ത്തിന്റെ പ്രകൃതമായതുകൊണ്ട് തന്നെ അതിനെ ചെറിയ നാട എടുത്ത് കെട്ടി. കട്ടിയും കനവുമുള്ള കടലാസുകളായതുകൊണ്ടുതന്നെ കവറിന് പതിവിൽ കവിഞ്ഞ വലുപ്പം തോന്നിച്ചു. ചുവന്ന നിറത്തിലുള്ള റിബ്ബൺ എഴുതി നിർത്തിയിടത്തേക്കായി മടക്കി വെച്ചിട്ടുണ്ടായിരുന്നു. ഇവിടെ യിതാ റിബ്ബൺ ഇപ്പോഴും കിടക്കുന്നത് ആദ്യ പേജിൽ തന്നെയാണ്, ഞാൻ വന്നതിന് ശേഷം ഒരേ ഒരു വാക്ക് മാത്രമേ ആ പേജിൽ എഴുതി യിട്ടുണ്ടായിരുന്നത്..

ബാഗ്ദാദ്...

വദൂദിനോട് എനിക്ക് ചെറുതല്ലാത്ത അസൂയ തോന്നി. എനിക്കാ ണെങ്കിൽ തുടങ്ങാൻപോലും സാധിച്ചിട്ടില്ല. എന്റെ പരിഗണന, ഈ ആത്മാർത്ഥത, വശ്യമായ ശൈലി, എഴുത്ത് എല്ലാം കൂടി നോക്കുമ്പോ ഴേക്ക് അവസാനത്തിൽ ഒന്നുമില്ല. വെറും ശൂന്യത മാത്രം. ഈ കൂടി ക്കാഴ്ച, അത് അനിവാര്യമാണ്. നിരന്തരമായ ജോലിയും ചുറ്റിയടിക്കലും കാരണം ശാരീരികമായും മാനസികമായും ഞാൻ ആകെ തളർന്നിരുന്നു. എഴുതാൻ പോയിട്ട് മനസ്സമാധാനത്തോടെ ചിന്തിക്കാൻ പോലും സമയം

കിട്ടിയിരുന്നില്ല എന്നതാണ് യാഥാർത്ഥ്യം. സത്യം പറഞ്ഞാൽ ആട്ടവും പാട്ടും ഗാനമേളയും ചിത്രംവരയും പ്രദർശനവുമായി ബന്ധപ്പെടാൻ തുടങ്ങിയതിൽ പിന്നെ എഴുത്തിന്റെ ലോകത്തേക്ക് വന്നിട്ടില്ല എന്നു പറയാം. കൂട്ടത്തിൽ എന്തെങ്കിലും എഴുതാൻ നിർബന്ധമായിരുന്നു താനും. ചുരുങ്ങിയത് ഒരു വാചകമെങ്കിലും എഴുതണമായിരുന്നു. എല്ലാ രാത്രിയിലും വൈകി ക്ഷീണിച്ചായിരിക്കും വീട്ടിലെത്തുക. എത്തിയാൽ തന്നെ അവിടെ കട്ടിലിൽ കയറിയിരിക്കും. എഴുതാനായി പേനയെടുക്കും, പക്ഷേ, ഒരു വാക്ക് പോലും എഴുതാനാകില്ല. എഴുതാനിരുന്ന ആദ്യ രാത്രി യിലാണ് ആ വാക്ക് എഴുതിയത്. ബാഗ്ദാദ്... അത് മാത്രമാണ് ഇന്നും എഴുത്തായി കിടക്കുന്നതും.

അവന്റെ എഴുത്തിലേക്കും ഉപഹാരത്തിലുമായി എന്റെ ചിന്തകൾ. അത് അത്രയ്ക്ക് കൂടുതലൊന്നുമില്ല. ഒരു പുസ്തകം. രണ്ടാം പതിപ്പാണ്. അബ്ബാദ് കർഹിയുടെ കവിതാ സമാഹാരത്തിന്റെ ആദ്യ ഭാഗമാണ് ഉപഹാരം. അത് കിട്ടാൻ സാധ്യതയില്ലെന്നാണ് ഞാൻ വിശ്വസിച്ചിരു ന്നത്. നല്ല പുസ്തകമായിരുന്നു അത്. ആദ്യത്തെ ഏതാനും പേജുകൾ ഞാൻ മറിച്ച് നോക്കി. ഗാസി രാജാവിന് സമർപ്പിച്ച താളിന് പിറകെ അദ്ദേഹത്തിന്റെ ചിത്രവും ആലേഖനം ചെയ്തിട്ടുണ്ടായിരുന്നു. അതിന് പിറകെ അബ്ബാദ് കർഹിയുടെയും ചിത്രമുണ്ടായിരുന്നു. കവിതാസമാ ഹാരത്തിന്റെ ആമുഖത്തിന് തന്നെ ആമുഖങ്ങളുണ്ടായിരുന്നു. റുസാഫി യുടെയും സഹാവിയുടെയും റാഫേൽ ബത്തിയുടെയും മുഹമ്മദ് ബഹ്ജതുൽ അസ്രിയുടെയും കവിതാശകലങ്ങളും നിരൂപണങ്ങളും അടങ്ങിയതായിരുന്നു ആ ആമുഖത്തിന്റെ ആമുഖം. അവസാനം ഞാൻ കവിതാസമാഹാരം വായിച്ചു തുടങ്ങി. പ്രതീക്ഷിച്ചതുപോലെ അത് തുട ങ്ങിയത് അദ്ദേഹത്തിന്റെ അതിപ്രശസ്തമായ മജ്റഷ എന്ന കവിത യിലൂടെയാണ്. പാതി വായിച്ച് കഴിയുന്നതിന് മുന്നേ ഞാൻ ഉറങ്ങി. ഉറക്ക ത്തിൽ ഒരു സ്വപ്നം കണ്ടു. അതിൽ അമ്മാനിലേക്ക് ഞങ്ങളെ കൊണ്ട് പോകുന്ന വണ്ടിയുടെ ഡ്രൈവറായിരുന്നു കർഹി. യാത്രയിൽ മുഴുവൻ അദ്ദേഹത്തിന്റെ കവിതകൾ ആലപിക്കുകയും അതിന്റെ സന്ദർഭങ്ങളും സാഹചര്യങ്ങളും വിശദീകരിക്കുകയും ചെയ്യുകയായിരുന്നു. ചില സമയത്ത് ആ കവിതകളെ വിവർത്തനം ചെയ്യാൻ അദ്ദേഹം നിർബ ന്ധിച്ച് കൊണ്ടിരുന്നു. അപ്പോഴെല്ലാം ഞാൻ അതിനെ ശക്തമായി എതിർക്കുകയും ചെയ്തു.

“കവിതകൾ അങ്ങനെയൊന്നും വിവർത്തനം ചെയ്യനാകില്ല. നാം സാഹിത്യ സമ്മേളനത്തിലല്ലല്ലോ പങ്കെടുത്ത് കൊണ്ടിരിക്കുന്നത്.’

ഞാൻ പറഞ്ഞത് കേട്ട് കർഹി പൊട്ടിച്ചിരിച്ചുകൊണ്ട് ചോദിച്ചു. “എന്തേ ലജ്ജ തോന്നുന്നുണ്ടോ?”

വാതിലിലുള്ള ശക്തമായ മുട്ട് കേട്ടാണ് ഞെട്ടിയുണർന്നത്. ആരോ വിളിച്ച് പറയുന്നത് കേട്ടു.

“നുമെർ, എഴുന്നേൽക്ക്. അര മണിക്കൂറിനുള്ളിൽ നമുക്ക് പുറപ്പെടണം. എന്താ നീ വരുന്നില്ലേ?”

ഞാൻ കുളിച്ചെന്ന് വരുത്തി, ഡ്രസ്സ് വാരിവലിച്ച് കയറ്റി, യാത്രയിൽ ധരിക്കേണ്ട മറ്റു ഡ്രസ്സുകളെല്ലാം ബാഗിൽ കുത്തിത്തിരുകി. മുത്തനബ്ബിയുടെ പുസ്തകമല്ലാതെ വേറെ ഒന്നുംതന്നെ കൊണ്ടുപോകാനുള്ള സ്ഥലം ബാഗിലുണ്ടായിരുന്നില്ല. അതുകൊണ്ടുതന്നെ അമ്മായി തന്ന മധുര ബിസ്കറ്റ് വെക്കാനുള്ള മതിയായ സ്ഥലവും ബാഗിലുണ്ടായിരുന്നില്ല. കവറും ഫയലും കർഹിയുടെ കവിതാസമാഹാരവും പാസ്പോർട്ടും എന്റെ തോളിലുണ്ടായിരുന്ന ഹാൻഡ് ബാഗിൽ വെച്ചു. യാത്ര പോകുമ്പോൾ വൈകുന്നത് എനിക്ക് തീരെ ഇഷ്ടമില്ലാത്ത കാര്യമായതുകൊണ്ടും കൂടിയാണ് ഈ തിരക്ക് കൂട്ടൽ.

അവസാനമായി ഒന്ന് കൂടെ ആസ്വദിക്കാൻ തീരുമാനിച്ചതോടെ കിറാദയിലെ ചെറിയ ഹോട്ടലിന്റെ അരികിലുള്ള തട്ടുകടയിൽ നിന്ന് ലഭ്യമായ നല്ല ഫ്രഷായ ഒന്നാന്തരം കീമറും ചൂടുള്ള സമോൻ വിഭവവും കഴിച്ചു. അത് കഴിഞ്ഞ് ഗ്രൗണ്ട് ഫ്ളാറിലേക്ക് ഇറങ്ങി ചെല്ലുമ്പോൾ റുവ റിസപ്ഷിനിസ്റ്റുമായി ബില്ലിന്റെ കാര്യങ്ങൾ സംസാരിച്ച് കൊണ്ടിരിക്കുകയായിരുന്നു. സംസാരത്തിനിടയിൽ പരസ്പരം മനസ്സിലാക്കാനായി ആവശ്യമായ തോതിൽ ഇംഗ്ലീഷ് വാക്കുകളും ഉപയോഗിക്കുന്നുണ്ടായിരുന്നു. അത് കണ്ടുകൊണ്ടുതന്നെ ഞാൻ ചോദിച്ചു.

“വല്ല സഹായവും ആവശ്യമുണ്ടോ?”

“വേണ്ട, എല്ലാം ഓകെയാണ്. ഇറ്റ്സ് ഓകെ. കുറച്ച് സമയം നിങ്ങൾക്ക് കിട്ടിയിട്ടുണ്ട്. കാരണം ലോറ ഇതുവരെ ലഗേജ് കെട്ടി കഴിഞ്ഞില്ല. അവൾക്ക് അതിന് ഇരുപത് മിനുട്ടെങ്കിലും വേണ്ടി വരും.. പോരാത്തതിന് വണ്ടിയും ഡ്രൈവറും എത്തിയിട്ടുമില്ല.”

മെയിൻ ഗെയ്റ്റിന് അടുത്തുണ്ടായിരുന്ന റുവയുടെ വലിയ ബാഗേജിന്റെ അരികിൽ തന്നെ എന്റെയും ബാഗേജ് വെച്ച് നേരെ ഹോട്ടൽ ലോബിയുടെ അങ്ങേ അറ്റത്തുണ്ടായിരുന്ന അവരുടെ തന്നെ ഹോട്ടലിലേക്ക് ഞാൻ നടന്നു. അകത്തുണ്ടായിരുന്ന നാദിലും അബ്ദുവും എന്നെ കണ്ടപ്പോൾ പരസ്പരം അഭിവാദ്യം ചെയ്തു. വലതുവശത്ത് കണ്ട മേശയ്ക്കരികിൽ ഇരുന്ന് ഗ്ലാസ് എടുത്ത് മേശപ്പുറത്തുണ്ടായിരുന്ന ലിപ്റ്റണിന്റെ പാക്ക് എടുത്ത് അതിലേക്കിട്ടു. ചായയും കടിയും ഉഷാറായിരുന്നെങ്കിൽ നാൾതക്കാലം ജോറാകുമായിരുന്നു. അമേരിക്കയിലായിരുന്നപ്പോഴാണ് പതിയെ ചായ കുടിക്കുന്നത് ഞാൻ നിർത്തിയത്. പ്രത്യേകിച്ചും എന്റെ വീട്ടുകാരെ വിട്ടുപിരിഞ്ഞതിന് ശേഷം. പിന്നീട് പതിയെ കാവയിലേക്ക് കൂട് മാറുകയായിരുന്നു. രണ്ട് മിനുട്ട് കഴിഞ്ഞ് കാണില്ല, അബ്ദു ഒരു തളികയിൽ കീമറിന്റെ ഒരു പാത്രവും മറ്റൊരു പ്ലാസ്റ്റിക് കവറിലായി രണ്ട് സമോനയും കൊണ്ടുവന്ന് എന്റെ മേശയിൽ വെച്ചു. ചായ ഉണ്ടാക്കാനുള്ള ചുടുവെള്ളത്തിനായി അടുക്കളയിലേക്ക്

പോവുകയും ചെയ്തു. അവൻ പൊതുവെ സംസാരിക്കുന്ന കൂട്ടത്തിലല്ല. കഴിഞ്ഞാഴ്ച ഇവിടെ വന്ന ആദ്യ ദിവസം തന്നെ ഞങ്ങൾക്ക് പ്രാതൽ വിളമ്പി തന്നത് അവനായിരുന്നു. അന്ന് എന്നോട് സഹയാത്രികരെക്കുറിച്ചാണ് അവൻ ചോദിച്ചത്.

"സോറി സർ, ആരാണ് കൂടെയുള്ളത്? നിങ്ങൾക്കും അവർക്കും തമ്മിലെന്തെങ്കിലും..."

"അവർ ഈയടുത്ത് വിവാഹിതരായവരാണ്... ഡോക്യുമെന്ററി എടുക്കാൻ വന്നവരാണ്..."

"അല്ലാഹ് സത്യാണോ? ഒരു മാസം മുമ്പാണ് ഫ്രാൻസിൽ നിന്നുള്ള കുറച്ചാളുകൾ ഇവിടെ വന്നത്? സിനിമ പിടിക്കാനാണത്രേ."

"ഏതായാലും നന്നായി. നിങ്ങൾക്ക് അവരുമായിട്ട് എന്താ ഇടപാട്."

"ഞാൻ ആവശ്യമായ രീതിയിൽ ഭാഷാന്തരം ചെയ്ത് അവരെ സഹായിക്കാൻ കൂടെ കൂടിയതാണ്..."

"നിങ്ങൾ അവിടെ എവിടെയെങ്കിലും താമസമുറപ്പിച്ചിട്ടുണ്ടോ."

"ഉവ്വ്."

"എവിടെ?"

"അമേരിക്കയിൽ"

"ചെറുപ്പം തൊട്ടേ അവിടെ തന്നെയാണോ..."

"93 മുതൽക്ക്."

ഞാൻ അവന്റെ ജോലിയെക്കുറിച്ച് ചോദിച്ചു.

"നാല് വർഷമായി ഈ ഹോട്ടലിലാണ് ജോലി. കെമ്പിലായിരുന്നു ഞങ്ങളുടെ വീട്. അത് പിന്നീട് തകർന്നു. അതിനുശേഷം ആഴ്ചയിൽ ഒരിക്കൽ മാത്രമേ ഞാൻ അങ്ങോട്ട് പോകാറുള്ളൂ. പണി കഴിഞ്ഞാ ഇവിടെ തന്നെ അങ്ങ്ട് കിടക്കും."

അവന്റെ ജോലിത്തിരക്ക് കാരണം പിന്നീട് കൂടുതലൊന്നും സംസാരിക്കാനായില്ല. റുവയും ലോറയും ഞാനും ഷൂട്ടിങ്ങിന് പോകേണ്ട സ്ഥലത്തെക്കുറിച്ചും സമയത്തെക്കുറിച്ചുമാണ് ചായ കുടിച്ച് തീരുന്നത് വരെ സംസാരിച്ച് കൊണ്ടിരുന്നത്. ചൂടു വെള്ളം ഒഴിച്ച് തരുമ്പോൾ അവൻ ചോദിച്ചു..

"ഡ്രസ്സ് കണ്ടിട്ട് ഇന്ന് പോകാണെന്ന് തോന്നുന്നു."

"അതെ അതെ."

"സുഖമായി എത്തിച്ചേരട്ടെ.. അവിടെ ഏത് പട്ടണത്തിലാണ് താമസം."

"ബോസ്റ്റണിൽ..."

ഒന്നുകൂടെ വ്യക്തമാക്കി ഞാൻ പറഞ്ഞു.

"അവിടെ കുറച്ച് ദിവസം മാത്രേ കാണൂ. ഒരാഴ്ച കഴിഞ്ഞാൽ പിന്നെ ന്യൂ ഹാംപ്ഷയറിലേക്ക് പോകും."

"അല്ലാഹുവാണേ സത്യം, ഞാനാ നാടിനെക്കുറിച്ച് കേട്ടിട്ടില്ല."

"അത് കനഡയുടെ അതിർത്തി പ്രദേശമാണ്.. നല്ല തണുപ്പാ അവിടെ."

"ചൂടിനേക്കാൾ എന്തുകൊണ്ടും നല്ലത് തണുപ്പ് തന്നെയാ... അവിടെ എന്താകും പണി?"

"അവിടെ യൂണിവേഴ്സിറ്റിയിൽ ചെറിയ ഒരു ജോലി തരപ്പെട്ടിട്ടുണ്ട്."

"പടച്ചോനെ... ഭാഗ്യവാൻ... എല്ലാം നല്ലതിനാകട്ടെ."

എന്നെക്കുറിച്ച് കൂടുതൽ ചോദിക്കുമെന്ന് കരുതി നിൽക്കുമ്പോഴാണ് അകത്ത് നിന്ന് ആരോ അവനെ വിളിച്ചത്. മര്യാദയോടെ അവൻ വിട ചോദിച്ചു..

"സർ എന്നാൽ ഞാൻ അങ്ങോട്ട്..."

രണ്ട് സ്പൂൺ പഞ്ചസാര ഗ്ലാസ്സിലേക്കിട്ട് ഇളക്കി പതിയെ ഒന്ന് സിപ്പ് ചെയ്തു. നാവ് പൊള്ളുന്ന ചൂടറിഞ്ഞപ്പോൾ ഗ്ലാസ്സ് പതിയെ ടേബിളിൽ വെച്ചു. സമോന എടുത്ത് അല്പം കീമർ നിറച്ചു, രണ്ട് സ്പൂൺ കെച്ചപ്പും പകർന്നു. അബ്ദു പിന്നെ തിരിച്ച് വന്നില്ല. അവസാനത്തെ നാശ്ത, ആസ്വദിച്ച് കൊണ്ട് തന്നെ ഞാൻ കഴിച്ചു. അമേരിക്കയിൽ ഇറാഖികൾ കൂടുതലായി താമസിക്കുന്ന സാൻഡിയാഗോയിൽ വെച്ചാണ് ഇതിന് മുന്നേ കീമർ കഴിച്ചത്. പക്ഷേ, അതിന്റെ രുചി തന്നെ വളരെ വ്യത്യസ്തമായിരുന്നു. കീമറിന്റെ കൂടെ എന്റെ ഓർമയിലേക്ക് വരുന്ന മുഖമാണ് ഉമ്മു ജമീലിന്റെത്. എന്നും രാവിലെ കീമർ തളികയിലാക്കി ഞങ്ങളുടെ വീടിന്റെ മുന്നിലുള്ള ബഞ്ചിൽ വന്നിരിക്കും. ഒരു ദിവസം അവർ വീണതും കീമർ ഞാൻ വായയിലാക്കിയതും ഓർത്തു. ഉമ്മു ജമീലൊക്കെ ഇപ്പോൾ ജീവനോടെ ഇരിക്കുന്നുണ്ടാകുമോ ആവോ? മുമ്പിലുണ്ടായിരുന്ന ചുമരിലെ പരസ്യ ബോർഡിലേക്ക് നോക്കി ഞാൻ ആലോചിച്ചു. പരമ്പരാഗത ബാഗ്ദാദി ശൈലി ചിത്രീകരിക്കാനുള്ള ശ്രമം അതിൽ കാണുന്നുണ്ട്. ബന്ധപ്പെടാനുള്ള നമ്പറുകളുമായി അബായ ധരിച്ച യുവതികളുടെ ചിത്രവും കാണിക്കുന്നുണ്ട്. അതിന് പിറകിലായി അസ്തമയ സമയത്തുള്ള ജുമാ മസ്ജിദിന്റെയും മിനാരത്തിന്റെയും ചിത്രവും നൽകിയിട്ടുണ്ടായിരുന്നു. ആ ചിത്രം നിറക്കൂട്ടിന്റെ മികവിനപ്പുറം വ്യത്യസ്തമായ ഒരുപാട് ആശയങ്ങൾ പ്രതിനിധാനം ചെയ്യുന്നതുമായിരുന്നു. പുറമേയ്ക്ക് പ്രാദേശികതയുടെ മേന്മയെ എടുത്ത് കാണിക്കാനുള്ള ശ്രമമെന്ന് തോന്നിക്കുന്നുവെങ്കിലും പാശ്ചാത്യതയുടെ നീചമായ കെണികളും ശ്രദ്ധിക്കുന്നവർക്ക് വായിച്ചെടുക്കാനാകുമായിരുന്നു. അനാവശ്യമായ കാര്യങ്ങൾ ചിന്തിച്ച് കൂട്ടുന്ന എന്റെ പ്രകൃതിയെ ഞാൻ തന്നെ പലപ്പോഴും പഴിക്കാറുണ്ടായിരുന്നു. ഔദ്യോഗികമായി ജോലിയിൽ പ്രവേശിക്കുന്നതിന് മുമ്പ്

തന്നെ ഒരു യൂണിവേഴ്സിറ്റി അധ്യാപകനെ പോലെയാണല്ലോ ചിന്തിച്ച് കൂട്ടുന്നത്. ആ ചിത്രത്തിലുള്ളവരെ അന്ധമായി ആരാധിക്കുന്ന പലരേയും ഈ നഗരിയിൽ കണ്ടിട്ടുണ്ടായിരുന്നു. കോളേജിലെ ഡിപ്പാർട്ട് മെന്റ് ഹെഡ് ഇ-മെയിൽ വഴി എന്നോട് അറബി ഭാഷയ്ക്ക് പുറമെ ക്ലാസ്സ് എടുക്കാൻ ഉദ്ദേശിക്കുന്ന വിഷയവും എടുക്കാനുദ്ദേശിക്കുന്ന പഠന മാധ്യമവും അറിയിക്കാൻ പറഞ്ഞിരുന്നു. അവർക്ക് ടൈംടേബിൾ ശരിയാക്കാനാണെന്നാണ് പറഞ്ഞിരുന്നത്. ഏതായാലും ശരി അതിന് മറുപടി എത്രയും പെട്ടെന്ന് നൽകേണ്ടതുണ്ട്. എനിക്ക് മുമ്പ് അവിടെ ജോലി ചെയ്തിരുന്ന അധ്യാപകൻ ഒരു ക്ലാസ്സ് സ്പാനിഷ് സാഹിത്യവും എടുത്തിരുന്നുവത്രെ. ആ ക്ലാസ്സ് ഡിപ്പാർട്ട്മെന്റ് ഹെഡ് തന്നെ എടുക്കുന്നതു കൊണ്ടാണ് എനിക്ക് പുതിയ ഒരു വിഷയം തിരഞ്ഞെടുക്കേണ്ടി വരുന്നത്. പുതിയ ഒരു വിഷയം പഠിച്ചെടുക്കാൻ മാത്രം മതിയായ സമയം മുമ്പിലുണ്ടായിരുന്നില്ല. സ്പാനിഷ് സാഹിത്യമായിരുന്നുവെങ്കിൽ എല്ലാ ക്ലാസ്സിലും അഭിമുഖീകരിച്ച് കൊണ്ടിരിക്കുന്ന ജിഹാദ്, ഭീകരവാദം തുടങ്ങിയ ചോദ്യങ്ങളിൽ നിന്ന് രക്ഷപ്പെടാനാകുമായിരുന്നു.

രണ്ടാമത്തെ റോളും കഴിക്കാനായി ശരിയാക്കുന്നതിനിടയിൽ റിസപ്ഷനിൽ നിന്ന് റുവയുടെ വിളി വന്നു...

“നുമൈർ വാ., ലോറ റെഡിയായിരിക്കുന്നു.. വണ്ടി പോകാനായി.”

മേശപ്പുറത്തുണ്ടായിരുന്ന കടലാസ് ടിഷ്യൂ കൊണ്ട് റോൾ കവർ ചെയ്ത് ഹാൻഡ് ബാഗിന്റെ അറയിലേക്ക് വെച്ചു. ചൂടാറിയ ചായ ഒറ്റ വലിക്ക് കുടിച്ച് തീർത്തു.

മുല്ലാ അബ്ബാദുൽ കർഹിയായിരുന്നില്ല വണ്ടിയുടെ ഡ്രൈവർ. അത് ജോർദാനിയായിരുന്ന അബുൽ ആരിഫായിരുന്നു. അമ്മാൻ - ബാഗ്ദാദ് റൂട്ടിൽ വണ്ടിയോടിച്ച് നല്ല പരിചയമുണ്ടായിരുന്ന വ്യക്തിയായിരുന്നു അബുൽ ആരിഫ്. റുവയും ലോറയും ഡ്രൈവിംഗ് സീറ്റിന്റെ തൊട്ടടുത്തായി മുന്നിൽ ഇരുന്നപ്പോൾ ഉറക്കത്തിനും കാഴ്ചയ്ക്കും നല്ലതെന്ന് തോന്നി ഞാൻ ബാക്ക് സീറ്റിലേക്ക് മാറിയിരുന്നു.

ക്ഷീണത്താൽ ആലസ്യത്തിലേക്ക് വീണ് കഴിഞ്ഞിരുന്നു ബാഗ്ദാദ്. മിക്ക സ്ഥലങ്ങളും കണ്ണടച്ച് കഴിഞ്ഞിരിക്കുന്നു. ചിലർ ഫുട്പാത്തിലൂടെ നടക്കുന്നുണ്ടെങ്കിലും റോഡ് വിജനമായിരുന്നു. ഏതാനും നിമിഷങ്ങൾക്ക് ശേഷം കാറ് ഞങ്ങളേയും കൊണ്ട് മുന്നോട്ട് നീങ്ങി. അമേരിക്കൻ ടാങ്കുകളും പട്രോളിംഗ് വാഹനങ്ങളും ഓരോ കവലയിലും കാണാനായി. ‘യു എസ് ആർമി ഗോ ഹോം, അമേരിക്കൻ പട്ടാളക്കാരെ തിരിച്ച് പോകൂ’ എന്ന മുദ്രാവാക്യം അടുത്തുള്ള ചുമരിൽ ചുവപ്പൻ കളറിൽ വലിയ അക്ഷരത്തിലായി എഴുതിയിട്ടുണ്ടായിരുന്നു. യു എസ് ആർമി വന്ന നാട്ടിലേക്കാണ് ഞനിപ്പോൾ പോകാനിരിക്കുന്നത്, ഇനിയുള്ള കാലം അവിടെ തന്നെയായിരിക്കും എന്നാണ് കരുതുന്നതും. ഒരുപാട് കരാറുകൾ എഴുതി കഴിഞ്ഞെങ്കിലും വീട്ടിലേക്ക് തിരിക്കാനാകാത്തവരുടെ നാട്ടിലേക്കാണ്

ഞാൻ പോകാനിരിക്കുന്നത്. അമേരിക്കക്കാർക്ക് നന്ദി പ്രകാശിപ്പിച്ചുകൊണ്ടുള്ള എഴുത്ത് അടുത്ത മതിലിൽ കണ്ടപ്പോൾ എനിക്ക് സങ്കടം വരികയും ചെയ്തു. ടൈഗ്രീസ് നദി കാണാനും യാത്ര ചോദിക്കാനും ആഗ്രഹം തോന്നി. ഇനിയെന്നാണ് തിരികെ വരുകയെന്നത് അറിയില്ല. വരാൻ തന്നെ സാധിക്കുമോ എന്നുപോലുമറിയില്ല.

ഈ യാത്രയിൽ ടൈഗ്രീസിന്റെ നിറം മങ്ങിയതായി തോന്നി. ഓർമയിൽ ഒരിക്കൽ പോലും ഇതുപോലെ തകർന്നതായി കണ്ടിട്ടില്ല. അല്ല അത് മാത്രമല്ലല്ലോ, ഇപ്പോ ഇവിടെയുള്ള വല്ലതും ഓർമയിലുള്ളതുമായി യോജിച്ച് പോകുന്നുണ്ടോ? ഇല്ല. ഒന്നുമില്ല. എല്ലാം മാറിയിരിക്കുന്നു. എല്ലാം മാറിയിരിക്കുന്നു. എല്ലാം വിളറി വെളുത്തിരിക്കുന്നു, അല്ല തകർന്നിരിക്കുന്നു. ഇനി തിരിച്ച് കിട്ടുമോ ഓർമകളിലെ ആ സുന്ദര കാഴ്ചകൾ? അതോ എല്ലാം വെറും ഓർമകൾ മാത്രമായി അവസാനിക്കുമോ? അതിനാണ് സാധ്യത കൂടുതൽ. നേരത്തെ ഉറക്കമുണർന്ന പ്രാവ് തന്റെ കൂട്ടുകാരെ നിരീക്ഷിക്കാനും മറ്റുമായി മുകളിലേക്ക് പറന്നുയർന്നു. അത് ചിലച്ച് കൊണ്ട് അങ്ങിങ്ങായി പാറി നടക്കുന്നുണ്ടായിരുന്നു. അതിന്റെ ചലനങ്ങൾ നോക്കിയിരുന്നപ്പോഴാണ് അത്രയും നേരത്തെ ചിന്തകൾക്ക് ഉത്തരമിതാ മുന്നിലൂടെ പാറി നടക്കുന്നു എന്ന തോന്നൽ ഉണ്ടാക്കിയത്. പ്രാവുകൾ എങ്ങനെ നോക്കിയാലും സ്വതന്ത്രരാണ്. ആർക്കും ഉത്തരം പറയേണ്ട, ആരോടും ചോദിക്കേം വേണ്ട. സർവ്വസ്വതന്ത്രരായി പാറിപ്പറന്ന് നടക്കാം.

പ്രാവിനെ നോക്കിയിരുന്നപ്പോഴാണ് വദൂദിന്റെ കഥാപാത്രമായ കൊക്കിനെ ഓർമ വന്നത്. അവൻ എന്നെ തേടി ഹോട്ടലിൽ വന്നതും കാണാതായപ്പോൾ കൃതി എനിക്ക് എത്തിച്ച് തന്നതും ഞാൻ ഓർത്തു. അപ്പോഴാണ് അതിലെ വിചിത്രത എനിക്ക് കാണാനായത്. അല്ല ഇക്കാര്യത്തിൽ ഞാൻ വല്ലാതെ കാട് കയറുന്നുണ്ടോ?. അല്ല ഞാനായിട്ട് അവനെ വിളിക്കുകയോ സഹായിക്കാമെന്ന് അങ്ങോട്ട് വിളിച്ച് പറയുകയോ ചെയ്തിട്ടുണ്ടോ? ഈ രണ്ട് അമേരിക്കാർക്കൊപ്പമുള്ള പെട്ടെന്നുള്ള മടക്കംപോലും വിചിത്രമായിട്ട് തോന്നുന്നു. ഇങ്ങോട്ട് വന്നത് എന്തെങ്കിലും തിരിച്ചെടുക്കാനായിരുന്നോ? അതോ എക്കാലത്തേക്കുമായി അതെല്ലാം നഷ്ടപ്പെട്ടെന്ന് വിശ്വസിപ്പിക്കാനായിരുന്നോ ഈ വരവ്? ഈ നഗരിയിൽ ഞാൻ ഒരു അധികപ്പറ്റ് തന്നെയല്ലേ? എത്രയും പെട്ടെന്ന് ഇവിടം വിടുകയല്ലേ നല്ലത്? ഓർമ്മകളുടെ താഴ്വരയിൽ എന്നോ ഊളിയിട്ട് പോയ തിക്താനുഭവങ്ങളെ വീണ്ടെടുത്ത് നീറിപ്പുകയാനായിരുന്നോ എന്റെ ഈ യാത്ര? ഏതായാലും എനിക്ക് ആ കൃതി വായിക്കണമെന്ന് തോന്നി, ഇപ്പോഴല്ല. പിന്നെ കുറച്ച് കഴിഞ്ഞാകാം... ഇപ്പോ നല്ല ക്ഷീണം തോന്നുന്നുണ്ട്, ഉറക്കവും വരുന്നുണ്ട്. പിന്നെ എപ്പോഴെങ്കിലുമാകാം... അമ്മാനിലേക്കുള്ള യാത്രാ ദീർഘമുള്ളതാണല്ലോ.

രണ്ട് മണിക്കൂർ കഴിഞ്ഞ് കാണും ഉണർന്ന് എഴുന്നേറ്റപ്പോൾ വണ്ടി ഏതോ മരുഭൂമിയിലൂടെയാണ് ഓടിക്കൊണ്ടിരിക്കുന്നത്. റോഡിന്റെ

ഇരുവശങ്ങളും മരുഭൂമിയാണെന്ന് കണ്ടപ്പോൾ ഡ്രൈവറോട് എവിടെയെത്തിയെന്ന് ചോദിച്ചു..

"ഒരു മണിക്കൂർ മുമ്പ് റമാദി വിട്ടു. എല്ലാവരും നല്ല ഉറക്കമായിരുന്നു. അതോണ്ട് ആരെയും വിളിച്ചില്ല."

ഞാൻ റുവയേയും ലോറയേയും നോക്കി. രണ്ടുപേരും നല്ല ഉറക്കത്തിലാണ്. ലോറയുടെ തല റുവയുടെ മടിയിലാണ്, അവനാണെങ്കിൽ കയ്യിലുണ്ടായിരുന്ന ഹാൻഡ്ബാഗ് തലയിണയെന്നപോലെ വെച്ച് ചാരിക്കിടക്കുകയായിരുന്നു.

അത് നോക്കിയിരിക്കെ തന്നെ ഡ്രൈവറോട് ചോദിച്ചു.

"അല്ല, വഴിയിൽ എവിടെയെങ്കിലും നിർത്തിയില്ലേ."

"ഇല്ല, നിർത്താം... അടുത്ത സ്റ്റേഷൻ അബൂ ഗരീബാണ്."

"അത് കഴിഞ്ഞാ അതിർത്തിയാണോ."

"അല്ല, ഇനി ഒരു ഒന്നര മണിക്കൂർ യാത്ര ചെയ്താ റഥ്ബയിലെത്തും, അവിടെ നിന്ന് ഏകദേശം ഒരു മണിക്കൂർ കൂടി പോയാൽ നാം അതിർത്തിയിലെത്തും."

ഞാൻ ഒന്നും മിണ്ടാതെ പുറത്തെ കാഴ്ചകൾ നോക്കിയിരിക്കേ, ഗ്ലാസ്സിലൂടെ എന്നെ നോക്കി അവൻ ചോദിച്ചു

"അല്ല... എന്തേ നുമൈർ സർ ഇറാഖ് വിട്ട് പോകാൻ അത്രയ്ക്ക് കൊതിയാണോ?"

ഓർക്കാൻ ആഗ്രഹിക്കാത്ത കാര്യങ്ങളെ അവൻ ഇടയ്ക്കിടെ കുത്തിപ്പൊക്കി കൊണ്ട് വന്നതുകൊണ്ടാകാം എനിക്കാകെ കലി വരുന്നുണ്ടായിരുന്നു.

സംസാരം പതുക്കെ ഞങ്ങൾ തമ്മിലുള്ള വാക്ക് തർക്കമായി മാറി. ദേഷ്യം കയറി തുടങ്ങിയതോടെ എന്റെ ഒച്ച കൂടാൻ തുടങ്ങി. അത് കേട്ടാണ് റുവ എഴുന്നേറ്റത്.

ആ തർക്കത്തിനിടയ്ക്ക് ഞാൻ അവനോട് ചോദിച്ചു..

"നിനക്ക് സദ്ദാമിനെ ഇഷ്ടമാണോ?"

പ്രതിഷേധസ്വരത്തിൽ തന്നെ അവൻ പറഞ്ഞു

"ഇല്ല, എനിക്കിഷ്ടമില്ല, ഞാൻ അമേരിക്കൻ അനുഭാവിയുമല്ല."

"അല്ല ഞാനും നീയും എന്തിന് അമേരിക്കൻ അനുഭാവികളാകണം?"

അവനോട് കൂടുതൽ തർക്കിച്ചിട്ട് കാര്യമില്ലെന്ന് തോന്നിയതുകൊണ്ട് തന്നെ ഞാൻ സമ്മതിച്ച് കൊടുത്തു.

"അല്ല അബൂആരിഫ്... അങ്ങനെ പറയരുത്. ഇതിപ്പോ ഒരാൾ വണ്ടിയിൽ കയറി. എങ്ങോട്ടാണെന്നും ചോദിച്ചില്ല. അയാളെ നമുക്ക് എന്ത് ചെയ്യാൻ പറ്റും? വഴിയൽ ഇറക്കി വിടാൻ പറ്റോ?"

"അത് നിങ്ങളുടെ യോഗം" എന്നും പറഞ്ഞ് അവൻ ചിരിച്ചു.

ഇത് എന്റെ ആഗ്രഹമാണ് താത്പര്യമാണ്, എനിക്ക് എന്റേതായ വ്യക്തിത്വമില്ലേ അത് പണിതുണ്ടാക്കണം എന്നൊക്കെ അവനെ പറഞ്ഞ് വിശ്വസിപ്പിക്കാനുള്ള ശ്രമം നടത്തുകയും ചെയ്തു.

ഞങ്ങളുടെ സംസാരം എന്തായിരുന്നു എന്ന് റുവയ്ക്ക് പറഞ്ഞ് മനസ്സിലാക്കി കൊടുക്കാനാണ് ഞാനാകെ പ്രയാസപ്പെട്ടത്. ആ ആറ് ദിവസവും ഞങ്ങൾ ഒരുമിച്ചായിരുന്നു. ഞങ്ങളെന്ന് പറഞ്ഞാൽ റുവ, ലോറ, അബൂൽആരിഫ് പിന്നെ ഞാനും.. പുലർച്ചെ തുടങ്ങുന്ന ഷൂട്ടിങ്ങും അഭിമുഖത്തിനുള്ള കറക്കവും അവസാനിക്കുന്നത് മിക്ക ദിവസങ്ങളിലും രാത്രിയായിരുന്നു. അവർ രണ്ട് പേരും പാവങ്ങളായിരുന്നു, നല്ലവരും. എന്നാലും ആറ് ദിവസം അത് മതിയായിരുന്നു... എല്ലാം മടുക്കാൻ... ഇന്നലെയാണ് ഒന്ന് ശ്വാസം വിട്ട് സ്വന്തം കാര്യം നോക്കി നടക്കാനായത്... അവരെ രണ്ട് പേരേയും അബുൽആരിഫ് റിവർ റോഡിലും സഫാഫീർ മാർക്കറ്റിലേക്കും ഷോപ്പിങ്ങിനും മറ്റുമായി കൊണ്ട് പോയിരുന്നു. അത് കഴിഞ്ഞ് ദേശീയ ഭക്ഷണമായ മസ്കൂഫ് ഗ്രിൽഡ് ചിക്കൻ കഴിപ്പിക്കാനുള്ള പ്ലാനുമുണ്ടായിരുന്നു. ഞാൻ മുതനബ്ബി തെരുവിൽ അലഞ്ഞ് തിരിഞ്ഞ് ഏതാനും പുസ്തകങ്ങളും മറ്റും വാങ്ങിക്കുകയും ചെയ്തു. അവിടെ നിന്ന് എന്റെ വീട്ടിലേക്ക് പോകണം. അതിനുശേഷം അമ്മായി എനിക്കായി പ്രത്യേക ഭക്ഷണമുണ്ടാക്കി വെച്ചിട്ടുണ്ടെന്ന് വിളിച്ച് പറഞ്ഞതുകൊണ്ട് അവിടേക്കു ചെല്ലണം. അവിടെയുള്ള ബന്ധുക്കളെ കണ്ട് യാത്ര പറയുകയും ചെയ്യാമെന്നാണ് കരുതിയിരുന്നത്.

ഷൂട്ടിങ്ങിന് വന്ന എന്റെ കൂട്ടുകാരായ അമേരിക്കക്കാരെയും വിളിച്ച് ചെല്ലണമെന്ന് അമ്മായി പറഞ്ഞിരുന്നെങ്കിലും ഞാൻ ഒറ്റയ്ക്ക് മാത്രമേ വരൂ എന്നവരോട് പറഞ്ഞിട്ടുണ്ടായിരുന്നു.

"അമ്മായി അത് വേണ്ട... അവർക്ക് അറബി ഒരു അക്ഷരം അറിയില്ല. അവർ വന്നാ പിന്നെ ഞാൻ അവർക്ക് എല്ലാ കാര്യങ്ങളും വിവർത്തനം ചെയ്ത് കൊടുക്കേണ്ടി വരും. അത് അത്ര സുഖമുണ്ടാകില്ല, എനിക്കും നിങ്ങക്കും... എനിക്ക് വയ്യ, അല്ലെങ്കിലേ ആകെ ക്ഷീണിച്ചിരിക്കാണ്."

"എന്നാ പിന്നെ നിനക്ക് തോന്നും പോലെ ചെയ്തേക്ക്... നിനക്ക് നമ്മുടെ വീട് അറിയാമല്ലോ ല്ലേ... ഒറ്റയ്ക്ക് വരാൻ കഴിയും അല്ലേ..."

"പിന്നെന്താ. എന്തേലും സംശയമുണ്ടോ? അതൊക്കെ ചോദിക്കാനുണ്ടോ അമ്മായി?"

കുഞ്ഞായിരിക്കുമ്പോൾ വേനൽകാലങ്ങളിൽ അവിടേക്ക് പോകാറുണ്ടായിരുന്നു. അമ്മായീടെ മക്കളുമായാട്ടായിരുന്നു കൂട്ട്. കളിയും കുളിയും കിടത്തവും ഉറക്കവും എല്ലാം.. ഒരുപാട് ദിവസം അവിടെ താമസിക്കാറുമുണ്ടായിരുന്നു.

അല്പം നടന്നു. റുസാഫ മൈതാനിയിൽ നിന്ന് ടാക്സിയെടുത്ത് പണ്ട് അമീനുൽ ഊല എന്നറിയപ്പെട്ട ഇന്നത്തെ ഗൾഫ് വില്ലേജിൽ എന്റെ തന്നെ വീട് നിലനിൽക്കുന്ന സ്ഥലത്തേക്ക് പോയി. അവിടെയെല്ലാം ഒന്നൂടെ കാണണം, അയൽവാസികളിൽ ആരെങ്കിലും ബാക്കിയുണ്ടെങ്കിൽ അവരോടൊക്കെ യാത്ര പറയണം. അൽഅമീൻ പാലത്തിലേക്ക് കയറാനാകും മുമ്പ് ഞാൻ ഡ്രൈവറോട് വണ്ടി വലത്തോട്ട് തിരിക്കാൻ പറഞ്ഞു. കാരണം ആ റോഡിലൂടെ പോയാലായിരുന്നു എന്റെ ഗ്രാമത്തിലേക്ക് എത്തിയിരുന്നത്. കാറുകളെല്ലാം വേഗത കുറച്ചിരിക്കുന്നു. ഞങ്ങളുടെ സ്ട്രീറ്റിലേക്ക് തിരിയുന്ന റോഡിന് മുന്നിൽ നല്ല തിരക്കുണ്ടായിരുന്നു. ചില കാറുകൾ റോഡിൽ തന്നെ തിരിച്ച് ഇങ്ങോട്ട് തന്നെ വരുന്നുണ്ടായിരുന്നു. അവിടെ അമേരിക്കൻ സേന വരുന്ന കാറുകളോട് തിരിച്ച് പോകാൻ പറയുന്നുണ്ടായിരുന്നു. ഡ്രൈവർ ഗ്ലാസ് താഴ്ത്തി തിരിച്ച് വരുന്ന കാറിന്റെ ഡ്രൈവറോട് ചോദിച്ചു.

“ഹേയ്, സോദരാ എന്താ കാര്യം? എന്തെങ്കിലും പ്രശ്നമുണ്ടോ?”

“റോഡ് ക്ലോസ്ഡാണ്. ആരെയും കടത്തി വിടുന്നില്ല.”

ഇനിയെന്ത് ചെയ്യുമെന്ന രീതിയിൽ ഡ്രൈവർ എന്നെ നോക്കി.

“എനിക്ക് വേറെ ഒരു വഴി അറിയാം. ഇവിടെ നിന്ന് അല്പം തിരിച്ച് പോയി കോടതിയുടെ അരികിലൂടെ അപ്പുറത്ത് എത്താനാകും.”

“ഉറപ്പാണോ?”

“അതെ, ഉറപ്പാണ്.”

വണ്ടി തിരിച്ചു. കോടതിറോഡിലൂടെ ഞങ്ങളുടെ വീടിന്റെ അവിടേക്ക് എത്താനാകുന്ന മറ്റൊരു വഴിയിലൂടെ ഞങ്ങൾ മുന്നോട്ട് നീങ്ങി. പക്ഷേ, അതിൽ നിന്നും പുറത്ത് കടക്കേണ്ട സ്ഥലത്ത് എത്തിയപ്പോൾ ഹമ്മറുമായി പട്ടാളക്കാർ വഴി തടഞ്ഞിട്ടതായി കണ്ടു. ഗ്ലാസ്സ് താഴ്ത്തി വീടിന് പുറത്ത് നിൽക്കുന്ന നാട്ടുകാരനായ ഒരാളോട് ഞാൻ ചോദിച്ചു.

“എന്താ സംഭവം?”

“ഒരു മണിക്കൂറോളമായി ആ കവലയിലേക്കുള്ള റോഡ് ബ്ലോക്ക് ചെയ്തിരിക്കുകയാണ്.”

ഏതായാലും ടാക്സിയിൽ നിന്നിറങ്ങി നടന്ന് വീട്ടിലേക്ക് പോകാമെന്ന് കരുതി അയാളോട് ചോദിച്ചു.

“നടന്ന് പോകുന്നതിന് കുഴപ്പമില്ലല്ലോ?”

“ഇല്ല ആരേയും കടത്തി വിടുന്നില്ല. നടന്നും പോകാൻ പറ്റില്ല, കാറിലും പോകാൻ പറ്റില്ല.”

ഡ്രൈവർ എന്റെ വാടക കാത്ത് നിൽക്കുകയാണ്. അയാളോട് ഞാൻ ചോദിച്ചു

“എന്നെ ബൈറൂത് സ്ക്വയറിൽ ഇറക്കാൻ പറ്റോ?”

അയാൾ സമ്മതിച്ചു. എനിക്കാകെ ദേഷ്യം വരുന്നുണ്ടായിരുന്നു. ഞാൻ കളിച്ച് വളർന്ന വീടും നാടും റോഡും കാണാൻ ഒന്ന് ശ്രമിച്ചപ്പോൾ ഇതാണ് വിധി. അയൽവാസികളുടെ വീടുകളിൽ ചെന്ന് കൂട്ടുകാരെയെല്ലാം കണ്ട് കാര്യങ്ങൾ ചോദിച്ച് മനസ്സിലാക്കണം എന്നൊക്കെ മനപ്പായസമുണ്ട് വന്ന എനിക്ക് ഇതാണിപ്പോ വിധി. ഡ്രൈവർ യാത്രയിലുടനീളം മൗനത്തിലായിരുന്നു.

അമ്മായിയുടെ വീടിന്റെ മുന്നിലെത്തി. കാറിൽ നിന്നിറങ്ങിയപ്പോൾ കയ്യിലുണ്ടായിരുന്ന ടവ്വൽ കൊണ്ട് മുഖം തുടച്ചു. പോർച്ചിൽ മൂന്ന് കാറുകൾ കിടക്കുന്നത് കണ്ടു. പുറത്തുണ്ടായിരുന്ന കാളിംഗ് ബെൽ അമർത്തി. വാതിലിൽ ചെറുതായി തട്ടുകയും ചെയ്തു. പുറത്ത് പൂന്തോട്ടം കാഴ്ചയ്ക്ക് അത്ര സുന്ദരമായി തോന്നിയില്ല. മൂന്നോ നാലോ കൊല്ലം മുമ്പ് മരണപ്പെട്ട അമ്മായിയുടെ ഭർത്താവ് പൂന്തോട്ടത്തെ ഒരു വിശുദ്ധ സ്ഥലമായിട്ടാണ് കരുതിയിരുന്നതും പരിപാലിച്ച് പോന്നിരുന്നതും. രണ്ടാം നിലയിൽ അവർ ഒരു റൂം കൂടി പണിതത് ഞാൻ ശ്രദ്ധിച്ചു. അവിടേക്ക് പുറത്ത് നിന്ന് തന്നെ ഒരു കോണി പ്രത്യേകമായി ഉണ്ടായിരുന്നു. മെയിൻ ഡോറിലൂടെ അമ്മായി ഇറങ്ങി വന്നു. അവർക്ക് ക്ഷീണം തോന്നിക്കുന്നുണ്ട്. മുഖമൊക്കെ വല്ലാണ്ടായിത്തുടങ്ങിയിരിക്കുന്നു. തലമുടി മുക്കാലും ഹിജാബിന്റെ മറവിലായിരുന്നു. ഞാൻ ബാഗ്ദാദിൽ നിന്ന് പോകുമ്പോൾ അവർ തല മറയ്ക്കാറില്ലായിരുന്നു. അവർ പുറത്തേക്ക് വന്നു പിറകെ അവരുടെ മൂത്ത മകനും. അവനും കുടുംബവുമാണ് രണ്ടാം നിലയിൽ താമസിക്കുന്നതെന്ന് പിന്നീട് അറിഞ്ഞു. എന്നെ കണ്ട സന്തോഷത്തിലാകാം അവരെന്നെ കെട്ടിപ്പിടിച്ച് ഉമ്മ വെച്ച് കരയുന്നുണ്ടായിരന്നു. പിന്നെ വന്നു പായാരം പറച്ചിലുകൾ.

“ഏഴ് ദിവസത്തിലധികം ഇവിടെയുണ്ടായിട്ട് ഇപ്പോ ഈ അവസാന ദിവസമാണോ നിനക്ക് ഇങ്ങോട്ട് ഒന്ന് വരാൻ തോന്നിയത്? പത്ത് കൊല്ലത്തിലധികമായില്ലേ ഞാൻ നിന്നെ കണ്ടിട്ട്? എന്റെ കുട്ട്യേ, നിനക്ക് ഈ അമ്മായിയോട് തീരെ ഇഷ്ടംല്ലാണ്ടായോ?”

“ആളിപ്പോ വല്ല്യേ ഡോക്ടറൊക്കെയാ എന്നിട്ടാണോ ഉമ്മാ നിങ്ങൾ അവനെ കുട്ട്യേ എന്നൊക്കെ വിളിക്കുന്നത്?”

“തീസിസൊക്കെ സമർപ്പിച്ചതിന് ശേഷമല്ലേ ഡോക്ടറാകുന്ന കാര്യത്തെക്കുറിച്ച് ആലോചിക്കേണ്ടതുള്ളൂ.” അവനെ ആലിംഗനം ചെയ്യുന്നതിനിടയിൽ ഞാൻ പറഞ്ഞു.

‘അപ്പോ അര ഡോക്ടറാണ്’ എന്നും പറഞ്ഞ് അവൻ ചിരിച്ചു.

ബാക്കിയുള്ളവരെല്ലാം അകത്ത് കാത്തു നിൽക്കുന്നുണ്ടായിരുന്നു. അമ്മായിയുടെ മക്കളും അവരുടെ ഭാര്യമാരും മക്കളുമടങ്ങുന്ന വലിയ ഒരു കൂട്ടം തന്നെയുണ്ടായിരുന്നു അവിടെ. ഞാൻ ഓരോരുത്തർക്കും സലാം പറഞ്ഞു. മുമ്പ് കണ്ടിട്ടില്ലാത്തവരുടെ പേരുകൾ ചോദിച്ചു മനസ്സിലാക്കുകയും ചെയ്തു. അറിയാവുന്നവരെ കണ്ട സന്തോഷം പങ്ക്

വെക്കുകയും ചെയ്തു. പത്ത് വർഷത്തെ അകൽച്ച. അത് ഓരോരുത്തരുടെയും മുഖത്ത് വായിച്ചെടുക്കാൻ കഴിയുന്നുണ്ടായിരുന്നു.

അടുത്തുണ്ടായിരുന്ന സോഫയിൽ ഞാൻ ഇരുന്നില്ല അതിന് മുന്നേ അമ്മായി ചോദിച്ചു.

“അല്ല കുട്ട്യേ, നിനക്ക് ഒരു ദിവസമെങ്കിലു ഇവിടെ നിന്നൂടെ?”

“സോറി അമ്മായി.. ഇന്ന് തന്നെ അമ്മാനിലേക്ക് തിരിച്ച് പോകണം.”

“എന്നാലും ഒരു ദിവസമെങ്കിലും കഴിഞ്ഞിട്ട് പോരേ?”

“പറ്റില്ല... ഇന്ന് തന്നെ മടങ്ങിയേ പറ്റൂ... ഒരുപാട് ഉത്തരവാദിത്വങ്ങളാ... അവിടെ എത്തിയിട്ട് വേണം പുറംനാട്ടിലേക്ക് പഠിപ്പിക്കാൻ പോകാനുള്ള മറ്റുള്ള കാര്യങ്ങൾ പൂർത്തീകരിക്കാൻ.”

മൂന്ന് ദിവസം മുമ്പ് ഞാൻ ബാഗ്ദാദിലുണ്ടെന്ന വിവരം അവരെ വിളിച്ച് പറഞ്ഞപ്പോ അവർ ഹോട്ടൽ മുറി ഒഴിവാക്കി ഇവിടെ അവരുടെ വീട്ടിൽ വന്ന് താമസിക്കാൻ ആവശ്യപ്പെട്ടിരുന്നതാ...

“എന്തിനാ ബാഗ്ദാദിൽ വന്നിട്ട് വെറുതെ ഹോട്ടലിൽ റും എടുക്കുന്നത്. അമേരിക്കക്കാരായ നിന്റെ കൂട്ടുകാരോടും ഇങ്ങോട്ട് പോരാൻ പറ. ഇവിടെ വീട്ടിൽ കൂടാലോ.. അവരെ വിളിച്ചോ. എന്നിട്ട് ഇങ്ങോട്ട് വരൂ...”

“ഷൂട്ടിങ്ങിന്റെ കാര്യങ്ങൾ കുറച്ച് സങ്കീർണമാണ്. കറന്റില്ലാതെ ഒന്നും നടക്കില്ല. പിന്നെ അതിന്റെ സാധന സാമഗ്രികൾ കൊണ്ടുനടക്കാൻ തന്നെ നല്ല പാടാണ്. പോരാത്തതിന് എല്ലാ രാത്രിയിലും എഡിറ്റിംഗ് വർക്ക് നടത്താനുമുണ്ട്.”

“എന്നോ കുഞ്ഞോ, ന്റെ കുട്ടി ഇങ്ങട് വാ...”

പണ്ട് മുതലേ നല്ല ഒന്നാന്തരം എഞ്ചിനീയറായിരുന്ന അങ്കിൾ മാത്രമാണ് എന്റെ പഠനത്തെക്കുറിച്ചും തീസിസിനെക്കുറിച്ചും കൂടുതൽ ചോദിക്കുകയും ആവശ്യമായ നിർദ്ദേശങ്ങൾ നൽകുകയും ചെയ്തിരുന്നത്. മറ്റുള്ളവർ അമേരിക്കയെക്കുറിച്ചും അമേരിക്കൻ ലൈഫ് സ്റ്റൈലിനെക്കുറിച്ചും അടുത്ത ഏതാനും വർഷങ്ങൾക്കുള്ളിൽ ഇറാഖിൽ സംഭവിക്കാൻ പോകുന്ന കാര്യങ്ങളെക്കുറിച്ചുമാണ് സംസാരിച്ചത്. എനിക്കെല്ലാ കാര്യവും അറിയാമെന്നത് പോലെയോ അതോ ഞാൻ ബുഷിന്റെ അടുത്ത കൂട്ടുകാരനാണെന്ന പോലെയോ ആണ് സംസാരങ്ങളത്രയും നടന്നത്. കഴിഞ്ഞ ആറ് ദിവസവും എനിക്ക് ഭാഷാന്തരം ചെയ്ത് കൊടുക്കേണ്ടി വന്ന എല്ലാവരും അങ്ങനെ തന്നെയാണ് കരുതിയിരുന്നത്. പുതുതായുണ്ടായ സംഭവവികാസങ്ങളിൽ എന്തോ പറഞ്ഞ് അവർ തമ്മിൽ മുട്ടൻ തർക്കത്തിലായി. ആ തർക്കത്തിലേക്കാണ് അമ്മായി ടേബിൾ വൃത്തിയാക്കാനായി വന്നത്. അഭിപ്രായമാരായാനായി ബന്ധുക്കളിൽ ഒരാൾ എന്റെ നേരെ തിരിഞ്ഞു. ഞാൻ പറഞ്ഞ മറുപടി അവനെ അദ്ഭുതപ്പെടുത്തിയെല്ലങ്കിലും അവൻ ചോദിച്ചു.

“അപ്പോ നിങ്ങളും യുദ്ധവിരുദ്ധമുന്നണിക്കൊപ്പമാണല്ലേ.”

"തീർച്ചയായും."

അവൻ ചിരിച്ചു. പരിഹാസ സ്വരത്തോടെ അവൻ പറഞ്ഞു.

"കഷ്ടം. അല്ലാതെ എന്ത് പറയാനാ? നിങ്ങളൊക്കെ ഇവിടെയാണ് ജീവിക്കുന്നതെങ്കിൽ വരുന്ന ഏത് അപ്പനേം പിന്തുടരേം ചെയ്യും ജയ് വിളിക്കേം ചെയ്യും. ഇനിയിപ്പോ കാലൻ തന്നെ ഒരു സംഘടനയുമായി വന്നാ അയാൾക്കും ഓശാന പാടാൻ നിങ്ങളൊക്കെ തന്നെയാകും മുന്നിലുണ്ടാകുക."

"അല്ല, അമേരിക്ക തന്നെയാണല്ലോ ഇപ്പോ കാലന്റെ പണി എടുക്കുന്നത്?"

"അല്ലല്ല. എന്ത് കണ്ടോണ്ടാ നിങ്ങളപ്പോ അമേരിക്കയിലൊക്കെ പോയി താമസിക്കുന്നേ. അവിടെ താമസിക്കേം ചെയ്യുന്നു അവരെ കുറ്റം പറഞ്ഞ് എതിർക്കേം ചെയ്യുന്നു."

അപ്പോഴേക്കും അവന്റെ അച്ഛൻ ഇടയിൽ കയറി തടഞ്ഞു..

"മതി മതി. ഇനി നിർത്തിയേക്ക്."

അകത്ത് നിന്ന് അമ്മായിയും

"കുട്ടികളേ, ഇനി മതി മതി.. വന്ന് വല്ലതും കഴിക്കാൻ നോക്ക്. ഭക്ഷണം ടേബിളിൽ എടുത്ത് വെച്ചിട്ടുണ്ട്."

വെള്ള കൂജയിലെ ജീരകം കണ്ടപ്പോൾ അത് എന്തിനാണ് ഇട്ടിരിക്കുന്നതെന്ന് ഞാൻ അമ്മായിയോട് ചോദിച്ചു.

അത് ഒരു രോഗ പ്രതിരോധമാണ്. ഇവിടത്തെ വെള്ളം അതുപോലെ കുടിച്ചാൽ വയറിളക്കം ബാധിക്കും. അതില്ലാതിരിക്കാനുള്ള ചെറിയ ഒരു ശ്രമം. അവർ എന്റെ പ്ലെയ്റ്റിൽ ഒരുപാട് ദൗലമയും ഉള്ളിക്കൂട്ടാനും നേരത്തെ വിളമ്പി വെച്ചിരുന്നു. എനിക്കത് വളരെ ഇഷ്ടമാണെന്നത് അവർ ഇപ്പോഴും മറന്നിട്ടില്ല. ഞാൻ കഴിക്കുന്നത് നോക്കിക്കൊണ്ട് അവർ ചോദിച്ചു.

"അല്ല, അവിടെ അമേരിക്കയിലൊക്കെ ഭക്ഷണം എങ്ങനെയാണ്?"

"ഞാൻ താമസിക്കുന്നതിന്റെ തൊട്ടടുത്ത് തന്നെ ഇറാഖി ഹോട്ടലുണ്ട്. അവിടെ നിന്നാണ്."

"അപ്പോ ഇത്ര കാലം ഇവിടെയും അവിടെയുമായി താമസിച്ചിട്ട് സ്വന്തമായി കുക്ക് ചെയ്യാനൊന്നും പഠിച്ചില്ലേ നീ..."

"ഇടയ്ക്കൊക്കെ ചെയ്യാറുണ്ട്. എന്നാലും ദൗലമ അത് എനിക്കുണ്ടാക്കാനായിട്ടില്ല."

ഭക്ഷണം കഴിച്ചതിനുശേഷം ഞങ്ങൾ റസ്റ്ററൂമിലേക്ക് തന്നെ മടങ്ങി. ഭക്ഷണ ശേഷമുള്ള ചായ മൊത്തക്കുടിക്കുമ്പോഴേക്കും എന്റെ കണ്ണുകളിൽ മയക്കം കൂട് കെട്ടാൻ തുടങ്ങിയിരുന്നു. പോരാത്തതിന് നല്ല ക്ഷീണവും. എങ്ങനെയെങ്കിലും ഒന്ന് കിടന്നേ പറ്റൂ എന്ന് തോന്നിത്തുടങ്ങിയ

പ്പോഴേക്കും രക്ഷയുമായി അമ്മായി വന്നു. ഗസ്റ്റ് റൂമിന്റെ തൊട്ടടുത്തുള്ള കൂളർ സ്ഥാപിച്ച റൂമിലെ സോഫയിൽ ഒന്ന് മയങ്ങിക്കൊള്ളു എന്ന് ഇങ്ങോട്ട് പറഞ്ഞത് അമ്മായി തന്നെയാണ്. അങ്ങോട്ട് നടക്കുന്നതി നടയിൽ അമ്മായി ചോദിച്ചു,

“അല്ല പണ്ട് നീ വരുമ്പോ ഏത് റൂമിലാണ് കിടന്നിരുന്നത് എന്ന് ഓർമ്മയുണ്ടോ.”

“ഹും... അതെ ഓർമയുണ്ട്... നല്ല ഓർമയുണ്ട്...”

ഷൂ അഴിച്ചു വെച്ച് ചെറിയ ഒരു തലയിണയെടുത്ത് വെച്ച് സോഫ യിൽ നീണ്ട് നിവർന്ന് ഏകദേശം ഒന്നര മണിക്കൂർ കിടന്നു. ഉണർന്ന പ്പോൾ എഴുന്നേറ്റ് മുഖം കഴുകി നേരെ റസ്റ്റ് റൂമിലേക്ക് ചെന്നു. ചായയും അമ്മായി എനിക്ക് സ്പെഷലായി പാകം ചെയ്ത കേക്കും കഴിച്ചു. തിരിച്ച് പോരാൻ നേരത്ത് അമ്മായി യാത്രയിൽ കൂടെ കൊണ്ടുപോകാനായി അല്പം പാക്ക് ചെയ്ത് തരുകയും ചെയ്തു.

അവരോട് യാത്ര പറഞ്ഞിറങ്ങുന്നതിന് മുമ്പ് അമ്മായി എന്റെ കാലിൽ തോണ്ടി ഒറ്റയ്ക്ക് കുറച്ച് കാര്യങ്ങൾ സംസാരിക്കാനുണ്ടെന്ന് പറഞ്ഞ് വിളിച്ചു. ഒറ്റയ്ക്ക് കിട്ടിയപ്പോൾ നല്ല തെറിയാണ് ആദ്യം കിട്ടിയത്. എന്റെ അച്ഛനോട് ഞാൻ സംസാരിച്ചിട്ട് തന്നെ കുറെ കാലമായിരുന്നു. അതാണ് കാരണം. അച്ഛൻ അമ്മയോട് ചെയ്ത കാര്യങ്ങളും മറ്റും നിങ്ങൾക്ക് അറിയാവുന്നതല്ലേ എന്ന് ഞാൻ അവരോട് ചോദിച്ചു.

“അദ്ദേഹം നിന്റെ അച്ഛനായിരിക്കുന്ന കാലത്തോളം ഒരിക്കലും അങ്ങനെ ചെയ്യാൻ പാടില്ല. ഒരിക്കലും. നിന്റെ ബുദ്ധിയും ചിന്തയും എല്ലാം ഒത്തിരി വളർന്നിട്ടുണ്ടാകും. പക്ഷേ, അത് ഒരിക്കലും അദ്ദേ ഹത്തെ വേദനിപ്പിച്ചിട്ടാകരുത്. നുമൈറേ, എന്റെ പ്രാർത്ഥന നിന്റെ കൂടെ യുണ്ടുകും എല്ലായ്പ്പോഴും. ദൈവവും നിന്റെ കൂടെയുണ്ടാകും. നിനക്ക് വരാൻ സാധിക്കുമ്പോഴെല്ലാം വരാൻ നോക്ക്.”

അവരെ മുഷിപ്പിക്കേണ്ടെന്ന് കരുതി ഞാൻ ‘ആലോചിച്ച് ചെയ്തോളാം’ എന്ന ഒഴുക്കൻ മറുപടി പറഞ്ഞ് തടിയൂരാനുള്ള ശ്രമം നടത്തി. അതൊരു കളവായിരുന്നു. പെട്ടെന്നുതന്നെ ഇനിയും വരുമെന്നും അന്ന് കാര്യമായ ഒരു പണിയും ഇല്ലാതെ ഇവിടെ തന്നെ മുഴുവൻ സമ യവും ചെലവഴിക്കാമെന്നും നേരത്തെ പൊള്ള വാഗ്ദാനം ചെയ്തതു പോലെ തന്നെയായിരുന്നു അതും. അങ്കിളാണ് എന്നെ ഹോട്ടലിൽ എത്തി ച്ചത്. പിരിയുന്നതിന് മുന്നേ അദ്ദേഹം ഫോൺ നമ്പറും മെയിൽ ഐഡിയും തന്നു. വാതിൽ അടഞ്ഞ് കിടക്കുകയായിരുന്നു. എന്നെ കണ്ട് പരിചയമുള്ള കാവൽക്കാരൻ ചിരിച്ച് കൊണ്ട് വാതിൽ തുറന്ന് തന്നു. റിസപ്ഷന്റെ തൊട്ടടുത്തിരുന്ന് ടിവി കാണുകയായിരുന്ന റിസപ്ഷനി സ്റ്റുകൾക്ക് അഭിവാദനം ചെയ്തു. എന്നെ കണ്ട് അതിൽ ഒരാൾ പറഞ്ഞു.

“നിൽക്കൂ നിങ്ങൾക്കൊരു കവറുണ്ട്.” റിസപ്ഷനിൽ വന്ന് ഒരു മഞ്ഞ കവർ എടുത്ത് തരുന്നതിനിടയിൽ ചില കാര്യങ്ങൾ പറയുന്നു ണ്ടായിരുന്നു. കവറിന് പുറത്ത് ഇങ്ങനെ എഴുതിയിട്ടുണ്ടായിരുന്നു

'നിങ്ങളുടെ കൂട്ടുകാരൻ വദൂദ്... ഒന്നര മണിക്കൂറോളം നിങ്ങളെ കാത്തിരുന്നു. വരാൻ വൈകുമെന്ന് മനസ്സിലായത് കൊണ്ട് തന്നെ ഈ പാർസൽ നിങ്ങൾക്കായി ഇവിടെ ഏൽപിക്കുന്നു.'

എനിക്കൊന്നും മനസ്സിലായില്ല. കവർ വാങ്ങിച്ച് ഞാൻ റൂമിലേക്ക് നടന്ന് കയറി.

ആമുഖം

(കരട് രേഖ- തിരുത്താവുന്നത്)

സംഭവിച്ച കാര്യങ്ങളെല്ലാം എനിക്ക് എങ്ങനെ എഴുതാൻ കഴിയും?

കാലങ്ങളായി എന്റെ മുന്നിലെ പ്രശ്നോത്തരിയായിട്ടുണ്ടായിരുന്നത് 'എങ്ങനെ' എന്നുള്ള ചോദ്യമായിരുന്നു. ഞാൻ എഴുതി തയ്യാറാക്കിയ ഇത് എങ്ങനെ നുണകളുടെ പെരുമഴക്കാലത്ത് നിന്ന് ഓടിയൊളിക്കുന്നതായിത്തീരും? പറഞ്ഞ് വരുന്ന കാര്യങ്ങളിലെ വിചിത്രതയും വിരോധാഭാസവും എനിക്കുതന്നെ അറിയാവുന്നതായിരുന്നു. താളിലെ മഷിയുണങ്ങുന്നതിന് മുന്നേ വിരുന്നെത്തിയേക്കാവുന്ന ആപത്തുകളെ എഴുത്തിന് മുന്നേ പേടിച്ചിരിക്കുന്നത് ഭൂഷണമാണോ? 'തിങ്ങ്സ് ഫാൾ അപ്പാർട്ടിൽ' ആഫ്രിക്കൻ സാഹിത്യകാരനായ ചീന്നു ആച്ച്ബെ പറയുന്ന ഒരു കാര്യമുണ്ട്.. 'വേട്ടക്കാരുടെ നിറം പിടിച്ച കഥകളെഴുതാനുള്ളവരുടെ നിര കാപ്പിരികളായ എഴുത്തുകാർ ഉദയം ചെയ്ത് പുഷ്കലമാകുന്നതു വരെ നീണ്ടുതന്നെ കിടക്കും' ആ ചിന്ത പുതുതല്ല, എന്നിരുന്നാലും ആ എഴുത്തിന്റെ ശൈലിയാണ് പ്രധാനം. ചരിത്രം നിർമ്മിക്കുന്നവരാണ് പലരും. കണ്ടുവന്ന കാഴ്ചകളും കൊണ്ടുവന്ന അനുഭവങ്ങളും മാറ്റി മറിക്കാൻ ശ്രമിക്കുന്നവർ വരുമ്പോഴേക്കും കാലങ്ങളും ആണ്ടുകളും കടന്നു പോകും. ഇരകളുടെ ചരിത്രമോ? ഇരകൾ ഇരകളായിത്തീർന്ന ചരിത്രം ആര് പറയും? അതാണ് എന്നെ ആശങ്കപ്പെടുത്തിയത്. ആശങ്കപ്പെടുത്തുന്നതും. ആദ്യമായി അത് വായിച്ചപ്പോൾ കാട്ടിലെ രാജാവായ സിംഹമാണ് മുഖ്യ കഥാപാത്രമായി മനസ്സിലേക്ക് എഴുന്നെള്ളിയത്. പിന്നെയും പിന്നെയും വായിച്ചപ്പോൾ വെറുതെ സിംഹത്തെ കരുവാക്കേണ്ടതില്ല എന്ന ചിന്തയിലേക്കെത്തി. കൂടുതൽ ചിന്തിച്ചപ്പോൾ സിംഹമല്ല ഇരകളായി പോകുന്ന മാൻപേടകളെയാണ് ഓർക്കേണ്ടത് എന്നതിലേക്കുമെത്തി. പിന്നെ പിന്നെ ആ ഇരയാകാൻ വിധിക്കപ്പെട്ട മാൻപേട ഞാൻ തന്നെയല്ലേ എന്ന തലത്തിലേക്ക് ചിന്തകളെത്തിച്ചേർന്നു.

ഒരുപാട് കഴിഞ്ഞാണ് ഞാൻ ആ സത്യം മനസ്സിലാക്കിയത്, ഞാൻ തന്നെയാണ് ആ മാൻപേട, ഞാൻ തന്നെയാണ് ആ വേട്ടമൃഗത്തിന്റെ തേറ്റപ്പല്ലിന് ഇരയാൻ വിധിക്കപ്പെട്ട പാവം മൃഗം. അതേ,

ആ എഴുതിയതും പറഞ്ഞതും എന്നെക്കുറിച്ചാണ്. ഞാൻ തന്നെയാണ് ഇരയാകുന്നതും വേട്ടക്കാരനാകാൻ വിധിക്കപ്പെട്ടവനും. ഇരകളുടെ ഇരയാണ് ഞാൻ. അതിന് മുന്നിൽ വന്നേക്കാവുന്ന കണക്കിലെ കളികൾ അത് വ്യക്തതയുള്ളതാകണം എന്നില്ലല്ലോ.. ജീവന്റെയും മരണത്തിന്റെയും കണക്കുകൾ നാം കൃത്യമായ ഇടവേളകളിൽ എടുക്കാറുണ്ടെങ്കിലും നമുക്ക് പ്രിയമായ രീതിയിലും തോതിലുമായി അത് രേഖപ്പെടുത്താനല്ലേ നാം ശ്രമിക്കാറുള്ളത്? മൃഗങ്ങളേയും മനുഷ്യരേയും വേർതിരിച്ച് എടുക്കുമെങ്കിലും കൃത്യത എത്രത്തോളമുണ്ടാകും? മനുഷ്യരുടെ കണക്കിൽ കൃത്യത കാണിക്കാനുള്ള ശ്രമം ചെറുതായിട്ടുണ്ടെന്ന് പറയാതിരിക്കാനും വയ്യ

വേട്ടക്കാരുടെ ചരിത്രം എഴുതുന്നവർ അവരിൽ മരിച്ചവരുടെ കണക്കുകൾ പെരുപ്പിച്ച് കാണിക്കാറുണ്ടല്ലോ. ഇരകളിൽ നിന്ന് കൊന്ന് തള്ളിയ എണ്ണത്തെ കണക്കാനാണത്രേ അത്. അങ്ങനെ കണക്കിലെ കളികളിലൂടെ വേട്ടക്കാരൻ ഇരകളേക്കാൾ പരിഗണന അർഹിക്കുന്നവരായും പാപമോചിതരുമായി ചിത്രീകരിക്കാൻ പോലും നാം തന്നെ ആ കണക്കുകളല്ലേ എടുക്കാറുള്ളത്? വേട്ടക്കാരെ വെള്ളപൂശി വെളുപ്പിച്ചെടുക്കുന്നതിനിടയിൽ തന്നെ നാം മനഃപൂർവ്വം വിട്ട് കളയാൻ വല്ലാതെ താത്പര്യപ്പെടുന്ന പല കാര്യങ്ങളും നമുക്ക് മുന്നിലൂടെ വേദനിപ്പിച്ച് കടന്ന് പോയാലും തിരിഞ്ഞ് നോക്കാൻ ഇഷ്ടപ്പെടാറില്ലല്ലോ. ഇത്രയും കാലം ഇരകൾക്ക് വേണ്ടി വാദിച്ച വാദങ്ങൾ, ഖണ്ഡവിതണ്ഡ വാദങ്ങൾ, നമ്മുടെ നിറം, ഭാഷകൾ, ഓർമകളിലെ വേദനകൾ ഒന്നും തന്നെ നമുക്കായി നമുക്ക് മാത്രമായി വരില്ലല്ലോ... അത്രയധികം മുഖ്യധാരയിൽ നിന്ന് നാം അകന്ന് മാറി, അല്ല വ്യക്തമായി അടർത്തി മാറ്റിയില്ലേ നമ്മെ? വേട്ടക്കാർ നമ്മെ കൊന്ന് തൊലിയുരിഞ്ഞ്, ആ തൊലിയെടുത്ത് നമ്മുടെ വീടിന്റെ തന്നെ ചുവരുകളിൽ പറ്റിച്ച് വെക്കുമ്പോൾ പറ്റിക്കപ്പെടാനായി ഇനിയും നാം നിന്ന് കൊടുക്കുന്നു. നമ്മെ കൊന്ന് ജഡമാക്കി അവരുടെ മ്യൂസിയങ്ങളിലെ കാഴ്ചപ്പണ്ടമാക്കി മാറ്റി, പുതിയ കണക്കുകൾ നിരത്തി പിന്നെയും നമ്മുടെ അനന്തിരവന്മാരെ തുരത്താനുള്ള വഴികളന്വേഷിച്ച് തുടങ്ങിയിരിക്കുന്നു. അതെ, വേട്ടക്കാരാണ് ചരിത്രം നിർമിക്കുന്നത്, ചമയ്ക്കുന്നത്. അതിൽ നിറമായി മാത്രം ഒതുങ്ങുന്നു നാമെന്ന ഇരകൾ.

എന്നാലും എനിക്ക് എഴുതിയേ പറ്റൂ...

പക്ഷേ, എവിടെ നിന്ന് തുടങ്ങും, എങ്ങനെ തുടങ്ങും? ആ കാലത്തേക്ക് സമയത്തിന്റേതായ ഒരു കിളിവാതിലുണ്ടാകുമോ? നൂണ്ട് കിടക്കാനായി ഒരു ചെറിയ ദ്വാരമെങ്കിലുമുണ്ടാകുമോ? ഉണ്ടാകും എന്ന് വിശ്വസിക്കാനാണ് എനിക്ക് ഇഷ്ടം. അതിനുള്ള അവസരം കിട്ടുമെന്നുറപ്പ്. കിട്ടുമ്പോൾ മൈക്രോസ്കോപ്പിന് കീഴിൽവെച്ച് രക്തത്തുള്ളിയും കണ്ണീർതുള്ളിയും സ്കാൻ ചെയ്ത് പഠിച്ചെടുക്കുന്നതു പോലെ ഞാൻ കാര്യങ്ങൾ മനസ്സിലാക്കുക തന്നെ

ചെയ്യും. പക്ഷേ, ആ സമയം ഞാൻ എങ്ങനെ കണ്ടെത്തും? എങ്ങനെ മനസ്സിലാക്കും? അതിപ്പോൾ ഒരു നിമിഷമല്ലല്ലോ? പടർന്ന് പന്തലിച്ച് കിടക്കുന്ന ഒരു ആൽവൃക്ഷം പോലെയാണല്ലോ. ആ വൃക്ഷത്തിന്റെ ശിഖരങ്ങളിൽ ഞാൻ അലിഞ്ഞ് ചേരണം. അതിന്റെ കാണ്ഡത്തിലൂടെ വേരിലേക്കിറങ്ങി മണ്ണ് പറിച്ചെടുക്കണം. എന്നിട്ട് അതിനെ പിഴുതെറിയണം. ഒപ്പം അതിന്റെ കൂടെ ചേർന്ന് നിൽക്കുന്ന എല്ലാത്തിനേയും വേരോടെ പിഴുതെറിയണം. ആ പേര് തന്നെ കുഴിച്ച് മൂടണം. ശിഖരങ്ങൾക്കൊപ്പം അതിന്റെ ഗന്ധം പോലും ഇല്ലാതെയാക്കണം. അതിന്റെ ചില്ലയിൽ കുടിയേറിപ്പാർത്ത പക്ഷിക്കൂട്ടങ്ങളെല്ലാം പുതിയ മേച്ചിൽപുറം തേടി അലയണം.. അങ്ങനെ അങ്ങനെ... അല്ല ആ സമയം എന്നത് എങ്ങനെ മനസ്സിലാക്കാനാകും? അല്ലെങ്കിൽ തന്നെ ഏത് സമയത്തെക്കുറിച്ചാണ് നാം പറഞ്ഞുകൊണ്ടിരിക്കുന്നത്? ഒരേ ഒരു നിമിഷം തന്നെയാകുമോ എല്ലായിടത്തുമുണ്ടാകുക? അതോ ഈ പ്രപഞ്ചം മുഴുക്കെയും ആ ഒരു നിമിഷത്തിന്റെ ലോകത്തേക്ക് ചുരുങ്ങി വരുകയായിരിക്കുമോ?

കണക്കുകളും പഠനങ്ങളും ശരിയാണെങ്കിൽ ഒന്നിലധികം സ്ഥലങ്ങളും കാലങ്ങളും സമയങ്ങളുമുണ്ട്. ഓരോ സമയവും കാലവും അത് മറ്റുള്ളതിൽ വ്യതിരിക്തമാണ്. സ്വന്തമായ നിലനിൽപുള്ളവയുമായിരിക്കും. ആ സമയങ്ങൾ പരസ്പരം ഒത്തുവന്നേക്കാം പക്ഷേ, ഒരിക്കലും പരസ്പരം പോരടിക്കുന്നതാകില്ല. പക്ഷേ, എന്റെ ഈ കഥയിൽ അത് ഒരു സ്ഥലമാണ്. ഒരേ ഒരു സമയമാണ്. ഞാൻ എഴുതും. ആദ്യമായി മിനിറ്റുകളുടെ ചരിത്രമാണ് ഞാൻ എഴുതാൻ പോകുന്നത്. ചരിത്രകാരന്മാർ സാധാരണ നൂറ്റാണ്ടുകളും വർഷങ്ങളും കരാറുകളും കരാർ ലംഘനങ്ങളുമല്ലേ എഴുതാറുള്ളത്? ഞാൻ മിനിറ്റുകളെക്കുറിച്ചാണ് എഴുതാൻ പോകുന്നത്. മിനിറ്റുകളുടെ ആദ്യകാല ചരിത്രത്തെക്കുറിച്ചാണ് ഞാൻ എഴുതുന്നത്.

എനിക്ക് ലഭിക്കുന്ന ആ സമയം തീർച്ചയായും ഒരു ത്രിമാന കാഴ്ചപ്പറമ്പായിരിക്കും. ആ സ്ഥലത്തേക്ക് ഞാൻ കഥാപാത്രങ്ങളേയും കഥകളേയും ആവാഹിച്ചുകൊണ്ടു വരും. യാത്രാമൊഴി പോലും പറയാതെ അനന്തതയിലേക്ക് പോയ് മറയുന്ന സംഭവവികാസങ്ങളെ ഞാൻ അവിടെ പുനരാവിഷ്കരിക്കും. മനുഷ്യൻ മാത്രമാണ് അവരുടെ ഇഷ്ടക്കാരോടും കൂട്ടുകാരോടും യാത്രാമൊഴി നൽകാറുള്ളത്. ഒരു കാലത്ത് സനാഥനായി കിടന്നിരുന്ന വസ്തുക്കളും അവരുടെ കൂട്ടുകാരോട് യാത്ര പറയാറുണ്ട്, എന്തിന് ഇത്രയും കാലം തന്റെ നാഥനായി നിന്നിരുന്ന മനുഷ്യരോട് പോലും യാത്ര പറയാറുണ്ട്. പക്ഷേ, നാം മനുഷ്യർക്ക് അവരുടെ ശബ്ദവും അവരുടെ മന്ത്രണവും കേൾക്കാനുള്ള കഴിവില്ല എന്ന് മാത്രം.

ചില സമയത്ത് മാത്രം നാം ആ വസ്തുക്കളുടെ പുഞ്ചിരി തൂകുന്ന മുഖം ആസ്വദിക്കാറുണ്ട്. അതെ, സംശയിക്കേണ്ട, വസ്തുവഹകൾക്കുമുണ്ട് മുഖവും ചിരിയും പുഞ്ചിരിയുമെല്ലാം. പക്ഷേ, സാധാരണക്കാരായ നമുക്ക് അത് കണ്ടെത്താനാകുന്നില്ല എന്നു

മാത്രം. അത് കണ്ടെത്താനും മനസ്സിലാക്കാനും അതിനനുസരിച്ച് അവകളോട് സംസാരിക്കാനും മറുപടി പറയാനും ശ്രമിക്കുന്നവർ നിങ്ങളുടെയെല്ലാം കണ്ണിൽ ഭ്രാന്തനായിരിക്കും. ലോകത്തിന്റെ ശരികളെ ശരികളായി കാണാനുള്ള മനുഷ്യന്റെ ശ്രമങ്ങളെ ഭ്രാന്തന്മാരായിത്തീർന്ന മഹാഭൂരിപക്ഷം ഭ്രാന്തെന്ന് മുദ്ര കുത്തി അകറ്റി നിർത്തുകയാണെന്ന കാര്യംപോലും മനസ്സിലാക്കാനാകുന്നില്ല എന്നതാണ് ഏറ്റവും വലിയ ദുരന്തമായിത്തീരുന്നത്.

ഞാൻ എല്ലാം കാണുന്നവനാണ്, കേൾക്കുന്നവനാണ്, അറിയുന്നവനാണ്. അവർക്ക് അറിയാത്ത പല കാര്യങ്ങളും ഞാൻ അറിയുന്നു.

ഓരോ ജീവിയുടേയും ഓരോ വസ്തുവിന്റെയും ജീവിതകാലത്തിനിടയ്ക്ക് എല്ലാ യാഥാർത്ഥ്യങ്ങളും മനസ്സിലാകുന്ന, മനസ്സിലാക്കികൊടുക്കുന്ന ഒരു സമയമുണ്ട്. ആ സമയം ഭൂതകാലം ഭാവിയുമായി സമ്പർക്കത്തിലായിത്തീരും. നേരത്തെ സൂചിപ്പിച്ചതുപോലെ കഴിവുള്ളവർ ആ കാര്യങ്ങളെല്ലാം കേൾക്കുകയും കാണുകയും ചെയ്യും. ചില സമയങ്ങളിൽ നിങ്ങൾ തന്നെ അതി പ്രശസ്തരായ വ്യക്തികളുടെ അല്ലെങ്കിൽ സാധാരണക്കാരനായ ഒരാളുടെ ഫോട്ടോ നോക്കി നിൽക്കുമ്പോൾ അയാളുമായുണ്ടായ, അതി സുന്ദരമായ, ഓർത്തെടുക്കാവുന്ന മിക്ക സംഭവങ്ങളും മനസ്സിലേക്ക് ഒഴുകി വരാറില്ലേ? ഓർത്തെടുക്കാനാകും എന്ന് എനിക്ക് ഉറപ്പ് നൽകാനാകില്ലെങ്കിലും സാധ്യത കാണുന്നുണ്ട്. കാരണം ചില ഓർമകളെ അവർ മരിക്കുന്നതിന് മുമ്പുതന്നെ കുഴിച്ച് മൂടാനുള്ള ശ്രമം നാം നടത്തിയിട്ടുണ്ടാകും. ആ സമയം നമ്മുടെ എല്ലാവരുടെ ജീവിതത്തിലും ഉണ്ടാകാറുണ്ട്. മിക്കവർക്കും അവർ ഈ ലോകത്ത് നിന്ന് യാത്ര പറഞ്ഞ് ഒഴിഞ്ഞ് കൊടുക്കുന്നതിന് മുമ്പുതന്നെ. എനിക്ക് അങ്ങനെ ചില സന്ദർഭങ്ങൾ തോന്നിയിട്ടുണ്ട്. ആർക്കെങ്കിലും ഇതിൽ നിന്നെല്ലാം ഓടി രക്ഷപ്പെടാനാകുമോ?

കാലം അത് ഇരുളാണ്ട് കിടക്കുന്ന അത്യഗാധമായ തമോ ഗർത്തമാണ്. അതിലേക്ക് വന്ന് വീഴുന്ന ഏതിനേയും കാണാമറയത്തേക്ക് മാറ്റിപ്പാർപ്പിക്കാൻ തക്ക വ്യാപ്തിയുള്ള ഗർത്തം. ഒരു അഭിപ്രായ പ്രകാരം ലോകത്തിന്റെ ഉത്പത്തി തന്നെ ഒരു ബിഗ്ബാംഗിലൂടെയാണെന്നല്ലോ.. ഇവിടെയുള്ള ഉണ്മ തന്നെ ഒരർത്ഥത്തിൽ ബോംബുകളും ഷെല്ലുകളുമാണല്ലോ.. നമ്മുടെ ഓരോരുത്തരുടേയും ജീവിതം തന്നെ അതിന്റെ പ്രഹരത്തിൽ നിന്ന് പൊട്ടിയടർന്ന ബാക്കിപത്രങ്ങളിലാണല്ലോ. ആ തമോഗർത്തത്തിൽ നിന്ന് ഞാൻ എന്റേതായ ആ സമയം പിടിച്ചെടുക്കും. പക്ഷേ, എന്തിന്? വർത്തമാന കാലചിന്തകളെ മാറ്റിയെടുക്കാനും ഭാവി ചിന്തകളെ കരുപിടിപ്പിക്കാനും ശ്രമിക്കാറുള്ള എഴുത്തുകാരുണ്ട് ഈ ലോകത്ത്.. ഞാൻ ശ്രമിക്കുന്നതോ, സംഭവിച്ചുപോയ കാര്യങ്ങളെ തന്നെ മാറ്റി എഴുതാനാണ്.. അതിനുള്ള ശ്രമമാണ് എന്റേത്, അല്ല എന്റെ തിരുശേഷിപ്പിന്റെ ശ്രമം.

അവൻ എഴുതിയ ആമുഖവും അതിലെ ഇരകളെക്കുറിച്ചുള്ള കാഴ്ചപ്പാടും സമയത്തിന്റെ അനുബന്ധ കഥകളും എന്നെ വളരെ ആകർഷിച്ചു. ഇതുവരെ ചിന്തകൾ കടന്ന് ചെല്ലാത്ത മേഖലകളായിരുന്നു അതെല്ലാം..

എഴുത്തിന്റെ ശൈലി കണ്ടിട്ട് ഇനിയും ഒരുപാട് പ്രതീക്ഷിക്കാം.. മേശപ്പുറത്തും മറ്റുമായി കണ്ട അത്യാവശ്യമായ ഏതാനും പേപ്പറുകൾ എടുത്ത് ഫയലിലേക്ക് വെച്ചു. വായിച്ച് കൊണ്ടിരിക്കുന്നതിനടയിലായി ഥുറൈബിലിലും അതിന് ശേഷം ഇറാഖ് - ജോർദ്ദാൻ അതിർത്തിയായ കറാമ ബോർഡറിലും കാത്തിരിക്കേണ്ടി വന്നു. വദൂദിന്റെ നോവലിനെക്കുറിച്ചും അതിന്റെ പ്രസാധനത്തെക്കുറിച്ചുമുള്ള ചിന്തയായി അല്പനേരം. നോവലും അനുബന്ധവും അവന്റെ ജീവിതവും തമ്മിൽ എന്തെങ്കിലും ബന്ധമുണ്ടാകാതിരിക്കില്ല. എന്തുകൊണ്ടില്ല. എന്തായാലും വദൂദിന്റെ മുഴുവൻ ചരിത്രവും അറിഞ്ഞാൽ മാത്രമേ വ്യക്തമായ ഒരു തീരുമാനത്തിലെത്താനാകൂ. വിചിത്രമായ ചിന്ത മനസ്സിലെത്തിയതിന് ആദ്യം മനസ്സിനെ തന്നെ ശകാരിച്ചു, കാരണം അതിന് സാദ്ധ്യത തീരെയുണ്ടായിരുന്നില്ല എന്നതാണ്. അല്ലെങ്കിലും എല്ലാത്തിനും സാദ്ധ്യത എങ്ങനെ കല്പിച്ച് കൊടുക്കാനാകും. പക്ഷേ, എന്റെ ജോലി സ്ഥിരതയ്ക്കായി എനിക്കെന്റെ തീസിസ് സമർപ്പണം പൂർത്തിയാക്കിയേ തീരൂ, അത് ഒരു അക്കാദമിക് പുസ്തകമായി ഇറക്കുകയും വേണം. അതിനുശേഷം വേണമെങ്കിൽ നോവൽ എഴുത്തിന്റെ ലോകത്തേക്ക് നോക്കാം. അതാണ് ശരിയായ രീതി. പക്ഷേ, എന്റേത് മാത്രമായ രീതിയാണെന്ന് പറയാനാവുകയുമില്ല.

അബൂ ആരിഫ് എന്നെ എയർപോർട്ടിലെത്തിച്ചു. ഷെഡ്യൂൾ പ്രകാരം ഇനിയും മൂന്ന് മണിക്കൂറുണ്ട് വിമാനം ടേക്ക് ഓഫിന്. റുവയും ലോറയും പെട്രയേയും വാദി റമയേയും കാണുന്നതിനായി അമ്മാനിൽ തന്നെ തങ്ങാൻ തീരുമാനിച്ചിരുന്നു.

"ഒരുപാട് കാലമായില്ലേ ഇതിന്റെ പിറകിൽ നടക്കാൻ തുടങ്ങിയിട്ട്? ഒന്ന് റസ്റ്റ് എടുക്കണം... ഇറ്റ് വാസ് സോ ഇന്റൻസ്ഡ്..." ഇന്റൻസ്ഡ് എന്ന വാക്ക് സ്ഥാനത്തും അസ്ഥാനത്തും ലോറ നിരന്തരമായി ഉപയോഗിക്കുന്നുണ്ടായിരുന്നു. ആലിംഗനം ചെയ്ത് നന്ദി പറഞ്ഞ് പിരിയുമ്പോഴും സിനിമ മൊഴിമാറ്റം നടത്താനുള്ള എന്റെ ആഗ്രഹം അവരോട് സൂചിപ്പിച്ചു.

ഇത്രയും വർഷത്തിനുശേഷം എന്തുകൊണ്ടാണ് ബാഗ്ദാദിലേക്ക് തിരിച്ച് വരാൻ എനിക്ക് ധൈര്യം നൽകിയത് എന്ന് അറിയില്ല. എന്തായാലും ഒറ്റയ്ക്ക് പോയാൽ മതിയായിരുന്നു. ആരോടും ചോദിക്കാനും പറയാനുമില്ലാതെ എനിക്കിഷ്ടമുള്ളതുപോലെ ചുറ്റിയടിച്ച് നടക്കാമല്ലോ. സംഘാംഗമായി വരുമ്പോൾ അവരുടെയും പ്രോഗ്രാം ലിസ്റ്റ് അനുസരിച്ച് മാത്രമല്ലേ നമ്മുടെ പരിപാടികൾ പോലും പ്ലാൻ ചെയ്യാനാകൂ? ഇനി ഇപ്പോൾ അതൊക്കെ ആലോചിച്ചിട്ടും പറഞ്ഞിട്ടും ഒരു കാര്യവുമില്ലല്ലോ. ഏതായാലും ഇനി ഒരു യാത്ര ഈ വഴി ഉണ്ടാകുമെന്ന് തോന്നുന്നില്ല.

ഒന്നും മുൻകൂട്ടി ചിന്തിച്ചും കണക്ക് കൂട്ടിയുമല്ല തുടങ്ങിയതും തുടർന്നതും തുടർന്ന് കൊണ്ടിരിക്കുന്നതും. എന്റെ എല്ലാ കണക്ക് കൂട്ടലുകൾക്കും അപ്പുറത്തായിരുന്നു അല്ല അപ്പുറത്താണ് പല കാര്യങ്ങളും. ഒരുപാട് കാലത്തെ പ്രവാസ വർഷങ്ങൾക്കുശേഷം നാട്ടിലേക്ക് തിരിച്ച് വരുന്നവരെക്കുറിച്ച് അവർ വന്ന് മുൻകാല ശേഷിപ്പുകളെ അന്വേഷിച്ച് നടക്കുന്ന പല കഥകൾ എല്ലാം ഞാൻ ഒരുപാട് വായിച്ചിട്ടുണ്ടായിരുന്നു. സ്മാരകശിലകൾ കാണുമ്പോൾ അവരുടെ കണ്ണിലും ഓർമകളിലും ഓളം തല്ലി വരുന്ന സ്മരണകളുടെ വായനക്കാഴ്ചകൾ പലതുണ്ടായിരുന്നെങ്കിലും ഒന്ന് പോലും ഉപകാരപ്പെട്ടില്ല എന്നാതായിരുന്നു സത്യം. ഞാൻ കൈയിലുണ്ടായിരുന്ന കവർ തുറന്ന് വദൂദിന്റെ എഴുത്തുകൾ വീണ്ടും വായിക്കാൻ തുടങ്ങി.

ഖലീഫയുടെ വാക്കുകൾ

ഹാറൂൺ അൽ റഷീദിന്റെ മുഖശ്രീ എടുത്ത് പറയേണ്ട ഒന്നായിരുന്നു. ഒരിക്കൽ കണ്ടവർക്ക് മറക്കാനാകാത്തതായിരുന്നു ആ മുഖകാന്തി. തപസ്സിലായിരിക്കുമ്പോൾ ആ കണ്ണുകൾ കറുപ്പഴകോടെ ശാന്തവും ദീപ്തവുമായിരുന്നു. ക്രുദ്ധനായാൽ കണ്ണെടുത്ത് നോക്കാൻ എതിരാളികൾക്ക് പോലും സാധിക്കാറില്ലായിരുന്നു. ശുണ്ഠി മൂക്കത്തായിരുന്നു എന്നത് കൂടെ ഓർക്കേണ്ടതുണ്ട്. താടിയുടെയും മീശയുടെയും പോലെ തന്നെ കൺപുരികവും ചാരനിറത്തിലായിരുന്നു. സാധാരണയിൽ കവിഞ്ഞ വലുപ്പമുണ്ടായിരുന്നു. കഷണ്ടി കയറിക്കൂടിയ തലയും മഞ്ഞ കലർന്ന തവിട്ട് കളറും അദ്ദേഹത്തിന്റെ പ്രത്യേകതയായിരുന്നു. സാധാരണ കാലുറയ്ക്ക് മുകളിലായി ഒരു മേൽ വസ്ത്രം സ്ഥിരമായി ധരിച്ചിരുന്നു, പോരാത്തതിന് ചെരിപ്പില്ലാതെ പുറത്തോട്ടിറങ്ങാത്തവരുമായിരുന്നു.

ഖലീഫ എവിടെയാണ് താമസിക്കുന്നതെന്ന് ആർക്കും അറിയില്ലായിരുന്നു. അതിന്റെ അർത്ഥം അദ്ദേഹത്തിന് പാർക്കാൻ ഒരു കൂരയുണ്ടായിരുന്നില്ല എന്നോ അല്ലെങ്കിൽ വീടുകളുടെ ആധിക്യം കാരണത്താൽ ഏത് വീട്ടിലാണ് അദ്ദേഹത്തിന്റെ ആ ദിവസത്തെ അന്തിയുറക്കം എന്നാണ് അറിയാത്തത് എന്നോ അല്ല. മറിച്ച് ചെന്ന് കേറുന്നിടമായിരുന്നു അദ്ദേഹത്തിന്റെ വീട്. അല്ല കൊട്ടാരം തന്നെ. കൊട്ടും കുരവയുമെടുത്ത് വിളിച്ച് പറയാറുമുണ്ടായിരുന്നു. അതിക്രമിച്ച് കയറി വന്നേക്കാവുന്ന എല്ലാ വഴിയാത്രക്കാരേയും ആട്ടിയോടിക്കുകയും ചെയ്യും.

"ഇത് റഷീദിന്റെ വഴിയാണ്.. എന്റെ വഴി.. ഖലീഫയുടെ വഴി.. അതിക്രമിച്ച് കയറുന്നവരെ, വലിഞ്ഞ് കയറി വരുന്നവരെ നിങ്ങൾക്ക് വഴി മാറി നടക്കാം.. ഇനി ഈ വഴി രാജവഴി നിങ്ങൾക്ക് വാഴാനുള്ളതല്ല."

അതുകൂടെ കേൾക്കുന്നതോടെ ഖലീഫയുടെ അടുത്തേക്ക് വരാൻ കരുതിയവർ പോലും തിരിഞ്ഞ് നടക്കും. അത്രയും കാലം അതേ വഴി ഉപയോഗിച്ചിരുന്നവർ അതേ വഴി തന്നെ ഉപയോഗിക്കും. അവർക്കറിയാമായിരുന്നു എന്തുതന്നെയായാലും ദേഹോപദ്രവമുണ്ടാകില്ല, ഏറി വന്നാൽ വാക്ക് തർക്കമുണ്ടാകും, അതിൽ അവസാനിക്കും എന്ത് പ്രശ്നവും. അല്ലെങ്കിലും പരിഹാരമില്ലാത്ത എന്ത് പ്രശ്നമാണുള്ളത്? ധൃതി കൂടിയ മനുഷ്യന് അതിന് എവിടെ ഇത്തിരി നേരം കാത്തിരിക്കാനുള്ള സമയം? ബുദ്ധിമാന്മാർ അയാൾക്ക് കൊടുക്കാനുള്ളത് വല്ലതും കൊടുത്ത് പ്രശ്നം തീർപ്പാക്കാനുള്ള ശ്രമം നടത്തും. ഇടയ്ക്കിടെ റോഡ് മുറിച്ച് കടക്കും. കടന്നുപോകുന്ന കാറുകളെ നോക്കി അട്ടഹസിക്കും. ചില സമയത്ത് വീണ്ടും മുന്നോട്ട് പോകും. പോയി പോയി ടൈഗ്രീസിന്റെ കുറുകെയുള്ള രക്തസാക്ഷികളുടെ പാലത്തിൽ ചെന്ന് താഴേക്ക് നോക്കി മത്സ്യങ്ങളോട് സംസാരിച്ച് കൊണ്ടിരിക്കും. ചില സമയത്ത് ആകാശത്തേക്ക് നോക്കി ദൈവത്തെ വെല്ലുവിളിക്കും. ഇത് കേൾക്കുമ്പോഴായിരുന്നു എല്ലാവരും വല്ലാതെ പേടിച്ചിരുന്നത്. പലരും അതുകേട്ടാൽ ദൈവത്തെ വിളിച്ചു പോകും. ചിലർ ഖലീഫയോട് തർക്കിക്കാൻ ചെല്ലും. ചെല്ലുന്നവർക്കുള്ള മറുപടി മറ്റൊരു തരത്തിലുള്ള അട്ടഹാസമായിരിക്കും.

ഖലീഫയെക്കുറിച്ച് ഒരുപാട് കഥകൾ പാടി നടക്കുന്നുണ്ടെങ്കിലും സത്യാവസ്ഥ ആർക്കുമറിയില്ല. അതിലൊന്നായിരുന്നു, വലിയ കച്ചവടക്കാരനായിരുന്നു എന്നും അന്തമില്ലാതെ, തിരിച്ചറിവില്ലാതെ, ബിസിനസ് നടത്തി പൊട്ടി പാളീസായി ഒറ്റ വർഷം കൊണ്ട് തന്നെ എല്ലാം വിറ്റ് പൊറുക്കി കടം വീട്ടേണ്ടി വന്നുവെന്നും അതിനുശേഷമാണ് ഭ്രാന്തിന്റെ ലക്ഷണം അദ്ദേഹത്തിൽ കണ്ട് തുടങ്ങിയതെന്നുമുള്ള വർത്തമാനം. മൊസൂൾ റോഡിലൂടെ കുടുംബവുമായി അമിത വേഗതയിൽ അദ്ദേഹം ഓടിച്ച കാർ കണ്ടെയ്നർ ലോറിയുമായി കൂട്ടിമുട്ടി. അദ്ദേഹമല്ലാത്ത എല്ലാവരും കൊല്ലപ്പെട്ടു. ഭാര്യയും മൂന്ന് മക്കളും നഷ്ടപ്പെട്ടതിനെ തുടർന്നാണ് അദ്ദേഹത്തിന് ഭ്രാന്ത് തുടങ്ങിയത് എന്നാണ് രണ്ടാം കഥ. മൂന്നാമത്തെ കഥ മറ്റൊരു തലത്തിലായിരുന്നു. ഭ്രാന്തിന്റെ ലക്ഷണം കണ്ടതിനെ തുടർന്ന് അതി സമ്പന്ന കുടുംബത്തിലെ അംഗമായിരുന്നു അദ്ദേഹത്തെ റശാദ് ഭ്രാന്താശുപത്രിയിൽ വർഷങ്ങളോളം ചികിത്സയ്ക്കായി അഡ്മിറ്റ് ചെയ്തതായിരുന്നുവെന്നും പിന്നെ അദ്ദേഹം എങ്ങനെ തെരുവിന്റെ സന്തതിയായി തീർന്നതെന്ന് അറിയില്ലെന്നുമാണ് കഥ. എല്ലാവർക്കും അറിയാവുന്ന ഒരു കാര്യം അദ്ദേഹത്തിന്റെ പേര് ഹാറൂൺ എന്നായിരുന്നു. തന്റെ മന്ത്രി പൗരപ്രമുഖന്മാരെ അന്വേഷിച്ചുകൊണ്ട് ഹാറൂൺ ഇടയ്ക്കിടെ റോഡിലൂടെ അലഞ്ഞ് തിരിയുന്നതായി കാണാം. നേരം പുലർന്നപ്പഴേക്കും എന്തുകൊണ്ട് തന്റെ രാജ്യം തകർന്നത് എന്നത് അദ്ദേഹത്തിന് അപ്പോഴും മനസ്സിലായിക്കാണില്ല.

മനുഷ്യജീവിതത്തിന്റെ വ്യത്യസ്തതലങ്ങളെക്കുറിച്ച് ചിന്തിച്ച ഞാൻ ആ എഴുത്തുകൾ മടക്കി കവറിലിട്ടു.

ന്യൂ ഹാംപ്ഷെയറിലെ ഹാനോവർ നഗരിയിൽ സ്ഥിതി ചെയ്യുന്ന ഡാർട്ട്മൗത്ത് യൂണിവേഴ്സിറ്റിയിൽ അടുത്ത അധ്യയന വർഷം അധ്യാപകനായി ചുമതലയേൽക്കുന്നതിന് മുമ്പ് കേംബ്രിഡ്ജ് യൂണിവേഴ്സിറ്റിയിലെ എന്റെ ഗൈഡിനെ കാണേണ്ടതുണ്ടായിരുന്നു. പുതിയ ജോലി കിട്ടിയത് ഇ മെയിൽ വഴി ഞാൻ അദ്ദേഹത്തെ അറിയിച്ചിട്ടുണ്ടായിരുന്നു. അയച്ച് തന്നിരുന്ന ശിപാർശ ലെറ്ററിന് പ്രത്യേക നന്ദി അറിയിച്ചെങ്കിലും ഇറാഖിലേക്കുള്ള എന്റെ യാത്രയെക്കുറിച്ച് ഒന്നും തന്നെ സൂചിപ്പിച്ചിട്ടില്ലായിരുന്നു. അദ്ദേഹത്തെ എനിക്ക് വളരെ ഇഷ്ടമായിരുന്നു. അറേബ്യൻ ഭാഷാ സാഹിത്യത്തിലും കവിതാസാഹിത്യത്തിലും പുരാതന അറബ് സംസ്കാരപഠനങ്ങളിലുമുള്ള അദ്ദേഹത്തിന്റെ അഗ്രഗണ്യത എന്നെ പലപ്പോഴും അമ്പരപ്പിച്ചിട്ടുണ്ട് എന്ന് സമ്മതിക്കാതെ വയ്യ.

പത്തിലധികം വരുന്ന പ്രസിദ്ധീകരണത്തിന് നേതൃത്വം വഹിക്കുന്ന തോടൊപ്പം തന്നെ ഒരു അറബ് മാസികയുടെ എഡിറ്റർ കൂടിയായിരുന്നു. ഒറ്റയ്ക്ക് അദ്ദേഹത്തോട് സംസാരിച്ചിരിക്കുക എന്നത് അത്ര പെട്ടെന്ന് സാദ്ധ്യമായ ഒരു കാര്യമല്ലായിരുന്നു. സംസാരിക്കാൻ പൊതുവേ മടി കാണിക്കുന്ന അദ്ദേഹത്തിൽ നിന്ന് പറയുന്ന കാര്യങ്ങൾ മനസ്സിലാക്കിയെടുക്കണമെങ്കിൽ നല്ല കേൾവിക്കാരനാകൽ അത്യാവശ്യമായിരുന്നു. എന്നാൽ മെയിൽ വഴിയുള്ള സംഭാഷണങ്ങൾക്ക് അദ്ദേഹം കൃത്യമായി തന്നെ മറുപടികൾ നൽകുന്നത് കാണുമ്പോൾ നേരിട്ട് സംസാരിക്കുന്നതിനേക്കാൾ നല്ലത് അതാണെന്ന് തോന്നാതിരുന്നിട്ടില്ല. അനാവശ്യമായ ചർച്ചകൾ ഒഴിവാക്കാനും കാമ്പുള്ള വിഷയങ്ങളോട് കാര്യമാത്രമായി ഇടപെടാനും നല്ലത് ഇ മെയിലുകളാണെന്ന് അദ്ദേഹത്തിന് തോന്നിയതാണ് അതിന് മുൻതൂക്കം കൊടുക്കാനുള്ള കാരണം.

ഡിപ്പാർട്ട്മെന്റ് ബിൽഡിംഗിലെ മൂന്നാം നിലയിലെ അദ്ദേഹത്തിന്റെ ഓഫീസിലേക്ക് കയറി ചെല്ലുമ്പോൾ വാതിൽ തുറന്നിട്ടതായി കണ്ടു. ഏതോ ചില അക്കാദമിക് മാഗസിനുകളും പുസ്തകങ്ങളും ഷെൽഫിൽ ഒതുക്കി വെക്കുകയായിരുന്നു അദ്ദേഹം. അനുവാദം ചോദിച്ച് അകത്ത് കയറിയ എന്നെ അദ്ദേഹം സ്വീകരിച്ചു.

ഇരിക്കുന്നതിനിടയിൽ അദ്ദേഹത്തിന്റെ ചോദ്യം.

"വെക്കേഷൻ എങ്ങനെയുണ്ടായിരുന്നു... കാര്യമായി ഉപകാരപ്പെട്ടിരിക്കുമെന്ന് വിശ്വസിക്കാനാണ് എനിക്ക് ഇഷ്ടം"

"ഫലപ്രാപ്തിയുടെ കനം നിങ്ങളുടെ ത്രാസിൽ എങ്ങനെയാകുമെന്ന് എനിക്കറിയില്ല" ചെറിയ പുഞ്ചിരിയോടെ ഞാൻ പറഞ്ഞു.

അദ്ദേഹം ചിരിച്ചു.

"നിങ്ങളുടെ ശിപാർശ കത്തിന് ഒരിക്കൽകൂടി നന്ദി പറയുന്നു."

"ഇറ്റ്സ് ഓകെ, എനിവെ കൺഗ്രാജുലേഷൻ ഫോർ ദി ജോബ്... നിനക്കാ ജോലി കിട്ടിയല്ലോ..."

"താങ്ക്യൂ... ആ ജോലി കിട്ടി എന്നത് കൊണ്ട് തന്നെ എന്റെ തീസിസ് എത്രയും പെട്ടന്ന് പൂർത്തിയാക്കേണ്ടതുണ്ടെന്ന വിവരം ഞാൻ നിങ്ങൾക്ക് മെയിൽ ചെയ്തിരുന്നു എന്നാണ് തോന്നുന്നത്."

"അതെ."

"അതിപ്പോ നാലാമത്തെ പാർട്ട് സമർപ്പിക്കാനുള്ള സമയമായിക്കാണും. പക്ഷേ, എനിക്ക് കഴിഞ്ഞ മാസം മറ്റൊരു കാര്യമുണ്ടായതുകൊണ്ട് തന്നെ ഇത് പൂർത്തിയാക്കാൻ സാധിച്ചില്ല. ഞാൻ നിങ്ങളോട് പറയാൻ വിട്ട് പോയി. ഞാനൊന്ന് ബാഗ്ദാദിലേക്ക് പോയി. ഒരു ഡോക്യുമെന്ററി ഷ്യൂട്ടിങ്ങുകാർക്ക് ട്രാൻസലേറ്ററായിട്ട്.."

പുരികമുയർത്തി അദ്ദേഹം സംശയഭാവത്തോടെ ചോദിച്ചു

"സത്യം... എന്നിട്ട് എങ്ങനെയുണ്ടായിരുന്നു യാത്ര?"

"സത്യം പറഞ്ഞാൽ നല്ല പണി തന്നെയായിരുന്നു. മനസ്സിനും ശരീരത്തിനും നല്ല ക്ഷീണം തോന്നുന്നുണ്ടെന്ന് പറഞ്ഞാൽ തെറ്റാവില്ല.."

"അത് അങ്ങനെ ആകൂ"

ജനാലയിലൂടെ ആകാശത്തേക്ക് നോക്കി കൊണ്ട് അദ്ദേഹം തുടർന്ന് പറഞ്ഞു

"എനിക്ക് നാല് വയസ്സുണ്ടാകുമ്പോഴാണ് രണ്ടാം ലോക മഹായുദ്ധം അവസാനിക്കുന്നത്. എനിക്ക് അത് നേരിട്ട് അനുഭവിക്കേണ്ടി വന്നിട്ടില്ലെങ്കിലും തുടർന്നുണ്ടായ കെടുതികളും യുദ്ധസമയത്ത് കോളോഗ്നയിലെ ജീവിതവും മറ്റും മുതിർന്നവർ പറയുന്നത് കേട്ടിട്ടുണ്ട്."

ഇത്രയും കാലത്തെ പരിചയത്തിനിടയ്ക്ക് ആദ്യമായിട്ടായിരുന്നു സ്വന്തം ജീവിതത്തെക്കുറിച്ച് അദ്ദേഹം സംസാരിക്കുന്നത്.

അദ്ദേഹം സംസാരം തുടർന്ന് കൊണ്ടു പറഞ്ഞു " ചിലപ്പോൾ ചെയ്യാനുള്ളത് ചെയ്യേണ്ടി വരും.. എല്ലാ കാര്യങ്ങളും തുടക്കം മുതൽ ചെയ്യേണ്ടി വന്നേക്കും.. എല്ലാ കാര്യവും ആദ്യം മുതൽക്ക് തന്നെ."

അദ്ദേഹം പറഞ്ഞ് വരുന്നതെന്താണെന്ന് മനസ്സിലായില്ല. എനിക്ക് മനസ്സിലാകാനാകണം അദ്ദേഹം ഒന്നും മിണ്ടാതെ അല്പനേരം നിന്നു. അദ്ദേഹത്തിന് എന്തോ മനസ്സിൽ കിടന്ന് അലട്ടുന്നുണ്ട്.. സമയമാകുമ്പോൾ പുറത്ത് വരുമെന്ന് കരുതി ഞാനും മിണ്ടാതിരുന്നു.,

അദ്ദേഹം തുടർന്നു...

"നിനക്ക് അറിയാവുന്നതുപോലെ ഞാൻ എന്റെ യുവത്വത്തിന്റെ ഏറിയ പങ്കും ചെലവഴിച്ചത് ഇവിടെ ഈ ബൈറൂതിലാണ്.. കഴിവിന്റെ പരമാവധി ഞാൻ എല്ലാവരേയും സഹായിച്ചിട്ടേ ഉള്ളൂ.. അതിനിടയ്ക്ക് കെയ്റോയിലേക്ക് ഒന്ന് പോയി. പക്ഷേ, ഇതുവരെ ബാഗ്ദാദ് ഞാൻ സന്ദർശിച്ചിട്ടില്ല. എന്റെ ഭാഗ്യക്കേട് എന്നല്ലാതെ എന്ത്? അത് അവിടെ നിൽക്കട്ടെ എന്തൊക്കെയാ നിന്റെ കുടുംബക്കാരുടെ വിവരങ്ങൾ? കുടുംബക്കാർ മിക്കവരും ഇവിടെ തന്നെയല്ലേ?"

“അതെ, അതെ. കുടുംബക്കാർ മിക്കവരും ഇവിടെ തന്നെയാണ്, അവിടെയുമുണ്ട് ചിലർ... അവർക്കെല്ലാം സുഖം തന്നെയാണ്.”

“അവിടെയുള്ള ലൈബ്രറിയെല്ലാം മറ്റെന്തൊക്കെയോ ആക്കിയെന്നും പുസ്തകങ്ങളെല്ലാം നശിപ്പിക്കപ്പെട്ടു എന്നൊക്കെ കേട്ടു.. അതെല്ലാം ശരി തന്നെയാണോ?”

“സത്യം തന്നെയാണ് അത്. പറയുമ്പോഴും കേൾക്കുമ്പോഴും സങ്കടം തോന്നുമെങ്കിലും സത്യം അതാണ്. ഞങ്ങൾ ദേശീയ ഗ്രന്ഥാലയമോ മ്യൂസിയമോ കാണാൻ പോയില്ല. ഞാൻ പഠിച്ചിറങ്ങിയ കോളേജ് കാണാൻ പോയെങ്കിലും അവിടെയുള്ള ലൈബ്രറി അഗ്നിക്കിരയാക്കപ്പെട്ടിട്ടുണ്ട്....”

“മഹാപാതകമാണത്... മനുഷ്യന് മാത്രമേ അങ്ങനെയെല്ലാം കാണിക്കാനാകൂ... എന്ത് ചെയ്യാനാ?”

“അതെ എന്ത് ചെയ്യാനാ?”

“നിങ്ങൾ അറിഞ്ഞതും അനുഭവിച്ചതും ഒന്നുമല്ല സത്യത്തിൽ യുദ്ധത്തിന്റെ കെടുതികൾ. ഭാഷകളുടെയും ദേശങ്ങളുടെയും അതിർത്തികൾ ഭേദിച്ച് പറഞ്ഞ് ഫലിപ്പിക്കാനാകുന്നതുമല്ല അത്. നമ്മൾ ഒരുമിച്ചല്ലേ ജാഹിലിയ്യാ കവിതാസ്വാദന സദസ്സിൽ വെച്ച് സുഹൈറിന്റെ കവിത വായിച്ചത്? അത് മൂന്നോ നാലോ കൊല്ലങ്ങൾക്ക് മുമ്പാണെന്ന് തോന്നുന്നു.”

“അതെ, അതെ. നാല് കൊല്ലങ്ങൾക്ക് മുമ്പ്.”

“പക്ഷേ, രാഷ്ട്രീയക്കാർ അതിന് ജാഹിലിയ്യാ കവിതകൾ വായിക്കാറില്ലല്ലോ. എന്തിന് കേൾക്കുക പോലുമുണ്ടാകില്ല. എന്നിട്ടല്ലേ?”

പരിഹാസച്ചിരിയോടെ ഞാൻ പറഞ്ഞു.

“ഇല്ല. അവരാരുംതന്നെ വായിക്കുകപോലും ചെയ്യാറില്ല.”

“ചിലരൊക്കെ വായിക്കാറുണ്ടെന്ന് തോന്നുന്നു, പക്ഷേ, ഒന്നും മനസ്സിലാകാറില്ലെന്ന് മാത്രം.”

അദ്ദേഹത്തിന്റെ സംസാരം എന്നും അക്കാദമിക് കാര്യങ്ങളെ ചുറ്റിപ്പറ്റിയുള്ളതായിരുന്നു. അല്ലാത്ത ഒരു കാര്യവും അദ്ദേഹത്തിൽനിന്ന് കേൾക്കാനാകുമായിരുന്നില്ല.

അദ്ദേഹം മിണ്ടാതിരുന്നു. അദ്ദേഹത്തെ നോക്കി കൊണ്ട് ഞാനും. ഓർമയിൽ ആദ്യത്തെ ക്ഷുഭിതമായ സംസാരമായിരുന്നു ഇത്. കുറച്ച് നേരം കൂടി ഇത് തുടർന്നെങ്കിൽ എന്ന് ഞാൻ ആഗ്രഹിച്ചു. പക്ഷേ, മൗനം ഒരു മിനിട്ടിലധികമായതോടെ കാര്യം പഴയ രീതിയിലേക്ക് മടങ്ങിയതായി എനിക്ക് മനസ്സിലായി. ഇനിയും ഇവിടെ നിന്നിട്ട് കാര്യമില്ലെന്ന് മനസ്സിലായതോടെ ഞാൻ പതുക്കെ സ്ഥലം വിടാൻ തീരുമാനിച്ചു. പോകാനായി എഴുന്നേറ്റു. അത്രയും കാലം എല്ലാവിധ മാർഗ്ഗനിർദ്ദേശവും നൽകിയതിനും എന്നെ സഹിച്ചതിനും അദ്ദേഹത്തോട് ഒരിക്കൽ കൂടി നന്ദി പറഞ്ഞു. കൂട്ടത്തിൽ വളരെ പെട്ടെന്ന് തന്നെ തീസിസിന്റെ ബാക്കി ഭാഗം

കൂടി എത്തിക്കാമെന്ന് വാക്ക് കൊടുത്തു. അദ്ദേഹവും എഴുന്നേറ്റു. എന്നെ ആലിംഗനം ചെയ്യുമ്പോൾ പറഞ്ഞു..

"അത് വായിക്കാനായി ഞാൻ കാത്തിരിക്കുന്നു."

സ്റ്റെപ്പ് ഇറങ്ങുമ്പോൾ സുഹൈറിന്റെ കവിത നാവിലുണ്ടായിരുന്നു. കൂടുതൽ ഓർത്തെടുക്കാനായില്ലെങ്കിലും കിട്ടിയത് വീണ്ടും വീണ്ടും പാടിക്കൊണ്ടിരുന്നു. ഡിപ്പാർട്ട്മെന്റ് ഓഫീസിലേക്ക് കയറി ചെല്ലുമ്പോൾ സാധാരണപോലെ ജീൻ റിസപ്ഷനിലുണ്ടായിരുന്നില്ല. പുറത്തെ നോട്ടീസ് ബോർഡിൽ അടുത്ത അധ്യയന വർഷം കുട്ടികൾക്കുള്ള ചില നിർദ്ദേശങ്ങൾ മാത്രമാണുണ്ടായിരുന്നത്. പുതിയ കുട്ടികൾക്കുള്ള വെൽകം പാർട്ടി നോട്ടീസും കാണാനായി. ഡസ്റ്റ് ബിൻ കടലാസ്കൊണ്ട് നിറഞ്ഞിരുന്നു. ഞാൻ നാട് വിട്ട് പോകുന്ന വിവരം പറയുന്നതോടൊപ്പം പ്രധാനപ്പെട്ട ഏതെങ്കിലും എഴുത്ത് അയയ്ക്കാനുണ്ടെങ്കിൽ ലഭ്യമായ പുതിയ അഡ്രസ്സ് നേരിട്ട് നൽകണമെന്നും കരുതി ജീനിയെ കാണേണ്ടതുണ്ടായിരുന്നു. അഞ്ച് മിനിട്ട് കാത്തിരുന്നെങ്കിലും വരാതിരുന്നത് കണ്ടപ്പോൾ ഇ മെയിൽ അയയ്ക്കാമെന്ന് കരുതി പോകാൻ തീരുമാനിച്ചു.

തിരിച്ച് നടക്കുമ്പോൾ കിർക്ലാൻഡ് ദവന്തി ജംഗ്ഷനിൽ എത്തിയപ്പോൾ ഹാർവാർഡ് യൂണിവേഴ്സിറ്റിയിൽ ഏറ്റവും സുന്ദരമായി തോന്നിയിരുന്ന അഡോൾഫസ് ഗാർഡനിലേക്ക് അറിയാതെ എന്റെ കാലുകൾ ചലിക്കാൻ തുടങ്ങി. ഒരു കാലത്ത് അതായിരുന്നു എന്റെ ലോകം. മ്യൂസിയം ബിൽഡിംഗിന്റെയും ജർമൻ ഭാഷാപഠനവിഭാഗത്തിന്റെയും പിറകിലായിരുന്നു ആ പൂന്തോട്ടം. എന്റെ ഡിപ്പാർട്ട്മെന്റിന്റെയും ഓഫീസിന്റെയും ഇടയിലായിരുന്നിട്ടുപോലും കോളേജിലെ അവസാന വർഷത്തിലാണ് അത് കണ്ടെത്താനായത്. ഈ യൂണിവേഴ്സിറ്റിയിൽ മനസ്സമാധാനത്തോടെ ഇരിക്കാൻ ഒരു സ്ഥലം പോലുമില്ലേ എന്ന് റബേക്കയോട് ചോദിച്ചപ്പോൾ അവളാണ് ഇത് കാണിച്ച് തന്നത്. കാലാവസ്ഥ ശരിയാണെങ്കിൽ വല്ല പുസ്തകവും എടുത്ത് വായിക്കാനായി അങ്ങോട്ടാണ് പോയിരുന്നത്. ചില ദിവസങ്ങളിൽ അടുത്തുള്ള കടയിൽ നിന്ന് വാങ്ങിക്കുന്ന ഭക്ഷണം പങ്കിട്ടെടുത്ത് കഴിക്കാനും ഇങ്ങോട്ട് വരാറുണ്ടായിരുന്നു. സധാരണ ദിവസം പോലെ തന്നെ ഗാർഡൻ ഒഴിഞ്ഞ് തന്നെ കിടക്കുന്നു.

പഠനമുള്ള സമയത്തുപോലും അതിന്റെ പകുതി പോലും നിറഞ്ഞു നിൽക്കുന്നതായി കണ്ടിട്ടില്ല. ഏതായാലും ഈ വർഷത്തെ ക്ലാസ്സ് തുടങ്ങാത്തതും ഇത് ഇങ്ങനെ ഒഴിഞ്ഞ് കിടക്കാൻ ഒരു കാരണമാവാം. തൊട്ടടുത്ത് കാണുന്ന ബഞ്ചിൽ ഇരുന്ന് കാലങ്ങൾക്ക് മുമ്പ് പണിതുയർത്തിയ സിംഹത്തിന്റെ വലിയ പ്രതിമയിലേക്ക് നോക്കി കുറച്ച് നേരം ഇരുന്നു. ഉറക്കെ ഗർജ്ജിക്കുന്ന രൂപത്തിലുള്ള ആ പ്രതിമയുടെ മടക്കുകളിൽ

പോലും പക്ഷികൾ കൂട് കെട്ടിയിരുന്നു. കൂട്ടിൽ ആരുമില്ലെന്ന് തോന്നുന്നു, ഒരു അനക്കവുമില്ലായിരുന്നു.

കാലപ്പഴക്കം തോന്നിക്കുന്ന കെട്ടിടത്തിന്റെ ചുമരിലൂടെ പടർന്ന് കയറിയ ചുവന്ന വള്ളിച്ചെടി അതിന്റെ ഉച്ചിയിൽവരെ എത്തിയിരുന്നു. വലിയ ജനാല ചില്ലയിൽ കെട്ടിടത്തിന്റെയും പ്രതിമയുടെയും ആകാശക്കീറിന്റെയും ചിത്രം പതിഞ്ഞിട്ടുണ്ടായിരുന്നു. തൂണുകളിൽ ഭീകര സത്വങ്ങളുടെ രൂപം കൊത്തി വെച്ചിട്ടുണ്ടായിരുന്നു. വളരെ പഴക്കം ചെന്ന കെട്ടിടങ്ങളിലും പുരാതന പള്ളികളിലുമാണ് ഞാൻ അങ്ങനെയുള്ള ഭീകര സത്വങ്ങളെ കണ്ടിട്ടുള്ളത്. ഈ സ്ഥലവും പരിസരവും ശരിയായി പഠിക്കാനും മനസ്സിലാക്കാനുമുള്ള സമയം കിട്ടിയിരുന്നില്ല എന്നത് അപ്പോഴാണ് മനസ്സിലാക്കിയത്. ഇനിയിപ്പോൾ എന്ത് ചെയ്യാനാകും? വെറും കാഴ്ചക്കാരനായി മാറാൻ പോകുന്നു. സ്ഥിരതാമസക്കാരനായി, കൂട്ടുകാരനായി, അവകാശിയായി മാറുന്നതും വെറുമൊരു സന്ദർശകനായി വന്ന് പോകുന്നതും തമ്മിൽ എത്രയോ വ്യത്യാസമുണ്ട്. എനിക്ക് ഇനിയും ഇവിടെ വരാനാകും. പക്ഷേ,അതെല്ലാം വെറും സന്ദർശകനായി മാത്രം.

സന്ദർശകൻ ഒരിക്കലും ഒന്നിനും അവകാശിയാകില്ലല്ലോ. താൽക്കാലികമാണെങ്കിലും അവൻ പലതിന്റെയും സൂക്ഷിപ്പുകാരനാണെങ്കിൽ തന്നെയും ഒന്നും സ്വന്തമാക്കി മാറ്റാൻ അവനാകില്ലല്ലോ.. കാലത്തിന്റെ കളിയരങ്ങ് തന്നെ. ഒരു സമയമായാൽ യാത്ര പറഞ്ഞ് പോകാനുള്ളവർ പോയല്ലേ പറ്റൂ? ആ വിധിയുടെ നിയോഗം. ഏതായാലും റബേക്കയ്ക്ക് വിളിക്കണം. അന്ന് പോയതിനുശേഷം അവളോട് വല്ലാതെ സംസാരിക്കാനായിട്ടില്ല. ഞാൻ ബാഗ്ദാദിലായിരുന്നപ്പോൾ അവളെ ഓർക്കുക പോലും ചെയ്തില്ലെന്നത് അദ്ഭുതമായി എനിക്ക് തോന്നിയില്ല. ഒരാഴ്ചക്കാലത്തിനിടയ്ക്ക് ഒരിക്കൽ മാത്രമാണ് അവളെ ഓർത്തത്. ഭാവിയുടെയും വർത്തമാനത്തിന്റെയും കെട്ടുപാടിനിടയിൽ കുടുങ്ങിപ്പോയ കാട് കയറി കൊടുങ്കാറ്റായി കയറി വന്ന എന്റെ ചിന്തകൾക്കിടയിൽ അതല്ലാത്ത കാര്യങ്ങളെ ചിന്തിക്കാൻ എവിടെ നിന്ന് സമയം കിട്ടാനാണ്? കൊടുങ്കാറ്റ് തന്നെയായിരുന്നു. അല്ലാതെ ചെറുതെന്നലായി കടന്ന് പോകുന്ന കാര്യങ്ങളല്ലല്ലോ എന്റെ ജീവിതത്തിൽ സംഭവിച്ചിട്ടുള്ളത്. ആ യാത്രയ്ക്കിടിയൽ ഒരേ ഒരു തവണ മാത്രമാണ് ഇ മെയിൽ വഴി ഞങ്ങൾക്ക് ബന്ധപ്പെടാൻ സാധിച്ചത്. ഷെറാട്ടൺ ഹോട്ടലിന്റെ റൂമിലിരുന്ന് ഇ മെയിൽ ചെയ്യുമ്പോൾ കാണാൻ കൊതിയാവുന്നു എന്ന അവളുടെ മെയിലിന്റെ അവസാന വാചകം വായിച്ചപ്പോൾ മാത്രമാണ് എനിക്കും കൊതിയാകുന്നു എന്ന മറുപടി നൽകാൻ സാധിച്ചത്. ഫോണും യാഹൂ മെസഞ്ചറും ഒക്കെയുള്ളപ്പോൾ തന്നെ ഇത്രയും കാലം സംസാരിക്കാതിരുന്നത് എങ്ങനെയാണെന്നത് അറിയില്ല. ബെഞ്ചിൽ ഇരുന്ന് കുറച്ച് നേരം കാറ്റ് കൊള്ളാൻ ആഗ്രഹിച്ചെങ്കിലും യൂണിവേഴ്സിറ്റി ലൈബ്രറിയിൽ നിന്ന് എടുത്ത പത്തോളം പുസ്തകങ്ങൾ തിരിച്ച് കൊടുക്കാനുണ്ടായിരുന്നു. പോരാത്തതിന് എന്റെ

പുസ്തകങ്ങളും പെട്ടിയും കിടക്കയും ചുമന്നുകൊണ്ട് പോകാമെന്ന് ഏറ്റ ചുമട്ടുകാർ വരുന്നതിന് മുമ്പ് എല്ലാം ശരിയാക്കി വെക്കേണ്ടതുമുണ്ട്.

തിരിച്ച് നടക്കുമ്പോഴും സുഹൈറിന്റെ വരികളായിരുന്നു നാവിൽ.. ഒപ്പം മുഅല്ലഖ കവിതകളുടെ വിശദീകരണ പുസ്തകങ്ങളെടുത്ത് യുദ്ധ സാഹിത്യത്തെക്കുറിച്ച് കൂടുതൽ വായിക്കണമെന്നും മനസ്സിൽ കരുതി.

മർത്യ നിന്നുയിരിലുയരുമൊരു ചിന്തയല്ല യുദ്ധം
വാക്കുകൾക്കതീതമാം ജീവനാണു പോൽ
യാത്രാമൊഴി നൽകുമെങ്കിലും നിന്ദ്യനായി തീരുമാരും
മുറിഞ്ഞ് പോകും വേദനയേകുമെല്ലോർക്കും........

ട്രാൻസ്പോർട്ട് കമ്പനിക്കാരുടെ അടുക്കൽ നിന്നും വാങ്ങിച്ച പുതിയ പെട്ടിയിൽ തന്നെ എന്റെ എല്ലാ പുസ്തകങ്ങളും സാധന സാമഗ്രികളും മറ്റും എടുത്ത് അടുക്കി വെക്കാൻ തന്നെ ഏകദേശം നാല് മണിക്കൂറില ധികം എടുത്തു. കയർ കൊണ്ട് വരിഞ്ഞ് മുറുക്കി പ്ലാസ്റ്റിക് കൊണ്ട് മൂടി ക്കഴിഞ്ഞതിനുശേഷം ഓരോന്നിന്റെ പുറത്തും അതിലുള്ള സാധന ങ്ങളുടെ ചെറിയ വിവരണം രേഖപ്പെടുത്തിയ പേപ്പർ ഒട്ടിച്ച് വെച്ചു. ഓരോ ന്നിന്റെ പുറത്തും അത് എവിടെയാണ് കൊണ്ടുപോയി വെക്കേണ്ടത് എന്നും എഴുതി വെച്ചു. കാരണം അവിടെ എത്തിയാൽ സാധനങ്ങളെല്ലാം തന്റെ റൂമിലേക്ക് എത്തിക്കാൻ തന്നെ നല്ല ചെലവായിരിക്കുമെന്ന് അറി യാമായിരുന്നു. എന്റെ ഭാഗ്യമെന്ന് പറയാമല്ലോ, ഞാൻ പോകുന്ന കോളേജ് തന്നെ എന്റെ സാധനങ്ങൾ കൊണ്ടുപോകാനുള്ള എല്ലാ ചെലവും വഹി ക്കാമെന്ന് ഏറ്റിട്ടുണ്ടായിരുന്നു. അടുക്കളയിലുള്ള പാത്രങ്ങളും മറ്റും എടു ക്കാനായി രണ്ട് പെട്ടികളുമായി അങ്ങോട്ട് നീങ്ങി. കൂടുതൽ പാചകം ചെയ്യുന്നവനല്ലായിരുന്നു ഞാൻ. എന്നിരുന്നാലും വല്ലാതെ ആഗ്രഹം തോന്നുന്ന സമയത്ത് പാചകം ചെയ്യാനായി ആവശ്യമുള്ള എല്ലാ സാധ നങ്ങളും കയ്യെത്തും ദൂരത്ത് തന്നെ സംഘടിപ്പിച്ച് വെയ്ക്കുക എന്നത് എന്റെ ഒരു പതിവായിരുന്നു. പാത്രങ്ങളും മറ്റും പെട്ടിയിൽ അടുക്കി വെയ്ക്കുമ്പോഴാണ് ഇവിടെ ഈ രാജ്യത്ത് എത്തിയതിനുശേഷം ഏഴാ മത്തെ തവണയാണ് വീടു മാറുന്നത് എന്നോർക്കുന്നത്. രാജ്യം മാറി മാറി പോകുന്നത് മൂന്നാമത്തെ തവണയാണ്. ഇവിടെ എത്തിയ ആദ്യ കാലങ്ങളിൽ എനിക്ക് മാത്രം താമസിക്കാൻ സാധിക്കുന്ന ഒരു ഇടുങ്ങിയ റൂമിലായിരുന്നു താമസിച്ചിരുന്നത്. കാലിഫോർണിയയിൽ ഒറ്റയ്ക്ക് ഒരു റൂമിലായിരുന്നെങ്കിലും ബാത്റൂമും മറ്റും പൊതുവായിട്ടുള്ളതായിരുന്നു. അടുത്തുള്ള ബദാം തോട്ട തൊഴിലാളികളായിരുന്നു അവിടെ കൂടെയുണ്ടാ യിരുന്നത്. ഇതിന്റെയെല്ലാം വല്ല ആവശ്യമുണ്ടോ എന്നു പോലും പല തവണ മനസ്സിനോട് ചോദിച്ചിട്ടുണ്ട്. ഈ മാറ്റങ്ങൾക്കും യാത്രകൾക്കും പലായനങ്ങൾക്കും വല്ല അന്ത്യവുമുണ്ടാകുമോ? ആ ചോദ്യത്തിന്റെ ഉത്തരം മനസ്സാക്ഷിയോട് ചോദിക്കുന്നതിനിടയിലാണ് കീശയിലുണ്ടാ യിരുന്ന ഫോൺ റിംഗ് ചെയ്തത്. ഫോൺ അടിച്ച് തീരുന്നതു വരെ ഞാൻ

അങ്ങോട്ട് തിരിഞ്ഞ് നോക്കിയില്ല. പൂർണമായും അടിച്ച് കഴിഞ്ഞതോടെ വോയ്സ് മെയിൽ റെക്കോർഡായി അലി ഹാദിയുടെ ശബ്ദം കേട്ടു..

"നൂമൈർ അലി ഹാദിയാണ് സംസാരിക്കുന്നത്... നീ പോവുകയാണെന്ന് കേട്ടല്ലോ..."

കയ്യിലുണ്ടായിരുന്ന പാത്രം നിലത്ത് വെച്ച് ഞാൻ പെട്ടെന്ന് ഫോണിന്റെ അരികിലേക്ക് ചെല്ലുമ്പോൾ പറയുന്നത് കേട്ടു.

"ഇനി വല്ല മടക്കവും ഉണ്ടാകുമോ? എവിടന്ന് ഉണ്ടാകാനാ ല്ലേ...? ആരോട് ചോദിക്കാനാണ്...? പറ, തിരിച്ച് വരുമോ?"

കൂടുതൽ പറയുന്നതിന് മുമ്പ് തന്നെ ഞാൻ ഫോണിന്റെ സ്പീക്കർ എടുത്തു.

സാധാരണപോലെ തന്നെ അവനെ അഭിവാദ്യം ചെയ്തതോടെ അവന്റെ സംസാരത്തിലും ശബ്ദത്തിലും കാതലായ മാറ്റം പ്രകടമായിരുന്നു.

"ഡോയ് പറ..."

"ഹാവൂ... സമാധാനമായി.. ആ ശബ്ദമെങ്കിലും കേൾക്കാനായല്ലോ... നിന്റെ വിവരങ്ങൾ മറ്റുള്ളവർ പറഞ്ഞിട്ട് വേണമല്ലോ അറിയാൻ."

"അങ്ങനെയൊന്നുമില്ല. സത്യം പറയാലോ... ഇന്ന് വൈകീട്ട് അങ്ങോട്ട് ഇറങ്ങണം.. നിന്നോട് വന്ന് പറയണം എന്നൊക്കെ കരുതിയിരുന്നതാ"

വൈകീട്ട് കാണാമെന്ന തീരുമാനത്തോടെ ഫോൺ വെച്ചു.

വെറുതെ ഇരുന്ന് മടുപ്പു തോന്നിയപ്പോൾ ഞാൻ വദുദിന്റെ എഴുത്തിനെക്കുറിച്ച് ഓർത്തു. അത് എടുത്ത് വായിക്കാൻ തുടങ്ങി.

സൗറാ* സംസാരിക്കുന്നു...

(സൗറാ നഗരം... ബാഗ്ദാദിന്റെ കിഴക്ക് ഭാഗത്തായി സ്ഥിതി ചെയ്യുന്നു. ദിശാമാറ്റം കാരണത്താലാണ് അതിന് അങ്ങനെ പേര് വരാൻ കാരണം. ജൗഹരിയുടെ പഠനത്തിൽ ബാഗ്ദാദിലൂടെ ഒഴുകുന്ന ടൈഗ്രീസ് നദിക്കും സൗറാ എന്നാണ് വിളിച്ച് കാണുന്നത്. സാസാനി ഭരണാധികാരിയായിരുന്ന നുഅ്മാൻ ബിൻ മുൻദിറാണ് ഹീറയിൽ ദാർ സൗറാ പണി കഴിപ്പിച്ചത്. പ്രശ്സ്ത കവി നാബിഗ അതിനെക്കുറിച്ച് തന്റെ കവിതയിലൂടെ സൂചിപ്പിക്കുകയും ചെയ്യുന്നുണ്ട്.)

---

* ഇറാഖിൽ കാഴ്ചവസ്തുവായി ഉപയോഗിക്കുന്ന ഒരുതരം പ്രതിമ. സൗറ എന്ന നഗരവും ഇറാഖിലുണ്ട്.

എന്റെ കുടുംബ പാരമ്പര്യത്തെക്കുറിച്ച് കാര്യമായ വിവരം എനിക്കില്ല. എന്റെ മുത്തശ്ശന്മാരിൽ ഒരാൾ ചീനക്കാരനോ ഇന്ത്യക്കാരനോ പേർഷ്യക്കാരനോ ആയിരിക്കണം... എങ്ങനെ ഏത് വഴിക്കാണ് ഞാൻ ഇവിടെ എത്തിച്ചേർന്നത് എന്ന് എനിക്ക് അറിയില്ല. ദൈവം സൃഷ്ടിച്ചു, ഈ രൂപത്തിലും ഭാവത്തിലുമാക്കി ത്തീർത്തു. മറ്റുള്ളവരെ പോലെ തന്നെ. എന്ത് മാറ്റം? എങ്ങനെ മാറ്റം? എവിടെ നിന്ന് ആർക്ക് മാറ്റം? അറിയില്ല. ഇവിടെ എത്തുമ്പോൾ നഗ്നനായിരുന്നു. ദൈവം സൃഷ്ടിച്ചതുപോലെ തന്നെ പിറന്ന പടിയായിയാണ് ഇങ്ങോട്ട് വന്നത്. പക്ഷേ, രാത്രി മുഴുവനും എനിക്കായി കാവലിരുന്ന ആ കണ്ണുകളെ എനിക്ക് നല്ല ഓർമയുണ്ട്.

ഏതായാലും കുറച്ച് സമയത്തേക്ക് ഞാൻ അനങ്ങാതെ ഇരുന്നു. കുറച്ച് കഴിഞ്ഞ് അയാൾ പതിയെ എന്റെ കെട്ട് അഴിച്ചു, മുഖത്തുണ്ടായിരുന്ന പൊടിയും മറ്റും തുടച്ച് തന്നു. എന്നെ ആശ്വസിപ്പിക്കാനെന്നോണം മുഖത്ത് എല്ലായിടത്തും അദ്ദേഹത്തിന്റെ കൈകൾ അലഞ്ഞ് നടന്നു. ഓരോ ചലനവും എന്ത് സഹായത്തിനും ഞാൻ ഉണ്ടാകും എന്ന് പറയുന്നത് പോലെയായിരുന്നു. എനിക്കായി പ്രത്യേകം തയ്യാറാക്കിയ ആട്ടിൻ തോല് എടുത്ത് എന്നെ അണിയിച്ചു. കിടക്കുമ്പോൾ അദ്ദേഹത്തിന്റെ അടുക്കൽ തന്നെ എന്നെ കിടത്താൻ പ്രത്യേകം ശ്രദ്ധിക്കുന്നുണ്ടായിരുന്നു. അസ്തമയ സമയമായിരുന്നു. ഒരു ദിവസം മുഴുവൻ എനിക്ക് കാവൽ നിൽക്കാനെന്നോണം ഉറങ്ങിയിരുന്നില്ല. കിടക്കുമ്പോഴും പതുക്കെ താലോലിക്കുന്നതിനിടയിൽ നിർത്താതെ സംസാരിക്കുന്നുണ്ടായിരുന്നു. അവിടെ ഞാനല്ലാതെ മറ്റാരുമില്ല എന്ന തരത്തിലായിരുന്നു അദ്ദേഹത്തിന്റെ പെരുമാറ്റം.

എന്നിൽ നിന്ന് അയാൾക്ക് എന്താണ് വേണ്ടതെന്ന് ആദ്യമൊന്നും എനിക്ക് മനസ്സിലായില്ല. ചിലപ്പോൾ തോൽ വസ്ത്രം അഴിച്ച് മാറ്റി എന്നെ തന്നെ തുറിച്ച് നോക്കി നിൽക്കും. ഏതാനും ദിവസങ്ങൾക്ക് ശേഷം എന്തോ കൊണ്ട് വേദനിക്കുന്ന തരത്തിലുള്ള കുത്ത് ഏൽക്കാൻ തുടങ്ങി. ആദ്യമായി അങ്ങനെ ചെയ്യുന്നതോടൊപ്പം തന്നെ എന്നെ നോക്കി കൊണ്ട് മന്ത്രിക്കുന്നുമുണ്ടുമായിരുന്നു.

“ഈ നഗരത്തിന്റെ തെരുവുകളിൽ ഉദയം ചെയ്ത കവിതാ ശകലങ്ങളെ ജീവാത്മകളാക്കി മാറ്റാൻ നിനക്കാകും. ഞാൻ യാത്ര പറഞ്ഞിറങ്ങിയാലും കാലങ്ങളോളം നീയിരിക്കും ഇവിടെ, ഈ മഹാ സാമ്രാജ്യത്തിന്റെ അധിപനായി നിലനിൽക്കാൻ പോകുന്നത്.”

ഒരുപാട് ചോദ്യങ്ങളും ഉത്തരങ്ങളുമായി അയാളുടെ മനസ്സ് എന്റെ മുന്നിൽ തുറന്നിടുകയായിരുന്നു. ചൂടിന്റെ കാഠിന്യത്താൽ വിരിഞ്ഞ് വന്ന വിയർപ്പ് കണങ്ങൾ എന്റെ മേൽ പതിക്കാതിരിക്കാൻ അദ്ദേഹം ശ്രമിക്കുന്നുണ്ടായിരന്നു. എത്ര ശ്രമിച്ചിട്ടും ഒന്ന് രണ്ട് തുള്ളികൾ വീണു. അതോടെ അയാളുടെ ബദ്ധപ്പാട് കൂടുകയും ചെയ്തു. അതിന്റെ പേരിൽ സ്വയം ചീത്ത വിളിച്ച് വളരെ

ശ്രമപ്പെട്ടിട്ടാണെങ്കിലും ഇറ്റി വീണ വിയർപ്പ് കണങ്ങൾ അയാൾ തുടച്ച് നീക്കുകയും ചെയ്യുന്നുണ്ടായിരുന്നു. ഓരോ ദിവസവും കഴിഞ്ഞ ദിവസത്തിന്റെ തുടർച്ചയെന്നോണമായിരുന്നു. എല്ലാ ദിവസവും ചൂണ്ട് വിരൽ കൊണ്ട് ഒന്ന് കുത്തി നോക്കുന്നുണ്ട്. ചില രാത്രികളിൽ ഉറക്കത്തിൽ നിന്ന് ഞെട്ടിയുണർന്ന് എന്റെ അരികിലേക്ക് ഓടി വന്ന് തോൽ വസ്ത്രം അഴിച്ച് മാറ്റി എന്നെ തന്നെ നോക്കി നിൽക്കും. അയാളുടെ തത്രപ്പാട് കാണുമ്പോൾ അവിടെ വിലപിടിപ്പുള്ള എന്തെങ്കിലും മറന്ന് വെച്ചത് പൊലെയോ കള്ളന്മാരും മറ്റും എടുത്ത് പോകുമെന്ന് കരുതി സൂക്ഷിക്കാൻ കൊതിക്കുന്ന പണക്കാരനെ പോലെയോ ആയിരുന്നു.

അദ്ദേഹത്തിന്റെ പിറകെ ബിശ്ർ കുടുംബത്തിലെ പലരും എന്നെ വലിയ ആദരവോടെയും ബഹുമാനത്തോടെയുമായിരുന്നു നോക്കി കണ്ടത്. എന്നെ കടന്ന് പോകുന്ന ആരെയും അറിയില്ലെങ്കിലും എല്ലാരോടും പരിചയ ഭാവം കാണിച്ചു. അപ്പോഴെല്ലാം അയാളുടെ കൈകൾ എന്നെ തഴുകുന്നുണ്ടായിരുന്നു. രാത്രിയിൽ അയാളുടെ രണ്ട് കണ്ണുകളും നിറഞ്ഞൊഴുകി. അയാളുടെ പുരികങ്ങൾ പരസ്പരം കോർത്തിണങ്ങി കിടക്കുന്നുണ്ടായിരുന്നു. മീശയും താടിയും തിങ്ങിയതാണെങ്കിലും തലയിൽ ഒന്നോ രണ്ടോ രോമം മാത്രമാണുണ്ടായിരുന്നത്. മരുഭൂമിയിലെ തുരുത്തിൽ എവിടെയെങ്കിലുമായി ഒരു മരീചിക കാണുന്നത് പോലെയായിരുന്നു അത്.

എന്റെ ശരീരത്തിൽ അയാളുടെ കൈ തട്ടാത്ത സ്ഥലമില്ലെന്ന അവസ്ഥയിലെത്തിയപ്പോൾ പിന്നെ എന്നെ നോക്കി നിന്നു. കരഞ്ഞ് കൊണ്ട് അയാൾ പറഞ്ഞു

"ഞാൻ ചെയ്യാനിരിക്കുന്നത് വെച്ച് നോക്കുമ്പോൾ മരണം എനിക്ക് കുറച്ച് ബുദ്ധിമുട്ടുള്ളതായിട്ട് തന്നെയാണ് തോന്നുത്."

അവസാനമായി അയാൾ പറഞ്ഞത് അതായിരുന്നു "ദൈവാധീനം കൊണ്ട് ബാഗ്ദാദിലെ വാസം പൂർത്തിയാക്കാനായി."

എന്നെ കെട്ടിപ്പിടിച്ച് ലാളിച്ച് സംസാരിച്ച് കട്ടിലിൽ കിടത്തി അദ്ദേഹം ഉറങ്ങി. അപ്പോഴും അദ്ദേഹം കരയുന്നുണ്ടായിരുന്നു. തൊട്ടടുത്ത ദിവസം രാവിലെ ഡ്രസ്സ് എടുത്ത് എന്നെ ധരിപ്പിച്ച് അങ്ങാടിയിലേക്ക് കൊണ്ട് പോയി. നടന്ന് നടന്ന് ഒരു കൊട്ടാരത്തിലെത്തി. അവിടെ മൗലാ എന്ന് പറയുന്ന പരുക്കനായ ഒരാളെ ഏൽപിച്ചു. അയാൾ എന്നെ തന്നെ നോക്കി നിന്ന് എന്റെ ഗുണഗുണങ്ങൾ വിളിച്ച് പറഞ്ഞു. വേലക്കാരിയെ വിളിച്ച് ചെറിയ ചിരിയോടെ എന്നെ അവൾക്ക് കൈമാറി കൊണ്ട് പറഞ്ഞു.

"ഇത് വെച്ച് നല്ല ഒരു പാട്ട് പാടിത്തരൂ.."

എന്റെ പഴയ മുതലാളിയോട് പുതിയ മുതലാളി ചോദിച്ചു

"ഇവൾ ഒറ്റയ്ക്കാണോ..."

"അതെ"

"ഞാൻ എന്റെ ആൾക്കാരെ അങ്ങോട്ട് നിന്റെ വീട്ടിലേക്ക് വിട്ടാൽ ഒരാളെ കൂടെ കിട്ടോ.."

"ഇല്ല... ഒരിക്കലും ഇല്ല..."

അയാൾ ഒരു പണക്കിഴി എറിഞ്ഞ് കൊടുത്തു കൊണ്ട് എന്റെ പഴയ യജമാനനോട് തിരിച്ച് പോകാൻ പറഞ്ഞു. എന്നെ അവന്റെ പേരക്കിടാങ്ങളും ബന്ധുക്കളുമായവർ ഏറ്റെടുത്തു. കൈമാറി കൈമാറി ആരോ ചിലർ എന്നെ മറ്റുള്ളവർക്കൊപ്പം ഒരു ഇരുട്ടറ യിൽ കൊണ്ട് പോയി തള്ളി. അങ്ങനെ കൊണ്ട് വന്ന് കളയുന്ന വയെ സാധാരണ കത്തിച്ച് കരിച്ച് ചാരം പുഴയിൽ ഒഴുക്കാറാണു ള്ളത് എന്നാണ് ഞാൻ കേട്ടിട്ടുള്ളത്. പക്ഷേ, ഞാൻ രക്ഷപ്പെട്ടു. അവരുടെ കൂട്ടത്തിലായി മരിച്ച് പോയാൽ മതിയായിരുന്നു. ഈ ഇരുട്ടറയിൽ എത്ര വർഷങ്ങളാണ് ഇനിയും തള്ളി നീക്കേണ്ടതെന്ന് അറിയില്ല. ഇത്രയും കാലം ആരെങ്കിലുമൊക്കെ വന്ന് എടുത്ത് അവരുടെ ചുണ്ട് ചലിപ്പിക്കുന്നതിനനുസരിച്ച് ഞങ്ങളെ വായിക്കു മ്പോഴെല്ലാം അവരുടെ കണ്ണുകളിലേക്ക് മാത്രമാണ് ഞാൻ നോക്കിയിരുന്നത്. പക്ഷേ, വർഷങ്ങളായി ഒരാൾ എന്റെ അരികി ലേക്ക് വന്നിട്ട്. ഒരിക്കൽ ഒരു റോമാക്കാരൻ വന്ന് എന്റെ അരികി ലുള്ള കൂട്ടുകാരിയെ ഫോട്ടോ എടുത്ത് പോയി, എന്നെ ഒന്ന് തിരിഞ്ഞ് നോക്കുക പോലും ചെയ്തില്ല. ഞാനെന്താ അത്രയ്ക്ക് പടുകിഴവിയായോ... എന്നെ കൊണ്ട് ഒന്നിനും കഴിയില്ലേ... എനിക്കും മറവി രോഗം വന്ന് തുടങ്ങിയോ എന്ന് ഭയക്കാതിരു ന്നില്ല. ഒത്തിരി കാലം ഒരു ഒച്ചപ്പാടോ ചലനമോ ആലാപന പ്രത്യാ ലപനമോ ഇല്ലാതെ തുടർന്നു. പക്ഷേ, ഒരു ദിവസം, എല്ലാം കീഴ്മേൽ മറിഞ്ഞ ദിവസം വന്നതോടെ എന്തോ മാറ്റങ്ങൾക്ക് വഴി വരുന്നു എന്ന് എനിക്ക് തോന്നാതിരുന്നില്ല. ഭൂമിക്കകത്തുള്ള സകലതും പുറത്തേക്ക് എടുത്ത് എറിയപ്പെട്ടു തുടങ്ങിയോ എന്ന് പോലും ഞാൻ ശങ്കിച്ചു പോയി. തണുത്തുറഞ്ഞ് നിൽക്കുന്ന അന്തരീക്ഷത്തിലും എനിക്ക് എന്റെ തൊലിപ്പുറത്ത് നല്ല ചൂട് അനുഭവപ്പെടാൻ തുടങ്ങി. ഇതെന്ത് പറ്റി, സൂര്യനെങ്ങാനും വഴി മാറി വന്നോ എന്ന് കരുതാതിരുന്നില്ല. എന്റെ തൊട്ടടുത്തുള്ള സകലതിനേയും നക്കി തുടച്ച് സീൽക്കാരം മുഴക്കി പാഞ്ഞ് വരുന്ന തീക്കാറ്റിനെ ഞാൻ കണ്ടു. ചീറിയടിക്കുന്ന തീനാളത്തെ കണ്ട് ഞാൻ ഞെട്ടി വിറച്ചു. ഇനി എനിക്ക് കൂടുതൽ സമയമില്ല. എല്ലാം ഇതാ ഇവിടെ തീരുന്നു. അവസാന വട്ടമെന്നോണം ഞാൻ ലോകത്ത് കിട്ടാവുന്നതിൽ വെച്ച് എല്ലാ ശ്വാസവും ഉള്ളിലേക്ക് വലിച്ചെടുത്തു. അതോടെ ഞാൻ പൊങ്ങി. പുകയുടെ പാഴ്മറ യിൽ ബാഗ്ദാദിന്റെ ആകാശവിതാനത്ത് പാറി നടക്കുന്ന മേഘ പടലങ്ങളേയും കണ്ട് ഞാൻ പൊങ്ങിപ്പറക്കാൻ തുടങ്ങി.

ആവേശത്തോടെ സ്വന്തമാക്കുന്ന പലതും മനുഷ്യൻ ഒരു കാലം കഴിഞ്ഞാൽ പാഴ്വസ്തുപോലെ വലിച്ചെറിയുകയാണല്ലോ.

കാലിഫോർണിയയിൽ നിന്ന് കേംബ്രിഡ്ജിലേക്ക് പോകുന്നതിന് നാല് വർഷം മുമ്പ് തന്നെ അദ്ദേഹത്തെക്കുറിച്ച് ഞാൻ ഒരുപാട് കേട്ടിട്ടുണ്ടായിരുന്നു. ഇവിടെ എത്തിയതിന് ശേഷം ഇറാഖികളും അമേരിക്കക്കാരുമായ ഒരുപാട് പേർ ഞാൻ ഇറാഖിയായത് കൊണ്ടും അറബ് സാഹിത്യത്തിൽ താത്പര്യമുള്ളവനായത് കൊണ്ടും അദ്ദേഹത്തെ പോയി കാണണമെന്നും പറഞ്ഞിരുന്നു. അദ്ദേഹത്തെ ചെന്ന് കണ്ടപ്പോഴാണ് ഒരു കാര്യം മനസ്സിലായത് ഈ പറിച്ച് നടലിൽ എനിക്ക് ഏറ്റവും നഷ്ടപ്പെടാൻ പോകുന്നത് ഇദ്ദേഹത്തെയായിരിക്കും എന്ന യാഥാർത്ഥ്യം. പണ്ട് മാസത്തിൽ രണ്ട് തവണയെങ്കിലും കണ്ടിരുന്നു. പക്ഷേ, ഇപ്പോൾ വർഷത്തിൽ ഒരിക്കൽ പോലും കാണാൻ സാധ്യമാകുന്നില്ല. ഏകദേശം എന്റെ പിതാവിന്റെ വയസ്സുണ്ടാകുമെങ്കിലും ചുറുചുറുക്കോടെ കാര്യങ്ങൾ ചെയ്യുന്നതുകൊണ്ട് തന്നെ അത്ര തോന്നിക്കുമായിരുന്നില്ല. അറബിക്, സാഹിത്യം, സംഗീതം, സംസ്കാരികപഠനം എന്നിവയിൽ അഗാധ പാണ്ഡിത്യമുള്ളവനായിരുന്നു അദ്ദേഹം. എഞ്ചിനീയറിംഗിൽ ഗവേഷണ പഠനം കഴിഞ്ഞിട്ടുണ്ടെങ്കിലും സാഹിതീയ കാര്യങ്ങളിലായിരുന്നു അദ്ദേഹത്തിന്റെ താത്പര്യം. അതുകൊണ്ടുതന്നെ അദ്ദേഹം സാഹിത്യത്തിൽ ഒരു ഡോക്റ്ററേറ്റ് കൂടെ സ്വയത്തമാക്കി. ഒരുപാട് വർഷം ഹാർവാർഡ് യൂണിവേഴ്സിറ്റിയിൽ അറബി ഭാഷാധ്യാപകനായി ജോലി നോക്കി. ആ ജോലിയിലായി തുടരാനായിരുന്നു അദ്ദേഹത്തിന്റെ താത്പര്യവും. പക്ഷേ, ഡിപ്പാർട്ട്മെന്റിലെ ചില തൊഴുത്തിൽകുത്ത് കാരണമായും ചതി പ്രയോഗത്താലും അദ്ദേഹത്തിന് യൂണിവേഴ്സിറ്റിയിമായുള്ള കരാർ പുതുക്കിയെടുക്കാൻ സാധിച്ചില്ല. അതുകൊണ്ടുതന്നെ അദ്ദേഹത്തിന് മാസ്സുച്യൂറ്റസ് യൂനിവേഴ്സിറ്റിയിലേക്ക് പോകേണ്ടിവന്നു. കരാറിന്റെ കാര്യം എടുത്ത് നോക്കുകയാണെങ്കിൽ അദ്ദേഹത്തേക്കാൾ ഒരു പടി മുന്നിലായിരിക്കാം ഞാൻ. കാരണം അമേരിക്കയിലെ കരാർ കാലയളവ് വിജയകരമായി പൂർത്തികരിക്കാൻ എനിക്കായിട്ടുണ്ടായിരുന്നു. അമ്പതുകളുടെ അവസാനത്തിലാണ് അദ്ദേഹം ഇവിടെ എത്തുന്നത് അഥവാ ഇപ്പോൾ അദ്ദേഹത്തിന് അത്യാവശ്യത്തിന് വയസ്സായിട്ടുണ്ടെന്ന് അർത്ഥം. അദ്ദേഹത്തെ സന്ദർശിക്കാനും സംസാരിക്കാനും ഭാഗ്യം കിട്ടുമ്പോൾ എനിക്ക് എന്റെ ഇറാഖിനെ തിരിച്ച് കിട്ടിയത് പോലെ തോന്നും. കാരണം ഇത്രയും കാലം അമേരിക്കയിൽ ജീവിച്ചിട്ടും ആ സംസ്കാരം സ്വാംശീകരിക്കാൻ അദ്ദേഹം തയ്യാറായിരുന്നില്ല. അദ്ദേഹം എന്നും എപ്പോഴും ഒന്നാന്തരം ഇറാഖിയായിരുന്നു. ചില ദിവസങ്ങളിൽ ഞങ്ങളുടെ സംസാരം കാട് കയറി ഇറാഖിന്റെ സന്തോഷത്തിലും സങ്കടത്തിലും ദുരിതത്തിലും എത്താറുണ്ടായിരുന്നു. സത്യം പറയാലോ ആ സംസാരമായിരുന്നു ഞങ്ങളുടെ സംസ്കാരത്തിലേക്ക് ഇറാഖിന്റെ ജീവിതത്തിലേക്ക് ഞങ്ങളെ തിരിച്ച് നടത്തിയിരുന്നത്. അതിപുരാതനമായ പുസ്തകങ്ങളും വസ്തുവഹകളും സംരക്ഷിച്ച് വെക്കുക എന്നത് അദ്ദേഹത്തിന്റെ ഇഷ്ടവിനോദത്തിൽപെട്ടതായിരുന്നു. വിവാഹമോചനം നേടിയതിന് ശേഷമാവാം

അദ്ദേഹം പുസ്തകങ്ങളുടെ ലോകത്തേക്ക് കയറിയതും സംരക്ഷിച്ചു കൊണ്ടിരിക്കുന്നതും. അതുകൊണ്ടുതന്നെയാണ് ഇരുപതിനായിരത്തിലധികം വരുന്ന പുസ്തകങ്ങളെ തന്റെ ലൈബ്രറിയുടെ ലോകത്ത് അദ്ദേഹം വൃത്തിയോടെ സൂക്ഷിച്ച് പോരുന്നതും. നഗരിയിലെ അറബ് സാഹിത്യ പഠന താത്പര്യമുള്ള ആർക്കും ആ വലിയ ചെറിയ ലോകത്തേക്ക് സ്വാഗതമായിരുന്നു. മാസാമാസം അദ്ദേഹത്തിന്റെ വീട്ടിൽ വെച്ച് സാഹിത്യാഭിരുചിയുള്ളവർക്കായി സംഘടിപ്പിക്കാറുണ്ടായിരുന്ന അറബ് നോവൽ വായന സദസ്സിൽ ഞാൻ തന്നെ പല തവണ പങ്കെടുത്തിട്ടുണ്ട്. അറുപതുകാരനായിരുന്നെങ്കിലും കാഴ്ചപ്പുറത്ത് മുപ്പതുകളുടെ ചുറുചുറുക്ക് ഉണ്ടാക്കിയെടുക്കാൻ അദ്ദേഹത്തിന്റെ പല ഇടപെടലുകൾക്കും സാദ്ധ്യമായിരുന്നു. ഈ അറുപതുകളിലും ഒരു നല്ല വിദ്യാർത്ഥിയായിരിക്കാൻ അദ്ദേഹം ശ്രമിക്കുന്നു എന്നത് തന്നെയായിരുന്നു അദ്ദേഹത്തിന്റെ വിജയം. നഗരത്തിലുള്ള എല്ലാ സമ്മേളനങ്ങളിലും മീറ്റിംഗുകളിലും സെമിനാറുകളിലും നിറസാന്നിദ്ധ്യമായിരുന്നു അദ്ദേഹം എന്നത് എടുത്ത് പറയേണ്ട ഒരു കാര്യം തന്നെയായിരുന്നു. അദ്ദേഹത്തിന്റെ പേരിന് മുന്നിൽ ഡോക്ടർ എന്ന് വെക്കാൻ തീരെ താത്പര്യമുണ്ടായിരുന്നില്ല. എല്ലായ്പ്പോഴും അലി ഹാദി എന്ന പേരിൽ അറിയപ്പെടാനായിരുന്നു അദ്ദേഹത്തിന്റെ ഇഷ്ടം. എനിക്ക് അദ്ദേഹത്തെ എന്റെ നേതാവ് എന്റെ ഗുരു എന്നൊക്കെ വിളിക്കാനായിരുന്നു താത്പര്യമുണ്ടായിരുന്നത്.

വാതിൽ തുറന്ന് തരുമ്പോൾ എന്നത്തേയും പോലെ അന്നും അദ്ദേഹം വലിയ സന്തോഷത്തിലായിരുന്നു. പരസ്പരം ആലിംഗനം ചെയ്ത് ഉപചാര വാക്കുകൾ പറയുന്നതിനിടയിൽ അദ്ദേഹം പറഞ്ഞു

“ദൈവത്തിന് സ്തുതി. കുഴപ്പൊന്നും ഇല്ലാതെ ഇങ്ങട് എത്തിയല്ലോ...”

“ഇറാഖിൽ നിന്ന് എത്തിയെന്നാണോ...”

ചെറുചിരിയോടെ പറഞ്ഞു

“നീ ഇരിക്ക്. ഞാൻ ചായ എടുക്കാം. ദാ... ആ കാണുന്ന സോഫയിലേക്ക് ഇരിക്ക്. കടുപ്പത്തിൽ ഒരു ചായ ഞാൻ ഇപ്പോ കൊണ്ടത്തരാം.”

“ഞാനും വരാം അടുക്കളയിലേക്ക്”

ഞങ്ങൾ അടുക്കളയിലേക്ക് നടന്നു. ഒപ്പം ചോദ്യങ്ങളുമായിരുന്നു.

“എന്താ ചോദിക്കേം പറയേം ചെയ്യാതെ ഒരു ബാഗ്ദാദ് യാത്ര. എന്ത് പറ്റി... എന്തിനായിരുന്നു... എന്നിട്ട് എന്തുണ്ടായി... ഞാൻ കരുതി നീ തീസിസിന്റെ തിരക്കിലാകുമെന്ന്... അത് കൊണ്ട് ഞാൻ പിന്നെ നിന്നെ ശല്യം ചെയ്യാതിരുന്നത്. ഇതിപ്പോ ടൂറടിച്ച് വന്നേക്കുവാ...”

“ഡോക്യുമെന്ററി ഫിലിമുകൾ ചെയ്യുന്ന സാൻഫ്രാൻസിസ്കോയിൽ നിന്നെ എന്നെ വിളിച്ച് ചോദിച്ചു. നല്ല പണിയറിയാവുന്ന യുവാക്കൾ.. അവർ അങ്ങോട്ട് ബാഗ്ദാദിലേക്ക് പോകുകയാണെന്നും ട്രാൻസ്ലേറ്ററായി

വരാമോ എന്നും ചോദിച്ച് കൊണ്ട് വിളിച്ചു... ഞാൻ ഓകെ എന്നും പറഞ്ഞു... എല്ലാം വളരെ പെട്ടന്നായിരുന്നു. അതോണ്ട് ആരോടും അങ്ങനെ വിളിച്ച് പറയാനൊന്നും പറ്റിയില്ല."

"എന്നിട്ട് കാര്യങ്ങളൊക്കെ എവിടെ വരെ എത്തി?"

"അതെന്ത്... അങ്ങനെ തട്ടും മുട്ടുമില്ലാതെ കഴിഞ്ഞ് കിട്ടി... ഏതായാലും നല്ല രാസായിരുന്നു..."

"ഇതൊക്കെ ഒരു ചാൻസാണ്... കിട്ടുമ്പോ കിട്ടും. അത് മുതലാക്കാനാകണം..."

കഴിഞ്ഞ പ്രാവശ്യം വന്നപ്പോൾ ഇല്ലാത്ത ഒരു ചിത്രം, നദിയുടെയും ഒട്ടോമൻ പുസ്തകത്തിന്റെയും ചെറിയ പകർപ്പ് എടുത്ത് കാണിക്കുന്ന ഒരു ചുവർ ചിത്രം അവിടെ അടുക്കളച്ചുമരിൽ തൂങ്ങിയാടുന്നത് എന്റെ ശ്രദ്ധയിൽ പെട്ടു. ഞാൻ അതിന്റെ മുന്നിൽ ചെന്ന് നിന്ന് അതിലേക്ക് നോക്കി കൊണ്ട് അതിനെക്കുറിച്ച് ചോദിച്ചു. കോരിയെടുത്ത് പഞ്ചസാര ചായപ്പാത്രത്തിലേക്ക് ഇടുന്നതിനടിയിൽ അദ്ദേഹം പറഞ്ഞു

"അതോ... അത് പുതിയതാണ്... പതിനഞ്ചാം നൂറ്റാണ്ടിൽ ബാഗ്ദാദ് ടൈഗ്രീസിലുണ്ടായ വെള്ളപ്പൊക്കത്തെ വരച്ച് കാണിക്കുന്ന ചിത്രമാണ്.. ഒറിജിനൽ ചിത്രത്തിന്റെ ലേസർ കോപ്പിയെടുത്ത് വരച്ചെടുത്തതാണ്. അതിന്റെ ഒറിജിനൽ ബ്രിട്ടൻ മ്യൂസിയത്തിലാണുള്ളത്... എന്റെ വിദ്യാർത്ഥിനികളിൽ ഒരാളാണ് ഇത് ഇവിടെ കൊണ്ടുവന്ന് തന്നത്."

ചായക്കോപ്പ എടുക്കാനുള്ള ശ്രമത്തെ അദ്ദേഹം സന്തോഷ പൂർവ്വം നിരസിച്ചു.

ഞങ്ങൾ വിശാലമായ ഓഫീസ് റൂമിലേക്ക് നടന്നു. അദ്ദേഹം എഴുതുകയും വായിക്കുകയും ചെയ്യുന്ന മേശയ്ക്കരികിൽ തന്നെ രണ്ട് കസേരയിട്ട് ഞങ്ങൾ ഇരുന്നു. ചായക്കോപ്പ ഡമാസ്കസിയൻ ചിത്രപ്പണികളുള്ള വിരിയിൽ തന്നെ വെക്കുകയും ചെയ്തു.

എന്റെ ഇറാഖി യാത്രയെക്കുറിച്ച് വിശദമായി തന്നെ ഞാൻ അദ്ദേഹത്തോട് സംസാരിച്ചു. യാത്രയുടെ തുടക്കവും ഇടയിൽ നേരിടേണ്ടി വന്ന ദുരിതങ്ങളും സന്തോഷങ്ങളും അബൂ നവാസ് റോഡിൽ വെച്ച് അമേരിക്കൻ പട്ടാളക്കാരെ കണ്ടതും അവരുടെ ടാങ്കിന്റെയും മറ്റു ആയുധ വാഹനങ്ങളുടെ അകമ്പടിയോടെയുള്ള അമേരിക്കൻ പട്ടാളത്തിന്റെ പെരുമാറ്റ ദൂഷ്യവും എല്ലാം ഞാൻ വിശദമായി തന്നെ പറയുന്നുണ്ടായിരുന്നു. ചായ കുടിക്കുന്നതിനിടയിൽ അദ്ദേഹം 'വല്ലാത്ത ദുരന്തം', 'സങ്കടം തന്നെ അവരുടെ കാര്യങ്ങൾ' എന്ന് പറയുന്നതോടൊപ്പം എന്റെ വാക്കുകളെ തലയാട്ടി കേൾക്കുകയും ചെയ്യുന്നുണ്ടായിരുന്നു. യുദ്ധം തുടങ്ങിയ കാലം മുതൽക്കേ അദ്ദേഹത്തിന് സദ്ദാമിനേയും ബാഇസ് പാർട്ടിയോടും കടുത്ത വിരോധമായിരുന്നു. ഞങ്ങൾ രണ്ടുപേരും യുദ്ധം തുടങ്ങുന്നതിന് മുമ്പ് ബോസ്റ്റണിൽ സംഘടിപ്പിക്കപ്പെട്ട പ്രതിഷേധ റാലിയിൽ

പങ്കെടുക്കാൻ പോയിട്ടുണ്ടായിരുന്നു. യുദ്ധ സമയങ്ങളിലെല്ലാം അദ്ദേഹത്തിന്റെ ഓഫീസിലിരുന്ന് കൊണ്ട് തന്നെ ടിവിയിൽ വരുന്ന വാർത്തകൾ കേൾക്കുകയും കാണുകയും ചെയ്യുമായിരുന്നു. ഫിർദൗസ് സ്ക്വൈറിലെ സദ്ദാമിന്റെ കായ പ്രതിമ അമേരിക്കൻ പട്ടാള അനുഭാവികൾ തല്ലി തകർത്ത് താഴെ ഇട്ടപ്പോൾ മനസ്സിലൂടെ കടന്ന് പോയ വികാരത്തെ എന്ത് പേരിട്ടാണ് വിളിക്കേണ്ടത് എന്നറിയില്ല. ഏകാധിപത്യം തകരണം അല്ല തകരും എന്ന വിശ്വാസം ഞങ്ങൾക്കുണ്ടായിരുന്നെങ്കിലും അത് ഒരിക്കലും ഒരു സൈനിക അട്ടിമറിയാകാൻ പാടില്ല എന്നുമുണ്ടായിരുന്നു.

"അമേരിക്കൻ സേന ആഞ്ഞടിക്കുകയാ... കൊടുങ്കാറ്റ് പോലെ സകലതിനേയും തച്ച് തകർത്ത് മുന്നേറി കൊണ്ടിരിക്കുകയാ... എനിക്കിത് കാണാനും വയ്യ. കേൾക്കാനും വയ്യ..."

"എത്ര കാലം മുമ്പാണ് നിങ്ങൾ അവിടേക്ക് ഒന്ന് പോയത്."

"85ലാണ് അവസാനമായി അങ്ങോട്ട് പോയത്. അതും അമ്മയുടെ മരണത്തെ തുടർന്ന്... അതൊക്കെ പോട്ടെ, അവിടെയുള്ള നിന്റെ ബന്ധുക്കളുടെ വർത്താനം എന്തൊക്കെ? അവർക്കൊക്കെ സുഖം തന്നെയല്ലേ?"

"സുഖം തന്നെയാ... ആർക്കും പറയത്തക്ക പ്രശ്നങ്ങളൊന്നുമില്ല. അല്ലറ ചില്ലറ ബുദ്ധിമുട്ടുകൾ പിന്നെ എന്തായാലും ഉണ്ടാകുമല്ലോ.."

"ഏതായാലും ഈ യാത്രയെക്കുറിച്ച് ഞങ്ങൾക്ക് ഒരു കുറിപ്പ് വായിക്കാലോ ല്ലേ..."

"നോക്കട്ടെ, വേണം എന്ന് കരുതുന്നുണ്ട്... പക്ഷേ, എത്ര കണ്ട് ശരിയാകും എന്നറിയില്ല... പിന്നെ നിങ്ങളോട് പറയാത്ത ഒരു സന്തോഷ വാർത്തയുണ്ട്."

"ആഹാ.... എന്താപ്പത്..."

"എനിക്ക് ജോലി കിട്ടി..."

"ആഹാ... അത് സന്തോഷള്ള കാര്യാണല്ലോ... ആട്ടെ... എവിടെയാ..."

"ഡാർട്ട്മൗത്തിൽ..."

"അതേതായാലും നന്നായി... മറ്റൊരു നാടായി എന്ന് മാത്രം... ഞാൻ ഒന്ന് രണ്ട് തവണ അവിടെ പോയിട്ടുണ്ട്... അവിടെ ചുറ്റുവട്ടത്ത് ഏതാണ്ടെല്ലാ സ്ഥലത്തും എത്തിയിട്ടുണ്ടെങ്കിലും യൂണിവേഴ്സിറ്റിയിൽ മാത്രം എത്തിയിട്ടില്ല. എത്ര റോഡുകളാ അവിടെ... അവിടെ ചെന്ന് അങ്ങനെ നിന്നാ... ഭ്രാന്തായിപ്പോകും, റോഡും അതിലെ തിരക്കും കണ്ടാൽ മാത്രം മതി..."

"എന്ത്... എവിടെ... അങ്ങനെ വലിയ വലിയ വഴികളൊക്കെ ഇപ്പോ ഇല്ലാണ്ടായിരിക്കുണൂ... ഏറെ മാറിയിരിക്ക്ണൂ ഇപ്പോ... ഏറി വന്നാ അഞ്ചോ പത്തോ റോഡുണ്ടാകും. അതോണ്ട് പ്പോ തല തിരിഞ്ഞ് പോകൊന്നും ഇല്ലല്ലോ..."

ഞങ്ങൾക്ക് ചിരിവന്നു.

"എനിക്ക് തോന്നിയത് പറഞ്ഞൂന്ന് മാത്രം..."

ഞാൻ കുറച്ച് കൂട്ടിപ്പറഞ്ഞതാണെങ്കിലും അവിടെ റോഡുകളുടെ എണ്ണം കുറച്ച് കൂടുതലാണ് എന്ന് തന്നെയാണ് എനിക്ക് തോന്നിയിട്ടുള്ളത്. എന്നാലും കോളേജും അതിലെ കുട്ടികളേയും കരുതിയുള്ള ചെറിയ ഒരു പട്ടണമായിട്ട് മാത്രമാണ് അത് നിലനിൽകുന്നത്.

"നിൽക്ക്... നിൽക്ക്... അവിടെ പോയിട്ട് എന്താണ് പഠിപ്പിക്കാൻ പോകുന്നത്. ഭാഷയോ അതോ സാഹിത്യമോ..."

"മുക്കാൽ ഭാഗം ഭാഷയും കാൽ ഭാഗം സാഹിത്യവും."

"ആവട്ടെ ആവട്ടെ. എല്ലാം നല്ലതിനാകട്ടെ... അവിടെ ചെന്ന് സെറ്റിലായാൽ നിന്റെ തീസിസും ഗവേഷണവും നല്ല നിലയിൽ പൂർത്തിയാക്കാനും പറ്റിയ സ്ഥലമാണ്... ആരുമുണ്ടാകില്ല ശല്യം ചെയ്യാൻ.."

"എനിക്കുറപ്പില്ല..."

"അല്ല... നിന്റെ കൂട്ടുകാരിയുടെ വിവരം എന്തൊക്കെ... അവളിപ്പോ എവിടെയാ..."

"ഒരു വർഷം മുന്നേ കണ്ടതാ... അവൾ ഏതോ റിസർച്ചിന്റെ തിരക്കിലാ"

"ആ.. പാവം ..അതിനെ ഇങ്ങെനെ നിന്റെ വാലാക്കി നടത്തിക്കോ.. പാവം"

"ആഹാ.. സത്യം പറഞ്ഞാ ഞാൻ എന്റെ ആ വാലും തിരഞ്ഞ് നടക്കാൻ തുടങ്ങിയിട്ട് കാലം കുറെയായി. ഇതുവരെ കിട്ടിയിട്ടില്ല.."

"എന്നാ പിന്നെ അത് കിട്ടാൻ കുറച്ച് കാലം എടുക്കും"

ഞങ്ങൾ ചിരിച്ചു..

"എന്നിട്ട് എപ്പോ ഇറങ്ങും"

"രാവിലെ അവർ വരും.. സാധനം എടുത്ത് അപ്പോൾ തന്നെ ഇറങ്ങണം എന്നാണ് കരുതുന്നത്.."

"ഓകെ ഓകെ.. എല്ലാം എളുപ്പമാകട്ടെ.. കാര്യമായ കുഴപ്പം ഒന്നും ഇല്ലാതെ അവിടെ എത്തട്ടെ.. മറക്കരുത്. ഇടയ്ക്കിടെ വിളിക്കണം.. പറ്റുമ്പോഴെല്ലാം ഇങ്ങോട്ടൊക്കെ ഒന്ന് ഇറങ്ങണം.."

"തീർച്ചയായും"

അദ്ദേഹത്തിനായി കരുതിയിരുന്ന സമ്മാനം മഞ്ഞക്കവറിൽ നിന്ന് പുറത്തെടുത്തു.

"എന്താത്"

"ഒരു ചെറിയ സമ്മാനം."

പശയിട്ട് ഒട്ടിക്കാതിരുന്ന കവർ തുറന്ന് അദ്ദേഹത്തിനായി ഞാൻ വാങ്ങിച്ച രണ്ട് പുസ്തകങ്ങൾ കൈ മാറി. അബ്ദുൽ ഹമീദ് അലൂചിയുടെയും നൂരി റാവിയുടെയും ഇറാഖി ഫോക്ലോർ പഠനത്തിന് ഒരു ആമുഖം എന്ന പുസ്തകവും മുഹമ്മദ് ഹാശിം റജബിന്റെ ജനറൽ പോയംസുമായിരുന്നു അത്. അദ്ദേഹം അത് നോക്കി പറഞ്ഞു..

“ഇതിന് മുമ്പ് ഞാനിത് കണ്ടിട്ടില്ല. സത്യായിട്ടും ഇത് വല്ലാത്ത ഒരു സമ്മാനമായി... സന്തോഷായി... എവിട്ന്നാ രണ്ടും കിട്ടിയത്?”

“അവിടെ മുതനബ്ബി റോഡിലൂടെ നടക്കുമ്പോൾ ഒത്തിരി പുസ്തകങ്ങൾ റോഡ് സൈഡിൽ വിൽപനയ്ക്ക് വെച്ചതായി കണ്ടു. അവിട്ന്നാ ഇത് കിട്ടിയത്...” ഞാൻ അവിടെ പോയതും കണ്ടതും പറഞ്ഞതും ചോദിച്ചതും എല്ലാം വിശദമായി തന്നെ പറയണം എന്ന് കരുതിയെങ്കിലും ചെയ്തില്ല. എന്താണ് പറയാതിരുന്നത് എന്ന് എനിക്ക് അറിയില്ല. സാധാരണ യാത്ര കഴിഞ്ഞ് വന്നാൽ പിന്നെ എന്റെ ഒരു മഹാ വിവരണം ഉണ്ടാകാറുള്ളതായിരുന്നു. പിന്നീടാണ് ഞാൻ അതിനെക്കുറിച്ച് ആലോചിച്ചത്. ഒരു പക്ഷേ, ഇനിയും വയ്യ എന്ന് തോന്നി. കാരണം കഥ പറഞ്ഞ് തുടങ്ങുന്നതിന് മുമ്പുതന്നെ അലി ഹാദി ഒരുപാട് തവണ കോട്ടുവാ ഇടുന്നുണ്ടായിരുന്നു. ഇടയ്ക്കിടെ ഉറക്കംതൂങ്ങുന്നുമുണ്ടായിരുന്നു. അലമാരയ്ക്ക് മുകളിലെ ക്ലോക്കിലേക്ക് നോക്കിയപ്പോൾ മാത്രമാണ് സമയം അർദ്ധരാത്രി കടന്ന് പോയിരിക്കുന്നു എന്ന് മനസ്സിലായത്. ചുമട്ടുകാർ വരുന്നതിന് മുമ്പ് തന്നെ നേരത്തെ എണീറ്റ് റൂം അടിച്ച് വാരി വൃത്തിയാക്കി അഴുക്കുള്ള ഡ്രസ്സെല്ലാം അലക്കി വൃത്തിയാക്കി ഇസ്തിരിയിട്ട് ആവശ്യമില്ലാത്ത ഡ്രസ്സുകളെല്ലാം ബാഗിലേക്ക് മാറ്റേണ്ടതുണ്ടായിരുന്നു.

യാത്ര പറഞ്ഞിറങ്ങുമ്പോൾ അദ്ദേഹം എന്നോട് എന്നെങ്കിലും ഇവിടെ എത്തിച്ചേരുമ്പോൾ ഈ റൂം തനിക്കായി മാറ്റി വെച്ചിരിക്കുമെന്ന് ഓർക്കുക എന്ന വാക്കും നൽകി.

“തീസിസ് സമർപ്പണം പെട്ടെന്നാക്കാൻ നോക്ക്...”

വെറ്റിനറി മെഡിസിൻ, ഫ്രാൻസ് വിത്തൗട്ട് ടീച്ചർ, ഹാംലറ്റ്, ജബ്രാ ഇബ്രാഹീം ജബ്രായുടെ ദീവാനു റസാഫി എന്നിവ ഞാൻ പാക്ക് ചെയ്ത് കൊണ്ട് പോകേണ്ട സാധനങ്ങളുടെ കൂട്ടത്തിൽ വെച്ചു. ദീവാനുൽ ജവാഹിരിയുടെ ഒരു പഴയ കോപ്പിയും പൊടി തട്ടിയെടുത്ത് വെച്ചു. പച്ച നിറത്തിലുള്ള പുറം ചട്ടക്കകത്തുള്ള മഞ്ഞച്ച പേജുകൾ മറിച്ച് നോക്കി. “നിങ്ങൾ കരുതുന്നത്' എന്ന കവിതയായിരുന്നു ആദ്യത്തെ അധ്യായം.

> പ്രവർത്തിപ്പിൻ പ്രിയമായതെന്തുമീ ജീവിതമിതിൽ
> നഷ്ടപ്പെടുത്തല്ലോരിക്കലുമവസരങ്ങളൊന്നും
> ചിന്തനീയമാകാം ജയനുമാകാം അജയനുമാകാം നിൻ
> കയ്യിരിപ്പിലപ്പടിയിരിക്കുമാകാര്യങ്ങളത്രയുമോർക്ക നീ...

1952ൽ എഴുതിയാതാണെങ്കിലും ഈ കാലത്തോടാണ് അദ്ദേഹം പറയുന്നത് എന്ന് തോന്നിപ്പോകുന്നു.

മുപ്പതുകളുടെ അവസാനത്തിലെത്തിയ മാന്യനായ മനുഷ്യൻ, കുറിയ ശരീരം. നര കയറി തുടങ്ങിയ മുടിയും താടിയും... നീളൻ കുപ്പായവും ജീൻസ് പാന്റും ധരിച്ച് വെളുത്ത കസേരയിൽ സമാൻ പത്രവും വായിച്ചിരിക്കുകയായിരുന്നു അയാൾ. അയാൾ തന്നെയാകും വിൽപനക്കാരൻ എന്ന് കരുതി പുസ്തകത്തിന്റെ വില ചോദിച്ചു. പത്രം അരയിലേക്ക് തിരുകി വെച്ച് വിചിത്രമായ നോട്ടത്തോടെയും ഭാവത്തോടെയും അയാൾ പറഞ്ഞു

“നാൽപതിനായിരം.”

“ഓകെ, ഞാനിത് എടുക്കുന്നു...”

വില എത്രയായിരുന്നാലും എനിക്ക് അത് വേണമായിരുന്നു. അത്രയും വിലപ്പെട്ട പുസ്തകമായിരുന്നു അത്. ഞാൻ ഓരോ പുസ്തകങ്ങളും മറിച്ച് നോക്കി, അവസാനം ഇംറുൽ ഖൈസിന്റെ 1947 ൽ ബൈറൂതിൽ നിന്ന് പ്രസിദ്ധികൃതമായ പുസ്തകം ഞാൻ കണ്ടെത്തി. വില ഞാൻ ചോദിച്ചില്ല. പുസ്തകം ഞാൻ എന്റെ ബാഗിലേക്ക് വെച്ചു. അയാൾ എന്നെ തന്നെ നോക്കി നിൽക്കുന്നത് ഞാൻ ശ്രദ്ധിക്കാൻ പോയില്ല. പത്രം വായിച്ചിരിക്കുകയായിരുന്ന അയാൾ പെട്ടെന്ന് എന്നോട് ചോദിച്ചു.

“ഇതിന് മുമ്പ് എന്നാണാവോ ഇവിടം വന്ന് പോയത്”

“1993”

“ദൈവത്തിന് സ്തുതികൾ”

പരിഹാസ സ്വരത്തിൽ അയാൾ വീണ്ടും ചോദിച്ചു

“എവിടെയാ ഇപ്പോ”

“അമേരിക്കയിൽ,..., എന്താണാവോ അങ്ങനെയൊക്കെ ചോദിക്കുന്നത്”

അയാൾ ഒന്നും മിണ്ടാതെ പരിഹാസത്തോടെ തല വീണ്ടും കുലുക്കി.

“സഹോദരാ.. ഞാൻ ഇവിടെ ആരുടെയും സ്വത്തും സമ്പാദ്യവും അടിച്ച് മാറ്റാനൊന്നും വന്നതല്ല. ഡോക്യുമെന്ററി ഷൂട്ടിംഗിന് മറ്റു ചിലരുടെ സഹായിയായി വന്നതാ.. അതാണ് കാര്യം. ഒന്നും കൂട്ടാനുമില്ല കുറക്കാനുമില്ല. അത്രേള്ളൂ...”

എന്റെ സംസാരത്തിന്റെ സ്വരവും ഭാവവും മാറിയത് കണ്ടിട്ടാകണം അയാളും മാറി...

“സോറി... ഞാൻ അങ്ങനെയൊന്നും കരുതിയിട്ടില്ല. മട്ടും ഭാവവും കണ്ടപ്പോ എന്തോ ചോദിക്കണം എന്ന് തോന്നി. അത്രേ ഉള്ളൂ...’

അയാൾ എന്താണ് വായിക്കുന്നത് എന്നത് എനിക്ക് കാണിച്ച് തന്നു.

“ഇതാണ് എന്റെ അടുക്കലുള്ളത്... പത്ത് മുപ്പത്തിരണ്ട് കൊല്ലായിട്ട് ഇത് ഇങ്ങനെയൊക്കെ തന്നെയാണ്... ഇപ്പോ ഈ അവസാന കാലത്തല്ലേ ഇവരുമാരൊക്കെ കയറി വന്നേക്കുന്നേ...”

“സോദരാ... നിർത്തൂ... അവരോട് നിങ്ങൾ കരുതുന്നത് പോലുള്ള ബന്ധങ്ങളൊന്നുമില്ലല്ലോ..

“അപ്പോ... സിനിമാ പിടിക്കാൻ വന്നതാണെന്ന് പറഞ്ഞിട്ട്.”

“അതോ... അത് വെറും ഡോക്യുമെന്ററി മാത്രമാ... ഈ പഠനാവശ്യങ്ങൾക്കുള്ള വീഡിയോ പിടുത്തം മാത്രം. ഞാൻ ട്രാൻസ്ലേറ്ററായി നിൽക്കുന്നു എന്ന് മാത്രം.”

“എതാ വകുപ്പ്... വല്ല കുരിശുമാണോ.”

“ഏയ്... അല്ലല്ലാ... സ്വതന്ത്രമായി ചിന്തിക്കുകയും പണിയെടുക്കുകയും ചെയ്യുന്ന പാവങ്ങളാ... ഒരു സംഘടനയുടെയും മൂട് താങ്ങിയിട്ടല്ല...”

“ഹാവൂ... സമാധാനായി. നിങ്ങടെ പേര്.”

“നുമൈർ.”

“ഡോക്ടർ നുമൈറാണോ.”

“അല്ലല്ല... ആയിട്ടില്ല... ആകും”

“നുമൈർ സാഹിബിന് സർവ്വ സ്വാഗതം.. ഇത് മാത്രമല്ല,. എന്റെ സൂക്ഷിപ്പായി എടുത്ത് വെച്ച ഒത്തിരി പുസ്തകങ്ങളുണ്ട്.. നോവലുകളുണ്ട്... കവിതാ സമാഹാരങ്ങളുണ്ട്.. സീരീസ് പുസ്തകങ്ങൾ മുഴുവനുമുണ്ട്... പ്രത്യേകിച്ചും ജവാഹിരിയുടെ കവിതാ സമാഹാരം... വേണമെങ്കിൽ നോക്കാം. .എടുക്കാം സ്വന്തമാക്കാം.”

“താങ്ക്യൂ... താങ്ക്യൂ... സന്തോഷം.. എന്നിട്ട് എവിടെയാണ് ആ ഗോഡൗൺ... ദൂരെ എവിടെയങ്കിലുമാണോ...”

“അല്ലല്ല... ഇതാ... ഈ റോഡിന്റെ അപ്പുറത്ത് തന്നെ.”

അയാൾ കസേരയിൽ നിന്ന് എഴുന്നേറ്റ് കടയിലുണ്ടായിരുന്ന കുട്ടിയെ കാര്യം നോക്കാൻ ഏൽപിച്ച് മുമ്പിൽ നടക്കുമ്പോൾ കൂടെ പോരാൻ എന്റെ നേരെ ആംഗ്യം കാണിച്ചു. റോഡ് മുറിച്ച് കടന്ന് അപ്പുറത്ത് എത്തിയ അയാൾ തന്റെ പാന്റ് കീശയിൽ നിന്ന് താക്കോൽ കൂട്ടം എടുത്തു. പഴകി ദ്രവിച്ച വാതിലിലൂടെ ഇരുൾ കട്ട കുത്തി നിൽക്കുന്ന ഇടനാഴിയിലെത്തി. മുകളിലേക്ക് കോണി പോകുന്നത് കണ്ട ഞാൻ അത് കയറേണ്ടി വരുമെന്ന് കരുതിയെങ്കിലും അയാൾ എന്റെ പ്രതീക്ഷയെ മറിച്ചിട്ട് വലത് വശത്തേക്ക് നടക്കാൻ തുടങ്ങി. പച്ച നിറത്തിലുള്ള മരം നിർമ്മിതിയുള്ള വാതിൽ മറ്റൊരു താക്കോലെടുത്ത് തുറന്നു. പുറത്ത് കടയിൽ കണ്ടത് പോലെയുള്ള വെളുത്ത കസേര മൂലയിൽ നിന്ന് വലിച്ച്

എന്റെ മുമ്പിലേക്കിട്ട് എന്നോട് അതിൽ ഇരിക്കാൻ പറഞ്ഞു. വിളക്കിലെ തിരി കത്തിക്കാനുള്ള ചെറിയ ശ്രമം നടത്തിയെങ്കിലും നടന്നില്ല.

“വരൂ... ഇവിടെ കറന്റ് ഇല്ല...”

“അത് സാരമില്ല...”

അവിടം വെളിച്ചം കുറവായിരുന്നു. ജനൽ പാളിയിലൂടെ അരിച്ചിറങ്ങിയിരുന്ന വെള്ളി വെളിച്ചത്തെ കാലപ്പഴക്കം കൊണ്ട് ആകാശ നീലിമ നിറം മങ്ങിയ വിരി മറയ്ക്കുന്നുണ്ടായിരുന്നു. വിരി മാറ്റിയതോടെ ബാഗ്ദാദിന്റെ എരിഞ്ഞ് കത്തുന്ന സൂര്യവെളിച്ചം കുത്തിയൊലിച്ച് കയറി വന്നു. പൊടി ഒന്നാകെ പാറിപ്പറക്കുന്നുണ്ടായിരുന്നു. ചുമർ മുഴുവനായും മേൽക്കൂര തട്ടുന്നതുവരെ പുസ്തകം അടുക്കി വെക്കാനായി സ്റ്റാന്റുകൾ വെച്ചിട്ടുണ്ടായിരുന്നു. പഴയ ന്യൂസ് പേപ്പറുകൾ റൂമിന്റെ അങ്ങിങ്ങായി ചിതറിക്കിടക്കുന്നുണ്ടായിരുന്നു. ഇടത് മൂലയിലായി വരിയിട്ട് തയ്യാറാക്കിയ ചെറിയ ഒരു കട്ടിലുമുണ്ടായിരുന്നു. അതിന്റെ സൈഡിലായി ഒരു മേശയും അതിന്റെ മുകളിലുള്ള പാത്രത്തിൽ ഒരു റേഡിയോ ട്രാൻസിസ്റ്ററും കത്തി തീർന്ന മെഴുകുതിരിയുടെ അവശിഷ്ടവുമുണ്ടായിരുന്നു. കട്ടിലിന്റെ ഇടത് ഭാഗത്തായി ഒരു ഡ്രസ്സിംഗ് അലമാരയും അതിന്റെ അപ്പുറത്തായി ബാത്റൂമിലേക്ക് തുറക്കുന്ന വാതിലുമുണ്ടായിരിന്നു.

രാത്രി വല്ലാതെ വൈകുന്ന ദിവസങ്ങളിൽ വീട്ടിൽ പോകാതെ ഇവിടെ വന്ന് കിടക്കാറുണ്ടെന്ന വാക്കുകളാണ് എന്നെ കാഴ്ചകളിൽ നിന്ന് തിരികെ കൊണ്ടുവന്നത്. കസേരയിലുണ്ടായിരുന്ന പേപ്പറുകളും മറ്റു പുസ്തകങ്ങളും വലിച്ചിട്ട് മുകൾ തട്ടിലുള്ള പുസ്തകം എത്തിപ്പിടിക്കാൻ ശ്രമം അയാൾ നടത്തി.

“ഇത് മുഴുവൻ ജവാഹിരി ഇറാഖി കവിതകളാണ്... അതിന്റെ ഒരു കളക്ഷൻ തന്നെ ഞാൻ സൂക്ഷിച്ച് വെച്ചിട്ടുണ്ട്...”

പൊടി തട്ടി വലിയ ഒരു പുസ്തക കെട്ട് തന്നെ അയാൾ എന്റെ മുമ്പിലേക്കിട്ടു. അത് എടുക്കാനായി അടുത്തേക്ക് ചെന്നപ്പോൾ അയാൾ ചോദിച്ചു

“കവിതകൾ അത്രയ്ക്ക് ഇഷ്ടാണോ...”

“കിട്ടുന്നതൊക്കെയും വായിക്കും.”

“എന്നാ ഇനിയും കാണും ഇവിടെ.”

കവിതകളോട് എനിക്ക് അടങ്ങാത്ത അഭിനിവേശമാണെന്നും അതിനേക്കാൾ ക്ലാസ്സിക് പുസ്തകങ്ങളാണ്, പ്രത്യേകിച്ച് ആദ്യ എഡിഷനുകളാണ് എന്റെ ഇഷ്ടങ്ങൾ എന്നും ഞാൻ അദ്ദേഹത്തെ ബോധ്യപ്പെടുത്താൻ ശ്രമിച്ചു.

“ഇവിടെയുള്ളത് എല്ലാം നിങ്ങൾ പറഞ്ഞ ആ കൂട്ടത്തിൽ പെട്ടതാ.. ഒന്നാം എഡിഷൻ തന്നെയുണ്ടാകും ഈ കൂട്ടത്തിൽ..”അതും പറഞ്ഞ് തൗഫീഖ് സാഗിയുടെ, നിനക്കായൊരു കവിതയും അബ്ദുൽ അമീർ

ഹസൈരിയുടെ കവിതാസമാഹാരവും മറ്റൊരു പുസ്തകവും എടുത്ത് തന്നു. അലമാരയിലെ ഒരു തട്ടിൽ നിറയെ പുസ്തകങ്ങളുടെ വിവരണങ്ങളും മറ്റും രേഖപ്പെടുത്തിയ ഫയലുകൾ നിരത്തി വെച്ചതായി കണ്ടു. അടക്കി വെക്കാനാകാതെ എന്റെ ശബ്ദം പുറത്ത് വന്നു

"ഹാവൂ... കളർ പേജുകൾ... പ്രൊജക്റ്റുകൾ..

'എന്ത്.."

"പ്രൊജക്റ്റ് ഡോക്യുമെന്റേഷൻ പേപ്പറുകളാണല്ലോ.."

"പഠനാവശ്യത്തിന് ഉപയുക്തമാണോ.."

"അല്ല.. ഇത് വേറിട്ട ഒരു കോപ്പിയാണ്... എല്ലാവർക്കും അംഗീകരിക്കാൻ പറ്റില്ല.."

"അങ്ങനെ പറഞ്ഞാൽ എന്താണ്... എനിക്ക് ഒന്നും മനസ്സിലായില്ല..

"എല്ലാമാണ്.. ചരിത്രവും സംസ്കാരവും ..എല്ലാം കൂടി ചേർന്നത്... ചരിത്രമെന്ന് പറയുമ്പോൾ ഭരണകൂട ചരിത്രരേഖ എന്ന് പറയേണ്ടി വരും."

കെട്ടിൽ നിന്ന് ഒരു പുസ്തകം മറിച്ച് നോക്കി. കയ്യെഴുത്ത് പ്രതിയാണ്. പേജിന്റ സൈഡിലൂടെ ചെറിയ തോതിലുള്ള വിവരണങ്ങൾ എഴുതി വെച്ചിട്ടുണ്ട്. പത്ര കട്ടിംഗുകൾ ചിലയിടത്ത് ഒട്ടിച്ച് വെച്ചിട്ടുണ്ട്.

"ഇത് മശാഇറ് ഉമറാണ്.. യുദ്ധത്തിന്റെ കെടുതികളും ദുരിതങ്ങളും അത്ര വ്യക്തമായി ഈ പുസ്തകത്തിൽ എഴുതി വെക്കാൻ അദ്ദേഹത്തിനായി. സൈന്യത്തിന്റെയും മഹായുദ്ധങ്ങളുടെ തയ്യാറെടുപ്പുകളും ഇതിൽ എഴുതി ഫലിപ്പിക്കാൻ അദ്ദേഹം ശ്രമിക്കുന്നുണ്ട്. ഓർക്കാനും പറയാനും അത്ര രസകരമല്ലാത്ത യാഥാർത്ഥ്യങ്ങളാണ് അതിലുള്ളത്. മനുഷ്യന്റെ കഥകൾ മാത്രമല്ല, മൃഗങ്ങളുടെയും പക്ഷിലതാദികളും എല്ലാം അതിൽ ചർച്ചയായി കയറിവരുന്നുണ്ട്. അതും അതിന്റെ ആഴത്തിലേക്ക് ഇറങ്ങിയിട്ട് തന്നെ... ഓരോന്നും ഓരോന്നുമായി. ഇത് ആദ്യത്തെ എഡിഷനാകണം."

"ഈ കഴിഞ്ഞ യുദ്ധത്തെക്കുറിച്ചാണോ എഴുതിയിട്ടുള്ളത്?"

"അതെ."

"അതിനിപ്പോ എഴുതിയ കാര്യങ്ങൾക്ക് ആധികാരികത എത്രത്തോളമുണ്ടാകും?"

ഞാൻ അയാളുടെ കണ്ണിലേക്ക് നോക്കി. അതിൽ മശ്റൂഇന്റെ ആധികാരികതയാണ് ചോദിക്കുന്നത്.

"സകല കാര്യങ്ങളും വിശ്വസിക്കാവുന്നത് മാത്രമാണ്. അത് കിട്ടിയത് വാർത്തകളിൽ നിന്നാകാം. കാതോരം കാതോരം ചൊല്ലി ചൊല്ലിയറിഞ്ഞ കാര്യങ്ങളാകാം. വ്യക്തികളുമായുള്ള അഭിമുഖ സംഭാഷണങ്ങളാകാം. ഇതിലൂടെ അദ്ദേഹത്തിന് തോന്നിയ കാര്യങ്ങളുമാകാം."

"ഇത് ഒരുപാട് വാള്യങ്ങളുള്ള പുസ്തകമാണ്. എനിക്കിത് മൊത്തം വേണം."

"ഇവിടന്ന് പ്രസിദ്ധീകരിക്കുന്നതല്ലേ? നമുക്ക് വഴിയുണ്ടാക്കാം. ഞാൻ എത്തിച്ച് തരാം"

"എന്താ ആ പുസ്തകത്തിന്റെ പേര്.."

"ഫിഹ്രസ്– അനുബന്ധം. അവശേഷിപ്പുകൾ."

"നിങ്ങളുടെ അനുബന്ധകഥകൾ എന്നാണോ ഉദ്ദേശിച്ചേ?"

"അല്ല... ഓരോ നിമിഷത്തിന്റെയും അനുബന്ധ കഥകൾ... ഓരോ നിമിഷത്തിലും ഈ ലോകത്തോട് യാത്ര പറഞ്ഞിറങ്ങിപ്പോയ ഒത്തിരി പേരുടെ കഥകൾ."

"ആഹാ... നല്ല ചിന്തകളാണല്ലോ. എന്നിട്ട് എവിടന്നാ അത് പ്രസിദ്ധീകരിച്ചിരിക്കുന്നത്?"

"ഇല്ല. അത് പ്രസിദ്ധീകരിച്ചിട്ടില്ല. പ്രസിദ്ധീകരിക്കണം. അതാണ് ഞാൻ ആലോചിക്കുന്നത്."

ചെറിയ ഒരു ശബ്ദമാറ്റത്തോടെയാണ് അയാളത് പറഞ്ഞത്.

"എന്തേ.. അതിനെന്താ പ്രശ്നം.. അതിൽ നിന്ന് ചില ഭാഗങ്ങൾ ഇംഗ്ലീഷിലേക്ക് വിവർത്തനം ചെയ്ത് പ്രസിദ്ധീകരിക്കാമല്ലോ.. വേണേൽ ഞാൻ തന്നെ ഇംഗ്ലീഷ് ഭാഷാന്തരം ചെയ്തോളാം"

"നിങ്ങൾ ഭാഷാന്തരം ചെയ്ത് തരോ?"

"ഞാൻ കവിതകളും പാട്ടുകളുമൊക്കെ ഇംഗ്ലീഷിലേക്ക് ഭാഷാന്തരം ചെയ്യാറുണ്ട്."

"ദൈവമേ... അത് സംഭവമാണല്ലോ."

ആ വിഷയവുമായി കൂടുതൽ സംസാരിക്കാൻ താത്പര്യമില്ലാത്ത മട്ടിൽ അയാൾ പറഞ്ഞു.

"സോറി... ഞാൻ ഇങ്ങനെയൊക്കെ ഈ പുസ്തകങ്ങളും മറ്റുമായി ജീവിച്ച് പൊക്കോട്ടെ. എന്നെ വിട്ടേക്കൂ."

"ഓ... ആയിക്കോട്ടെ."

തിരഞ്ഞെടുത്ത പുസ്തകങ്ങളെല്ലാം വലിയ ഒരു കവറിലേക്കിട്ടു. അതിന്റെ വിലയും നൽകി. എന്റെ പുതിയ അഡ്രസ്സും ഈ മെയിൽ ഐഡിയും നൽകി. എന്തെങ്കിലും സഹായം ആവശ്യമെങ്കിൽ ഏത് സമയത്ത് കോൺടാക്റ്റ് ചെയ്യാനും പറഞ്ഞു. പോരാത്തതിന് പുസ്തകം പ്രസിദ്ധീകരിക്കുക, വിവർത്തനം ചെയ്യുക എന്നതിലൊക്കെ വല്ല തീരുമാന മാറ്റമുണ്ടായാലും അറിയിക്കാൻ പറഞ്ഞു. ഞാൻ എഴുതി കൊടുത്ത കടലാസിലേക്ക് ഒന്ന് നോക്കി, നോക്കാം എന്നും പറഞ്ഞ് അത് കീശയിലേക്കിട്ടു.

"അല്ല നിങ്ങൾ എവിടെയാണ് താമസിക്കുന്നത്."

"വാഹ ഹോട്ടലിൽ... കറാദി സ്ട്രീറ്റിന്റെ അകത്തോട്ട് കയറിയിട്ട്..."

ഞങ്ങൾ പരസ്പരം കൈകൊടുത്ത് യാത്ര പറഞ്ഞിറങ്ങി.

ഓരോന്ന് ചിന്തിച്ച് നടക്കുന്നതിനിടയിലാണ് വദൂദിനെ ഓർമ്മ വന്നത്. അവന്റെ എഴുത്തുകൾ ഇനിയും വായിക്കാൻ ബാക്കിയുണ്ടല്ലോ എന്ന് ഓർമ്മ വന്നപ്പോൾ, വീട്ടിൽ എത്തിയാൽ ഉടൻ കുറച്ചെങ്കിലും വായിക്കണം എന്നുതന്നെ തീരുമാനിച്ചു.

കാശാൻ* കഥ പറയുന്നു

കാശാനികളാണ് പലയിടത്തും വിരുന്നുകാരായി വരുന്നത്. പക്ഷേ, ഞാൻ പറഞ്ഞ് വരുന്ന കഥയിലെ നായകന്മാരും വില്ലന്മാരും ഇറാനി കാശാനികളല്ല മറിച്ച് ബാഗ്ദാദി ടച്ചുള്ള കാശാനികളാണ്. നാൽപതുകളുടെ അവസാനത്തിൽ ബാഗ്ദാദിലെ വനിതാ ജയിലറയ്ക്കകത്താണ് അവളുടെ ജനനം. അത്ര പ്രയാസമകരമായിരുന്നില്ല അവളുടെ ജനനം, എന്നാലും ഒരുപാട് കാലമെടുത്തു എന്ന് പറയാതാരിക്കാനാവില്ല. അവളുടെ അമ്മ എല്ലാ ദിവസവും പ്രഭാത പ്രാർത്ഥന മുതൽക്ക് അവൾക്കായി മനമുരുകി പ്രാർത്ഥിക്കാറുണ്ടായിരുന്നു. പതുക്കെ പതുക്കെ തഴുകി തലോടിയാണ് അവളെ ജീവനുകളുടെ ലോകത്തേക്ക് വിളിച്ച് വരുത്തി ആനയിച്ചിരുത്തിയത്. അവളെ സഹായിക്കാൻ ഒരു പേറ്റിച്ചിയും ഡോക്ടറും നഴ്സുമൊന്നുമുണ്ടായിരുന്നില്ല. രാവിലെ തുടങ്ങുന്ന കാത്തിരിപ്പ് ഉച്ചയൂണിന് കയറുന്ന സമയത്ത് മാത്രമാണ് അവസാനിക്കുക. ഉച്ചയൂണ് കഴിഞ്ഞ് വീണ്ടും പണി തുടങ്ങും. സൂര്യദേവൻ യാത്ര പറഞ്ഞ് അന്തിമയങ്ങി വെളിച്ചം മങ്ങിത്തുടങ്ങി കാഴ്ച മറയ്ക്കുമ്പോൾ കാവൽക്കാരൻ വന്ന് നിർത്തി വെക്കാൻ പറയുന്നേരം വരെ അവർ പണി തുടരും. എന്നാലും പോകുന്നതിന് മുമ്പ് അവിടെ പണിയെടുക്കുന്ന മറ്റുള്ളവർ പണി നിർത്തി ഉറങ്ങാൻ പോകുന്നതിന് മുമ്പ് അവൾ തന്റെ കുഞ്ഞിന്റെ മുഖമൊന്ന് തടവും. തടവുകാരിൽ ചിലർ കാവൽക്കാർ അടുത്തില്ലെങ്കിൽ ചില മൂളിപ്പാട്ടുകളുമായി കളം നിറയാറുണ്ടായിരുന്നു. പക്ഷേ, അവളുടെ അമ്മയ്ക്ക് അതിലൊന്നും താത്പര്യമുണ്ടായിരുന്നില്ല. എന്ന് മാത്രമല്ല ഒരു ശില കണക്കെ ശാന്തയായി ആരോടും പരിഭവമില്ലാതെ, പരാതികളില്ലാതെ തന്റെ പണിയുമായി മാത്രം ഒതുങ്ങിക്കൂടുന്നുവരായിരുന്നു. അപൂർവ്വമായി മാത്രം അവളുടെ ചുണ്ടുകളിൽ ചെറു പുഞ്ചിരി വിരിയും. ആദ്യത്തെ ആഴ്ചകളിൽ അവൾ വളരെ ചെറുതായിരുന്നു. കണ്ടാൽ തന്നെ മനസ്സിലാകാത്ത തരത്തിലായിരുന്നു. അവൾക്ക് അമ്മയുടെ

* ഇറാനിലും ഇറാഖിലും സാധാരണ വീടുകളിൽ നിലത്ത് വിരിക്കാൻ ഉപയോഗിക്കുന്ന ഒരുതരം വിരി.

സൗന്ദര്യത്തെക്കുറിച്ച് ബോധമുണ്ടായിരുന്നില്ല, എന്തിന് സ്വന്തം സൗന്ദര്യത്തെ കുറിച്ച് പോലും അറിവില്ലായിരുന്നു. മറ്റേത് കാശാനി കളിൽ നിന്നും കാര്യമായ വ്യത്യാസം ഇവൾക്കുമുണ്ടായിരുന്നില്ല. പതിനാറാം നൂറ്റാണ്ട് മുതൽക്ക് തന്നെ തുടർന്ന് പോരുന്ന പ്രവർ ത്തനമണ്ഡലങ്ങൾ തന്നെയാണ് ഇവളിലും തുടർന്ന് പോരുന്നത്. ചെറിപോലെ തുടുത്ത കൊച്ചു ചുണ്ടുകളും ആരേയും വശീകരി ക്കാൻ തക്ക വശ്യതയാർന്ന ചെറിയ കണ്ണുകളുമായിരുന്നു അവ ളുടെ അമ്മയ്ക്ക് ഉണ്ടായിരുന്നത്. നല്ല ഗോതമ്പിന്റെ നിറമായി രുന്നു അമ്മക്ക്. വലത് കവിളിലായി എടുത്ത് കാണിക്കുന്ന കത്തി കൊണ്ടത് കോറിയ പോലുള്ള മുറിവ് എന്തോ സങ്കടം ഒതുക്കി വെക്കുന്നത് പോലെ തോന്നിച്ചിരുന്നു. ആ കുത്തേറ്റ് തെറിച്ച് പോയ കത്തിയെടുത്ത് തന്നെ അത്രയും കാലമായി കൊല്ലാകൊല ചെയ്യുകയായിരുന്ന ആ മനുഷ്യന്റെ ഇടനെഞ്ച് നോക്കി കുത്തി യിറക്കുമ്പോൾ സമാധാനത്തിന്റെ ഭാവമായിരുന്നു ആ മുഖത്ത് വന്നിരുന്നത് പറഞ്ഞുകേട്ടിട്ടുണ്ട്. അതോടെ അയാളെ എന്നന്നേ ക്കുമായി നിശ്ശബ്ദനാക്കാനായെങ്കിലും അതിലൂടെ ലഭിച്ച സ്വാത ന്ത്ര്യത്തിന് അൽപായുസ്സായിരുന്നു. ശരിക്ക് പറഞ്ഞാൽ വെറും നാല് മണിക്കൂർ സമയം മാത്രം. അതോടെ അവൾ വീണ്ടും പാര തന്ത്ര്യത്തിന്റെ കയ്പേറിയ ലോകത്തേക്ക് തിരിച്ച് നടക്കേണ്ടി വന്നു. ഈ ജയിലറക്കുള്ളിലേക്ക്.

അവരുടെ പ്രവർത്തനങ്ങളെ വിലയിരുത്താനും മാർക്കിടാനും ഇറാ നിൽ നിന്ന് വന്ന സംഘത്തോടൊപ്പം ജയിലിനുള്ളിലെ മറ്റൊരാളും ചേർന്ന് ഓരോ കാശാനിയുടെയും അടുക്കൽ ചെന്ന് പുരോഗതി നിരീക്ഷിക്കുന്നതിനോടൊപ്പം അതിലെ ആവശ്യമായ തിരുത്തലു കൾ കാണിച്ച് കൊടുക്കുകയും ചെയ്തിരുന്നു. "അരേ വാ... വാ... എന്തൊരു ഭംഗി... എന്തൊരു പൂർണ്ണത" എന്നൊക്കെ അവർ പറ ഞ്ഞത് കേട്ട് അമ്മയുടെ മുഖം സന്തോഷം കൊണ്ട് വിടരുന്നു ണ്ടായിരുന്നു. മാസങ്ങൾ മാറി മറിയുന്നതിന് അനുസരിച്ച് രൂപ ത്തിലും ഭാവത്തിലും കാതലായ മാറ്റങ്ങളുണ്ടാകുന്നുണ്ടായിരുന്നു. ഇപ്പോൾ അതിന് കസേരയിൽ ഇരിക്കുന്ന രൂപമായി മാറിയിട്ടുണ്ട്. അവളുടെ കാശാനിയുടെ ഓരോ ഭാഗങ്ങളും ഒന്നിന് പിറകെ ഒന്നായി പൂർണതയിൽ ആത്മാനന്ദം പ്രാപിച്ച് വരുന്നത് അവളറി യുന്നുണ്ടായിരുന്നു. മാസ്റ്റർ പ്ലാനിന്റെ വ്യക്തമായ സ്റ്റെപ്പുകളി ലൂടെയാണ് പണികൾ എല്ലാം നടക്കുന്നത്. പണികളെല്ലാം കഴിഞ്ഞ് കാശാനിന്റെ മുന്നിൽ നിൽക്കുമ്പോൾ അമ്മയ്ക്കുണ്ടായ ആനന്ദതുന്ദിലമായ മനോനില ആർക്കും പറഞ്ഞറിയിക്കാനാകാ ത്തതായിരുന്നു. അവർ ഒരുപാട് കാലത്തിന് ശേഷം സ്വന്തം മകളെ കാണുമ്പോൾ ഏതൊരു അമ്മയും ചെയ്യുന്നത് പോലെ അതിന്റെ ഒരോ ഭാഗത്തിലൂടെയും കൈകൊണ്ട് തടവുമ്പോൾ അവരുടെ കണ്ണ് സന്തോഷം കൊണ്ട് നിറഞ്ഞ് ചാടുന്നുണ്ടായിരുന്നു. ഇനി ഇതുപോലത്തെ ഒരു സൃഷ്ടിക്ക് തന്റെ കൈകൾക്കാവില്ലെന്ന് അവൾക്ക് ശരിക്കറിയാമായിരുന്നത് കൊണ്ടാകാം.

തൊട്ടടുത്ത ദിവസം തന്നെ രണ്ട് പേർ വന്ന് അതിനെ കവർ ചെയത് കയർ കൊണ്ട് നാല് ഭാഗത്തും വരിഞ്ഞ് കെട്ടി. മറ്റു ഫോർമാലിറ്റികൾ തീർക്കുന്നതിന് മുമ്പ് തന്നെ അതിനെ എടുത്ത് കൊണ്ട് പോയി ജയിലിൽ തന്നെയുള്ള ഗോഡൗണിലേക്ക് മാറ്റി. കാശാൻ 1 – 1949 എന്ന സീല് അതിന്റെ മുകളിൽ പതിപ്പിച്ചു. അവളുടെ അമ്മ ആ പണി കഴിഞ്ഞതോടെ അടുത്ത കാശാൻ പണി തുടങ്ങി കഴിഞ്ഞിരുന്നു. അതിന്റെ പണി കഴിഞ്ഞാലും ഇങ്ങനെ തന്നെയായിരുക്കമെല്ലോ..

ഏകദേശം ഒരു മാസക്കാലത്തോളം കാശാൻ അത് പോലെ ആ ഇരുട്ടറയിൽ വെള്ളവും വെളിച്ചവും തട്ടാതെ കിടന്നു. അതിനിട യിൽ അതുപോലത്തെ പത്തോളം കാശാനുകളെ അവിടെ കൊണ്ട് വന്ന് തള്ളിയിട്ടുണ്ടായിരുന്നു. പത്തായിക്കഴിഞ്ഞപ്പോൾ അവകളെ ചെറിയ ട്രക്കിലേക്ക് കയറ്റി മാർക്കറ്റിലുള്ള ദാനിയലിന്റെ കടയിലേക്ക് കൊണ്ട് പോയി. അവിടെയും രണ്ട് മാസത്തോളം പൊടിപിടിച്ച് കിടന്നു. അവസാനം ഭർത്താവിനോട് കൂടെ തങ്ങളുടെ പുതിയ വീട് കൂടലിന് സാധനങ്ങളെടുക്കാൻ വന്ന ഒരു പെണ്ണ് അതിന്റെ ഭംഗി കണ്ടു. അവർക്ക് അതിൽ താത്പര്യമുണ്ടെന്ന് മനസ്സിലായതോടെ ഏതൊരു കച്ചവടക്കാരന്റേയും പോലെ ബാഗ്ദാദി പ്രൊഡക്ടാണെന്ന കാര്യം മനഃപൂർവ്വം മറച്ച് വെച്ച് ഇതെല്ലാം ഇറാനീ കാശാനികളാണെന്ന് പറഞ്ഞ് വിശ്വസിപ്പിച്ചു. ആ കാശാനിക്കൊപ്പം മറ്റ് രണ്ട് കാശാനികളും അവർ വാങ്ങിച്ചു. പൊടി പിടിക്കാനുള്ള പുതിയ താവളം കണ്ടെത്താനായി അത് അവിടം വിട്ടു. വർഷങ്ങളായി കടയിലെ പൊടി തട്ടി പുതിയ പെയ്ന്റടിക്കാനായി പണിക്കാർ വരുമ്പോൾ പുറത്തെടുക്കുമ്പോൾ മാത്രമായിരുന്നു ആ കാശാനികൾ പുറം ലോകം കണ്ടിരുന്നത്. വീണ്ടും ശൈത്യകാലം വരുന്നത് വരെ മറ്റു ഫർണ്ണീച്ചറുകൾ ക്കൊപ്പം മറ്റേതെങ്കിലും റൂമിൽ കൊണ്ട് പോയിതള്ളാനായി മാത്രം കയറുകൾ കൊണ്ട് കെട്ടി സുരക്ഷിതമാക്കി വെക്കും. ആദ്യ തവണ റൂം വൃത്തിയാക്കാൻ വന്നവർ തന്നെ കുറിച്ച് പറയുന്ന കമന്റുകളും മറ്റും കേട്ടപ്പോൾ ഇവരെല്ലാവരും കൂടി തന്നെ പിന്നാമ്പുറത്തെ ഇരുട്ടറയിലേക്ക് എന്നേക്കുമായി തള്ളുമെന്ന് വല്ലാതെ പേടിച്ചി രുന്നു അവൾ. പക്ഷേ, ഈ പ്രക്രിയ തന്നെ തൊട്ടടുത്ത വർഷ ങ്ങളിൽ ആവർത്തിച്ചപ്പോഴും നിർത്താത്ത ചീത്ത വിളികളുണ്ടാ യെങ്കിലും കാര്യമായ കൗതുകമോ ആശങ്കയോ അവൾക്ക് തോന്നിയതേയില്ല.

ഇടയ്ക്കിടെ അവൾ ഒത്തിരി കുറുമ്പുകളുള്ള ആട്ടിൻകുട്ടിയെ സ്വപ്നം കാണും. അത് കുന്നിൻ പുറത്തൂടെ തിളച്ച് മറിയുന്ന വെയിലിൽ തന്റെ ഇടയന്റെ കൂടെ പച്ചപ്പുല്ല് തേടി നടക്കുന്നു ണ്ടാകും. ചിലപ്പോൾ കത്തിയാളുന്ന വെയിലിൽ നിന്നും അതിനെ ചെമ്മരിയാടിൻ കൂട്ടങ്ങളെപ്പോലുള്ള മേഘങ്ങൾ തണലേകും. ചില സമയത്ത് ആ മേഘപടലങ്ങളെ പതിയെ കാതോരം ചേർത്ത്

പിടിച്ച് കാറ്റ് കൊണ്ട് പോകുന്നതും കാണും. കാശാനുകൾ അവരുടെ അമ്മമാരുടെ കണ്ണിലൂടെയും കാതിലൂടെയുമാണ് കഥകളും കാര്യങ്ങളും കേൾക്കുന്നതും കാണുന്നതും.

വൈകാതെ തന്നെ വീട്ടുകാരി കാശാനിനെ വീടിന്റെ ഇരുപ്പ് ഹാളിലേക്ക് കാഴ്ച വസ്തുവായി കൊണ്ട് വെച്ചു. അവരുടെ നാല് കുട്ടികളും അതിലാകും പിന്നീട് കളികളെല്ലാം. അതിലെ നൂലിഴകളായിരുന്നു അവരുടെ കാറുകൾക്ക് സഞ്ചരിക്കാനുള്ള ദീർഘദൂര ഹൈവേകളും ഇടവഴികളുമെല്ലാം. അതിലെ വളവുകളും തിരിവുകളും അവർക്ക് യാത്രയ്ക്കിടയിൽ ആശ്വസിക്കാനും ചായ കുടിക്കാനുമുള്ള ഇടത്താവളങ്ങളായി സങ്കൽപിക്കും. ചില സമയങ്ങളിൽ അവർ കുടിക്കുന്ന ചായകളും മറ്റു ഡ്രിങ്കുകളും എന്തിന് ഭക്ഷണാവശിഷ്ടങ്ങൾ വരെ അവളുടെ മുഖത്തേക്ക് വാരി വലിച്ചിടും. ചില സമയങ്ങളിൽ രക്തത്തുള്ളികൾ വരെ ഉറ്റി വീഴാറുണ്ട്. അതെല്ലാം കാണുമ്പോൾ വീട്ടുകാരി അവരെ ഒച്ചയുയർത്ത് ശകാരിച്ച് ആട്ടി വിടുന്നതും പല തവണ കേട്ടിട്ടുമുണ്ട്. ചില സമയത്ത് തലയിണയും മറ്റും എടുത്ത് അവളുടെ അരികെ വന്ന് കിടന്ന് ടിവിയിൽ ഓടിക്കൊണ്ടിരിക്കുന്ന സിനിമകളും മറ്റും കാണാറുണ്ട്. അവരെല്ലാം മുതിർന്നവരാകും വിവാഹിതരാകും തുടർന്ന് മറ്റു വീടുകളിലേക്ക് പോകും, സമയമാകുമ്പോ പ്രസവിക്കേം ചെയ്യും. എന്നാലും വിശേഷ ദിവസങ്ങളിലും പെരുന്നാൾ ദിനങ്ങളിലുമെല്ലാം അവർ ഇങ്ങോട്ട് ഈ വീട്ടിലേക്ക് തന്നെ മക്കളുമൊത്ത് ആഘോഷമായി തന്നെ വരും.

കാലങ്ങൾ മറിയുന്നതിന് അനുസരിച്ച് അവളുടെ നിറങ്ങളിൽ ചില മാറ്റങ്ങൾ വരും, എന്നാലും അവർക്ക് അതിനെ ഒഴിവാക്കാനോ മാറ്റാനോ കഴിയില്ല. അപ്പോഴേക്കും എഴുപതുകൾ പിന്നിട്ട വീട്ടുകാരി താൻ ആദ്യമായി അത് വാങ്ങിയതിനെക്കുറിച്ചും മറ്റും അതിസുന്ദര ഓർമകളായി മറ്റുള്ളവരോട് പറയുന്നുണ്ടാകും. അന്നേരം അവരുടെ കാമുകനായ ഭർത്താവ് അവർ രണ്ട് പേരും തനിച്ച് അതിൽ ഇരുന്ന് ടിവി ഷോ കണ്ട് ഓർമകളും അയവിറക്കുന്നുണ്ടാകും. യുദ്ധങ്ങളുണ്ടാകുമ്പോൾ എല്ലാ അമ്മമാരേയും പോലെ അവർക്ക് തന്റെ ആൺകുട്ടികളേയും പെൺകുട്ടികളേയും ഓർത്ത് ഭയം തോന്നും. യുദ്ധവാർത്ത അറിഞ്ഞാലുടൻ എല്ലാ മക്കളേയും വിളിച്ച് കൂട്ടി തന്റെ വീട്ടിൽ കൂടും. അതിനെക്കുറിച്ച് ചോദിച്ചാൽ ഒരു ദിവസമെങ്കിൽ ഒരു ദിവസം പേടി കൂടാതെ താമസിക്കാമല്ലോ എന്നായിരുന്നു അവരുടെ മറുപടി. പേരക്കുട്ടികളിൽ ചിലർ അമ്മൂമ്മയുടെ നിർദ്ദേശ പ്രകാരം കാശാനിന്റെ മുകളിൽ കമ്പളം വിരിച്ച് കിടന്നുറങ്ങും. ചിലപ്പോൾ കാശാനിന് ശ്വാസം മുട്ടും. കുട്ടികളുടെ വലിയ ശരീരം അമർത്തി കിടന്നത് കൊണ്ടല്ല. അവർക്ക് അത്ര വലിയ ഭാരമൊന്നും തോന്നാറില്ല. സത്യം പറഞ്ഞാൽ പക്ഷികളേക്കാളും കനം കുറഞ്ഞവരാണവർ. പക്ഷേ, ഇതെല്ലാം കഴിഞ്ഞ് അവർ വലിച്ചെറിഞ്ഞ് പോകുന്ന വിഴുപ്പുകളുടെ കൂമ്പാരം നീക്കാൻ പോലും ആരുമുണ്ടാകില്ലല്ലോ

> എന്ന സങ്കടകരമായ കാര്യം ഓർത്തിട്ടാണ് കാശാനിക്ക് ശ്വാസം മുട്ടൽ അനുഭവപ്പെടുന്നത്. അതേ സമയം തന്റെ അമ്മയും മറ്റേത് അമ്മമാരേയും പോലെ ശ്വാസം മുട്ടി കണ്ണീർ വാർക്കുന്നുണ്ടാകുമല്ലോ എന്നാണ് ഓരോ കാശാനിയും വിശ്വസിക്കുന്നത്. വിശ്വസിക്കാൻ ആഗ്രഹിക്കുന്നത്.

ഓരോ വസ്തുവിനോടും മനുഷ്യനുള്ള താത്പര്യം കാലത്തിന്റെ ഒഴുക്കിൽ അലിഞ്ഞ് ഇല്ലാതായിത്തീരുന്നതുകൊണ്ടാകാം ഇതുപോലത്തെ കഥകൾ പലപ്പോഴും യാഥാർത്ഥ്യമാകാറുള്ളത് എന്ന ആലോചനയോടെ ഞാനത് മൂടിവെച്ചു.

സാധനങ്ങൾ കൊണ്ട് പോകുന്ന ട്രക്കിൽ ഡ്രൈവർക്കും സഹായിക്കും ലോഡിംഗുകാർക്കും പുറമെ എനിക്ക് ഇരിക്കാൻ പോലും സ്ഥലമില്ലാത്തതിനാൽ ഞാൻ രാവിലെ സൗത്ത് സ്റ്റേഷനിൽ നിന്ന് ഡാർട്ട് മൗത്തിലേക്ക് പോകുന്ന ബസ്സിൽ ടിക്കറ്റെടുത്തു. ടിക്കറ്റുകൾ വാങ്ങിച്ച ഡ്രൈവർ യാത്രക്കാർക്ക് ഓരോരുത്തർക്കും വാട്ടർ ബോട്ടിലും ഇയർഫോണും നൽകി. തന്റെ സീറ്റിൽ ഇരുന്നിട്ട് അയാൾ ഉച്ചത്തിൽ വിളിച്ച് പറഞ്ഞു.

"ബസ്സിലുള്ള ചെറിയ സ്ക്രീനിൽ സിനിമ കാണിക്കും. താത്പര്യമുള്ളവർക്ക് കാണാം. നാം ലക്ഷ്യസ്ഥാനത്ത് എത്തുന്നതിന് മുമ്പോ മൂന്നോ നാലോ സിനിമ കണ്ടു തീർക്കാം. താത്പര്യമുള്ളവർക്ക് നിങ്ങൾക്ക് നൽകിയ ഇയർ ഫോൺ ഉപയോഗിച്ച് മുന്നിലുള്ള ഓഡിയോ സോക്കറ്റിൽ പ്രസ്സ് ചെയ്ത് കേൾക്കാവുന്നതാണ്.. യാത്ര കഴിഞ്ഞ് ഇറങ്ങുന്നതിന് മുമ്പ് നിങ്ങൾക്ക് നൽകിയ ഇയർ ഫോൺ തിരിച്ച് തരേണ്ടതാണ്..."

അയാൾ അത് പറയുമ്പോൾ ഞാൻ ചിന്തിച്ചത് മറ്റൊരു കാര്യമാണ്.. ഓരോ യാത്രയിലും ഇയാൾ ഇത് പോലെ വിളിച്ച് പറയുന്നുണ്ടല്ലോ.. അതിന് യാതൊരു മടിയും കാണിക്കുന്നില്ലല്ലോ. ഒരോ തവണയും ആദ്യത്തെ പോലെ അത്യുച്ചത്തിൽ യാതൊരു ഭാവ വ്യത്യാസവുമില്ലാതെ അയാൾ ഇങ്ങനെ വിളിച്ച് പറയുന്നു. അബൂ നവാസിനെ കുറിച്ചുള്ള തീസിസ് സമർപ്പിക്കാനും ഇപ്പോൾ ലഭിച്ച ജോലിക്കുള്ള ഇന്റർവ്യൂ അറ്റന്റ് ചെയ്യാനുമായി ഡാർത്ത്മൗത്തിലേക്ക് ആദ്യമായി ബസ്സിൽ പോയപ്പോൾ ഏത് സിനിമായാണ് കണ്ടതെന്ന് ഓർത്തെടുക്കാനുള്ള ശ്രമം ഞാൻ നടത്തി നോക്കി. സിനിമ പക്കാ ലോക്കൽ വാണിജ്യ സിനിമയാണെന്ന് കണ്ടതോടെ ഞാൻ എന്റെ തീസിസിന്റെ കാര്യത്തിലേക്ക് കടന്നു. അവർ ആവശ്യപ്പെട്ടത് പ്രകാരം വെറും 45 മിനുട്ടാണ് എനിക്ക് നൽകിയിട്ടുള്ളത്. അതിനുള്ളിൽ കാര്യം അവതരിപ്പിക്കണം. അതുകൊണ്ടുതന്നെ അതിനനുസരിച്ച് എന്റെ തീസിസ് ചുരുക്കേണ്ട പണിയിലേക്കാണ് ഞാൻ ശ്രദ്ധ കേന്ദ്രീകരിച്ചത്. അഭിമുഖത്തിനുശേഷം തിരിച്ച് പോകുമ്പോൾ ക്രോമിക് മക്കാർത്തിയുടെ നോവലിൽ നിന്ന് ആശയമുൾകൊണ്ട 'ആൾ ഡ്രീംസ് ആർ ബ്യൂട്ടിഫുൾ' എന്ന ഫിലമായിരുന്നു. നല്ല ക്ഷീണം തോന്നിയിരുന്നതിനാൽ തന്നെ ഞാൻ ആദ്യമൊന്നും ശ്രദ്ധിക്കാൻ പോയില്ല. പക്ഷേ

ഫിനോൽപ് ക്രൂസിന്റെ അതി ഗംഭീരമായ ഇംഗ്ലീഷ് ശബ്ദം കേട്ടതോടെ എന്റെ ഉറക്കമെല്ലാം പമ്പ കടന്നിരുന്നു.

ബോസ്റ്റണിൽ നിന്ന് പുറപ്പെട്ട് അര മണിക്കൂർ കഴിഞ്ഞതോടെ പുറം കാഴ്ചകളും മാറിത്തുടങ്ങി. പ്രകൃതി രമണീയതയുടെ മടിത്തട്ടിലേക്ക് ഞങ്ങൾ ആനയിക്കപ്പെട്ട് കൊണ്ടിരിക്കുകയായിരുന്നു. ലെഫ്റ്റ് തിരിഞ്ഞ് കയറിയതോടെ പച്ചപ്പല്ല് പടർന്ന് കിടക്കുന്ന വയലോരങ്ങളും ഇടയ്ക്കിടെ അരഞ്ഞാണം പോലെ ചുറ്റിക്കിടക്കുന്ന അരുവികളും അവയ്ക്ക് ചമയം ചാർത്തി കൊടുക്കുന്ന കുളങ്ങളും ന്യൂഹാംപ്ഷെയറിനെ വേനൽകാലത്തും മഴക്കാലത്തും സഞ്ചാരികളുടെ പറുദീസയാക്കി മാറ്റുന്നുണ്ട്. പക്ഷേ, അവിടെയുള്ള തണുപ്പ് അതികഠിനവും അതിഭീകരവുമാണെന്ന് കേട്ടിട്ടുണ്ട്. പോരാത്തതിന് ഒരുപാട് കാലം നീണ്ട് നിൽക്കുകയും ചെയ്യാറുണ്ടത്രേ. ഡിപ്പാർട്ട്മെന്റിൽ ചൈനീസ് പഠിപ്പിച്ചിരുന്ന ഇംഗ്ലീഷുകാരനായ അധ്യാപകനാണ് മന്ത്രിക്കുന്നത് പോലെ കാതിൽ വന്ന് പറഞ്ഞത്

“നിന്റെ ജീവിതത്തിൽ ഇതുവരെ അനുഭവിച്ചതിൽ ഏറ്റവും വലിയ തണുപ്പ് ഏൽക്കാൻ മനസാ തയ്യാറായിക്കോളൂ. ഏഴ് വർഷം മുന്നേ ഞാൻ അവിടെ പോയതായിരുന്നു. അതോടെ തീർന്നു. പിന്നെ ഞാനാ വഴിക്ക് പോയിട്ടില്ല.”

പിന്നെ എന്തിനാകും യൂറോപ്യന്മാരെല്ലാം കൂടി തണുത്തുറഞ്ഞ് നിൽക്കുന്ന ആ വടക്കൻ നാട് തേടി പതിനേഴാം നൂറ്റാണ്ടിൽ കെട്ടും കെട്ടിയിറങ്ങിയിട്ടുണ്ടാവുക? അവർ എങ്ങനെയാകും അക്കാലത്ത് തണുപ്പിനെ അതി ജീവിച്ചിട്ടുണ്ടാകുക? അതിനുള്ള എന്ത് മാർഗ്ഗമാണ് അവർ കണ്ടെത്തിയിട്ടുണ്ടാകുക? അല്ല അത്രയ്ക്ക് തണുപ്പുള്ള സ്ഥലമുണ്ടായിരുന്നെങ്കിൽ അവർ ആരും തണുപ്പ് കുറഞ്ഞ സ്ഥലത്തേക്ക് പോകാതിരുന്നത്.

“പണ്ട് ഈ കോളേജ് തുടങ്ങിയത് ഒരു പ്രൊട്ടസ്റ്റന്റ് പാതിരി ആയിരുന്നുവത്രേ.. ഇവിടെയുള്ള റെഡ് ഇന്ത്യൻസിനെ ക്രിസ്ത്യാനികളാക്കി സുവിശേഷ പ്രചാരകരാക്കി മാറ്റാം എന്ന് കരുതിയാണത്രേ അദ്ദേഹം ഇത് തുടങ്ങിയത്. പക്ഷേ, കുറച്ച് കാലം കഴിഞ്ഞതോടെ ഇവിടത്തുകാരെ അതിനൊന്നും കിട്ടാതെയായി. അദ്ദേഹം കരുതിയ പോലെ ആരും തന്നെ നന്നാവാൻ വന്നതുമില്ല. അതോടെ റെഡ് ഇന്ത്യൻസിനെ പഠിപ്പിക്കാനുള്ള അവരുടെ ആഗ്രഹം അവസാനിപ്പിച്ചു. പകരം പണക്കാരായ അച്ഛന്മാരുടെ മക്കൾ മാത്രം ഇവിടെ പഠിച്ചാൽ മതി എന്നായി തീരുമാനം.”

എനിക്ക് ഇദ്ദേഹത്തെ ഇഷ്ടമായിരുന്നു. കാരണം നമ്മുടെ കൂട്ടത്തിൽ ചേർക്കാൻ പറ്റിയ മുതലായിരുന്നു അയാൾ. പോരാത്തതിന് എന്റെ തീസിസുകൾക്കും പഠനങ്ങൾക്കുമായി എല്ലാ സമയത്തും കൂടെയുണ്ടാകുകയും ചെയ്തിരുന്നു. കോളേജിലെ ഒരുപാട് കാര്യങ്ങളെക്കുറിച്ച് ഞങ്ങൾ സംസാരിക്കാറുണ്ടായിരുന്നു. പക്ഷേ, ഒരിക്കലും അത് കോളേജിനെ

എതിർക്കുന്ന തരത്തിലായിരുന്നില്ല. എന്നാൽ കൂടെയുണ്ടായിരുന്ന മറ്റാരും അതിനെക്കുറിച്ച് ഒന്നും സംസാരിക്കുക പോലും ചെയ്തിരുന്നില്ല. കുട്ടികൾക്കല്ലാതെ മറ്റാർക്കും അവിടെ 'ഒരു സാമൂഹിക കുടുംബ ജീവിത'മുണ്ടായിരുന്നില്ല എന്ന് തന്നെ പറയാം. വിവാഹിതരാണെങ്കിൽ അവർ അവരുടെ കുടുംബത്തിന്റെ കൂടെയായിരിക്കും.

"അപ്പോ നിങ്ങളോ.. നിങ്ങൾ അന്ന് കല്യാണം കഴിച്ചിരുന്നോ..."

"ഹേയ്.. അല്ലല്ല.. എന്റെ കൂട്ടുകാരൻ അവിടെ ന്യൂയോർക്കിലുണ്ടായിരുന്നു. അതുകൊണ്ട് തന്നെ മിക്ക വീക്ക്എൻഡുകളിലും ഞാൻ അങ്ങോട്ട്, അവന്റെ അടുക്കലേക്ക് പോകുമായിരുന്നു."

സിദാർ* എന്ന എന്റെ കഥ

എന്റെ മരച്ചില്ലകളിൽ നിന്ന് ഉതിരുന്ന മർമ്മരശബ്ദം കേട്ട് ചുറ്റുഭാഗത്തുമുള്ള കുട്ടികൾ അദ്ഭുതത്തോടെ നോക്കി നിൽക്കാറുണ്ടായിരുന്നു. എരിയുന്ന പൊരിയുന്ന വെയിലിന്റെ നേരെ മാറിടം നിവർത്തിപിടിച്ച് നിൽക്കുന്ന എന്റെ തണലിൽ അവർ ഇരിക്കുകയും കളിക്കുകയും കഥകൾ വായിക്കാറുമുണ്ടായിരുന്നു. എന്റെ ശിഖരങ്ങളിൽ തൂങ്ങിയാടുന്ന ഫലങ്ങളെ മോഹിച്ച് അതിക്രമിച്ച് കയറി വരുന്ന വീട്ടുകാരല്ലാത്ത കുട്ടികളെ ആട്ടിയോടിക്കാനും അവർ തയ്യാറായിരുന്നു. കാലങ്ങൾ കടന്ന് പോയി. കുഞ്ഞുങ്ങൾ മുതിർന്നു. ഇപ്പോൾ അവർ എന്റെ കൊമ്പുകളിൽ തൂങ്ങിയാടും. സന്തോഷം കൊണ്ട് ഞാൻ അവരുടെ മുമ്പിൽ താഴ്ന്ന് കൊടുക്കും. അത് കാണുമ്പോൾ സന്തോഷാധിക്യത്താൽ അവർ എനിക്ക് നന്ദിപറയും. അത് കേൾക്കുമ്പോൾ അവർക്കായി എന്റെ ഫലങ്ങൾ വീഴ്ത്തി കൊണ്ടേയിരിക്കും. ആ പൂന്തോട്ടത്തിലെ മഹാറാണിയായി ഞാൻ ഒരുപാട് വർഷങ്ങൾ വാണരുളി. എന്നിലെ പൂക്കളിൽ നിന്ന് തേനീച്ചകൾ മധു നുകർന്നു. എന്റെ ശിഖരങ്ങളിൽ പക്ഷികൾ കൂട് കെട്ടി പാർത്തു. മുട്ടയിട്ട് കൊച്ചുങ്ങളെ വിരിയിച്ചു. മറ്റുള്ളവരുടെ മുന്നിലും മനസ്സിലും എന്റെ ഉയരവും എടുപ്പും കണ്ട് പലർക്കും അസൂയ തോന്നാതിരുന്നില്ല. ശത്രുക്കളെന്ന് പറയാവുന്നവരുടെ അസൂയയും വിധിവൈപരീതങ്ങളും എന്നെ കൊന്ന് തള്ളുമെന്ന് വരെ ഞാൻ പേടിച്ചു തുടങ്ങി. ഒപ്പം ഉറുമ്പുകളും ചിതലുകളും അവിടെ കൂടിയേറി. വീടിന്റെ ചുമരിലും ഫർണീച്ചറുകളിലും ചിതലുകൾ കയറിയിറങ്ങി വീട്ടുകാർക്ക് ശല്യമുണ്ടാക്കിക്കൊണ്ടിരുന്നു. അതിന്റെ ഇടയിലാണ് ചിതലുകളുടെ മഹാറാണി വീടിന്റെ തൊട്ട് പുറകിലുള്ള തോട്ടത്തിൽ കോട്ടകെട്ടി പാർപ്പ് തുടങ്ങിയത്. ചിതലുകളുടെ ശല്യം ഒഴിവാക്കാൻ വിളിച്ചു

* അത്തിമരം പോലുള്ള വടവൃക്ഷം

കൊണ്ട് വന്നവർ അവരുടെ താവളം എന്റെ തായ്ത്തടിക്ക് കീഴി ലാണെന്നും അതുകൊണ്ട് തന്നെ എന്നെ മുറിച്ച് കളഞ്ഞാൽ അവ യുടെ ശല്യം ഇല്ലാതാക്കാനാകും എന്നും പറഞ്ഞു. വീട്ടുകാര നോട് അവർ പറഞ്ഞത് കേട്ട് ഞാൻ പേടിച്ചു. പേടിച്ചു എന്ന് പറഞ്ഞാൽ പോരാ പേടിച്ചു വിറച്ചു. ഇവിടെ പണ്ട് ഞാൻ കൊച്ച്തൈ ആയിരുന്നപ്പോൾ മനുഷ്യർ വന്ന് എല്ലാം വെട്ടി യെടുത്ത് കൊത്തിയരിഞ്ഞ് പോയത് എനിക്ക് നല്ല ഓർമ്മയുണ്ടാ യിരുന്നു. തോട്ടത്തിൽ നിന്ന് എന്നെ പിഴുത് എറിയാനായി മുതലാളി താത്പര്യപ്പെടുന്നുവെന്ന് മനസ്സിലാക്കിയതോടെ എന്റെ പാലകൻ ശക്തമായ എതിർപ്പുമായി രംഗത്ത് വന്നു.

"നോ - നെവർ... കാരണം ഞാൻ സ്വർഗ്ഗത്തിലെ വൃക്ഷമാണ്. 'സിദറ മരത്തിന്റെ, അരികിലാണ് അഭയമേകുന്ന സ്വർഗ്ഗീയ ലോകം. തിരുപ്രവാചകർ തന്റെ കൈകൾ കഴുകുന്നത് സിദറ യുടെ ഇലകളിലൂടെ ഒഴുകി വരുന്ന വെള്ളത്തിൽ നിന്നായിരിക്കു മല്ലോ." പേടി കാരണം ഞാൻ ഉച്ചത്തിൽ വിളിച്ച് പറയാൻ നോക്കി. ചിതലിന്റെ മഹാറാണി കുടികെട്ടി പാർത്തിരിക്കുന്നത് എന്റെ കീഴി ലല്ല. അതാ അവിടെ നിങ്ങളുടെ അയൽവാസിയുടെ തോട്ടത്തി ലാണ്" പക്ഷേ, അവർ എന്റെ ദീനരോദനങ്ങൾ കേട്ടതേ ഇല്ല.

മുതലാളി പലതും പറഞ്ഞു നോക്കിയെങ്കിലും എന്റെ പാലകൻ എന്നെ ഒന്നുചെയ്യാൻ പാടില്ല എന്ന തന്റെ തീരുമാനത്തിൽ ഉറച്ചു തന്നെ നിന്നു.

"ഇതിനെ മുറിക്കാനാണ് നിങ്ങളുടെ നീക്കമെങ്കിൽ അന്നോടെ ഞാൻ ഇവിടത്തെ സേവനം നിർത്തും."

"നിങ്ങൾ ഈ മരത്തെ ദുഷ്ടലാക്കോടെ സമീപിച്ചാൽ തന്നെ വീട്ടിൽ അപശകുനമാണ്."

"ഏത്, ഈ വീടോ... ഇതിന് എന്നേ ശാപമേറ്റ് കഴിഞ്ഞതാണല്ലോ."

ചിതലുകൾ നിർത്താൻ ഒരുക്കമില്ലായിരുന്നു. ഫർണീച്ചറുകളും പുസ്തകങ്ങളും എന്ന് വേണ്ട സകലതും തിന്നുതീർത്തു. പോരാ ത്തതിന് ചുമരുകളിൽ കോക്രികൾ വരച്ച് കൂട്ടി. അതിനെ നശി പ്പിച്ചേ പറ്റൂ എന്ന് ഓരോരുത്തരും ആലോചിക്കുന്നതുവരെ എത്തി കാര്യങ്ങൾ. എന്റെ പാലകനായ തോട്ടക്കാരൻ തല കുലുക്കി തന്റെ സൈക്കിളിന്റെ അരികിലേക്ക് നടന്നു. തോട്ടത്തിന്റെ പുറത്ത് ഗെയ്റ്റിന്റെ അരികിലായിരുന്നു അത് വെച്ചിരുന്നത്. അതിന്റെ പൂട്ട് തുറന്ന് കയറിയിരുന്നു അയാൾ പറഞ്ഞു.

"വലതു പക്ഷക്കാർ, എന്താണ് വലതുപക്ഷക്കാർ, പൂത്തുലഞ്ഞ് നിൽക്കുന്ന സിദറയിലാണ്"

സൈക്കിളിൽ ഇരുന്ന് കൊണ്ടുതന്നെ അന്ത്യദർശനമെന്നോണം സഹതാപത്തോടെയും സങ്കടത്തോടെയും അയാൾ എന്നെ ഒന്നു തിരിഞ്ഞ് നോക്കി, സൈക്കിൾ ആഞ്ഞ് ചവിട്ടി മുന്നോട്ട് നീങ്ങി.

വീട്ടുകാരനും അകത്തേക്ക് പോയി. ഏതാനും നിമിഷം കഴിഞ്ഞതോടെ കയ്യിൽ മൂർച്ചയുള്ള ഒരു മഴുവുമായി അയാൾ ഇറങ്ങി വന്നു. എന്റെ മേനിയിലേക്ക്, കൈകളിലേക്ക്, കാലുകളിലേക്ക്, തോളിലേക്ക്, അറയിലേക്ക് ആ മഴു ആഞ്ഞ് പതിച്ചു. എന്റെ ശരീരം കൊത്തി നുറുങ്ങാൻ തുടങ്ങി. വേദന പരന്ന് ഒഴുകിയിറങ്ങി. എന്നെ വരിഞ്ഞ് മുറുക്കിയിരിക്കുന്നു. വേദനയാൽ പുളയുന്ന ഞാൻ അട്ടഹസിച്ചു. ആർത്തലച്ച് കരഞ്ഞു. ഞാൻ മാത്രമല്ല കൂടെ തത്തകളും കുരുവികളും കൊച്ചുമരങ്ങൾ എല്ലാം കരഞ്ഞു. എല്ലാവർക്കും എന്റെ വേദന സഹിക്കാനാകുന്നുണ്ടായിരുന്നില്ല. വേദനയോടെ ഞാൻ താണ് കേണ് പറഞ്ഞു.

“മുതലാളീ, ചിതൽ എന്റെ കീഴിലില്ല.''

അയാളത് കേട്ടില്ല, അയാൾ വെട്ട് തുടർന്നു. നൂറിലധികം പ്രഹരത്തിനുശേഷം മഴു എന്റെ തടിക്കരികിൽ വെച്ച് വിയർത്തൊലിക്കുന്ന അയാൾ അകത്തേക്ക് കയറിപ്പോയി. അന്ന് രാത്രി ചോര ഒഴുകുന്ന എന്റെ മുറിവുകളെ നോക്കി ഞാൻ ആർത്തലച്ച് കരഞ്ഞുകൊണ്ടിരുന്നു. അരികിലുണ്ടായിരുന്ന എല്ലാ മരങ്ങളും എന്നെ ആശ്വസിപ്പിച്ചുകൊണ്ടിരുന്നു.

തൊട്ടടുത്ത ദിവസം അയാൾ വന്നപ്പോൾ കയ്യിൽ മൂർച്ചയുള്ള ഒരു ഈർച്ചവാളുണ്ടായിരുന്നു. നൂറുകണക്കിന് മുള്ളുകൾ എന്റെ മുറിവുകളിലൂടെ തറച്ചിറങ്ങി കാലാട്ടി കൊണ്ടിരുന്നു. ഹൃദയം നുറുങ്ങി പോകുന്ന വേദനകൾ എന്റെ മേനിയിലൂടെ പരന്ന് ഒഴുകി. എന്റെ കാഴ്ച മങ്ങാൻ തുടങ്ങി. നിറങ്ങൾ ഇരുണ്ടു, അല്ല ലോകം തന്നെ മുന്നിൽ ഇരുണ്ട് ഇരുണ്ട് വരാൻ തുടങ്ങി. കൂടെയുണ്ടായിരുന്ന ചെമ്പകവും മറ്റു മരങ്ങളും എന്റെ ദുഃഖത്തിൽ പങ്ക് ചേർന്ന് കരയുന്നുണ്ടായിരുന്നു. എന്റെ തായ് തടി മുറിഞ്ഞ് വീണു. ഞാൻ തന്നെ ഒരു ഭാഗത്തേക്ക് വേച്ച് പോയി. എന്റെ കൊമ്പുകളും ചില്ലകളും ഇലകളും തോട്ടത്തിൽ ഒന്നാകെ മുത്തമിട്ട് കിടന്നു. എനിക്ക് ഒന്നും കാണാൻ കഴിയുന്നില്ല. ഞാൻ ആർത്തലച്ച് അട്ടഹസിക്കുന്നുണ്ട്, പക്ഷേ, എനിക്ക് തന്നെയും എന്റെ ശബ്ദം കേൾക്കാനാകുന്നില്ല. ഞാൻ തീർന്നു. ഇനി ഞാൻ ഒരു വൃക്ഷമല്ല, എന്റെ ശിഖരങ്ങൾ ഒരിക്കലും തിരിച്ചു വരില്ല.

ഞാൻ മുറിഞ്ഞു. പാതി ജീവി, പാതി മുറിച്ചെടുത്ത ഒന്നും തീർത്ത് പറയാനാവാത്ത ഒരു സാധനം. പക്ഷേ, അവിടംകൊണ്ട് തീർന്നില്ല. അയാൾ പിന്നെയും വന്നു. ഇപ്രാവശ്യം എന്റെ തായ് തടിക്ക് ചുറ്റും മണ്ണ് കുഴിച്ചെടുത്തു. എന്റെ വേരുകൾപോലും പിഴുതെടുത്തു. എന്റെ കൊമ്പുകളെ മുറിച്ചെടുത്ത് ചെറു കഷ്ണങ്ങളായി കൊണ്ടുപോകുന്ന ശബ്ദം എനിക്ക് കേൾക്കുന്നുണ്ടായിരുന്നു. ഞാൻ മരിച്ചിട്ടില്ല. എനിക്ക് മരിക്കാനാകില്ല. എന്നെ ഇവർ കുരുടനാക്കിയിരിക്കുന്നു. മൂകനാക്കിയിരിക്കുന്നു. ശിഖരങ്ങളും പഴങ്ങളും തല്ലിക്കൊഴിച്ചിരിക്കുന്നു. എന്തോ ആത്മാവ് അവിടെ തന്നെയുണ്ട്. മഴ പെയ്തു മഞ്ഞ് പെയ്തു കാറ്റടിച്ചു. വെയിൽ വന്നു. വസന്തം

വന്നു. വർഷങ്ങൾ കൊഴിഞ്ഞ് വീണു. പക്ഷേ, ഞാൻ മാത്രമല്ല ശിഖരങ്ങളും ലതാദികളുമുള്ള ഞാൻ ഇല്ലാതായിരിക്കുന്നു. ഒരു ദിവസം അവർ എന്റെ ബാക്കി കിടക്കുന്ന തടിയിൽ ഒരു പോത്തിനെ കൊണ്ട് വന്ന് കെട്ടി. അവരുടെ ഏതോ മകൻ യൂണിവേഴ്സിറ്റി വിദ്യാഭ്യാസം കഴിഞ്ഞ് തിരിച്ചു വരുന്നുണ്ടത്രെ. എനിക്ക് പോത്തിനോട് അസൂയ തോന്നിയെങ്കിലും ഞാൻ അവനോട് പറഞ്ഞു.

"അവർ നിന്നെ അറുക്കും. നീ മരിക്കും. പക്ഷേ, ഞാൻ വർഷങ്ങൾക്കു മുമ്പ് കൊല്ലപ്പെട്ടിരിക്കുന്നു. പക്ഷേ, എനിക്ക് മരിക്കാനാകുന്നില്ലല്ലോ."

കുറച്ചു ദിവസം കഴിഞ്ഞപ്പോൾ തൊട്ടടുത്ത പർവ്വതത്തിൽ നിന്ന് ലാവ പൊട്ടി ഒലിക്കുന്നുവെന്ന വാർത്ത കേട്ടു. എന്റെ തോട്ടത്തിലേക്കും ലാവ അതിന്റെ നാവ് നീട്ടി ദാഹാർത്തരായി ഓടിയടുത്തു. എന്റെ ഉള്ളിലുണ്ടായിരുന്ന ചെറിയ തീപ്പൊരി പോലും അത് കെടുത്തി കളഞ്ഞു. ആദ്യം എനിക്ക് പേടി തോന്നിയെങ്കിലും കൂടുതൽ കഴിഞ്ഞതോടെ സന്തോഷം തോന്നി തുടങ്ങി. ഈ തീ എന്നെ കെടുത്തും. എന്റെ ജീവച്ഛവമായ എന്റെ അവസ്ഥയെ ഇല്ലാതാക്കി തരും. ഞാനിതാ സ്വർഗ്ഗ ലോകത്തേക്ക് ആനയിക്കപ്പെടുന്നു. പക്ഷേ, ഒന്നും സംഭവിച്ചില്ല. എല്ലാം വെറും കനവുകളായി തന്നെ നിന്നു, ഞാൻ. എന്റെ പാഴ്തടി ഒരു ഉപകാരവുമില്ലാതെ ഇതാ ഇവിടെ തന്നെ.

വദൂദിന്റെ ചിന്തകളും കാഴ്ചപ്പാടുകളും എന്നെ അദ്ഭുതപ്പെടുത്തി. ഇനിയും വരട്ടെ അവന്റെ എഴുത്തുകൾ.

വദൂദിന്റെ എഴുത്ത് കിട്ടിയിട്ട് വേണം ഇവിടെയുള്ള എല്ലാ കാര്യങ്ങളും വെച്ച് അവന് ഒരു മറുപടി എഴുതാൻ. കത്തിനായി കാത്ത് നിൽക്കാൻ തുടങ്ങിയിട്ട് മാസങ്ങളായി. പക്ഷേ, കത്ത് മാത്രം വന്നില്ല. ആദ്യ ആഴ്ചകളിൽ കത്ത് വന്നിട്ടുണ്ടോ എന്ന് നോക്കാനായി ഡിപ്പാർട്ട്മെന്റ് സെക്രട്ടറിയുടെ റൂമിന്റെ മുമ്പിലൂടെയാണ് കടന്ന് പോയിരുന്നത്. ആദ്യത്തിലൊക്കെ എനിക്ക് അതിലൂടെ കയറിപ്പോകാൻ ഒരുപാട് പേരോട് കാരണം ബോധിപ്പിക്കേണ്ടി വന്നിരുന്നു. പതിയെ എന്റെ ജോലിയും മറ്റും അവർക്ക് പരിചിതമായതോടെ ആ പ്രശ്നം അവസാനിച്ചു.

ഒരു ദിവസം എനിക്ക് കത്ത് കിട്ടി. അറബി എഴുത്തുള്ള കത്ത് അയച്ച ആളുടെ പേര് വായിച്ചപ്പോൾ സന്തോഷം ഒന്നൂടെ വർദ്ധിച്ചു. "വദൂദ് അബ്ദുൽകരീം." ഞാൻ അവന് കോളേജിന്റെ അഡ്രസ്സ് ആണ് നൽകിയിരുന്നത്. ഞാനത് പെട്ടെന്ന് തന്നെ പൊളിച്ച് വായിച്ചുവെങ്കിലും എന്നെ വേദനിപ്പിക്കുന്ന കാര്യമാണ് അതിലുണ്ടായിരുന്നത്.

മൂന്ന് ദിവസത്തിന് ശേഷം കസിൻ എന്നെ വിളിച്ചു. തന്റെ അന്വേഷണത്തിൽനിന്ന് കിട്ടിയ കാര്യങ്ങൾ അവൻ പറഞ്ഞു. വദൂദ് 30 മുതൽക്ക് മുതനബി സ്ട്രീറ്റിൽ പുസ്തകം വില്പന നടത്തികൊണ്ടിരിക്കുന്നുണ്ട്.

കടയുടെ തൊട്ടടുത്ത് തന്നെയുള്ള ഒറ്റ മുറിയിൽ ഒറ്റയ്ക്കാണ് താമസം. ബുദ്ധിമാനാണ്. അതിസമർത്ഥനുമാണ്. പരന്ന വായന, നല്ല ചിന്ത. കാര്യ മായ പ്രശ്നങ്ങൾ ഒന്നുമില്ല. നിരോധിത പുസ്തകങ്ങളും വില്പനയ്ക്ക് വെച്ചിരിക്കുന്നു എന്നും പറഞ്ഞ് ചെറിയ ചെറിയ പ്രശ്നങ്ങൾ ഉണ്ടായി ട്ടുണ്ട്. കൂടുതൽ ഒന്നും അറിയാനാകുന്നില്ല. പുസ്തകമാണ് അയാളുടെ ജീവിതം. പുസ്തക ലോകത്തിന് പുറത്ത് ഒരു ലോകം അയാൾക്കില്ല. ഇരുപതോളം പുസ്തകങ്ങൾ എഴുതിയിട്ടുണ്ടെങ്കിലും ഒന്നുപോലും പ്രസി ദ്ധീകരിച്ചിട്ടില്ല. എന്തോ നിരാശ അയാളെ വല്ലാതെ ബാധിച്ചിട്ടുണ്ടെന്ന് തോന്നുന്നു.

'നിരാശ' എന്ന വാക്ക് എന്നെ വല്ലാതെ ആകർഷിച്ചു. ഞാൻ ഒന്നും പറഞ്ഞില്ല. എനിക്ക് വേണ്ടി പണി എടുത്തതിൽ കസിന് ഞാൻ നന്ദി പ്രകാശിപ്പിച്ചു.

"അല്ല... എന്തിനാണ് നീ ഇതെല്ലാം അന്വേഷിക്കുന്നത്... സത്യം പറ..."

"ഒന്നുമില്ല. എനിക്ക് കുറച്ച് പുസ്തകങ്ങൾ കൂടി വാങ്ങിക്കാനുണ്ട്. അതിന് യോജിച്ച ഒരാളെ അന്വേഷിച്ചു കൊണ്ടിരിക്കുകയാണ്. കോളേ ജിലേക്കും കുറച്ച് പുസ്തകങ്ങൾ വേണം" ഞാൻ കള്ളം പറഞ്ഞില്ല. അറബി സാഹിത്യ പുസ്തകങ്ങൾ കോളേജ് ലൈബ്രറിയിൽ വളരെ കുറവായിരുന്നു താനും. ഡിപ്പാർട്ട്മെന്റ് ഹെഡ് പുസ്തകങ്ങൾ വാങ്ങി ക്കാനുള്ള ഫണ്ട് ശരിയാക്കി തരാമെന്ന് സമ്മതിച്ചിട്ടുണ്ടായിരുന്നു. അത് ആലോചിച്ചുകൊണ്ട് ഞാൻ വദൂദിന് ഒരു മെയിൽ അയച്ചു.

> പ്രിയപ്പെട്ട വദൂദിന്,
>
> സുഖമെന്ന് കരുതുന്നു. അതിനായി പ്രാർത്ഥിക്കുന്നു.
>
> മറുപടി എഴുതാൻ വൈകിയതിൽ ക്ഷമ ചോദിക്കുന്നു. പക്ഷേ, കത്ത് വായിച്ചതോടെ എന്റെ കണ്ണിൽ ഇരുട്ട് കയറി തുടങ്ങി. എന്റെ എല്ലാ സ്വപ്നങ്ങളും തകർന്നിരിക്കുന്നു.

ഞാൻ കത്തുമായി ഓഫീസിലേക്ക് പോയി, മൂന്നു തവണ വായിച്ചെ ങ്കിലും എന്താണ് അവൻ ഉദ്ദേശിക്കുന്നത് മനസ്സിലായില്ല. എനിക്ക് ലക്ചർ ക്ലാസിന് പോകാനുള്ളതുകൊണ്ട് ഞാൻ അത് അവിടെ വെച്ചു. അന്ന് ഉച്ചയ്ക്ക് ശേഷം ഫ്ളാറ്റിൽ ചെന്ന് പുസ്തകത്തിന്റെ ഫയൽ എടുത്തു കൊണ്ട് ഡിപ്പാർട്ട്മെന്റിലേക്ക് തന്നെ മടങ്ങി. സ്കാൻ ചെയ്ത് പി ഡി എഫ് ഫയലായി എന്റെ മെയിലിലേക്ക് അയച്ചു. ഒപ്പം ഒരു പ്രിന്റ് ഔട്ട് എടുത്ത് വെച്ചു. ഒറിജിനൽ ഒരു കവറിൽ വെച്ചു. അതിന്റെ പുറകിൽ ഇങ്ങനെ തന്നെ എഴുതി. "ഫിഗ്റസ് വദൂദ്". ബാഗ്ദാദിൽ നിന്ന് ഇത്രയും ദൂരം കൊണ്ട് വന്ന ആ കവറിലേക്ക് കുറച്ച് നേരം നോക്കി നിന്നു. കോപ്പി കൾ കൂടുതൽ എടുക്കാൻ സാദ്ധ്യമായ സ്ഥലത്ത് താമസിക്കുന്ന വദൂ ദിന് ഞാൻ കോപ്പി എടുത്ത കാര്യം തിരിച്ചറിയാതിരിക്കില്ല. അവന് എന്ത് എഴുതണമെന്ന് ആലോചിച്ച് ഞാൻ ഓഫീസിൽ ഇരുന്നു.

എന്നെ ഹോട്ടലിൽ എത്തിച്ച കസിനെ ഞാൻ ബന്ധപ്പെട്ടു. കാൾ എടുത്ത ഉടനെ തന്നെ ബാഗ്ദാദിലെ സാഹചര്യങ്ങളും മറ്റും സംസാരിച്ചു. കൂട്ടത്തിൽ ബാഗ്ദാദിൽ വെച്ച് ഞാൻ കണ്ട് മുട്ടിയ 'അയാളെ' കുറിച്ച് ഒന്നു അന്വേഷിക്കാൻ ആവശ്യപ്പെട്ടു.

"അല്ല വല്ല കല്യാണ ആലോചനയുമാണോ? അവളെ കുറിച്ചാണോ അന്വേഷിക്കേണ്ടത്?"

'നോ നോ... പെണ്ണല്ല പ്രശ്നം. ഞാൻ ബാഗ്ദാദിൽ വന്നപ്പോൾ മുതനബി സ്ട്രീറ്റിൽ വെച്ച് ഒരാളെ പരിചയപ്പെട്ടിരുന്നു. അയാൾ ഇവിടേക്ക് എനിക്ക് ഒരു കത്ത് എഴുതിയിട്ടുമുണ്ട്. അയാളെ കുറിച്ച് ഒന്ന് കൂടുതൽ അറിയണം"

"മതി, അത്രേം മതി. എന്താണ് കഥ. വല്ല സീരിയസ്സ് മാറ്ററും ആണോ?"

ഞാൻ കാര്യം തുറന്ന് പറഞ്ഞില്ല.

"ഹേയ് ഇല്ല. നോ പ്രോബ്ലം. ഒരു നോവൽ എഴുതി എഡിറ്റ് ചെയ്യാനുണ്ടായിരുന്നു. അയാൾ തന്നതാ.

പ്രിയപ്പെട്ട നുമൈർ സാറിന്,

സുഖസൗഖ്യമെന്ന് കരുതുന്നു. അതിനായി പ്രാർത്ഥിക്കുന്നു.

അവിടെ സുഖമായി എത്തിയിട്ടുണ്ടാകുമെന്ന് കരുതുന്നു. സുഖം തന്നെയല്ലേ. നിങ്ങൾക്കായി ഹോട്ടൽ ലോബിയിൽ വെച്ച കവർ കിട്ടിക്കാണുമെന്ന് കരുതുന്നു. വെരി സോറി. ഞാനന്ന് കുറച്ച് തിരക്കിലായിരുന്നു. നമ്മൾ കണ്ടതിന്റെ രണ്ടാമത്തെ ദിവസം ഞാൻ ഫിഹിറസിന്റെ ആദ്യ ഖണ്ഡിക ഒന്നൂടെ മറിച്ച് നോക്കി. അത് ശരിയായിട്ടില്ല എന്നാണ് എനിക്ക് തോന്നുന്നത്. വീണ്ടും പേനയും പേപ്പറും എടുത്ത് ചില തിരുത്തലുകൾ വരുത്തി. അഥവാ നിങ്ങളുടെ കൈവശമുള്ള രചന എനിക്ക് തിരിച്ചു വേണം എന്നാണ് ഞാൻ പറഞ്ഞ് വരുന്നത്. ചിറകിന് ബലം വെക്കാത്ത പക്ഷികുഞ്ഞാണത്. അതിനാൽ എത്രയും പെട്ടെന്ന് അത് താഴെ കാണുന്ന അഡ്രസ്സിലേക്ക് തിരിച്ച് അയയ്ക്കണം.

ശ്രീ. യാസിർ അലാ, അദ്നാൻ ലൈബ്രറി, വദൂദ് അബ്ദുൽ കരിം, മുതനബി റോഡ്, ബാഗ്ദാദ്. ഇറാഖ്.

അതിലെ ഒരു ഭാഗവും ഭാഷാന്തരം ചെയ്തിട്ടുണ്ടാകില്ല എന്ന് കരുതുന്നു. പ്രസാധനത്തിന് കൊടുക്കരുത് അതിന്റെ ഉള്ളടക്കത്തെ കുറിച്ച് ആരോടും പങ്കുവയ്ക്കരുത്. എന്റെ സാഹചര്യവും മറ്റും മനസ്സിലാക്കുമെന്ന് കരുതുന്നു. നിങ്ങളുടെ ബുദ്ധിമുട്ട് ഞാനും മനസ്സിലാക്കുന്നു.

സ്നേഹത്തോടെ,

വദൂദ്

അപ്പോ നാം നേരത്തെ തീരുമാനിച്ചത് പോലെ നിന്റെ മെയിൽ പ്രതീക്ഷിച്ചിരിക്കുകയായിരുന്നു ഞാൻ. ഞാൻ യാത്ര തിരിക്കുന്നതിന്റെ തൊട്ട് മുമ്പായി എനിക്കായി നീ അയച്ചു തന്ന വില പിടിപ്പുള്ള രണ്ട് സമ്മാനങ്ങളും കിട്ടിയതിൽ വളരെ സന്തോഷവാനാണ്. കർഖിയുടെ കവിതാ സമാഹാരം (എനിക്ക് അദ്ദേഹത്തിന്റെ കവിതകൾ വളരെ ഇഷ്ടമാണ്) അദ്ദേഹത്തിന്റെ കവിതാ ലോകത്തെ അടയാളപ്പെടുത്തുന്നത് തന്നെയാണ്. ആ പുസ്തകമാണ് ഇപ്പോ എന്റെ കൊച്ചു ലൈബ്രറിയിലെ ഏറ്റവും മൂല്യമുള്ള പുസ്തകം. നന്ദി. ഒരുപാട് നന്ദി. പക്ഷേ, അതിലും വിലകൂടിയ മുന്തിയ സമ്മാനമായി എനിക്ക് തോന്നിയത് നിന്റെ ഫിഗ്റസ് ആയിരുന്നു. അമ്മാനിലേക്ക് വരുന്ന വഴിയിലാണ് ഞാനത് വായിച്ചു തുടങ്ങിയത്. വായിച്ച് തുടങ്ങിയപ്പോൾ അതിന്റെ ബാക്കിഭാഗം കൂടി കിട്ടണം എന്ന ആഗ്രഹത്തിലാണ്. അത് കയ്യിൽ കിട്ടിയത് മുതൽക്ക് ഒരുപാട് ആവർത്തി ഞാൻ വായിച്ചുനോക്കി. ഇംഗ്ലീഷിലേക്ക് ഭാഷാന്തരം ചെയ്യണം എന്നാണ് കരുതുന്നത്. ഏതായാലും നിന്റെ എഴുത്തിന്റെ ശൈലിയും പ്രാസവും അത് ഒരു സംഭവം തന്നെയാണ്. എന്നെ വല്ലാതെ വീഴ്ത്തി എന്നു തന്നെ പറയാം. ഈ അദ്ഭുതലോകത്തൂടെ ഒഴുകി നടക്കാൻ എനിക്ക് ഒരു അവസരം നൽകി എന്നത് കൊണ്ട് തന്നെ എനിക്ക് വല്ലാതെ സന്തോഷമുണ്ട്, ഉള്ളത് പറയാമല്ലോ എനിക്ക് മാത്രമല്ല എല്ലാ വായനക്കാർക്കും നിന്റെ എഴുത്ത് ഇഷ്ടപ്പെടും. അത് ഉറപ്പാണ്. ഇപ്പോൾ നീ ഇത് തിരിച്ച് ചോദിക്കുന്നു. അത് നിന്റെ അവകാശമായിരിക്കാം. പ്രസാധകർക്കും എഴുത്തുകാർക്കുമുണ്ടല്ലോ ഒത്തിരി അവകാശങ്ങൾ. പക്ഷേ, എന്തോ എനിക്ക് ഇത് അംഗീകരിക്കാൻ വയ്യ. പൂർണ്ണമായ ആസ്വാദനം എന്നത് വളരെ ദുർലഭമായ ഒരു കാര്യം തന്നെയാണ്. പ്രത്യേകിച്ച് എഴുത്തിന്റെ മേഖലയിൽ. എഴുത്തിനെ വിലമതിക്കുന്ന, ജീവനായി കാണുന്ന എഴുത്തുകാരിൽ ഒരാളാണ് നിങ്ങളും. നിന്റെ കഴിവുകളെ മറ്റുള്ളവരിൽ നിന്ന് മറച്ച് പിടിക്കുക എന്നത് ഒരർത്ഥത്തിൽ നിന്നോട് തന്നെ ചെയ്യുന്ന ക്രൂരതയാണ്. വിളക്കുമാടങ്ങൾ വഴികാട്ടാനുള്ളതാണ്. ഞാൻ വായിച്ചു കഴിഞ്ഞ കഥയോട് എഴുത്തിനോട് നീ നീതി പുലർത്തിയിട്ടുണ്ട്.

ഞാൻ കൂടുതൽ എഴുതുന്നില്ല. ബാഗ്ദാദിൽ നിന്നും ഇത്രയും ദൂരം ചുമന്ന് കൊണ്ട് വന്ന ഈ പുസ്തകം ഞാൻ തിരിച്ച് തരികയാണ്. പൂർണ്ണമനസ്സോടെ. നിങ്ങൾ തീരുമാനം മാറ്റും എന്ന് തന്നെയാണ് കരുതുന്നത്. ഇത് ഇംഗ്ലീഷിലേക്ക് ഭാഷാന്തരം ചെയ്യാൻ ഞാൻ സർവ്വാത്മനാ സന്നദ്ധനാണ് എന്നത് വീണ്ടും ആവർത്തിക്കുന്നു. അതിന് മുമ്പ് അറബിയിൽ തന്നെ ഇത് പ്രസിദ്ധീകരിക്കേണ്ടതുണ്ട്. എന്തുതന്നെയായാലും നമ്മുടെ സൗഹൃദബന്ധം ഇതുപോലെ ഊഷ്മളമായി തന്നെ തുടരും എന്നാണ് കരുതുന്നത്. നിങ്ങളുടെ ഫോൺ നമ്പറോ ഇ മെയിൽ നമ്പറോ അയച്ച്

തരാൻ പറ്റുമെങ്കിൽ ചെയ്യുമല്ലോ. മറ്റു ചില കാര്യങ്ങൾ കൂടെ എന്റെ ചിന്തയിലുണ്ട്. പറ്റുമെങ്കിൽ നിങ്ങളെക്കുറിച്ച് ഒരു നോവൽ എഴുതിയാലോ എന്ന ആലോചനയിലാണ്.

സ്നേഹത്തോടെ,

പ്രിയ സഹോദരൻ

നുമൈർ ബഗ്ദാദി.

റവയുടെ ഒരു മെയിൽ ഇൻബോക്സിൽ വന്ന് കിടക്കുന്നുണ്ടായിരുന്നു.

"സുഖമല്ലേ, ആയിരിക്കുമെന്ന് കരുതുന്നു, വിശ്വസിക്കുന്നു. നമ്മുടെ ഡോക്യുമെന്ററിക്ക് ആവശ്യമായ അറബ്-ഇംഗ്ലീഷ് ശബ്ദം നൽകാൻ വന്ന അമേരിക്കൻ ഈജിപ്ഷന് ഇറാഖി-അറബിയുടെ ഭാഷ മനസ്സിലാകുന്നില്ലത്രേ. നിങ്ങൾ ഇപ്പോൾ കോളേജിലാണല്ലോ. പോരാത്തതിന് വിവർത്തനത്തിൽ അതിനിപുണനനും. ജോലിത്തിരക്ക് ഉണ്ടെന്ന് അറിയാം. എന്നാലും കിട്ടുന്ന സമയത്ത് ആവശ്യമായ, വിവർത്തനം ചെയ്ത് തരുമോ... ഒരു മൂന്നോ നാലോ ആഴ്ചയ്ക്കുള്ളിൽ മതി."

ഈ ജോലി ഏറ്റെടുക്കാൻ എനിക്ക് സന്തോഷമേ ഉള്ളൂ എന്ന് ഞാൻ മറുപടി അയച്ചു. അതിന് മറുപടിയായി സന്തോഷവാനായ റുവ പാസ് വേർഡ് സഹിതം ഫയൽ അയച്ചു തന്നു. ഡൗൺലോഡ് ചെയ്തു നോക്കിയപ്പോൾ ഇനിയും ഒരുപാട് വർക്ക് നടക്കാനുള്ളതുപോലെ തോന്നി. ബാഗ്ദാദിൽ വെച്ച് ഞങ്ങൾ 30 മണിക്കൂറിൽ എടുത്ത വീഡിയോ അവർ രണ്ടുപേരും എഡിറ്റ് ചെയ്ത് 3 മണിക്കൂറിനുള്ളതാക്കി മാറ്റിയിരുന്നു. ഇനിയും ഒരു എഡിറ്റിംഗിലൂടെ ഒന്നര മണിക്കൂറുള്ള ഫൈനൽ വീഡിയോ ആക്കേണ്ടതുണ്ട്. ഇതുവരെ ചെയ്ത് തീർത്ത ഡയലോഗിന്റെ കോപ്പിയും അയച്ചിരുന്നു. അത് വായിച്ച് റെഡ് മാർക്കിട്ട ഭാഗങ്ങൾ പ്രത്യേകം നോട്ട് ചെയ്യാനും പറഞ്ഞിരുന്നു.

ഓഫീസിലുള്ള വലിയ കമ്പ്യൂട്ടർ സ്ക്രീനിന്റെ മുന്നിൽ ഞാൻ കുറച്ച് നേരം ഇരുന്നു. സമയം മൂന്നു മണി. പാവം ഈജിപ്ഷ്യന് ഇറാഖികൾ മാത്രം ഉപയോഗിക്കുന്ന പദങ്ങളുടെ കറക്റ്റ് അർത്ഥം എവിടെ നിന്ന് കിട്ടാനാണ്? മൊത്തം വായിച്ച് തെറ്റുകൾ തിരുത്തിയും കൂട്ടിച്ചേർക്കാനുള്ളത് കൂട്ടിച്ചേർത്തും ഞാൻ എഴുത്ത് പൂർണ്ണമാക്കി. വായന തുടർന്നപ്പോഴാണ് പല രസകരമായ ഘട്ടങ്ങളും സംഭാഷണങ്ങളും അയാൾ എഴുതിയതിൽ നിന്ന് കാണാതെ പോയിരിക്കുന്നു എന്ന് മനസ്സിലാക്കിയത് സങ്കടമുണ്ടാക്കാതിരുന്നില്ല. ഏതായാലും കൂടുതൽ കൂട്ടാനോ കുറയ്ക്കാനോ ഞാൻ നിന്നില്ല. റുവ ഇറാഖി ഭാഷ തന്നെ വരുത്തണം എന്ന് പ്രത്യേകം പറഞ്ഞിരുന്നു. അയാൾ ഒഴിവാക്കിയതിൽ കാര്യമായും സദ്ദാമിനെക്കുറിച്ചുള്ള ചില കാഴ്ചപ്പാടുകൾ പറയുന്ന ഭാഗങ്ങളായിരുന്നു. അമേരിക്കയിലെ ഇടതുപക്ഷ ചിന്താഗതിക്കാർക്കിടയിൽ ഒരുപാട്

കാലമായി ഉണ്ടായിരുന്ന പ്രശ്നവുമായിരുന്നു. സാധാരണ ഭരണകൂടങ്ങളെ പിണക്കാതെ കാര്യങ്ങൾ ചെയ്യുന്നതായിരിക്കും എല്ലാവരുടേയും താത്പര്യം. പക്ഷേ, റുവ അമ്മാനിലേക്കുള്ള യാത്രയ്ക്കിടയിൽ പറഞ്ഞു.

"നമ്മുടെ ഈ ഫിലിം. അത് ഒരിക്കലും സദ്ദാമിനെക്കുറിച്ചല്ല; അധിനിവേശമാണ്. അതാണ് നമ്മുടെ വിഷയം. സദ്ദാം ഒരു മർക്കട മുഷ്ടിക്കാരനായ ഭരണാധികാരിയായിരുന്നു എന്ന് എല്ലാവർക്കും അറിയാം. പക്ഷേ, സദ്ദാം ഉണ്ടാക്കിയെടുത്ത ഏകാധിപത്യ മനോഭാവഭരണതലത്തെ ചിത്രീകരിക്കേണ്ടതുണ്ട്. തീർച്ചയായിട്ടും. എന്നിരുന്നാലും നമ്മുടെ ഫിലിം, അത് അധിനിവേശത്തെക്കുറിച്ചാണ്."

അതിന്റെ പേരിൽ ഞങ്ങൾ ഒരുപാട് സമയം തർക്കിച്ചിരുന്നു. ആരും തോറ്റില്ല. ആരും ജയിച്ചുമില്ല.

ഈ എഴുത്ത് കയ്യിൽ കിട്ടിയപ്പോഴാണ് മാസങ്ങൾക്ക് മുമ്പ് അനുഭവിച്ച് മറന്ന ഓർമകളും പുതിയ ജീവിതത്തിന്റെ ആനന്ദതുന്ദിലമായ സംസർഗ്ഗത്തിന്റെ ലയനവും ഇരമ്പിയെത്തിയത്. ഞാൻ ഉറക്കത്തിലായിരുന്നു. ഓർമകളുടെ ലോകത്ത് നിന്ന് മോചിതനായി സ്വപ്നലോകത്ത് പാട്ടുംപാടി നടക്കുന്ന ഒരു സ്വപ്നജീവി.

ഫിലിം കണ്ട് കൊണ്ടിരിക്കുന്ന ദിവസങ്ങളിൽ റുവയ്ക്ക് പോലും കണ്ടെത്താൻ സാധിക്കാത്ത, കാഴ്ചയ്ക്കപ്പുറത്തുള്ള സാന്ദർഭിക സംഭവ ചരിത്രങ്ങൾ ഓരോന്നായി എന്റെ മുന്നിൽ തിരശ്ശീല ഉയർത്തി ആടുന്നുണ്ടായിരുന്നു. അവ ഒരു കൊളാഷ് ചിത്രീകരണം എന്ന പോലെ ഒന്നിന് പിറകെ ഒന്നായി ഒഴുകി വന്നു. അബു നവാസ് സ്ട്രീറ്റിലെ ആ തടിച്ച ടാങ്കുകൾ. അബുനവാസിന്റെ ചിത്രം ക്യാമറയിൽ പകർത്തുന്നതിനിടയിൽ കയറി വന്ന അമേരിക്കൻ പട്ടാളക്കാരൻ എന്താണ് കാര്യം എന്ന് ചോദിച്ചത്, അമേരിക്കക്കാർ ബോംബിട്ടത് ഞങ്ങൾ പൊറുക്കും പക്ഷേ, ഉപരോധം കൊണ്ട് ഞങ്ങളെ ഇല്ലായ്മ ചെയ്യാൻ ശ്രമിച്ചതിന് ഒരിക്കലും മാപ്പ് കൊടുക്കാനാകില്ല എന്നും പറഞ്ഞ് കരഞ്ഞ അമ്പത് വയസ്സ് തോന്നിക്കുന്ന സ്ത്രീ. അന്ദുലിസിന്റെ തീരത്ത് വെച്ച് ജയിൽ കണ്ടതും അവിടത്തെ കിരാത ശിക്ഷാപീഡന വിവരങ്ങളും ചോദിച്ച് മനസ്സിലാക്കിയപ്പോൾ മനസ്സ് മരവിച്ചതും ഫോട്ടോ എടുക്കുന്നതിന് താൽക്കാലിക തടസ്സം നിന്നതും ഫോട്ടോ എടുക്കാൻ ആവശ്യപ്പെട്ടപ്പോൾ എനിക്കാവില്ലെന്ന് പറഞ്ഞതും ബാഗ്ദാദ് യൂണിവേഴ്സിറ്റിയിലെ ലൈബ്രേറിയൻ, അഗ്നിക്കിരയാക്കപ്പെട്ട പുസ്തകങ്ങൾക്കിടയിലൂടെയുള്ള അവളുടെ ആഗമന നിർഗ്ഗമനങ്ങൾ, സാഹിത്യസദസ്സിന്റെ അധ്യക്ഷൻ 'ഈ യുദ്ധങ്ങൾ ഞങ്ങളുടേതല്ല. അമേരിക്ക അക്രമത്തെ നേരിടട്ടെ' എന്ന് പറഞ്ഞതും, ഷറാട്ടൺ ഹോട്ടലിന്റെ മുന്നിൽ ഇരുന്ന് ഷൂ പോളിഷ് ചെയ്യുന്ന ചെറിയ കുട്ടികൾ, ഞങ്ങളുടെ ബാഗ്ദാദു ഒരു കാലത്ത് ഹോങ്കോങ്ങിനെ പോലെയാകുമെന്ന് പ്രതീക്ഷിക്കുന്ന ടാക്സി ഡ്രൈവർ. അങ്ങനെ അങ്ങനെ, ഞാൻ തീരെ കാണാത്ത കാഴ്ചകളും ഫിലിമിൽ

ഉണ്ടായിരുന്നു. ക്ഷീണിതമായ പത്തോളം മനുഷ്യരുടെ ദീപ്തമായ മുഖം. ആരും ഒന്നും പറയുന്നില്ല. ചുണ്ടുകൾ ചലിക്കുന്നതുപോലുമില്ല. എന്നാലും അവരുടെ മനസ്സിന്റെ വേദന കണ്ണിലൂടെ എനിക്ക് കാണാൻ കഴിയുന്നുണ്ടായിരുന്നു.

വെറുതെ ഇരുന്ന് മുഷിഞ്ഞപ്പോൾ ഞാൻ വദൂദിന്റെ ഫയൽ എടുത്ത് ഇനിയും വായിക്കാതെ കിടന്നിരുന്ന ഒരു പേജ് വായിക്കാൻ തുടങ്ങി.

ആൽബം കഥ പറയുന്നു

1980ലെ ആ ദിവസത്തിന് മുമ്പ് അതിന് കാര്യമായ സ്ഥാനമോ പരിഗണനയോ ഉണ്ടായിരുന്നില്ല, സ്റ്റാമ്പുകൾ ഒട്ടിച്ച് വെക്കുന്ന സ്വഭാവവും ഇല്ലായിരുന്നു. കോളിംഗ് ബല്ലിന്റെ ശബ്ദം കേട്ട് ജനാല വഴി പുറത്തേക്ക് നോക്കിയപ്പോൾ പുറത്ത് വാതിലിന്റെ അരികിൽ വസാം നിൽക്കുന്നത് കണ്ടു. അവനെ സ്വീകരിക്കാനായി ഞാൻ പുറത്തേക്കിറങ്ങി. തന്റെ കയ്യിലുണ്ടായിരുന്ന വലിയ തുണി സഞ്ചിയിൽ നിന്ന് വസാം വലിയ ഒരു പുസ്തകം പോലുള്ള ഒന്ന് പുറത്ത് എടുത്തു. പച്ച ചട്ടയുള്ള അത് കൈമാറുമ്പോൾ സങ്കട ശബ്ദത്തോടെ വസാം പറഞ്ഞു.

“ഇത് എന്റെ ലോകം. നിങ്ങൾ എടുത്തോളൂ... നിങ്ങളുടെ മനസ്സിനെങ്കിലും സമാധാനം കിട്ടട്ടേ.”

എന്തിനാണ് ആ പുസ്തകം തനിക്ക് വസാം തരുന്നത് എന്ന് മനസ്സിലായില്ലെങ്കിലും ഖൈസ് ആഹ്ലാദത്തോടെ സന്തോഷത്തോടെ അത് വാങ്ങി വെച്ചു. പതിയെ തടിച്ച താളുകൾ മറിച്ച് നോക്കി. കാലപ്പഴക്കം കൊണ്ടുള്ള നിറം മങ്ങലും പേജുകളിൽ അങ്ങിങ്ങായി മഷി പരന്നിട്ടുമുണ്ട്. ഇറാഖി പ്രിന്റ് ആണ്. മറ്റൊന്ന് മറ്റേതോ അറബ് നാട്ടിൽ നിന്നോ വിദേശ രാഷ്ട്രത്തിൽ നിന്ന് പ്രിന്റ് ചെയ്തതാണെന്ന് തോന്നുന്നു.

“ദൈവമേ, ഒന്നാന്തരമാണല്ലോ... അല്ല എന്തിനാണിത്? എന്താണ് കാര്യം?”

“എനിക്ക് ഒരു യാത്ര പോണം, എല്ലാം കൂടി ഏറ്റി നടക്കാൻ കഴിയില്ല.”

“എവിടെ പോകുന്നു?”

“ഭരണകൂടത്തിന് ഞങ്ങളെ പറഞ്ഞയയ്ക്കണം.”

“എങ്ങോട്ട്?”

“അറിയില്ല... ഇറാനിലേക്കായിരിക്കാം.”

“എന്തിന്?”

"വിധിയുടെ വിളയാട്ടമാണത്രെ."

"വിധിയുടെ വിളയാട്ടമോ... എന്താ കാര്യം... എനിക്ക് ഒന്നും മനസ്സിലായില്ല."

"ഞങ്ങൾ ഇറാനികളാണത്രെ, ഞങ്ങളുടെ മുൻഗാമികൾ ഇറാനികൾ ആയതുകൊണ്ട് ഞങ്ങളും ഇറാനികളാണ് എന്ന്..." പരിഹാസ സ്വരം. ഞാൻ വസാമിന്റെ വാക്കുകളിൽ ശ്രദ്ധിച്ചു.

"സത്യത്തിൽ നീ ഇറാനിയാണോ?"

"അല്ല, എന്റെ മുത്തച്ഛന്റെ കൈയിൽ ഇറാനി പാസ്പോർട്ടുണ്ട് എന്ന് മാത്രം."

'വരത്തൻ' എന്ന പദത്തിന്റെ അർത്ഥം ഖൈസിന് പൂർണ്ണമായി മനസ്സിലാക്കാൻ കഴിഞ്ഞില്ലെന്ന് മാത്രമല്ല ഒരു രാത്രിയുടെയും പകലിന്റെയും മറവിൽ വസാം എങ്ങനെയാണ് വിദേശിയും അപരിചിതനുമായി മാറിയതെന്നും തിരിച്ചറിയാനായില്ല. വസാം ഇവിടം വിട്ടുപോകുന്നു എന്ന് പറഞ്ഞാൽ തന്റെ കൂടെ നടക്കാൻ ആരുമുണ്ടാകില്ല. ഇനി മുതൽ സ്കൂളിൽ നിന്ന് തനിച്ച് പോകണം എന്നതായിരുന്നു അവന് മനസ്സിലായത്. കൂടുതൽ എന്തെങ്കിലും പറയാനാകുന്നതിനു മുമ്പുതന്നെ വസാം പറഞ്ഞു.

"സ്റ്റാമ്പ് കളക്ഷൻ ബുക്ക് വാങ്ങിച്ചോളൂ. നിനക്ക് സാധിക്കുമെങ്കിൽ അത് സൂക്ഷിച്ചു വെക്കൂ. ശരിക്ക് ഒന്ന് പുകയും ചൂടും തട്ടിച്ചാൽ മുകളിലുള്ള പശ ഇളകി പോരും. പിന്നെ നിന്റെ ഇഷ്ടത്തിന് അനുസരിച്ച് അത് ഉപയോഗിക്കാം."

സ്റ്റാമ്പ് കളക്ഷൻ ബുക്കിന്റെ കൂടുതൽ വിവരങ്ങളൊന്നും ഖൈസ അവനോട് ചോദിക്കാൻ നിന്നില്ല. അവൻ മറ്റൊരു കാര്യമാണ് ചോദിച്ചത്.

"നിങ്ങൾ പോവുക തന്നെയാണോ? എന്നാ തിരിച്ച്?"

"എനിക്കറിയില്ല."

യാത്ര അയയ്ക്കാനായി ആലിംഗനം ചെയ്യുന്നതിന്റെ തൊട്ടു മുമ്പേ തന്റെ കൂട്ടുകാരന്റെ കണ്ണിലെ വേദനയിൽ കുതിർന്ന പങ്കപ്പാട് ഖൈസ കണ്ടു. വസാമിനു നല്ല ഉയരമുണ്ടായതിനാൽ ഖൈസിനെ അവന്റെ നെഞ്ച് വരെ എത്താനേ കഴിഞ്ഞുള്ളൂ. വസാമിന്റെ കൈകൾ ഖൈസിന്റെ തലയിലുമായിരുന്നു. രണ്ടു പേരും ആലിംഗനബദ്ധരായി അല്പനേരം നിന്നു. ഖൈസിന് ഒന്ന് ഉറക്കെ കരയണം എന്നു തോന്നിയെങ്കിലും കരഞ്ഞില്ല.

എല്ലാം വളരെ പെട്ടെന്നാണ് സംഭവിച്ചത്. ഖൈസ തന്റെ കൂട്ടുകാരൻ അകന്ന് പോകുന്നത് വാതിൽപ്പടിയിൽ നിന്ന് നോക്കി നിന്നു. വസാം റോഡിന്റെ അറ്റത്ത് എത്തിയപ്പോൾ തിരിഞ്ഞ് ഖൈസിനെ നോക്കി അകലെ നിന്ന ഏതാനും സെക്കന്റുകൾ കൈവീശി കാണിച്ചു. വലതു കൈയിലുണ്ടായിരുന്ന ആൽബം

ഇടത് കൈയിലേക്കു മാറ്റി വലതുകൈ കൊണ്ട് തിരികെ കന ത്തിൽ കൈവീശി കാണിച്ചു. ഒരിക്കൽകൂടെ കാണാനാകുമോ എന്നറിയില്ല. വീടിന്റെ അകത്തേക്കു കയറി ആൽബത്തിന്റെ കവർ തന്റെ റൂമിൽ കൊണ്ടുപോയി വെച്ചു. വസാമാണ് അത് നൽകി യത് എന്ന് ആരോടും പറഞ്ഞതുമില്ല. അത് തന്റെ ചെറിയ ലൈബ്രറിയിലെ 'മാസികകൾ', 'സംഗീതം' എന്നൊക്കെ എഴുതി യിരുന്ന റാക്കിന്റെ ഏറ്റവും മുകളിലായി വെച്ചു.

ബാഗ്ദാദ് കോളേജ് സ്കൂളിലെ ഖൈസിന്റെ ആദ്യ വർഷമായി രുന്നു അത്. വസാം സെക്കന്ററി നാലാം വർഷവുമായിരുന്നു. മൂന്ന് വയസ്സിന്റെ മൂപ്പിളിമ ഖൈസിന് വസാമിനോട് ഒരു അനിയൻ എന്ന തോന്നലുണ്ടാക്കാൻ മതിയായതായിരുന്നു. ഖൈസും വസാമും അനിയൻ ബാവ ചേട്ടൻ ബാവയായി മാറാനുണ്ടായ കാരണം ഖൈസിന്റെ അമ്മയായിരുന്നു. സ്കൂൾ ബസ് വരുന്നിടത്തേക്ക് ഖൈസിന്റെ കൈ പിടിച്ച് നടന്നു പോകുന്നതിനിടയിലാണ് വസാം ആദ്യമായി അവരെ കാണുന്നത്. ഖൈസിന്റെ അമ്മ ചോദിച്ചു.

"ഹോട്ടൽ റോഡിന്റെ വലതുവശത്തല്ലേ നിങ്ങളുടെ വീട്?"

"അതെ അമ്മായി..."

"അതാണ്. നിന്നെ നേരത്തെ കണ്ടിട്ടുണ്ട് എന്നൊരു തോന്നലു ണ്ടായത് വെറുതെയല്ല; ന്താ നിന്റെ പേര്?"

"വസാം"

"മോനേ വസാമേ, തിരിച്ചു വരുമ്പോ ഖൈസിനെ ഒന്ന് ശ്രദ്ധി ക്കണം ട്ടോ... എന്നിക്കോ അവന്റെ അച്ഛനോ എല്ലായ്പോഴും വരാൻ ഒക്കത്തില്ല. നേരെ നോക്കി നടക്കണം. പതുക്കെ. തിരക്കു കൂട്ടി ഓടരുത്. ഇവനെ നിന്റെ കുഞ്ഞനിയനായി നോക്കണം. കാറുകൾ അവനെ വന്ന് തട്ടോന്ന് നല്ല പേടിയുണ്ട്."

"പേടിക്കണ്ട അമ്മായി..."

"മതി മോനേ..."

ഖൈസിന്റെ അമ്മ അവന് മുത്തം നൽകിയപ്പോൾ അവൻ നാണിച്ച് തല താഴ്ത്തി. വസാമിന്റെ കൂടെ എപ്പോഴും നിൽക്കണം എന്ന് അമ്മ പറഞ്ഞത് അവൻ മൂളി കേട്ടു. അവർക്കായിരുന്നു മകന്റെ തിരിച്ചുവരവിൽ കൂടുതൽ ആധിയുണ്ടായിരുന്നത്. കാരണം വീട്ടിൽ നിന്ന് അകലെയുള്ളതാണെങ്കിലും നല്ല കുട്ടികൾ മാത്രം പഠിക്കുന്ന സ്കൂളിൽ അച്ഛന് താത്പര്യമില്ലാതിരുന്നിട്ട് പോലും അവനെ കൊണ്ടുപോയി ചേർത്തത് അമ്മയുടെ നിർബന്ധം ഒന്നുകൊണ്ട് മാത്രമായിരുന്നു. അച്ഛന് ഖൈസ വീടിന്റെ അടുത്തുള്ള സ്കൂളിൽ പോയി പഠിക്കട്ടെ എന്നാണുണ്ടായിരുന്നത്.

അന്ന് വസാം ഖൈസിനോട് ഒന്നും പറഞ്ഞില്ല. ചെറിയ ഒരു ചിരിയിൽ എല്ലാം ഒതുക്കി. സ്കൂൾ ബസ് വന്നപ്പോൾ വസാം വർഷങ്ങളായി തനിക്ക് പരിചയമുള്ള കൂട്ടുകാർക്കൊപ്പം ബസ്സിന്റെ

പിറകിലെ സീറ്റിൽ പോയിരുന്നു. ഖൈസ് മദ്ധ്യത്തിൽ ഒഴിഞ്ഞു കിടന്നിരുന്ന സീറ്റിലും ഇരുന്നു. അന്ന്, ഇന്റർവെൽ സമയത്തു പോലും അവർ പരസ്പരം കണ്ടില്ല. നാല് കെട്ടിടങ്ങളും മൈതാനവും ചുറ്റുമതിലുമുള്ള വലിയ സ്കൂൾ തന്നെയായിരുന്നു അത്. അവർ പരസ്പരം കണ്ടത് വൈകുന്നേരം ഇറങ്ങുന്ന സമയത്തും സ്ഥലത്തുമായിരുന്നു.

ബസ്സിറങ്ങി വീട്ടിലേക്ക് ഏകദേശം അരമണിക്കൂർ നടക്കാനുള്ള ദൂരമുണ്ടായിരുന്നു. ബസ്സിറങ്ങി എതിർദിശയിലേക്ക് മുറിച്ചു കടന്നു. ഗോർനഖ് ടീ ഷോപ്പിന്റെ മുന്നിലൂടെ അവർ മുന്നോട്ടു നടന്നു. അതിന്റെ മുന്നിലായി ഒരു ബസ്സ്റ്റോപ്പുണ്ടായിരുന്നു. അവിടെ നിന്ന് ബസ് കയറിയാൽ അഞ്ച് മിനുട്ട് മാത്രം നടക്കാവുന്ന ദൂരത്തേക്ക് എത്താൻ കഴിയുമായിരുന്നു. പക്ഷേ, ആ ബസ്സ് വസാം പറഞ്ഞതുപോലെ 'കൊല്ലിക'യായിരുന്നു. ഒരു കൊല്ലത്തിൽ ഒരിക്കൽ സമയത്ത് വന്നെങ്കിലായി. ഒരു ദിവസം സ്കൂൾ ബസ്സിൽ നിന്ന് ഇറങ്ങി. ഏതാനും സെക്കന്റുകൾക്കുശേഷം ആളുകളെ കുത്തിനിറച്ചത് കാരണം പതുക്കെ ഇഴഞ്ഞുപോകുന്ന ആ ബസ്സിനെ കണ്ടു. മുങ്ങാൻ പോകുന്ന കപ്പൽ പോലെയായിരുന്നു അത്.

മെയിൻ റോഡിൽ നിന്ന് ചെറിയ ഒരു പോക്കറ്റ് റോഡിലേക്ക് അവർ തിരിയും. അവിടെയാണ് 'ഓക്സിജൻ ഫാക്ടറി' സ്ഥിതി ചെയ്യുന്നത്. സത്യത്തിൽ 'ഓക്സിജൻ ഫാക്ടറി' എന്ന പേര് ഖൈസിന്റെ സംഭാവനയാണ്. പുറത്ത് എവിടെയോ കണ്ട ആ പേര് ഈ സ്ഥലത്തിന്റെ സ്വഭാവം കണ്ട് അവൻ വിളിച്ചതായിരുന്നു. അവിടെ ഫാക്ടറിയുടെ ഉള്ളിൽ വലിയ ശ്വാസകോശമുണ്ട് എന്നാണ് ഖൈസ കരുതിയിരുന്നത്. മനുഷ്യശ്വാസകോശത്തിന്റെ പ്രവർത്തനത്തിനു നേർവിപരീതമെന്നതുപോലെ അന്തരീക്ഷത്തിലെ കാർബൺ ഡൈ ഓക്സൈഡ് വലിച്ചെടുത്ത് ഓക്സിജൻ അവിടെ യന്ത്രങ്ങളിൽ കുരുക്കിയിട്ടിരിക്കുന്ന കുറ്റികളിലേക്ക് ഊതി നിറയ്ക്കുന്നു. ബലൂണുകളിൽ ഓക്സിജൻ അല്ലാത്ത പല വാതകങ്ങളും നിറയ്ക്കുമെന്ന് അവന് അറിയാമായിരുന്നു. മരം കൊണ്ട് നിർമ്മിച്ച ഫാക്ടറിയുടെ മുകളിലുള്ള ടാങ്കും അതിലേക്ക് വെള്ളം വന്നു വീഴുന്ന പൈപ്പും കണ്ടതോടെ അവന്റെ പല ധാരണകളും തെറ്റായിരുന്നു എന്ന് മനസ്സിലായി. ഫാക്ടറിയുടെ ഒരു ഭാഗത്തായി നീളമുള്ള ഓക്സിജൻ കുറ്റികളും അവൻ കണ്ടിരുന്നു. ചില സമയത്ത് ചെറിയ ട്രക്കുകളിൽ ആ കുറ്റികൾ തൊഴിലാളികൾ കൊണ്ടുപോകുന്നതും അവൻ കണ്ടിട്ടുണ്ട്. ഓക്സിജൻ ഫാക്ടറി റോഡിന്റെ ശേഷം ഇടതുതിരിഞ്ഞ് കനാൽറോഡിലേക്കു തിരിയും. ഇടിഞ്ഞുപൊളിഞ്ഞു കിടക്കുന്ന വലിയ ചുമരുകൾ മാത്രം ബാക്കിയുള്ള വലിയ ഗോഡൗണിന്റെ അരികിലൂടെയാണ് അവർക്കു കടന്നുപോകാനുണ്ടായിരുന്നത്. അവരുടെ വഴിയിൽ ഇതായിരുന്നു വസാമിന്റെ അമ്മയ്ക്ക് പേടിയുണ്ടായിരുന്ന സ്ഥലം.

ആദ്യ ദിവസം തിരിച്ച് വരുമ്പോൾ കാര്യമായി ആരും ഒന്നും സംസാരിച്ചില്ല. ഖൈസ് വസാമിനോട് ഇഷ്ടപ്പെട്ട ഫുട്ബോൾ ക്ലബ്ബ് ഏതാണ് എന്ന ചോദിച്ചുകൊണ്ടാണ് സംസാരം തുടങ്ങിയത്. കുട്ടികൾക്കൊപ്പം ഫുട്ബോൾ കളിക്കുന്ന വസാമിനെ അവൻ ഇതിനു മുമ്പ് കണ്ടിട്ടുണ്ടായിരുന്നു.

"ഖൈറാൻ, നിന്റേതോ?"

ഖൈസിന് ഫുട്ബോളിനോട് വലിയ ഇഷ്ടമുണ്ടായിരുന്നില്ല. അതിനെ ക്കുറിച്ച് കൂടുതൽ അറിയുകയുമില്ലായിരുന്നു. പക്ഷേ അവന്റെ അച്ഛന് സ്റ്റുഡന്റ്സ് ക്ലബ്ബിനോട് വളരെ ഇഷ്ടമായിരുന്നു. അത് ഓർത്ത് അവൻ പറഞ്ഞു.

"സ്റ്റുഡന്റ്സ് ടീം."

"സ്റ്റുഡന്റ്സ്? എന്തേ?"

താഴെ കണ്ട ചെറിയ കല്ല് സ്റ്റുഡന്റ്സിന്റെ പോസ്റ്റിനു നേരെ പന്തെന്ന പോലെ അടിക്കുമ്പോൾ അവൻ ചോദിച്ചു.

"നോക്കൂ ഈ കല്ല് തട്ടി തട്ടി നമുക്ക് വീട്ടിലേക്കു പോയാലോ."

അവർ രണ്ടുപേരും കല്ല് മുന്നോട്ട് തട്ടിക്കൊണ്ടിരുന്നു. അടുത്ത ഏതാനും മാസങ്ങളിൽ ഇത് തന്നെയായിരുന്നു അവരുടെ കളിയും കാര്യവും. ആവേശം മൂത്ത് ആരെങ്കിലും വീശിയടിച്ചാൽ തെറിച്ചു പോകുന്ന കല്ല് തിരിച്ചെടുക്കാൻ നിൽക്കാതെ പുതിയ ഒരു കല്ല് കണ്ടെത്തി അടുത്ത കളി തുടങ്ങുകയായിരുന്നു പതിവ്. ചില സമയത്ത് കല്ലിനു പകരം നിലത്ത് വീണു കിടക്കുന്ന ഒഴിഞ്ഞ ടിന്നുകളായിരുന്നു. അവരുടെ 'ഫുട്ബോൾ' ഖൈസിന്റെ വീട് കുറച്ചു ദൂരെയായതു കൊണ്ട് തന്നെ വസാം തന്റെ വീട് കഴിഞ്ഞിട്ടും അവന്റെ കൂടെ വീടു വരെ പോയി. വസാം ചോദിച്ചു.

"താക്കോലുണ്ടോ നിന്റടുക്കൽ?"

"ഇല്ല. അമ്മമ്മ വീട്ടിൽ തന്നെ കാണും. അവർ വാതിൽ തുറന്നു തരും."

അമ്മമ്മ വന്ന് വാതിൽ തുറന്ന് ഖൈസിനെ അകത്തേക്കു കൊണ്ടു പോകുന്നതുവരെ കാത്തുനിന്ന വസാം യാത്ര പറഞ്ഞ് തിരിച്ചു നടന്നു.

ഖൈസിന്റെ വീടിന്റെ തൊട്ടടുത്ത് താമസിക്കുന്ന അഞ്ചോളം കുട്ടികളുമായാണ് അവന്റെ അച്ഛനും അമ്മയും കാറിൽ ബസ് സ്റ്റോപ്പിന്റെ അരികിൽകൊണ്ട് വന്ന് ഇറക്കിയിരുന്നത്. മറ്റുള്ള കൂട്ടുകാർ ഉള്ളതിനാൽ തന്നെ വസാം അവനോട് കൂടുതലായി സംസാരിക്കാൻ നിന്നില്ലെങ്കിലും അവനെ സ്നേഹത്തോടെ നിരീക്ഷിക്കുന്നുണ്ടായിരുന്നു. പലപ്പോഴും കാന്റീനിൽനിന്ന് ഭക്ഷണം എളുപ്പത്തിൽ ലഭിക്കാൻ ഖൈസിനെ സഹായിച്ചിരുന്നു. അഞ്ചാം പിരീയഡ് കഴിഞ്ഞ് ബെല്ലടിച്ചാൽ ഉച്ചഭക്ഷണത്തിനുള്ള

ഇടവേളയിൽ കാന്റീനിലേക്ക് കുട്ടികളുടെ തള്ളിക്കയറ്റമായിരിക്കും. സാൻഡ്‌വിച്ചിനുള്ള മഹായുദ്ധത്തിൽ തണ്ടും തടിയുമുള്ളവർ ജയിക്കാറായിരുന്നു പതിവ്. ഖൈസിന് ആ തല്ലും തലോടലും കണ്ട് മോഹിപ്പിക്കുന്ന കുരുമുളകു ചേർത്ത സാൻഡ്‌വിച്ചിന്റെ സ്വാദും ഓർത്തുകൊണ്ടിരിക്കാൻ മാത്രമാണ് സാധിച്ചിരുന്നത്. അവന്റെ ഈ നില്പ് കണ്ട് വസാം ഖൈസിനോട് പറഞ്ഞു.

"കാശ് താ, ഞാൻ വാങ്ങിച്ചു തരാം."

യാത്ര പറഞ്ഞു പോയതിന്റെ തൊട്ടുത്ത ദിവസം ശനിയാഴ്ച രാവിലെ സാധാരണ വസാം നിൽക്കാറുള്ള സ്ഥലത്ത് കണ്ടില്ല. അന്ന് ഖൈസ തനിച്ചാണ് വീട്ടിലേക്കു മടങ്ങിയത്. വസാമിന്റെ വീടിന്റെ മുമ്പിലൂടെ കടന്നുപോകുമ്പോൾ അകത്ത് കാർപോർച്ചിൽ അവന്റെ അച്ഛന്റെ വെളുത്ത പിജിയോ കാർ കിടക്കുന്നതു കണ്ടു. വീടിന്റെ വാതിലിന്റെ മുന്നിൽ സംശയിച്ച് അല്പനേരം നിന്നു. നാണം അല്പനേരത്തേക്ക് മറന്ന് ഖൈസ വസാമിന്റെ വീടിന്റെ വൈദ്യുത ബെൽ പതിയെ അടിച്ചു. ആരും പുറത്തേക്കു വന്നില്ല. അല്പനേരം കഴിഞ്ഞ് ഒന്നുകൂടെ അടിച്ചു. പക്ഷേ, ആരും പുറത്തു വന്നില്ല. ജനാല വിരി അകത്തെ കാഴ്ച മറച്ചിരുന്നു. തിരിച്ചുപോരുമ്പോൾ വസാം അവസാനമായി പറഞ്ഞ 'വരത്തൻ' എന്ന വാക്ക് അവന്റെ മനസ്സിലേക്ക് ഓടിക്കിതച്ചു വന്നു. അതിനെക്കുറിച്ച് തന്റെ അച്ഛനമ്മമാരോട് ചോദിച്ചപ്പോഴും വ്യക്തമായ ഉത്തരം കിട്ടിയിരുന്നില്ല.

"ന്താ ഈ വരത്തൻന്ന് വെച്ചാ?"

അച്ഛൻ ഒന്നും കേൾക്കാത്ത പോലെ ഒന്നും പറയാതെ അടുത്ത ആഴ്ചയിലെ കളികളുടെ ഫിക്സ്ചർ നോക്കിയിരുന്നു. അതു കേട്ടു നിന്ന അമ്മ ചോദിച്ചു.

"ന്തിനാ അതൊക്കെ ചോദിക്കുന്നത്?"

അമ്മയോട് അവൻ വസാമിന്റെ കഥ പറഞ്ഞുകൊടുത്തു. തന്റെ വലതു കൈ അവന്റെ മുഖത്തു വെച്ച് അമ്മ പറഞ്ഞു.

"അല്ല. എല്ലാം വിധിയാണ്. ദൈവം അവരെ കാക്കട്ടെ. ന്റെ കുട്ടി അതിന്റെ പിറകെ പോയി ബുദ്ധിമുട്ടണ്ട."

അവൻ ചോദ്യം അച്ഛനോട് വീണ്ടും ആവർത്തിച്ചു.

"അച്ഛ, ന്താ ഈ വരത്തൻന്ന് വെച്ചാ?"

"അത് ... അവർ വിദേശികളാണ് എന്നാണ് അതുകൊണ്ട് അർത്ഥമാക്കുന്നത്."

"അതിന് എന്തിനാ അവരെ ആട്ടിയോടിക്കുന്നത്?"

അമ്മ ഇടയിൽ കയറി പറഞ്ഞു.

"ഇറാനോടുള്ള പല പ്രശ്നങ്ങളിൽ ഒന്നാണ് ഇതും. അവരുടെ മുത്തച്ഛന്മാർക്ക് ഇറാനുമായി എന്തെങ്കിലും ബന്ധമുണ്ടാകും."

"ഇറാനി പാസ്പോർട്ടുള്ള അവരുടെ മുത്തച്ഛന്മാർ ഈ നാട്ടിൽ നിന്ന് ഇറാനിനെതിരെ ചാരപ്പണി നടത്തുന്നുണ്ട് എന്ന് അർത്ഥം അത് തന്നെയാണോ അതിന്റെ പ്രശ്നം?"

"ന്തിനാ അങ്ങനെ പറയുന്നത്? സത്യത്തിൽ എല്ലാ ഇറാനികളും അങ്ങനെയാണോ? പിന്നെ കുട്ടികളുടെ മുമ്പിൽ ഇങ്ങനെ ഒന്നും പറയരുത്. ഞാൻ പറഞ്ഞ് കൊടുത്തോളാം."

അമ്മ തർക്കത്തിന് ഒന്നും നിന്നില്ല. അന്നത്തെ ആ സംസാരം കഴിഞ്ഞതിനുശേഷം അമ്മ തന്നെയാണ് ഖൈസിന് കാര്യങ്ങൾ വിശദീകരിച്ച് പറഞ്ഞുകൊടുത്തത്. പണ്ടു കാലത്ത് ഉസ്മാനി, ഇറാനി പാസ്പോർട്ടുള്ള ആർക്കും അങ്ങോട്ടും ഇങ്ങോട്ടും പോകാമായിരുന്നു. ആർക്കും ഒരു പ്രശ്നവുമുണ്ടായിരുന്നില്ല. വസാമിനെയും കുടുംബത്തെയും അകറ്റി നിർത്തിയതിൽ ആ അമ്മയ്ക്ക് സങ്കടമുണ്ടായിരുന്നു. പക്ഷേ തന്റെ മകൻ സ്കൂൾ വിട്ടുവരുന്നത് ഇനി മുതൽ തനിച്ചാകുമല്ലോ എന്നതായിരുന്നു അവരെ കൂടുതൽ ഭയപ്പെടുത്തിയത്. തനിക്ക് വഴി അറിയാമെന്നും അപകടമുള്ള സ്ഥലത്തേക്ക് താൻ പോകില്ലെന്നും പറഞ്ഞ് ഖൈസാണ് അമ്മയെ ആശ്വസിപ്പിച്ചത്.

വസാമിന്റെ വീടിന്റെ അരികിലെത്തുമ്പോൾ എന്നും ഖൈസിന്റെ നടത്തത്തിന്റെ വേഗത കുറയും. അവർ മടങ്ങി വന്നിട്ടുണ്ടെന്നതിന് വല്ല തെളിവും കിട്ടും എന്നതായിരുന്നു ഓരോ തവണ നോക്കുമ്പോഴും അവൻ ശ്രദ്ധിച്ചിരുന്നത്. രണ്ടാഴ്ചകൾക്കുശേഷം താഴിട്ട് പൂട്ടിയിരുന്ന പോർച്ചിനകത്തെ കാർ അപ്രത്യക്ഷമായത് ഖൈസ ശ്രദ്ധിച്ചു. ഒരാഴ്ച കൂടി കഴിഞ്ഞതോടെ വീടിനു മുമ്പിൽ പുകവലിച്ചുകൊണ്ട് ഒരു യുവാവ് നിൽക്കുന്നതും ഖൈസ കണ്ടു. അവൻ അയാളുടെ അടുക്കൽ ചെന്നു.

"വസാമുണ്ടോ?"

"വസാമോ? ആരാണത്?"

"വസാം. ഇത് അവരുടെ വീടാണ്."

മോനേ, ഇത് വീടല്ല മോനേ. പാർട്ടിയുടെ സ്വത്താണ്, പാർട്ടിയുടെ ഹെഡ് ക്വാർട്ടേഴ്സാണിത്."

ഒന്നും തിരിച്ചു പറയാൻ നിൽക്കാതെ ഖൈസ വീട്ടിലേക്കു വലിഞ്ഞു നടന്നു. അച്ഛനോട് വസാമിന്റെ വീട് പാർട്ടി ഓഫീസ് ആയിമാറിയെന്ന് പറഞ്ഞപ്പോൾ കൂടുതൽ ഭാവമാറ്റമൊന്നും കണ്ടില്ല. കാര്യമായ വിശദീകരണം നൽകിയതുമില്ല.

"നീ ആവശ്യമില്ലാത്ത കാര്യങ്ങളിൽ തലയിടണ്ട" എന്നു മാത്രം പറഞ്ഞ് ഒഴിഞ്ഞു.

അന്ന് അമ്മ കവിളിൽ കൈ ചേർത്തുവെച്ചില്ല. നിഷേധഭാവത്തിൽ തല കുലുക്കി അമ്മ പറഞ്ഞു.

“മഹാപാപം... അവരെ എവിടെ കൊണ്ടുപോയി തള്ളിയോ ആവോ?”

ഖൈസിനെ അതുപോലത്തെ വാർത്തകളിൽ നിന്ന് അകറ്റി നിർത്താൻ ശ്രമിക്കുന്നതിനിടയിലാണ് ‘വരത്തന്മാർ’ എന്നറിയപ്പെട്ടിരുന്നവരെ ഇറാനി അതിർത്തിയിൽ കൊണ്ടുപോയി തള്ളിയതിന്റെ വാർത്തകൾ കേൾക്കാനിടയായത്. ഒരാൾക്കും അറിയില്ല. അറിയാനും കഴിയുമായിരുന്നില്ല. നിലവിൽ അവരുടെ സ്ഥിതി എന്താണെന്ന്? താൽക്കാലിക ടെന്റുകളിൽ അഭയാർത്ഥികളായി ആ അതിർത്തിയിൽ തന്നെ ജീവിക്കുന്നുവോ അതോ ഇറാനി സർക്കാർ അവർക്കു ദേശത്തേക്ക് കയറിവരാനുള്ള അനുവാദം നൽകിയോ. യുദ്ധം വന്നതോടെ അതിന്റെ തുടർനടപടികളുമായി ഇരുരാജ്യങ്ങളും മുന്നോട്ടു പോയതോടെ ‘വരത്തന്മാരുടെ’ കഥകൾ എല്ലാവരും മറന്നു. എല്ലാവർക്കും പറയാനും പങ്കുവെക്കാനും പുതിയ വിഷയങ്ങൾ ലഭിക്കുകയും ചെയ്തു. യുദ്ധം.

വസാം ഉത്തരം കിട്ടാത്ത ചോദ്യങ്ങളെപോലെ തന്റെ സകലതും ഉപേക്ഷിച്ച് ബാഗ്ദാദിലൂടെ അലഞ്ഞുതിരിഞ്ഞു നടന്നു. ഖൈസിന് തന്റെ കൂട്ടുകാരനെ മറക്കാനും കഴിഞ്ഞില്ല. തനിക്കു തോന്നുമ്പോഴെല്ലാം തന്റെ ലൈബ്രറിയിൽ നിന്ന് ആ കൊച്ചു ആൽബം എടുത്തു മറിച്ച് നോക്കും. അതിലെ ചിത്രങ്ങളുടെ മുകളിലൂടെ കൈകൾ നടത്തി തന്റെ സ്നേഹിതന്റെ മധുരിതമാം ഓർമ്മകളുമായി ഇത്തിരി നേരം ചിലവഴിക്കാനുള്ള അവന്റെ ആഗ്രഹമായിരുന്നു ഓരോ തവണത്തേയും ആൽബം കാഴ്ച. ഓർമ്മകളുടെ ജാലകത്തിലൂടെയുള്ള ഒരു എത്തിനോട്ടം. ആഗ്രഹങ്ങളുടെയും സ്വപ്നങ്ങളുടെയും ലോകത്തേക്കുള്ള ഒരു യാത്ര. പക്ഷേ ആ ജാലകം വികൃതരൂപം പൂണ്ട മനുഷ്യകോലങ്ങളുടെയും കല്ലുകളുടെയും ജീവികളുടെയും നേർക്കാഴ്ചകളായിരുന്നു താനും. ഓരോ തവണ ആൽബത്തിലൂടെയുള്ള യാത്രയിലും തന്നെ തുരത്താൻ ഈ ദുഷ്ടമൃഗങ്ങൾ വരിയായി നിൽക്കുന്നുണ്ട് എന്ന് അവനു തോന്നാറുണ്ടായിരുന്നു. അവർക്കാർക്കും ജീവനില്ലാത്തതുകൊണ്ടും കുത്തിപ്പറയാൻ നാവില്ലാത്തതുകൊണ്ടും താൻ രക്ഷപ്പെട്ടു പോകുന്നു എന്നു മാത്രം.

അബ്രഹാം ലിങ്കൺ, ഹെലൻ കെല്ലർ, എലിസബത്ത് രാജ്ഞി, ചാൾസ് ഭംഗൽ, ഫൈസൽ രാജാവ് ഒന്നാമൻ, ഫൈസൽ ഒന്നാമൻ രാജാവിന്റെ ശവകുടീരം, പഴയ വിമാനം, ഫൈസൽ രണ്ടാമൻ ചക്രവർത്തി, വിപ്ലവകാരി അബ്ദുൽ കരീം ഖാസിം തെളിച്ചു നിൽക്കുന്ന നെരിപ്പോട്, ബാബിലോണിയൻ സിംഹം, മഅറൂഫ് റുസാഫി, ഇരുപതുകളുടെ കലാപദൃശ്യം, ലബനാനി കുരുവി, പൂച്ച, ഇറാഖിസേന ദിനം, ഇറാഖി സ്റ്റേഷൻ, യുഎഇ ആറാം ദേശീയ ദിനം, ഫുജൈറ, അറബ് പാത്രം, ജമാൽ അബ്ദു

നാസർ, അറബ് ഏകത തുടങ്ങിയതായിരുന്നു ആൽബത്തിലെ ചിത്രങ്ങൾ.

വസാമിന്റെ ആൽബത്തിലേക്ക് കൂടുതൽ സ്റ്റാമ്പുകൾ വാങ്ങിക്കണെമെന്ന് ഖൈസ തീരുമാനിച്ചു. ബാഗ്ദാദിലെ സെൻട്രൽ പോസ്റ്റ് ഓഫീസിൽ സ്റ്റാമ്പ് വാങ്ങിക്കാനായി ചെന്നപ്പോൾ എല്ലായിടത്തും സദ്ദാമിന്റെ ഫോട്ടോ കണ്ടു. പ്രസിഡന്റിന്റെ മുഖമില്ലാത്ത സ്റ്റാമ്പ് വല്ലതുമുണ്ടോ എന്ന ചോദിക്കാനുള്ള ധൈര്യവുമുണ്ടായിരുന്നില്ല. രണ്ട് സ്റ്റാമ്പുകൾ വാങ്ങിച്ചെങ്കിലും അത് ആൽബത്തിൽ വെച്ചില്ല. വസാമിനെ തന്റെ നാട്ടിൽനിന്ന് ആട്ടിയോടിച്ചതിന് കാരണക്കാരൻ സദ്ദാമാണെന്ന് അറിയാമായിരുന്നു. അയാളുടെ ഫോട്ടോ തന്നെ ആ ആൽബത്തിൽ എങ്ങനെ വെക്കും? ഒരു സ്റ്റാമ്പും ഫോട്ടോയും ഈ ആൽബത്തിൽ വെക്കേണ്ടതില്ല. ഇത് ഇതുപോലെ തന്നെ കിടക്കട്ടെ എന്ന മാരകമായ തീരുമാനവും അന്ന് എടുത്തു.

ആൽബം, തന്റെ കൊച്ചു ലൈബ്രറിയിൽ കിടന്നു. അതിനു മുകളിൽ മജല്ലതിയുടെയും മിസമാറിന്റെയും പുതിയ പതിപ്പുകൾ കയറി വന്നു. 'അഞ്ച് പ്രണയങ്ങൾ' എന്ന കഥാസമാഹാരവും അവിടെ കിടക്കുന്നുണ്ടായിരുന്നു. ക്ലാസ് കഴിഞ്ഞ് തിരിച്ച് ബസ്സിൽ വരുമ്പഴോ വീട്ടിൽ എത്തിയിട്ടോ കിട്ടുന്ന സമയത്ത് ഖൈസ് വായിക്കാറുള്ള അഗതാ ക്രിസ്റ്റിയുടെ നോവലുകളും ആ പുസ്തകങ്ങളുടെ കൂട്ടത്തിലെത്തി. ചെറിയ ലൈബ്രറി ക്രമേണ വലുതാകാൻ തുടങ്ങി. ഖൈസ് പലപ്പോഴായി വാങ്ങിച്ച പുതിയ പുസ്തകങ്ങൾ ലൈബ്രറിയുടെ ലിസ്റ്റിലേക്ക് കയറി തുടങ്ങി. "അമ്മ, യുദ്ധവും സമാധാനവും, രണ്ട് നഗരങ്ങളുടെ കഥ, പാവങ്ങൾ തുടങ്ങിയ പുസ്തകങ്ങൾ അക്കൂട്ടത്തിലുണ്ടായിരുന്നു. നജീബ് മഹ്ഫൂസിന്റെ, അബ്ദുറഹ്മാൻ മുനീഫിന്റെ, ഗാദത് സമാന്റെ പുസ്തകങ്ങളും അതിലേക്ക് കയറിക്കൂടി. 1986ൽ സാങ്കേതിക സർവ്വകലാശാലയിൽ പഠനാവശ്യാർത്ഥം എത്തിയതോടെ പിതാവ് അവനായി വാങ്ങിച്ചതും ലൈബ്രറിയുടെ മൂലയിൽ സ്ഥാപിക്കപ്പെട്ടതുമായ പുതിയ മരഅലമാരയിൽ എഞ്ചിനീയറിംഗുമായി ബന്ധപ്പെട്ട പുസ്തകങ്ങൾ നിറഞ്ഞു. പഠനം കഴിഞ്ഞ് നിർബന്ധിത സൈനികസേവന കാലവും കഴിഞ്ഞതോടെ അതേ സർവ്വകലാശാലയിലെ പോസ്റ്റ് ഗ്രാജ്വേഷനും ഗവേഷണ പഠനവും തുടർന്നു. സഹപാഠികളിൽ ഒരാളെ തന്നെ വിവാഹം ചെയ്ത് ഹൈഫാ റോഡിലെ ഒരു ഫ്ളാറ്റിൽ താമസം തുടങ്ങുകയും ചെയ്തു. തന്റെ പുസ്തകങ്ങൾക്കൊപ്പം വസാമിന്റെ ആൽബം കൂടി അവൻ എടുത്തു. പുതിയ ഫ്ളാറ്റിൽ കൊണ്ടുവന്ന പുസ്തകങ്ങൾ അടുക്കി വെക്കുന്നതിനിടയിൽ ആൽബം കണ്ട് നിനക്ക് സ്റ്റാമ്പ് കളക്ഷൻ പരിപാടി കൂടിയുണ്ടായിരുന്നത് എന്തേ പറയാതിരുന്നത് എന്ന് അവൾ ചോദിച്ചപ്പോൾ മാത്രമാണ് വസാമിന്റെ കഥ പറഞ്ഞു കൊടുത്തത്.

ഉപരോധത്തിന്റെ സമയത്ത് മൂന്ന് മക്കളുടെയും വീട്ടിലേയും ചെലവിനായി തന്റെ ലൈബ്രറി മൊത്തത്തിൽ വില്പനയ്ക്ക് വെക്കേണ്ടി വന്നു. അവന്റേയും ഭാര്യയുടെയും ശമ്പളമോ സ്പെഷ്യൽ ക്ലാസ് ട്യൂഷൻ വരുമാനമോ ചെലവിന് തികയാതെ യായി. നിസ്സാരമല്ലാത്ത തുക കിട്ടുമെന്ന് അറിയാമായിരുന്നിട്ടും ആൽബം വിൽക്കാൻ അവൻ തയ്യാറായില്ല. ഒരു കാലത്ത് പുസ്തകങ്ങൾ കൊണ്ട് നിറഞ്ഞിരുന്ന തന്റെ ലൈബ്രറി പഴയ പത്രങ്ങളും കുട്ടികളുടെ തീസിസുകൾ കൊണ്ടും നിറഞ്ഞു.

ജനൽകണ്ണാടി ബോംബെന്ന പോലെ പൊട്ടിത്തെറിച്ച ആ നിമിഷം വരേക്കും ആൽബം അവിടെ തന്നെയുണ്ടായിരുന്നു. ഫ്ളാറ്റ് കാലിയായിരുന്നു. എല്ലാവരും ബങ്കറിൽ സുരക്ഷിതരായിരുന്നു. പഴയ വിരിയിൽ നിന്നാണ് തീനാളം കളി തുടങ്ങിയത്. അവിടെ നിന്ന് തൊട്ടടുത്ത നിരയിലേക്ക് നീണ്ടു. ആ തട്ടിലുണ്ടായിരുന്ന പത്രങ്ങളും ലേഖനങ്ങളും ചർച്ചകളും അസൈൻമെന്റുകളും പഠനങ്ങളും പഠനക്കുറിപ്പുകളും ചിത്രങ്ങളും പുരാതന ഗദ്യസാഹിത്യ പഠനവും സദ്ദാമിന്റെ സൈനികരുടെ കൂടെ നിൽക്കുന്ന ഫോട്ടോയും എല്ലാം തീനാളത്തിന്റെ കൈപ്പിടിയിൽ ഞെരിഞ്ഞമർന്നു. മറ്റു റൂമുകളിലും അഗ്നി താണ്ഡവമാടി നക്കി തുടച്ച് ശുദ്ധികലശം ചെയ്തു. വർഷങ്ങളുടെ പൊടിയും ചളിയുമേറ്റ് നിറം മങ്ങിയ പച്ചക്കവറുള്ള ആൽബത്തിന്റെ പുറംചട്ടയിലേക്ക് തീ പടർന്ന് കയറി സുവർണ നിറത്തിലൂടെ കറുത്തിരുണ്ട ചാരമായി മാറാൻ കൂടുതൽ സമയം വേണ്ടി വന്നില്ല. എല്ലാ രാജാക്കന്മാരും പ്രസിഡന്റുമാരും കത്തിയെരിഞ്ഞു. പക്ഷികളും പൂക്കളും സുന്ദര അംബരചുംബികളും കത്തി വെണ്ണീറായി. അയൽവാസികളും ഫയർഫോഴ്സും കിണഞ്ഞ് പരിശ്രമിച്ചത് കൊണ്ടുമാത്രം ഫ്ളാറ്റെന്ന പേരുള്ള ആ കെട്ടിടം രൂപത്തിൽ മാത്രമായി അവശേഷിച്ചു.

ഓർമ്മകളെ താലോലിക്കുന്ന ഒരു ആൽബം എനിക്കും ഉണ്ടാക്കി വെക്കണമെന്നായിരുന്നു അത് വായിച്ചുതീർത്തപ്പോൾ എന്റെ മനസ്സിലുണ്ടായിരുന്നത്.

പത്രങ്ങളിലേയും മാഗസിനുകളിലേയും കഥകൾ വിഷയ ബന്ധിതമായി സൂക്ഷിച്ച് വെക്കുന്ന സ്വഭാവമുണ്ടായിരുന്നു എനിക്ക്. എന്റെ ജീവിതം തന്നെ ഓരോ രണ്ട് വർഷം കൂടുമ്പോഴും മാറുന്നത് കൊണ്ട് തന്നെ എല്ലാ കഥകളും കടലാസുകളും പ്രത്യേകമായി ഒരു ഫയലിലേക്ക് മാറ്റാൻ ഞാൻ തീരുമാനിച്ചു.അതിന്റെ പ്രവർത്തനവുമായി മുന്നോട്ട് പോകുന്നതിനിടയിലാണ് കൂടുതൽ സമയം ഇതിനായി നീക്കി വെച്ചാൽ എന്റെ തീസിസ് സമർപ്പണം വൈകുമല്ലോ എന്ന പരമ യാഥാർത്ഥ്യം മനസ്സിലായത്. വദൂദിനെ കണ്ട് ബാഗ്ദാദിൽ നിന്ന് മടങ്ങി വന്നതിന് ശേഷം എല്ലാം തകിടം മറിഞ്ഞിരിക്കുകയാണ്. തീസിസ് രേഖകൾ കാണുന്നത് തന്നെ ഒരു തരം അലർജിയാണ്. ഡാർട്ട് മൗത്തിൽ എല്ലാ ദിവസവും

രാവിലെ ന്യൂയോർക്ക് ടൈംസ് വാങ്ങിച്ച് തൊട്ടടുത്തുള്ള വൈറ്റ് ഹൗസ് കോഫി ഷോപ്പിൽ നിന്ന് വെണ്ണ ചേർത്തുള്ള ബീഗലും കോഫിയും കഴിക്കുന്നതിനിടയിൽ പത്രം വായിച്ച് തീർക്കും. അതിന്റെ ഇടയിലായിരുന്നു യുദ്ധത്തെക്കുറിച്ചുള്ള പ്രധാനപ്പെട്ട പല സത്യങ്ങളും പോയിന്റുകളും കണ്ടെത്തിയിരുന്നത്. ഓഫീസിൽ മറ്റ് ഫയലുകളുടെ കൂട്ടത്തിൽ പുതിയ ഒരു ഫയൽ കൊണ്ട് വന്ന് വെച്ച് അതിന്റെ പുറത്ത് 'കൊളോട്രൽ ഡാമേജ്' എന്ന് എഴുതി വെച്ചു. ആ പദപ്രയോഗം കാലങ്ങൾക്ക് മുമ്പുള്ളതായിരുന്നതാണെങ്കിലും യുദ്ധക്കെടുതി രൂക്ഷമായതിന് ശേഷമാണ് കാര്യമായി ഉപയോഗിച്ച് തുടങ്ങിയത്. എന്റെ ശ്രദ്ധ പൂർണമായും ഫോട്ടോസും സ്റ്റാമ്പുകളും ശേഖരിക്കുന്നതിലായിരുന്നു. ഫോട്ടോ കൈകൊണ്ട് എടുക്കുമ്പോഴും ഒട്ടിക്കുമ്പോഴും കീറിയത് ഓർമയിലുണ്ടായിരുന്നത് കൊണ്ട് തന്നെ ചെറിയ ഒരു കത്രിക വാങ്ങിച്ച് വെച്ചു.

ഞാൻ ചെയ്ത് കൊണ്ടിരിക്കുന്ന കാര്യം പറഞ്ഞപ്പോൾ റബേക്ക എന്നെ ചീത്ത വിളിച്ചു. പതിവ് പോലെ കാലത്ത് ഞാൻ എന്ത് ചെയ്തു എന്ന് അവൾ ചോദിച്ചു. ഞാൻ മറുപടി പറയുകയും ചെയ്തു.

“എനിക്ക് ഒന്നും മനസ്സിലാകുന്നില്ല. യുദ്ധത്തെക്കുറിച്ചുള്ള പഠനക്കുറിപ്പാണോ നീ തയ്യാറാക്കിയിരുന്നത്? ഇപ്പോൾ ഇത് വേറെ ഒന്ന്. ആദ്യം നീ നിന്റെ തീസിസിന്റെ പണി പൂർത്തിയാക്ക്. അതിൽ മാത്രം ശ്രദ്ധ കേന്ദ്രീകരിക്ക്. നിന്റെ മുമ്പിൽ കൂടുതൽ സമയം ബാക്കിയില്ല. അങ്ങനെ എങ്കിൽ നമുക്ക് പഠനം പൂർത്തിയാക്കാം. എന്തിന് യുദ്ധത്തിന്റേയും മരിച്ചവരുടേയും പിറകെ പോയി ജീവിതം നശിപ്പിക്കുന്നത്? എനിക്കറിയാം അത് നിന്റെ ജന്മനാടാണ്. അവിടത്തെ കാര്യങ്ങൾ കേൾക്കുമ്പോൾ സങ്കടം തോന്നുന്നത് സ്വാഭാവികം. അതിന്റെ ആകുലതകളും പീഡകളും എനിക്ക് അറിയാം. ദുഃഖം നിന്റെ മനസ്സിൽ തറഞ്ഞിരിക്കുന്നുണ്ടെന്നും എനിക്ക് അറിയാം. നിന്റെ സങ്കടത്തിന്റേയും ആശങ്കയുടേയും കാര്യം പറഞ്ഞ് തർക്കിക്കാനോ നിന്നെ ജയിക്കാനോ എനിക്ക് ഒട്ടും താത്പര്യമില്ല. അത് എനിക്ക് ഇഷ്ടവുമില്ല. പക്ഷേ, ഇപ്പോൾ നീ ഈ ചെയ്യുന്നത് കൊണ്ട് ആർക്കും ഒരു ഉപകാരവും ഇല്ല. അതുകൊണ്ട് ഒരിക്കലും ഒരു മാറ്റവും ഉണ്ടാകാനും പോകുന്നില്ല. ഓരോ കാര്യങ്ങൾ ഓർത്ത് സങ്കടപ്പെടുന്നത് കൊണ്ടും ആശങ്കപ്പെടുന്നത് കൊണ്ടും ഒരു കാര്യത്തിനും മാറ്റമുണ്ടാകില്ല, മറിച്ച് അത് നിന്റെ സ്വസ്ഥത തകർക്കുക മാത്രമേ ചെയ്യൂ. നിനക്ക് ഉറങ്ങാനാകുന്നില്ല എന്നല്ലേ നീ എന്നോട് പറഞ്ഞത്? അത് തികച്ചും സത്യവുമായിരിക്കും. അത് അങ്ങനെയേ വരൂ. കാര്യങ്ങൾ ഇങ്ങനെ ആകുമ്പോൾ നിനക്ക് എങ്ങനെ ഉറങ്ങാൻ കഴിയും? നിന്നോട് ഞാൻ എത്ര തവണ പറഞ്ഞു ഒരു സൈക്യാട്രിസ്റ്റിനെ പോയി കാണണം എന്ന്. നിനക്ക് മനഃസംഘർഷം മൂലമുള്ള പ്രശ്നങ്ങളുണ്ട്. കാര്യങ്ങൾ ശരിയായിട്ടല്ല പോകുന്നത്.”

“അതല്ലല്ലോ നമ്മുടെ ചർച്ചാവിഷയം. കാര്യത്തിൽ നിന്ന് ചർച്ച മാറി

പ്പോകുന്നുണ്ട്. ഞാൻ ഇറാഖിനെക്കുറിച്ച് ഒരു നോവൽ എഴുതാൻ പോകുന്നു."

"എത്ര നോവൽ വേണേലും നീ എഴുതിക്കോ.... പക്ഷേ, അതൊക്കെ നിന്റെ തീസിസിന്റെ പണി കഴിഞ്ഞ് നല്ല ഒരു ജോലി കിട്ടിയതിന് ശേഷം മാത്രം മതിയല്ലോ."

"ഞാൻ പറയുന്നത് നിനക്ക് മനസ്സിലാകുന്നില്ല"

ഞാൻ പിന്നെ കൂടുതൽ ഒന്നും സംസാരിച്ചില്ല.

തുടർച്ചയായ തർക്ക വിതർക്കങ്ങൾ എന്നിൽ മാനസിക സംഘർഷം ഉണ്ടാക്കുന്നുണ്ട്. എന്റെ ആഗ്രഹത്തിന് അവൾ എതിര് നിന്നത് എന്നെ സങ്കടപ്പെടുത്തി. അവളുടെ ആ പരുക്കൻ സ്വരത്തിൽ എനിക്ക് വലിയ അദ്ഭുതം തോന്നിയതുമില്ല. ഞങ്ങൾക്കിടയിൽ ഒരു വിടവ് തെളിഞ്ഞ് വരുന്നത് ഞാൻ കണ്ടു. ഭൂമിശാസ്ത്രപരമായ അകൽച്ചയും മാനസിക തലങ്ങളുടെ അകൽച്ചകളായി മാറിയിരിക്കുന്നു. അവൾ എന്നേക്കാൾ ബുദ്ധിമതിയും കഠിനാധ്വാനിയുമാണ്. ഏത് കാര്യവും സമയത്തിന് അല്ല സമയത്തിന് മുമ്പായി തന്നെ ചെയ്ത് തീർത്തിരിക്കും. അതിന് നേർ വിപരീതമായിരുന്നു ഞാൻ. ഞാൻ സ്വന്തവും മറ്റുള്ളവർക്കും നൽകുന്ന വാക്കുകളും വാഗ്ദാനങ്ങളും ലംഘിക്കും. മാത്രമല്ല സമയത്ത് ഒരു കാര്യവും ചെയ്യാൻ കഴിയാറും ഇല്ല. അവൾ അക്കാദമിക രംഗത്ത് മാത്ര മല്ല എല്ലായിടത്തും പൂർണ്ണവിജയമായിരിക്കും. ഓരോ രംഗവും എങ്ങനെ ആടിത്തീർക്കണം എന്ന് കൃത്യമായി അറിയാം എന്നതാണ് അവളുടെ വിജയരഹസ്യവും. ആ സംസാരത്തിന് ശേഷം അവളോടുള്ള ബന്ധം തത്കാലം നിർത്തി വെയ്ക്കാൻ തന്നെ തീരുമാനിച്ചു. 'സ്വകാര്യവത്കര ണത്തിന്റെ നേട്ടവും കോട്ടവും' എന്ന പഠനത്തിന്റെ ഭാഗമായുള്ള ഫീൽഡ് സ്റ്റഡിക്ക് വേണ്ടി ബൊളീവിയയിൽ പോകുമ്പോൾ ഞാൻ യാത്ര പറ യാൻ വരുമെന്നാണ് അവൾ കരുതിയിരുന്നത്. അക്കാര്യം കേട്ടപ്പോൾ ആദ്യമായി ലാറ്റിൻ അമേരിക്കൻ രാജ്യം സന്ദർശിക്കാൻ പോകുന്ന എക്സൈറ്റ്മെന്റ് ഉണ്ടായിരുന്നു. പക്ഷേ, അത് ഞാൻ ബാഗ്ദാദിൽ നിന്ന് വന്ന് അവളെ കാണുന്നതിനും മുമ്പായിരുന്നു. ഇനി മൂന്ന് മാസം കഴി ഞ്ഞിട്ടാണെങ്കിലും ശരി ആ യാത്ര നടക്കും എന്ന് തോന്നുന്നില്ല.

"നോക്ക്, ഞാൻ പറയുന്നത് ഒന്ന് കേൾക്ക്, ഇനിയും നമ്മുടെ ഈ ബന്ധം എങ്ങനെ കൊണ്ടുപോകണമെന്നതിനെകുറിച്ച് ഒന്ന് ആലോചി ക്കണം."

"എന്ത് ആലോചിക്കാൻ? നിനക്ക് ഇത് തുടരാൻ താത്പര്യമില്ലെങ്കിൽ എന്തിനാ വളച്ച് കെട്ടുന്നത്. കാര്യം തുറന്ന് അങ്ങ് പറഞ്ഞാൽ മതി യല്ലോ?"

"കാര്യം ശരിയാകും എന്ന് തോന്നുന്നുണ്ടോ നിനക്ക്?"

"ഇല്ല. പക്ഷേ, ചിന്തകളിലല്ല മാറ്റങ്ങൾ വേണ്ടത്. മറിച്ച് പെരുമാറ്റ ത്തിലാ... ഇടപെടുന്ന രീതിയിലാ മാറ്റം കാണേണ്ടത്."

"നമ്മൾ രണ്ട്പേരും രണ്ട് ഭൂഖണ്ഡത്തിലല്ലേ, പിന്നെ എങ്ങനെ പെരുമാറ്റ രീതി മാറ്റാൻ പറ്റും എന്നാണ് നീ പറഞ്ഞ് വരുന്നത്?"

"നിനക്കിപ്പോ എന്താ വേണ്ടത്... എന്താ നീ പറഞ്ഞ് വരുന്നത്?"

"എനിക്കറിയില്ല... ഒറ്റയ്ക്ക് നടക്കണം എന്ന് തോന്നുന്നു. കുറച്ച് കാലം ഒറ്റയാനായി ജീവിക്കണം"

അത് പറയുമ്പോൾ എന്റെ ഉള്ളം വേദനിക്കുന്നുണ്ടായിരുന്നു... എന്നാലും ഞാൻ പറഞ്ഞു

"അതെ, ഒറ്റയാനാകലാകും എനിക്കും നല്ലത്..."

"ഈ ബന്ധം ഇങ്ങനെ അവസാനിപ്പിക്കാൻ കഴിയുമെന്നത് എനിക്ക് വിശ്വസിക്കാൻ പോലും കഴിയുന്നില്ല. അതും ഫോണിൽ നേരിട്ട് കാണുമ്പോൾ മുഖത്ത് നോക്കി പറഞ്ഞിരുന്നെങ്കിൽ... ഓകെ. നീ നിന്റെ ഏകാന്തത ആസ്വദിക്ക്. നീ പ്രണയത്തിന് വേണ്ടി ദാഹിക്കും നുഐമർ. ഒരിക്കൽ." അവൾ ഫോൺ ഡിസ്കണക്റ്റ് ചെയ്തു. ഞാൻ തിരിച്ച് വിളിച്ചെങ്കിലും അവൾ ഫോൺ എടുത്തില്ല. ഫോൺ ഓഫാക്കി ബെഡ്ഡിലേക്ക് ചായുമ്പോൾ എന്താണ് എന്നറിയില്ല ഒരു സമാധാനം കയറി വരുന്നത് കണ്ടു.

അടുത്ത ദിവസം രാവിലെ ചിതറിക്കിടക്കുന്ന സാധനങ്ങൾ അടുക്കി വെക്കുമ്പോഴാണ് ഫയലിന്റെ പുറത്തേക്ക് തള്ളിനിൽക്കുന്ന വദൂദിന്റെ വായിക്കാത്ത എഴുത്ത് കണ്ടത്. ഞാൻ അത് എടുത്തു.

മരുക്കപ്പൽ

ഞാൻ തറവാടിയാണ്. എന്റെ മുൻഗാമികൾ രാജാക്കന്മാരുടേയും അമീറുമാരുടേയും സന്തത സഹചാരികളായിരുന്നു. എന്റെ കഥകൾ പറഞ്ഞ് പാണന്മാർ രാജാക്കന്മാർക്ക് പാട്ട് പാടി കൊടുക്കുമായിരുന്നു. ഇപ്പോൾ എന്നെ കാണുന്ന ഓരോരുത്തരും ഒരു കാലത്ത് അഭിമാനിയായിരുന്നു. എന്നെ തിരിച്ചറിയില്ല, മനസ്സിലാക്കില്ല. അല്ല മനസ്സിലാകില്ല ഇന്ന് എന്നെ പരിഹസിക്കുകയും ഒറ്റപ്പെടുത്തുകയും ചെയ്യുന്ന മനുഷ്യർ ഒരു കാലത്ത് എന്റെ വൃത്തിയും സമാധാനവും സഹകരണവുമായിരുന്നു പ്രധാനമായി കണ്ടിരുന്നത്. എല്ലാം പഴയ കഥ. ഇന്ന് ഞാൻ ഒന്നുമില്ലാത്തവനാണ്. എല്ലാം നഷ്ടപ്പെട്ടവനാണ്. എന്റെ ശൗര്യത്തിൽ മനുഷ്യൻ വിളിച്ച പേരുകൾ പോലും എല്ലാവരും മറന്നു. എനിക്ക് പോലും ഓർമ വരുന്നില്ല. ആർക്കും മനസ്സിലാവില്ല എന്റെ സങ്കടം. ഇനി ആർക്കും മനസ്സിലാവുകയുമില്ല. ഇപ്പോൾ എന്റെ കൂടെയുള്ളവർക്ക് എന്നെ മനസ്സിലാക്കാൻ സാധിക്കുന്നില്ല. അവന്റെ പെരുമാറ്റ ദൂഷ്യം കാരണമായി മാറി നിൽക്കാൻ ഞാൻ പലതവണ

ശ്രമിച്ചതായിരുന്നു. എന്റെ മുതുകിൽ കുത്തി മുറിവേൽപിക്കുക വരെ ചെയ്തിട്ടുണ്ട്. അവന്റെ കഴുത്തിലുള്ള ചങ്ങലയിൽ നിന്ന് വരുന്ന ഇരുമ്പിന്റെ ദുർഗന്ധം എനിക്ക് ശ്വാസം മുട്ടലുണ്ടാകുന്നു ണ്ടായിരുന്നു. ചാട്ടവാറിന്റെ ഭാഷ മാത്രമേ അവന് അറിയൂ. മറ്റുള്ള വർ എന്നെ നോക്കി പരിഹസിച്ച് ചിരിക്കും. ആഡംബരത്തിൽ ജീവിച്ച് പോന്ന ഞാൻ എത്തിയത് എവിടെയാ....? ഞാൻ കാരറ്റും ബീറ്റ്റൂട്ടും ആപ്പിളും കഴിച്ചിരുന്നു എന്ന് പറഞ്ഞിട്ടും ആർക്കും വിശ്വാസമില്ല. അല്ലെങ്കിലും അവർക്ക് എങ്ങനെ വിശ്വസിക്കാൻ കഴിയും? അവർക്ക് ഈ ഉണക്ക സാധനങ്ങളല്ലേ ഇന്ന് കഴിക്കാൻ കിട്ടാറുള്ളത്? മത്സരയോട്ടത്തിൽ എല്ലാവരേയും വളരെ പിന്നി ലാക്കി ഞാൻ കുതിച്ച് പറക്കാറുണ്ടായിരുന്നു എന്നത് പോലും അവർക്ക് വിശ്വസിക്കാനായിട്ടില്ല. ഞാൻ ഭാരം കുറഞ്ഞ ഒരാളേയും എടുത്ത് പറക്കുമ്പോൾ മറ്റുള്ള മനുഷ്യരെല്ലാം എനിക്ക് വേണ്ടി ജയ് വിളിക്കുന്നത് കേൾക്കാറുണ്ടായിരുന്നു. ജയിച്ച് വരുന്ന എനിക്ക് അവർ പനിനീർ ഇതളുകൾ കൊണ്ട് അഭിഷേകം ചെയ്യാ റുണ്ടായിരുന്നു. സ്നേഹം കൊണ്ട് എന്റെ മുതുകിലും കഴുത്തിലും തലയിലും അവർ പതിയെ തടവാറുണ്ടായിരുന്നു. എന്റെ കിത പ്പിലും അവർ കൂടെ കൂടാറുണ്ടായിരുന്നു. എന്റെ മുതുകിലുള്ള ജീനിയും മൂക്ക് കയറും അവർ തന്നെയാണ് എടുത്ത് മാറ്റി എനിക്ക് ആശ്വാസം നൽകാറുള്ളത്. എന്റെ രോമങ്ങൾക്കിടയിലൂടെ കൈ കടത്തി എന്നെ തഴുകി തലോടും. മത്സരത്തിന് മുമ്പ് എന്നെ കൊണ്ട് ഒരുപാട് പരിശീലനങ്ങൾ ചെയ്യിക്കുമെങ്കിലും ഒരു രാജാ വിനെ പോലെയാണ് അവരെന്നെ കാണുന്നത്. അവർ എന്നിൽ അർപ്പിച്ച വിശ്വാസം കാത്ത് സൂക്ഷിക്കാൻ എനിക്ക് സാധിക്കും എന്ന വിശ്വാസം എനിക്കുമുണ്ടായിരുന്നു. പക്ഷേ, അവസാന മത്സരത്തിൽ എല്ലാം തകിടം മറിഞ്ഞു. ഞാൻ കാൽ തെറ്റി വീണു, എന്റെ മുതുകിലുണ്ടായിരുന്നവനെ ഞാൻ വീഴ്ത്തുകയും ചെയ്തു. അതായിരുന്നു സ്ഥാനം കിട്ടാത്ത എന്റെ ആദ്യ മത്സരം. ആ വീഴ്ചയിലുണ്ടായ മുറിവ് മാറിയില്ല. ഒരുപാട് ചികിത്സിച്ചെ ങ്കിലും കാര്യമായ മാറ്റങ്ങളുണ്ടായില്ല. നിരാശ എന്നെ പിടിച്ചുലച്ചു. എന്റെ സ്ഥാനം മറ്റുള്ളവർ കീഴടക്കി. കുറച്ച് കാലം കൂടി എന്നെ പന്തിയിൽ നിർത്തി, അവസാനം മാർക്കറ്റിൽ കൊണ്ട് പോയി കിട്ടിയ നിസ്സാരമായ തുകയ്ക്ക് എന്നെ വിറ്റു. ഞാൻ ഇതാ ഈ അവസ്ഥയിലുമായി. മനുഷ്യരുടെയും കാറുകളുടെയും ഇടയി ലൂടെ എന്നെ അയാൾ പിടിച്ച് വലിച്ച് കൊണ്ട് പോയി. ഈ ഇരുമ്പ് ചട്ടയും മൂക്ക് കയറും മരക്കൂടും എന്റെ മുതുകിൽ വെച്ച് കെട്ടി. അന്ന് മുതൽ അയാളുടെ ഭാരങ്ങളും മറ്റും ഞാൻ വലിച്ച് നട ക്കുന്നു. ദാഹവും വിശപ്പും എന്നെ കൊല്ലാതെ കൊല്ലുന്നുണ്ട്. ആരും എന്നെ ശ്രദ്ധിക്കുന്നില്ല, എന്തിന് ഒന്ന് വൃത്തിയാക്കി തരു ന്നത് പോലുമില്ല. ഈച്ചകളേയും കൊതുകുകളേയും ആട്ടിയോടി ക്കുന്നത് പോലും എന്റെ വാല് കൊണ്ടായിരുന്നു. ചളി പറ്റിപ്പിടിച്ച ഭാഗങ്ങളാണല്ലോ ശരീരത്തിൽ കൂടുതലുള്ളത്. ആകാശം കരഞ്ഞ്

> മഴ പെയ്യുമ്പോൾ ഞാൻ ആഹ്ലാദത്തോടെ ചാടി എണീറ്റ് അത് മുഴുവനായി പിടിച്ചെടുക്കാൻ ശ്രമിക്കാറുണ്ട്. പക്ഷേ, മഴ പോലും കൂടുതൽ പെയ്യാറില്ലല്ലോ. വൈകുന്നേരം അയാളേയും കൊണ്ട് വീട്ടിൽ പോകും. മുതുകിലുള്ളതെല്ലാം അഴിച്ച് മാറ്റി മുറ്റത്തുള്ള മരത്തിൽ പിടിച്ച് കെട്ടും. കുട്ടികൾ അടുത്ത് വന്ന് വേദനിപ്പിക്കും. നായകൾ കുരച്ച് ബഹളം വെക്കും. ഇന്നലെ രാത്രി ആകാശവും പേടിപ്പിച്ചു. നക്ഷത്രങ്ങൾ കരിഞ്ഞ് തലയിലേക്ക് വീഴുന്നത് പോലെ തോന്നിച്ചു. എന്നിട്ടും മഴ പെയ്തില്ല.

സ്വപ്നങ്ങളുടെ ഭാണ്ഡക്കെട്ട് പേറാൻ വിധിക്കപ്പെട്ടവരാണല്ലോ നാം എല്ലാവരും എന്നാണ് എനിക്ക് ആ സമയം ഓർമ്മവന്നത്.

2004 മാർച്ച് മാസത്തിൽ മൃതശരീരങ്ങളെ കഴുകുന്നതുമായി ബന്ധപ്പെട്ട ഒരു ലേഖനം ന്യൂയോർക്ക് ടൈംസിൽ വായിച്ചു. 13-ാമത്തെ വയസ്സ് മുതൽക്ക് മൃതശരീരം കുളിപ്പിക്കുന്ന മുപ്പത്തിമൂന്നുകാരനായ റഅദ് അബ്ബൂദിന്റെ കഥയായിരുന്നു അത്. 2003ന് ശേഷം കാര്യങ്ങൾ ശരിയാകുമെന്ന് റഅദ് പ്രതീക്ഷിച്ചിരുന്നെങ്കിലും എല്ലാം പാഴ് സ്വപ്നമായി മാറുകയാണ് ചെയ്തത്. രാവിലെ 7 മണിക്ക് തുടങ്ങുന്ന ജോലി വൈകീട്ട് അഞ്ച് വരെ നീളും. മൃതരെ വൃത്തിയാക്കുക എന്നതാണ് തന്റെ ഉത്തരവാദിത്വം എന്ന് അറിയാമെങ്കിലും ഒരാൾ മരിച്ചു എന്ന് കേട്ടാൽ അയാൾക്ക് സങ്കടം തോന്നും. കാരണം ആ മൃതശരീരം തന്റെ കൈകൾക്കുള്ളിലൂടെ കടന്നുപോകണമല്ലോ എന്ന ഓർമ്മയിലായിരുന്നു ദുഃഖം. ശാരീരികമായി ക്ഷീണിതനാണ്. തന്റെ കുടുംബത്തിൽ ഈ തൊഴിൽ എടുക്കുന്ന അവസാനത്തെ വ്യക്തി താനായിരിക്കണം എന്ന നിർബന്ധബുദ്ധി അയാൾക്കുണ്ടായിരുന്നു. "എന്റെ മകൻ അവൻ ഒരിക്കലും ഈ ജോലിക്ക് വരരുത്. എനിക്കത് സമ്മതമല്ല. എന്നെ നശിപ്പിച്ചത് തന്നെ ഈ ജീവിതമായിരുന്നു."

ലേഖനം വായിക്കുമ്പോൾ കവിളിലൂടെ ഒലിച്ചിറങ്ങിയ കണ്ണീർ ഞാൻ തുടച്ചു. വായിച്ചു കഴിഞ്ഞപ്പോൾ ഒന്നൂടെ വായിക്കാൻ തോന്നി. വായിച്ചു. കഴുകുന്ന സമയത്തുള്ള വിവരണങ്ങൾ വ്യക്തമായി എഴുതിയിരുന്നു. ഞാൻ വീണ്ടും വീണ്ടും വായിച്ചു. എല്ലാ ദിവസവും രാവിലെ അയാൾ കാണുന്ന ഹാളും ചുറ്റുപാടുകളും ഞാൻ സങ്കല്പിച്ച് നോക്കി. ഓഫീസിൽ എത്തിയപ്പോൾ ആ ലേഖനം കീറി എടുത്ത് പുതിയ ഒരു ഫയലിൽ വെച്ചു. അതിനെ കുറിച്ചുള്ള കൂടുതൽ കാര്യങ്ങൾ ഇന്റർനെറ്റിൽ പരതി. സംശയങ്ങൾ ദൂരീകരിച്ചു. റഅദ് അബ്ബൂദിനെ പോലുള്ളവരുടെ ഒരു നോവൽ എഴുതിയാലോ എന്ന ചിന്ത മനസ്സിലേക്ക് വന്നു. അതിലേക്ക് തിരിഞ്ഞാൽ വദൂദിനെ കുറിച്ചും അവന്റെ നോവലിനെക്കുറിച്ചും ഒന്നും എഴുതാൻ പറ്റില്ല. ഏതായാലും യൂണിവേഴ്സിറ്റി ലൈബ്രറിയിൽ പോയി മരണവും അനന്തര കർമ്മങ്ങളും പ്രതിപാദിക്കുന്ന പുസ്തകങ്ങൾ എടുത്ത് ആവശ്യമായത് ഫയലിലേക്ക് മാറ്റി. ഇതുപോലത്തെ ഒരു

മുൻ ലേഖനം കണ്ട് കിട്ടി. അതും ഫയലിലേക്ക് മാറ്റി. ഒരു ദിനം ഇത് തൊഴിലായി ജീവിക്കുന്ന കുടുംബത്തെക്കുറിച്ച് ഞാൻ ഒരു നോവൽ എഴുതും. തീർച്ചയായും. അത് ഒരു ബാഗ്ദാദി കാഥികനാകും, റഅദിനെ പോലെ നജഫി കാഥികനാകില്ല. ചെറുപ്രായത്തിൽ തന്നെ പിതാവിന്റെ നിർബന്ധ പ്രകാരം തൊഴിൽ ചെയ്യാൻ ബാധ്യസ്ഥനാകും. പക്ഷേ, അവൻ സമ്മതിക്കില്ല. അതിന്റെ പേരിൽ അവനും പിതാവും തമ്മിലുള്ള സംഘർഷമായിരിക്കും കഥ. ചിന്തിച്ച് ചിന്തിച്ച് ഞാൻ ഒരു മൃതശരീരത്തെ കുളിപ്പിക്കുന്നത് നേരിട്ട് കാണുന്നത് പോലെ തോന്നിക്കുന്ന അവസ്ഥ വരെ എത്തി. ചിന്തകൾ താളിലേക്ക് മാറ്റണമല്ലേ? എന്നാലല്ലേ നോവലാകൂ. ഞാൻ ഒന്നും എഴുതിയില്ല. ശ്രമിച്ച് നോക്കി. പക്ഷേ, വിജയിച്ചില്ല. അതിന് വേണ്ടി തയ്യാറാക്കിയ കവർ അത് പോലെ തന്നെ കിടന്നു.

അടുത്ത ദിവസം വദൂദിന്റെ എഴുത്ത് എടുത്ത് ഞാൻ വായിച്ചു.

> **ഞാ**ൻ ബന്ധിതനും നിരീക്ഷിക്കപ്പെടുന്നവനുമാണ്. കൂട്ടിലടയ്ക്കപ്പെട്ട പക്ഷി. എനിക്ക് സ്വന്തമായി പാറിക്കളിക്കാനുള്ള ആകാശമില്ല. എന്താണ് കാരണം? സ്വന്തമെന്ന് പറയാൻ വീട്ടുകാരില്ല. നാട്ടുകാരുമില്ല. സർവ്വ സ്വതന്ത്രൻ. എല്ലാ കാര്യങ്ങളും എനിക്കറിയാം എന്നതാണ് എന്റെ കുറ്റം. ഇങ്ങനെ പരസ്പര ബന്ധമില്ലാത്ത കാര്യങ്ങൾ പറയുമ്പോൾ എന്നെ ഒരു ഭ്രാന്തനായി നിങ്ങൾക്ക് തോന്നിക്കാണും. ഞാൻ നിങ്ങളെ കുറ്റം പറയില്ല. അല്ലെങ്കിലും ഞാൻ പറയുന്ന കാര്യങ്ങൾ വിശ്വസിക്കുന്ന ആരുമില്ലല്ലോ. എന്റെ രഹസ്യങ്ങളും സ്വകാര്യതകളും പങ്കുവെച്ചിരുന്ന ആ ചെറിയ കൂട്ടം പോലും പലപ്പോഴും എന്നെ ഒരു ഭ്രാന്തനായിട്ടാണ് കണ്ടിരുന്നത്. എന്റെ അദ്ധ്വാനങ്ങളും മറ്റും മനസ്സിലാക്കേണ്ട രീതിയിൽ നിന്ന് മാറി എനിക്കു വെറുപ്പ് തോന്നുന്ന പ്രകടനം സ്നേഹത്തിന്റെ രൂപത്തിലായിരുന്നു. ഞാൻ കാണുന്ന കാര്യങ്ങളോ പറയുന്ന കാര്യങ്ങളോ അല്ല കാണുന്നതും കേൾക്കുന്നതും പിന്നെ പറയുന്നതും. ഞാൻ ജീവിച്ചുകൊണ്ടിരിക്കുന്ന പീഡനകാലം മനസ്സിലാക്കാൻ അവർക്കാവില്ല. എല്ലാ സ്ഥലത്തും ക്യാമറകണ്ണുകൾ തിരിച്ചുവെക്കാൻ അവർക്കാവില്ലല്ലോ. ഞങ്ങൾ വലിയ ഒരു ജയിലനകത്താണെന്നും അവിടം ഞങ്ങളുടെ ചലനങ്ങളും സംസാരങ്ങളും മാത്രമല്ല ചിന്തകൾ പോലും ഒപ്പിയെടുക്കപ്പെടുന്നുമുണ്ടെന്ന യാഥാർത്ഥ്യവും അവർക്കറിയില്ലല്ലോ. എന്തിന് ഞാനിപ്പോൾ നിങ്ങൾക്ക് എഴുതുന്ന ഈ കത്ത് പോലും വരികൾക്കിടയിലൂടെ വായിച്ചെടുത്ത് നിങ്ങളുടെ അടുക്കൽ അത് എത്തുന്നതിനു മുൻപു തന്നെ ഇവിടെ ഒരു മഹാഘോഷണ പരമ്പരകൾ കഴിഞ്ഞിട്ടുണ്ടാകും. അവരുടെ അടുക്കൽ അക്ഷരങ്ങളുടെയും പദങ്ങളുടെയും അർത്ഥങ്ങൾക്കു പോലും മാറ്റമുണ്ടാകും. അവർ പറയുന്നു ഞാൻ ജയിലിനകത്തല്ല, തടവറയിൽ അടയ്ക്കപ്പെട്ടിട്ടുമില്ല എന്നൊക്കെ. ആരും എന്നെ പിടിച്ചുവെക്കാനോ കാവൽക്കാരായി നിൽക്കാനോ ഇല്ല. പക്ഷേ അവർക്ക് കാണാനും കേൾക്കാനും കഴിയുന്നില്ലല്ലോ. എനിക്ക് ശ്വാസം മുട്ടുന്നുണ്ട്. ശ്വാസം മുട്ടുന്നുണ്ടെങ്കിലും

മരിക്കുന്നില്ല. ഇതിൽനിന്ന് ഓടി രക്ഷപ്പെടാനും കഴിയില്ലല്ലോ. ഒളിച്ചോട്ടം അത് മരണത്തിലൂടെ മാത്രമാണുള്ളത്. മരണത്തിനു ശേഷം ശൂന്യതയാണെന്നറിയാം. ശൂന്യതയല്ലാതെ ഒന്നുമില്ല. അല്ലെങ്കിൽ എന്നേ ഈ നരകത്തിൽ നിന്ന് രക്ഷപ്പെട്ട് മറുകണ്ടം ചാടുമായിരുന്നു. ശൂന്യതയല്ലാതെ ഒന്നുമില്ല. സത്യം അതാണ്. അങ്ങനെയാണ്. നാം ജീവിക്കുന്നത് ഇവിടെയാണ് ഈ ലോകമാണ്. ഈ ലോകത്ത് മാത്രമാണ് നരകമുള്ളത്, നരകയാതനയുമുള്ളത്. കാൽവിനോ നരകലോകത്തെക്കുറിച്ച് പറഞ്ഞതു തന്നെയാണ് എന്റേയും ഭാഷ്യം. ഒരുപക്ഷേ മരണത്തിലൂടെ എന്റെ മേൽ അവർ ജയം ആഘോഷിച്ചേക്കും. എനിക്ക് അവരെ തോൽപ്പിക്കാൻ ഒരാളുടെയും ഒന്നിന്റേയും സഹായം ആവശ്യമില്ല. എന്നാലും തോൽവി സമ്മതിക്കാൻ ഞാൻ തയ്യാറല്ല. എന്ത് വില കൊടുക്കേണ്ടി വന്നാലും ശരി ഞാൻ അത് ഒരിക്കലും സമ്മതിച്ചു കൊടുക്കില്ല. എന്റെ ചിന്തകളുമായി തന്നെ ഞാൻ മരിക്കും. നീ ഒരുപക്ഷേ ചോദിക്കുന്നുണ്ടാകും എന്തിനാണ് ഇതൊക്കെ എനിക്ക് എഴുതുന്നത്? സത്യം പറഞ്ഞാൽ അതിന്റെ ഉത്തരം എനിക്കറിയില്ല. കാര്യങ്ങളെ നോക്കി കാണുന്ന എന്റെ കാഴ്ചപ്പാടുകളും സ്വപ്നങ്ങളും ഒന്നും പൂർണമായിട്ടോ ഭാഗികമായിട്ടോ മനസ്സിലാക്കാൻ നിങ്ങൾക്ക് ആർക്കും കഴിയില്ല. അല്ല ഇതിനെക്കുറിച്ച് എന്താണ് യഥാർത്ഥത്തിൽ നിന്റെ കാഴ്ചപ്പാട്? എന്നെ മനസ്സിലാക്കാൻ നിനക്ക് കഴിയുമോ? സാദ്ധ്യത കാണുന്നുണ്ട്. അതുകൊണ്ടാണ് അതിനുള്ള ഒരു അവസരം ഞാൻ നൽകാൻ ആഗ്രഹിച്ചതും നിന്നെ അങ്ങനെ വിളിച്ചു സംസാരിക്കുന്നതും എനിക്ക് നിന്നിലൂടെ സംസാരിക്കാൻ കഴിഞ്ഞേക്കും. നിനക്ക് ഞാനാകാനും എനിക്ക് നീയാകാനും സാധിച്ചേക്കും. വിധിയുടെ വിളയാട്ടമാകാം, ചരിത്രത്തിന്റെ ആവർത്തനവുമാകാം. കാൽവിനോ മനുഷ്യത്വമില്ലായ്മയെക്കുറിച്ച് പറഞ്ഞ കാര്യങ്ങളെ ഞാൻ ഒന്ന് ഓർമ്മിപ്പിച്ച് തരാം. എനിക്ക് അത് മനഃപാഠമാണ്.

"നരകം അത് ഉണ്ടെങ്കിൽ തന്നെ അടുത്ത ജന്മത്തിലോ ലോകത്തോ ഉള്ളതല്ല. അത് ഇവിടെയാണ്. ദിവസവും നാം ജീവിക്കുന്നത് നാമുണ്ടാക്കി തീർക്കുന്ന നരകലോകത്താണ്. അതിൽനിന്ന് രക്ഷപ്പെടാൻ രണ്ട് മാർഗ്ഗങ്ങളുണ്ട്. ആദ്യത്തേത് മിക്കവർക്കും എളുപ്പം ചെയ്യാനാകുന്നതാണ്. നരകത്തെ സ്വീകരിക്കുക. അതിന്റെ ഭാഗമായി ഒരു തിരിച്ചുവരവില്ലാതെ തുടരുക. രണ്ടാമത്തേത് അല്പം പ്രയാസമുള്ളതാണ്. ആശങ്കയോടെ പൂർണബോധത്തോടെ ചെയ്യേണ്ടതാണ് അത്. കാര്യങ്ങൾ മനസ്സിലാക്കി പ്രശ്നങ്ങളും പ്രതിവിധികളും തിരിച്ചറിഞ്ഞ് നരകമെന്ന് കരുതിയതിനെ നരകമാക്കി മാറ്റാനുള്ള കഠിനപ്രയത്നം. എന്റെ സുഹൃത്തേ ഞാൻ രണ്ടാമത്തെ മാർഗ്ഗമാണ് തിരഞ്ഞെടുക്കുന്നത് അഥവാ ഞാൻ നരകത്തിന്റെ ഭാഗമാകാൻ തയ്യാറല്ല.

നരകവും നാകവും നിർമ്മിക്കാൻ മനുഷ്യന്റെ കൈയിലിരിപ്പ് മാത്രം മതിയല്ലോ എന്ന ചിന്തയോടെ ഞാൻ എഴുന്നേറ്റു.

ഡിപ്പാർട്ട്മെന്റ് ഹെഡ് ഒരു കാറ് വാങ്ങാൻ എന്നോട് പറഞ്ഞു.

"തണുപ്പ് ശക്തമായിരിക്കും ഇവിടെ. നഗരത്തിലൂടെ നടക്കാൻ ബുദ്ധി മുട്ടാകും. നല്ലത് നീ ഒരു കാറ് വാങ്ങിക്കലാണ്." ഹോണ്ട. മുസ്താങ്ങിന്റെ ഡിസൈൻ എനിക്ക് നന്നേ ഇഷ്ടപ്പെട്ടു. ബ്ലാക്ക് കളർ തന്നെ വാങ്ങിച്ചു. ഡീലർ എനിക്ക് താൽക്കാലിക പെർമിറ്റ് നൽകി. അത് പൂർണമായും എന്റെ പേരിലേക്ക് മാറ്റണമെങ്കിൽ ന്യൂഹാംപ്ഷയറിലെ ലൈസൻസ് കോപ്പി സമർപ്പിക്കണമായിരുന്നു. മസാച്ചുസെറ്റ്സ് സ്റ്റേറ്റിലെ ഡ്രൈവിംഗ് ലൈസൻസ് കയ്യിലുണ്ടായത് കൊണ്ട് തന്നെ ഇങ്ങോട്ട് മാറ്റിക്കൽ എളുപ്പ ത്തിൽ സാദ്ധ്യമാകും എന്നാണ് ഞാൻ കരുതിയിരുന്നത്. പക്ഷേ, മോട്ടോർ വാഹന ഡിപ്പാർട്ട്മെന്റിലുണ്ടായിരുന്ന തല നരച്ച അമ്പത് വയസ്സിലധികം തോന്നിക്കുന്ന ഉദ്യോഗസ്ഥ പറഞ്ഞു.

"പുതിയ നിയമപ്രകാരം ലൈസൻസ് കിട്ടണമെങ്കിൽ ജനന സർട്ടി ഫിക്കറ്റ് കാണിക്കണം." ചിരിയോടെ ഞാൻ പറഞ്ഞു.

"എന്റെ അടുക്കൽ ജനന സർട്ടിഫിക്കറ്റ് ഇല്ലല്ലോ"

"എന്തേ? അപ്പോ സർട്ടിഫിക്കറ്റ് എവിടെ?"

"ബാഗ്ദാദിൽ"

"അവിടെ?"

"അവിടെയാണ് ഞാൻ ജനിച്ചത്"

"അവിടെ ബന്ധപ്പെട്ട് ഇങ്ങോട്ട് അയയ്ക്കാനുള്ള മാർഗ്ഗം സ്വീകരി ച്ചൂടെ?"

"മാഡം നിങ്ങൾ വാർത്തകൾ വായിക്കാറില്ലേ, ടി.വി. കാണാറില്ലേ? അവിടെ നൂറ് കണക്കിന്, വർഷങ്ങളുടെ പഴക്കമുള്ള സ്ഥലങ്ങളും ബിൽഡിങ്ങുകളും കത്തിയമർന്നിരിക്കുന്നു. എല്ലാം കത്തിചാമ്പലായിരി ക്കുന്നു. അതിനിടയ്ക്ക് ആര് എന്റെ ജനന സർട്ടിഫിക്കറ്റ് നോക്കി നിൽക്കാനാണ്"

"സോറി. ഇത് നിയമമാണ്. ജനന സർട്ടിഫിക്കറ്റ് ഇല്ലാതെ എനിക്ക് ഒന്നും ചെയ്യാൻ സാധിക്കില്ല"

"എന്താ ഇതിന്റെ കാര്യം? മാസുചൃൂസറ്റിൽ താമസിച്ചപ്പോൾ എളു പ്പത്തിൽ ലൈസൻസ് കിട്ടിയല്ലോ?"

"രണ്ട് വർഷം മുമ്പ് നിങ്ങളെ പോലെയുള്ള അറബികൾ കാനഡ ബോർഡർ ചാടിക്കടന്ന് ലോസ് ആഞ്ചലസ് എയർപോർട്ട് തകർക്കാൻ ശ്രമം നടത്തിയിരുന്നു."

"ഭീകരവാദികൾ ഒരു തവണ പരാജയപ്പെട്ടാൽ അതേ മാർഗ്ഗം വീണ്ടും തിരഞ്ഞെടുക്കും എന്നാണോ നിങ്ങൾ കരുതുന്നത്?"

"എനിക്കറിയില്ല മിസ്റ്റർ... അതൊന്നും എന്റെ പരിധിയിൽ വരുന്ന കാര്യങ്ങളല്ല."

കാര്യം ശരിയായി കിട്ടാൻ യൂണിവേഴ്സിറ്റി വക്കീലിനോട് ഞാൻ സംസാരിച്ചു. ശരിയാക്കാമെന്ന് അയാൾ വാക്കും തന്നു. പക്ഷേ, കാര്യങ്ങൾ വിചാരിച്ചത് പോലെ എളുപ്പമായിരുന്നില്ല. ഒരുമാസത്തിന് ശേഷം വണ്ടിയുടെ താൽക്കാലിക പെർമിറ്റിന്റെ സമയം കഴിഞ്ഞതോടെ ചെക്ക് പോയിന്റുകളിൽ പൊലീസുകാർ എന്റെ വണ്ടി തടയാനും വാണിങ്ങ് തരാനും തുടങ്ങി. ഓരോ തവണ പിടിക്കുമ്പോഴും എന്റെ കഷ്ടത അവരോട് വിവരിക്കേണ്ട ഗതികേടുണ്ടായി. മാത്രമല്ല ദയ തോന്നാത്ത ചില സമയങ്ങളിൽ അവർ എഴുതുന്ന ഫൈൻ ഞാൻ അടയ്ക്കാൻ നിർബന്ധിതനുമായി. ഫൈൻ കൂടി വന്നതോടെ ഞാൻ അടയ്ക്കാൻ നിന്നില്ല. 600 ഡോളറിന്റെ മുകളിൽ ഫൈൻ അടയ്ക്കേണ്ടതുണ്ട്. ഒരു ദിവസം പുറത്തിറങ്ങി നോക്കുമ്പോൾ ഫ്രണ്ട് വീലിൽ പുതിയ ലോക്കിട്ട് പൊലീസ് കാർ സീൽ ചെയ്തതായി കണ്ടു. ഗ്ലാസിന്റെ കീഴിൽ എത്രയും പെട്ടെന്ന് ഫൈൻ അടയ്ക്കാനോ അല്ലെങ്കിൽ ഒരു മാസത്തിനുള്ളിൽ കോടതിയിൽ ഹാജരാകാനോ ഉള്ള നോട്ടീസും പതിച്ചിട്ടുണ്ടായിരുന്നു.

കോടതി നടപടികൾ നേരിടാനായി ഞാൻ നീങ്ങി. എന്റെ കേസിന്റെ മുമ്പുണ്ടായിരുന്ന കേസുകളിൽ ഒന്ന്, ഏതോ വലിയ മോഷണത്തിന്റേതായിരുന്നു. ജോലി സ്ഥലത്ത് വെച്ച് കൂട്ടുകാരനെ കുത്തിയതിന് ശിക്ഷ വാങ്ങിച്ച ഒരാൾക്ക് ശേഷം എന്റെ കേസ് വിളിച്ചു. ജഡ്ജിയോട് ഞാൻ എന്റെ പരിതോവസ്ഥ വിവരിച്ചപ്പോൾ അയാൾ പ്രോസിക്യൂഷനോട് കയർത്തു.

"ഇത് പോലത്തെ കാര്യങ്ങൾക്ക് കോടതിയുടെ സമയം കളയണ്ടേ"

എന്റെ നേരെ തിരിഞ്ഞ് പറഞ്ഞു

"നിങ്ങൾ ഒരു യൂണിവേഴ്സിറ്റി അധ്യാപകനാണ്. കാര്യങ്ങൾ മനസ്സിലാക്കൂ... കാർ വിൽക്കൂ."

ഫൈനിന്റെ പാതി അടയ്ക്കാനും കോടതി ഉത്തരവിട്ടു.

സെക്കന്റ് ഹാൻഡ് കാറുകൾ വാങ്ങിക്കുന്ന ഒരാൾക്ക് ഞാന് എന്റെ കാർ വിറ്റു. അതും നഷ്ട കച്ചവടത്തിൽ. മഞ്ഞിനെ പ്രതിരോധിക്കാൻ വലിയ ഷൂ വാങ്ങിച്ചു. വല്ലാതെ മഞ്ഞ് വീഴ്ചയുള്ള ദിവസങ്ങളിൽ തണുത്തുറഞ്ഞ് നടന്ന് പോകുമ്പോൾ പലപ്പോഴും ഉസാമ ബിൻ ലാദനേയും ജോർജ്ജ് ബുഷിനേയും മറ്റു എല്ലാ അധിനിവേശ ശക്തികളേയും ചീത്ത വിളിച്ച് കൊണ്ടിരുന്നു. തണുപ്പ് എത്രത്തോളം ചൂട് നൽകും എന്ന് അവർക്കാർക്കും അറിയില്ലല്ലോ...

വദൂദിന്റെ കുറിപ്പിലെ ചെറുഭാഗം അപ്പോഴാണ് ഓർമ്മ വന്നത്. ഒരു സ്വപ്നം.

കുരുവിയുടെ കിന്നാരപ്പാട്ട് കേൾക്കുന്നുണ്ട്. കണ്ണ് തുറന്നു നോക്കിയപ്പോൾ പേരറിയാത്ത എന്നാൽ പഴം നിറഞ്ഞ് നിൽക്കുന്ന മരത്തിന്റെ ചുവട്ടിലാണ് കിടക്കുന്നത്. കുരുവി അതിന്റെ ഒരു

ശിഖരത്തിൽ വന്നിരുന്നാണ് പാടുന്നത്. പാട്ട് നിലച്ചിരിക്കുന്നു. തല ഉയർത്തി എന്നെ നോക്കുന്നു. എന്നെ പരിചയമുള്ള നോട്ടം. ഞാൻ അതിനെ അരുമയോടെ തൊടാനായി കൈ നീട്ടിയപ്പോൾ അത് ദൂരേക്ക് പറന്നുപോയി. മരക്കൊമ്പ് ഇളകിയാടി. നാരങ്ങയെ പോലെ തോന്നിപ്പിക്കുന്ന പഴങ്ങൾ. അത് നാരങ്ങയല്ല. ആഗ്രഹ ത്തോടെ അത് പിടിച്ചപ്പോൾ ഉരുകി ഒലിച്ചു. എന്റെ കൈ നനഞ്ഞു. മരം അപ്രത്യക്ഷമായിരിക്കുന്നു.

ഹാനോവറിലെ എന്റെ ഫ്ളാറ്റിൽ ഫോൺ ഉണ്ടായിരുന്നില്ല. അമേരി ക്കൻ ചാനൽ വാർത്തകൾ കാണുമ്പോൾ എനിക്ക് ദേഷ്യവും സങ്കടവും കയറി വരും. തീസിസ് എഴുതി പൂർത്തിയാക്കാനുള്ള സമയം കൂടിയാണ് ആ ചർച്ചകൾ കവർന്ന് എടുക്കുന്നത്. അറബി ചാനലുകൾ കിട്ടാൻ ഒരു വഴിയും ഇല്ല. സ്ഥല സൗന്ദര്യത്തിന്റെ പേര് പറഞ്ഞ് കോളേജ് ബിൽഡിം ഗുകൾക്ക് മുകളിൽ ഡിഷ് ആന്റിനകൾ സ്ഥാപിക്കാൻ അനുമതിയുണ്ടാ യിരുന്നില്ല. ആന്റിനയില്ലാതെ അറബിക് ചാനൽ സിഗ്നലുകൾ ലഭിക്കു മായിരുന്നില്ല. അറബ് ചാനലുകൾ എന്ത് കൊണ്ട് തടയപ്പെടുന്നു എന്ന ഇറാഖി വിമർശന ലേഖനം വായിച്ചപ്പോൾ അതാണ് നല്ലത് എന്ന് എനിക്കും തോന്നി. പോരാത്തതിന് ഞാൻ എന്റെ ലോകത്തേക്ക് ചുരു ങ്ങാൻ ആഗ്രഹിക്കുകയും ചെയ്യുന്ന സമയം. കാന്റീനിൽ നിന്ന് ഭക്ഷണം വാങ്ങിച്ച് രാവിലെ ക്ലാസ് എടുക്കാറുള്ള സ്ഥലത്തേക്ക് പതിയെ നടന്നു. അത് എന്റെ ഓഫീസിന്റെ അരികിലായിരുന്നു ലക്ചറിംഗിന്റെ ഇടയിൽ കുട്ടികൾക്ക് വീഡിയോ കാണിക്കാനായി വലിയ ഒരു സ്ക്രീൻ തന്നെ അവിടെ സ്ഥാപിച്ചിട്ടുണ്ടായിരുന്നു.

കേബിൾ കണക്ഷൻ ഉള്ളത് കൊണ്ട് അത്യാവശ്യമുള്ള ചാനലു കൾ കാണാം എന്നായിരുന്നു എന്റെ കണക്ക് കൂട്ടലുകൾ. ലൈറ്റ് ഓഫാക്കി ഇരുട്ടത്ത് ഇരുന്ന് ഞാൻ അമേരിക്കൻ ചാനലുകൾ കണ്ടു. ശേഷം ദേവ് ശാബിൽ എന്ന കൊമേഡിയന്റെ പ്രോഗ്രാമുണ്ടായിരുന്നു. രാഷ്ട്രീയ ആക്ഷേപഹാസ്യ പരിപാടിയായിരുന്നു അത്. കാവൽക്കാരൻ 11.30ന് തന്റെ ദൈനംദിന ചെക്കിംഗിനായി ഹാളിലെത്തി. ആദ്യം കണ്ട പ്പോൾ പരുക്കൻ സ്വരത്തിൽ ചോദിച്ചു.

"എന്താ ഇവിടെ?" അതും ഹാൾ അടച്ചിട്ട് പുറത്ത് പോ

"ഞാൻ ഇവിടത്തെ അധ്യാപകനാണ്. എന്റെ കയ്യിൽ കീ ഉണ്ട്"

അയാൾ എന്റെ ഐഡി കാർഡ് ചോദിച്ചു ഞാൻ കാണിച്ചുകൊടുത്തു. എല്ലാ ദിവസവും അയാൾ വരും. വാതിൽ തുറക്കും. എന്നെ കാണും.

"ഓ... നിങ്ങളോ? ഓകെ..."

അതും പറഞ്ഞ് അയാൾ പോകും.

ശരത്കാലത്തിന്റെ തുടക്കത്തിൽ ഒരു ദിവസമാണ് കൈറ്റിന്റെ മെയിൽ ലഭിച്ചത്. അറബി ഭാഷ ക്ലാസ്സിൽ ആദ്യവർഷം എന്റെ വിദ്യാർത്ഥിനി യായിരുന്നു കൈറ്റ് "സ്റ്റുഡന്റ്സ എഗൈൻസ്റ്റ് വാർ' എന്ന സംഘടന

രൂപീകരണത്തെക്കുറിച്ചും തദ്സംബന്ധിയായി ഒരു സിംപോസിയം സംഘടിപ്പിച്ചാൽ അതിന്റെ മേഡറേറ്ററായി നിൽക്കാൻ പറ്റുമോ എന്നും ചോദിച്ചാണ് കത്ത് എഴുതിയിരിക്കുന്നത്. നേരിട്ട് കണ്ടപ്പോൾ ഒന്നും പറഞ്ഞില്ലല്ലോ എന്ന് ഓർത്തു.ആൾ കുറച്ച് നാണം കുണുങ്ങിയായത് കൊണ്ടാകാം നേരിട്ട് പറയാതിരുന്നത് എന്ന് ഉത്തരം ഞാൻ തന്നെ കണ്ടെത്തി. ഞാൻ സമ്മതം മൂളി. കൂട്ടത്തിൽ കൂടുതൽ വിവരങ്ങൾ നൽകാൻ ആവശ്യപ്പെടുകയും ചെയ്തു. അനാവശ്യ യുദ്ധങ്ങൾക്ക് എതിരെ കുട്ടികളെ ബോധവത്കരിക്കാനുള്ള നിരന്തര പ്രവർത്തനങ്ങൾ സംഘടിപ്പിച്ചതിന് ശേഷമായിരിക്കും സംഘടന രൂപീകരണം എന്ന് അവർ മറുപടിയായി എഴുതി. യുദ്ധ വിരുദ്ധ പ്രവർത്തനങ്ങളോടുള്ള എന്റെ താത്പര്യവും അഭിനിവേശവും പ്രവർത്തനങ്ങളുടെ ആവശ്യകതയെക്കുറിച്ചും ഞാൻ വാചാലനായി. ഇ മെയിൽ വഴി ഞങ്ങൾ സംസാരിച്ചതിന്റെ രണ്ടാഴ്ചയ്ക്കുള്ളിലായി വലിയ വെണ്ടയ്ക്ക അക്ഷരത്തിലായി പ്രവർത്തന നോട്ടീസ് പ്രത്യക്ഷപ്പെട്ടു. 'യുദ്ധക്കെടുതികളിൽ നിങ്ങൾ അമർഷമുള്ളവരാണോ, എങ്കിൽ നമുക്കും ചെയ്യാനുണ്ട് പലതും' സെമിനാറിൽ പേപ്പർ പ്രസന്റേഷന് താത്പര്യമുള്ളവരോട് നേരത്തെ റജിസ്റ്റർ ചെയ്യാനുള്ള നിർദ്ദേശവും അതിലുണ്ടായിരുന്നു. ആ മാസത്തെ സ്റ്റാഫ് മീറ്റിംഗ് നടക്കുന്നതുകൊണ്ട് എനിക്ക് സെമിനാർ നടത്തിപ്പുമായി ബന്ധപ്പെട്ട മീറ്റിംഗിൽ പങ്കെടുക്കാനായില്ല. തൊട്ടടുത്ത ദിവസം ക്ലാസ്സ് കഴിഞ്ഞ് നോട്ട്സ് എഴുതുന്നതിനിടയിൽ കീറ്റിനോട് മീറ്റിംഗിനെക്കുറിച്ച് ചോദിച്ചു. കൃത്രിമ ചിരിയോടെ അവൾ പറഞ്ഞു

"സോറി, കൂടുതലൊന്നും വന്നില്ല, എഴാൾ മാത്രം. ഏതായാലും പരിപാടി നടത്താൻ തന്നെയാണ് തീരുമാനം. സംഘടനയുടെ പ്രവർത്തനം കൂടുതൽ ശക്തിപ്പെടുത്തി ആളുകളെ കൂട്ടണം എന്ന് ഞാൻ എല്ലാവരോടും പറഞ്ഞിട്ടുണ്ട്."

അവളെ നിരാശപ്പെടുത്താതിരിക്കാനായി ഞാൻ പറഞ്ഞു

"ഇത് ഒരു തുടക്കമാണ് എന്നതാണ് പ്രധാന കാര്യം. എന്തെങ്കിലും ആവശ്യമുണ്ടെങ്കിൽ ചോദിക്കാൻ മടിക്കരുത്.

ഏഴായിരം കുട്ടികളിൽ നിന്ന് വെറും ഏഴ് പേർ! സത്യമായും വളരെ കുറഞ്ഞ് പോയിരിക്കുന്നു. എന്തിന് ഞാൻ പേടിക്കണം? ഈ കുട്ടികളിൽ മഹാഭൂരിപക്ഷവും സമ്പന്നരാണ്. പോരാത്തതിന് ഇവിടത്തെ വലത് പക്ഷ പാർട്ടി അനുഭാവികളും. യുദ്ധവും അനന്തര ദുരിതങ്ങളും അവരുടെ ചിന്തയിൽ പോലും വരില്ല. അവർ എപ്പോഴും സുരക്ഷിത ലോകത്താണെന്ന് വിശ്വസിക്കുന്നവരാണ്.

യൂണിവേഴ്സിറ്റിയുടെ മുൻവശത്തെ മുറ്റത്ത് തന്നെ വെളുത്ത റോസപ്പൂ പിടിച്ച് യുദ്ധങ്ങളിൽ കൊല്ലപ്പെട്ടവർക്ക് മൗനപ്രാർത്ഥന നടത്താമെന്നുള്ള അഭിപ്രായം ചെറിയ ഒരു അദ്ഭുതത്തോടെ തന്നെയാണ് ഞാൻ കേട്ടത്. രാവിലെ എട്ട് മണി മുതൽ വൈകീട്ട് ക്ലാസ്സ് കഴിഞ്ഞ് തിരിച്ച് പോകുന്നത് വരെ കുട്ടികൾ അത് കാണുകയും ബോധവാന്മാരാകുകയും

ചെയ്യുമല്ലോ എന്നതായിരുന്നു അവർ ആ ആശയം മുന്നോട്ട് വെക്കാൻ കാരണം. പതിവിലും നേരത്തെ എണീറ്റ് ഇമെയിൽ പ്രകാരം നിർദ്ദേശം നൽകിയിരുന്ന സ്ഥലത്തേക്ക് ഞാൻ അതിരാവിലെ തന്നെ എത്തി. കീറ്റിന്റെ കൂടെ നിൽക്കുന്ന സംഘടനാ ബന്ധുക്കളെ കണ്ടതോടെ ഞാൻ അവരുടെ അടുക്കലേക്ക് ചെന്നു. എല്ലാവരുടെ കൈയ്യിലും 'യുദ്ധം അവസാനിപ്പിക്കൂ, 'യുദ്ധം വേണ്ടേ വേണ്ട', ഞങ്ങൾക്ക് സമാധാനമാണ് വേണ്ടത്' തുടങ്ങിയ പ്ലക്കാർഡുകളുണ്ടായിരുന്നു. ക്ലാസിലേക്ക് പോകുന്നവർ അലസമായ മട്ടിൽ അത് നോക്കി കടന്ന് പോയി, ചിലർ വായിച്ചു, ചിലർ ചിരിച്ചു.

പരിപാടിയിൽ സംബന്ധിക്കാൻ വന്നവരെ ഞാൻ എണ്ണിനോക്കി 37 പേർ. ഇത്ര പേർ മാത്രം! എന്താണ് കാരണം! 7.50 ആയപ്പോൾ കീറ്റിന്റെ കൂട്ടുകാരിൽ ഒരാൾ വന്ന് ആഗതർക്ക് നന്ദി പ്രകാശിപ്പിച്ചു. എല്ലാവരും ക്ലാസ്സുകളിലേക്ക് തിരികെ പോയി. കീറ്റിന്റെ അടുത്ത് ചെന്ന് വന്നവരുടെ എണ്ണം ചോദിച്ചപ്പോൾ പറഞ്ഞു.

“ഇറാഖിൽ ഇത് വരെ കൊല്ലപ്പെട്ട 370 അമേരിക്കകാർക്ക് തുല്യമാണ് ഇവർ”

ഇറാഖികളെക്കുറിച്ച് ഞാൻ ചോദിക്കുന്നതിന് മുമ്പ് അവൾ പറഞ്ഞു.

“സോറി, യുദ്ധങ്ങളിൽ കൊല്ലപ്പെട്ട ഇറാഖികളുടെ എണ്ണം എത്രയാണ് എന്ന് എനിക്ക് അറിയില്ല.”

ആദ്യം നമ്മുടെ രാജ്യത്തിന് വേണ്ടി ജീവത്യാഗം ചെയ്ത സൈനികരെ ഓർത്ത് പുതിയ യുദ്ധങ്ങൾ ഇല്ലാതിരിക്കാൻ എന്ത് വഴി എന്നതിനെക്കുറിച്ച് മറ്റുള്ളവരെ ബോധവാന്മാരാക്കാനുള്ള പദ്ധതികൾ ആവിഷ്കരിക്കാം എന്നു പറഞ്ഞ് പിരിഞ്ഞു.

വദൂദ് കാണുന്ന സ്വപ്നങ്ങൾപോലും അവന്റെ എഴുത്തിൽ കുറിച്ചു വെക്കാൻ അവൻ ആഗ്രഹിക്കുന്നുണ്ടെന്ന് എനിക്കു മനസ്സിലാക്കാൻ കഴിഞ്ഞ കാര്യമായിരുന്നു. ബോറടി മാറ്റാനായി എടുത്ത് വായിച്ച കുറിപ്പും അവന്റെ ഒരു സ്വപ്നകഥയായിരുന്നു. അത് വായിച്ചുകഴിഞ്ഞപ്പോൾ ഞാൻ പലപ്പോഴായി കാണാറുള്ള സ്വപ്നത്തെക്കുറിച്ച് ആലോചിച്ച് ചിരിച്ചു.

സ്വപ്നം. വീണ്ടും സ്വപ്നം

റെയിൽവേ സ്റ്റേഷൻ (മൊസൂളിലേക്കുള്ള യാത്രയിൽ മാത്രമാണ് ഞാൻ ട്രെയിൻ കയറിയിട്ടുള്ളൂ എന്നതാണ് വിചിത്രമായി തോന്നിയത്). പക്ഷേ, ഇത് ബാഗ്ദാദിലെ ഇന്റർനാഷണൽ റെയിൽവേ സ്റ്റേഷനല്ല. ഓർമയിലുള്ള ഒരു സ്റ്റേഷനോടും സാമ്യത തോന്നിക്കുന്നുമില്ല. ഞാൻ പ്ലാറ്റ്ഫോമിൽ ഏകനായി നിൽക്കുന്നു. ഒരു വണ്ടി പോകാൻ തയ്യാറായി നിൽക്കുന്നു. മൈക്കിലൂടെ ട്രെയിൻ

പുറപ്പെടാനായത് വിളിച്ചു പറയുന്നുണ്ട്. പക്ഷേ, ഏത് ഭാഗത്തേക്കാണെന്നോ ഏത് സ്ഥലത്തേക്കാണെന്നോ പറയുന്നില്ല. പറയുന്നത് വ്യക്തമായി മനസ്സിലാക്കാനും കഴിയുന്നില്ല. ട്രെയിനിന്റെ ജനാലയിലേക്ക് നോക്കിയപ്പോൾ എന്റെ വീട്ടുകാരും കുടുംബക്കാരും സുഹൃത്തുക്കളും എന്നെ മാടി വിളിക്കുന്നു. അതുകണ്ട് ഞാൻ ഓടി കയറാൻ വേണ്ടി വാതിൽക്കൽ എത്തി. കറുത്ത മൂടുപടമണിഞ്ഞ് വാതിൽക്കൽ നിൽക്കുന്ന ഒരാൾ ചോദിക്കുന്നു. "ഈ ട്രെയിൻ ഭാവിലോകത്തേക്കാണ് പോകുന്നത്. നിങ്ങളുടെ ടിക്കറ്റ് എവിടെ?" ഞാൻ ടിക്കറ്റിനു വേണ്ടി എന്റെ കീശയിൽ പരതുന്നു പക്ഷേ, ലഭിച്ചില്ല. ടിക്കറ്റില്ലാതെ അകത്തോട്ട് കയറാൻ സമ്മതിക്കില്ല എന്ന് അയാൾ. ട്രെയിനിൽ നിന്ന് ടിക്കറ്റ് കിട്ടില്ല. താഴത്തെ നിലയിൽ ചെന്ന് ടിക്കറ്റ് വാങ്ങിക്കണം. ടിക്കറ്റ് കൗണ്ടർ തിരഞ്ഞ് നടക്കുമ്പോൾ മറ്റൊരു ട്രെയിൻ എതിർ വശത്തേക്ക് പോകാനായി നിൽക്കുന്നത് കണ്ടു. ജനാലയിലൂടെ എന്റെ വീട്ടുകാരും കൂട്ടുകാരും എന്നെ വിളിക്കുന്നത് കണ്ടു. അവരുടെ അടുക്കലേക്ക് ഓടി ചെന്നപ്പോൾ അയാളെ അവിടെയും വാതിൽക്കലും കണ്ടു. "ഈ തീവണ്ടി ഭൂതലോകത്തേക്കാണ് നിന്റെ ടിക്കറ്റ് എവിടെ?" നേരത്തെ പറഞ്ഞത് അയാൾ ആവർത്തിച്ചു. ടിക്കറ്റില്ലാതെ നിനക്ക് കയറാൻ പറ്റില്ല.

2005ന്റെ തുടക്കത്തിൽ ദ ഡെയ്‌ലി ന്യൂസിൽ വർക്ക് ചെയ്യുന്ന പത്രപ്രവർത്തക എന്നെ വിളിച്ചു. ഇറാഖിൽ നടക്കാനിരിക്കുന്ന പാർലമെന്റ് തിരഞ്ഞെടുപ്പിൽ ഇവിടെ താമസിക്കുന്ന ഇറാഖികൾക്ക് എന്താണ് പറയാനുള്ളത് എന്നത് അറിയാനായിരുന്നു അത്. അവൾ ചോദിക്കുന്നതിന് മുമ്പ് തന്നെ ഞാൻ "ഒരു റിപ്പോർട്ട് തയ്യാറാക്കാൻ മാത്രം ഇറാഖികൾ ഇവിടെ ഉണ്ടോ?" എന്ന സംശയം പ്രകടിപ്പിച്ചു. 1983 ഇറാഖ് വിട്ട് അമേരിക്കയിൽ സ്ഥിര താമസമാക്കിയ ഇറാഖിയായ പ്രൊഫസറെ എനിക്ക് ഓർമ വന്നു. ഇവിടെ എത്തിയതിന് ശേഷം ഒരു തവണ മാത്രമാണ് അദ്ദേഹത്തെ കാണാൻ കഴിഞ്ഞത്. അന്നാണെങ്കിൽ മര്യാദയ്ക്ക് സംസാരിക്കാൻ പോലും സാധിച്ചില്ല. അടുക്കാനും പരിചയപ്പെടാനും സാധിച്ചിരുന്നില്ല. ഒരിക്കൽ മെയിൽ വഴി കോണ്ടാക്റ്റ് ചെയ്ത് രണ്ട് പേർക്കും കാണാനും സംസാരിക്കാനും സാദ്ധ്യമാകുന്ന ഒരു സ്ഥലം തീരുമാനിച്ചെങ്കിലും ഒഴിച്ച് കൂടാനാകാത്ത ചില കാരണങ്ങളാൽ അദ്ദേഹത്തിന് വരാൻ സാധിക്കാത്തതിനാൽ ആ പരിപാടി ക്യാൻസൽ ചെയ്യേണ്ടി വന്നു. മറ്റൊരു അവസരത്തിൽ രോഗകാരണത്താലും കാണാൻ കഴിഞ്ഞില്ല. അദ്ദേഹം കൂട്ടുകാരെ എല്ലാം അകറ്റി നിർത്തി തനിച്ച് താമസിക്കാനുള്ള താത്പര്യം കാണിച്ചു തുടങ്ങിയെന്ന് വൈകിയാണ് അറിഞ്ഞത്. യൂണിവേഴ്സിറ്റിയിൽ നിന്ന് വളരെ അകലത്തായിരുന്നു അദ്ദേഹത്തിന്റെ താമസം. ആഴ്ചയിൽ രണ്ട് ദിവസം മാത്രമാണ് ക്ലാസ് ഉണ്ടായിരുന്നത്.

"അതെ, നിങ്ങൾ ഉൾപ്പെടെ മൂന്ന് പ്രമുഖരുണ്ട്. പിന്നെ ഈ വർഷം ഫുൾബ്രൈറ്റ് സ്കോളർഷിപ്പോടെ പഠനത്തിനായി വന്ന ഒരു വിദ്യാർത്ഥിയുമുണ്ട്. നിങ്ങൾക്കറിയില്ലേ അയാളെ?"

"ഇല്ല"

ഏതായാലും അവൾ ചോദിച്ചു തുടങ്ങി. ഞാൻ മറുപടിയും നൽകി . കടുകട്ടി ചോദ്യങ്ങൾ തന്നെയായിരുന്നു. എനിക്ക് ഇലക്ഷനിൽ പങ്കെടു ക്കാൻ താത്പര്യമില്ലെന്നു പറഞ്ഞപ്പോൾ അവർ ചോദിച്ചു.

"എന്തുകൊണ്ട്? ന്യൂയോർക്കിലും വാഷിങ്ടണിലും പോളിംഗ് ബൂത്ത് ഉണ്ടല്ലോ. നിങ്ങളുടെ ജനാധിപത്യ അവകാശം വിനിയോഗിക്കാൻ നിങ്ങൾക്ക് താത്പര്യമില്ല എന്നാണോ പറയുന്നത്? ഇതിന്റെ പേരിൽ തന്നെയല്ലേ പൊതുജനം കൊല്ലപ്പെട്ട് കൊണ്ടിരിക്കുന്നത്?"

"സൈനിക അധിനിവേശത്തിലുള്ള തിരഞ്ഞെടുപ്പ് നീതിയുക്തമാ യിരിക്കും എന്ന് എനിക്ക് വിശ്വാസമില്ല. പോരാത്തതിന് തിരഞ്ഞെടുപ്പിൽ ഏത് ഇറാഖിയെ പോലെയും പങ്കെടുക്കാനും എനിക്ക് കഴിയില്ല. ആയി രക്കണക്കിന് ഇറാഖികൾക്ക് മനസ്സറിഞ്ഞ് വോട്ട് ചെയ്യാൻ പോലും പറ്റാത്ത സമയത്ത് ഞാൻ ഇവിടെ മറ്റൊരു ഭൂഖണ്ഡത്തിലല്ലേ?"

"അതിന് നിങ്ങളെ ആര് തടയുന്നു?"

"ഫലൂജക്കാർ പലരും."

മുഖാമുഖം പത്രത്തിൽ പ്രസിദ്ധീകരിച്ചതിന് ശേഷം ഒരു വായന ക്കാരി എന്റെ കാഴ്ചപ്പാടുകളെ ശരിവെയ്ക്കുകയും ചെയ്തു. അവർ മാത്രമാണ് എന്നെ പിന്തുണച്ച് എഴുതിയത്. മറ്റുള്ളവർ എതിർക്കുക യാണ് ചെയ്തത്. ചിലർ എന്നെ നന്ദിയില്ലാത്തവൻ എന്നുവരെ വിളിച്ചു. മുൻ പട്ടാളക്കാരനെന്ന് സ്വയം പരിചയപ്പെടുത്തിയ ഒരാൾ എഴുതി " ഒരു ബാഗ്ദാദുകാരനായ പ്രൊഫസർക്ക് ഞങ്ങളുടെ യൂണിവേഴ്സിറ്റി യിൽ വന്ന് പഠിപ്പിക്കാനുള്ള സാഹചര്യം ഒരുക്കി തന്നു എന്നത് ഞങ്ങ ളുടെ സാംസ്കാരിക അധിനിവേശത്തിന്റെ പ്രകടനമാണ് മനസ്സിലായി ക്കാണും. ഞങ്ങളുടെ കുഞ്ഞുങ്ങളുടെ മസ്തിഷ്കങ്ങളിൽ വിഷം കുത്തി വെക്കുന്നതിന് ഞങ്ങൾ തന്നെ ശമ്പളവും നൽകുന്നുണ്ടല്ലോ"

കേംബ്രിഡ്ജ് യൂണിവേഴ്സിറ്റിയിൽ തിരിച്ച് എത്തിയപ്പോൾ ഞാൻ രണ്ട് ദിവസത്തേക്ക് അലി ഹാദിയെ കാണാൻ പോയി. കഥ പറഞ്ഞ് ഞങ്ങൾ നേരം വെളുപ്പിച്ചു. ഒരിക്കൽ കൂടി സങ്കടവും വിലാപവും കൂട്ടായി വരുമോ എന്ന് പേടിക്കാതിരുന്നില്ല. അന്ന് ഉറക്കത്തിന്റെ ദേവതമാർ എന്നെ കടാ ക്ഷിച്ചില്ല. ഒരു നോവൽ പോലും വായിക്കാനും സാധിച്ചില്ല. അതിഥി റൂമിൽ തന്നെ ടി.വി. യുണ്ടായിരുന്നു. ഉറക്കം സമ്മാനിക്കാവുന്ന വല്ല പരിപാടിയും അതിലുണ്ടായിരിക്കും എന്ന ആഗ്രഹത്തോടെയാണ് തുറന്ന് നോക്കിയത്. ചാനലുകൾ മാറുക എന്നതല്ലാതെ കാമ്പുള്ള ഒന്നും തന്നെ കണ്ണിൽ തടഞ്ഞില്ല. ഉറക്കം കിട്ടാൻ ഞാൻ പല പണിയും ചെയ്ത് നോക്കി. പുലർച്ചെ രണ്ട് മണിക്ക് ബിബിസി ചാനലിൽ ഒരു ഷോ കണ്ടു. പഴഞ്ചൻ വസ്തുക്കളെ പരിചയപ്പെടുത്തുകയും വില കാണിക്കുകയും ചെയ്യുന്ന "ആന്റിക്യൂ റോഡ് ഷോ" ആയിരുന്നു അത്. പഴയ വാച്ചുകൾ,

ക്ലോക്കുകൾ, ഫർണീച്ചറുകൾ, ഫലകങ്ങൾ. അങ്ങനെ അതിപുരാതന മഹാസംഭവ പ്രതിഷ്ഠ സൂചകങ്ങൾ. അമ്പതിനോട് അടുത്ത് പ്രായം വരുന്ന ഒരു സ്ത്രീ വെളുക്കെ ചിരിച്ച് ക്യാമറയ്ക്ക് മുന്നിൽ ഇടയ്ക്കിടെ കയറി വരുന്നുണ്ടായിരുന്നു.

"മാഡം, നിങ്ങളുടെ കൈവശം എന്താണുള്ളത്?"

"ഇന്ത്യക്കാർ ഉപയോഗിച്ചിരുന്ന അതിപുരാതന തൊട്ടിലുകളാണ്. അതും തോൽ കൊണ്ട് നിർമ്മിച്ചത്. അതും കൈകൊണ്ട് നിർമ്മിച്ചത്."

"വോവ... നല്ല ഭംഗിയുണ്ടല്ലോ... എവിടെ നിന്ന് കിട്ടി?"

"ഇത് എന്റെ മുത്തശ്ശന് കിട്ടിയതാ... പട്ടാളക്കാരനായിരുന്നു അദ്ദേഹം. അദ്ദേഹത്തിന്റെ കാലശേഷം അച്ഛനും പിന്നെ എനിക്കും ലഭിച്ചു."

"എന്ത് വില വരും?"

"അച്ഛനും മുത്തച്ഛനും പറഞ്ഞത് ഇത് ഇന്നത്തെ മൂല്യക്കണക്കിൽ ഏകദേശം 46000 ഡോളർ വരും"

"വോവ്... കാര്യമായിട്ടാണല്ലോ?"

"താങ്ക്യൂ..."

ഞാൻ ആ തൊട്ടിൽ തന്നെ നോക്കി നിന്നു. പക്ഷേ, പരിപാടിയുടെ ആങ്കർ ക്യാമറയുടെ പിറകിൽ കൂടി കാഴ്ച മറച്ചു. ടി.വി. ഓഫാക്കി അല്പ നേരം ഇരുട്ടിൽ ഇരുന്നു. എഴുന്നേറ്റ് എപ്പോഴും കൂടെ കരുതാറുള്ള വദൂദിന്റെ ഫയലിൽനിന്നും പുതിയ കത്ത് എടുത്ത് വായിക്കാൻ തുടങ്ങി.

എന്നെക്കുറിച്ച് കഥ എഴുതാൻ നിനക്ക് ഉദ്ദേശ്യമുണ്ടോ? നിന്റെ എഴുത്തിൽ അങ്ങനെ കണ്ടപ്പോൾ വളരെ സന്തോഷം തോന്നി. എനിക്ക് പലതും ചെയ്യാനാകുമെന്ന് ആത്മവിശ്വാസമുണ്ടായിരുന്നു എന്ന കാര്യം ഞാൻ നിന്നോട് മറച്ചുവെക്കുന്നില്ല. എന്റെ ജീവിതത്തെക്കുറിച്ച് ചിന്തിക്കുമ്പോൾ ഭൂതവും ഭാവിയും തീർച്ചയായും ഒരു നോവലാക്കാൻ മാത്രം വിഷയമയമാണ്. നോവൽ മാത്രമല്ല സിനിമ തന്നെ പിടിക്കാൻ മാത്രമുണ്ട്. കൂടുതൽ ചിന്തിച്ചപ്പോഴാണ് മറ്റൊരു കാര്യം മനസ്സിലായത്. ഈ ലോകത്തുള്ള ലക്ഷക്കണക്കിന് മനുഷ്യജന്മങ്ങളാണ് തങ്ങളുടെ ജീവിതം ഇതിഹാസ സമാനമാണെന്നും ആരെങ്കിലും അത് ഒരു താളിലേക്കോ അഭ്രപാളിയിലേക്കോ പകർത്തിയെങ്കിൽ എന്ന് ആഗ്രഹിക്കുകയും ചെയ്യുന്നത് എന്ന പരമ യാഥാർത്ഥ്യം മനസ്സിലായത്. പക്ഷേ ചില ദുരന്തങ്ങൾ എന്റെ ആത്മവിശ്വാസത്തെ ഇല്ലാതാക്കി. ആ ധൈര്യം ചോർന്നുപോയി. വിഷാദം മനസ്സിൽ കുടികെട്ടിയതോടെ ആത്മധൈര്യവും കൂട് വിട്ടു പറന്നകന്നു. ആത്മവിശ്വാസത്തിന് ഒരു കൂട് എങ്ങനെ നിർമ്മിക്കും? എനിക്ക് പറ്റില്ല. എന്നെ കൊണ്ട്

സാധിക്കില്ല. ഇത് ഒരു സാഹിത്യഭാഷ്യമോ അതിശയോക്തി കലർന്ന ഭാഷയോ അല്ല. മനുഷ്യവംശം ഒരു പുസ്തകമാണ്. ആ പുസ്തകത്തിന്റെ വരകളും കുറികളുമാണ് നാം. നമ്മുടെ ചരിത്രം വായിക്കപ്പെടാൻ അതിന്റെ സമാപ്തം എഴുതി വെയ്ക്കപ്പെടാൻ നാം മരിക്കണം. അപ്പോൾ മാത്രമേ നാം അറിയപ്പെടൂ. ഏതൊരു കാര്യവും വ്യക്തത കൈവരിക്കുന്നത് അതിന്റെ അന്ത്യത്തിൽ മാത്രമാണല്ലോ. അന്ത്യം - അതാണ് പൂർണ്ണത. വ്യക്തികളും തഥൈവ. ഒരാളുടെ കഥ എഴുതി തീർക്കാവുന്നത് അയാളുടെ മരണത്തിനുശേഷം മാത്രമാണ്. അന്നേരം മാത്രമേ ആ ശരീരത്തിന്റെ ഈണവും രാഗവും വ്യക്തമായി ഉൾക്കൊള്ളാൻ കഴിയൂ. ഹ്യൂമൻ ആർക്കിയോളജി ശവശരീരത്തിൽ മാത്രമേ സാധ്യമാകൂ.

സമയമാകാൻ കാത്തിരിക്കണം. കാര്യത്തിന്റെ ഗൗരവം മനസ്സിലാക്കാൻ എന്റെ ലോകത്തേക്ക് ഇറങ്ങി വരണം. മുത്തച്ഛന്മാരുടെ കൂടെ പരകായപ്രവേശം നടത്തി എന്റെ കുടുംബത്തിന്റെ ഭാഗമാകണം. പക്ഷേ, ഒരിക്കലും ഞാൻ പിന്തിരിഞ്ഞതുപോലെ തിരിഞ്ഞോടാനും പാടില്ല. അന്നേരം നിനക്ക് നിന്റെ തന്നെ നോവൽ എഴുതിത്തുടങ്ങാം. എന്റെ യഥാർത്ഥ പേര് ഉപയോഗിക്കാൻ നിനക്ക് സർവ്വസ്വാതന്ത്ര്യവും അന്നേരം നൽകപ്പെടും. അവിടെയും ചില പ്രശ്നങ്ങളുണ്ടല്ലോ. നാം എല്ലാവരും വ്യത്യസ്ത പുസ്തകങ്ങളല്ലേ? അതെ. അപ്പോൾ നമ്മുടെ ചരിത്രം, വംശം, എഴുത്തിന്റെ താളുകൾ, മഷികൾ, വരകൾ എല്ലാം വ്യത്യസ്തമായിരിക്കുമല്ലോ. പ്രധാനപ്പെട്ട ഒരു കാര്യം ഓർക്കുക. നാം പുസ്തകങ്ങളാണ്. ഞാനും ഒരു പുസ്തകമാണ്. പക്ഷേ ഒരു ഭാഗം പൂർണ്ണമായും നഷ്ടപ്പെട്ട പുസ്തകമാണ് ഞാൻ. ഇത് എന്റെ തോന്നലാവാം, പക്ഷേ അതിലും ചില സത്യങ്ങളില്ലേ എന്നാണ് എന്റെ വിശ്വാസം. ആ മനുഷ്യപുസ്തകങ്ങളിൽ ചിലർ എന്റെ അനേകം താളുകൾ കീറിയെടുത്ത് കത്തിച്ച് കരിച്ച് കളഞ്ഞിരിക്കുന്നു. ആ താളുകളിൽ എഴുതപ്പെട്ട കാര്യങ്ങൾ കണ്ടെത്താൻ കഴിഞ്ഞിരുന്നെങ്കിൽ എന്റെ തന്നെ പല പ്രശ്നങ്ങൾക്കും പരിഹാരമാകുമായിരുന്നു. പക്ഷേ, എനിക്കറിയില്ല. ഒരുപാടു കാലമായി ഞാൻ എന്നിൽ തന്നെ അന്വേഷിച്ചുകൊണ്ടിരിക്കുകയാണ്. ഇതുവരെ കണ്ടെത്താനായിട്ടില്ല. എന്നാലും ഇനിയും കുഴിച്ചു നോക്കട്ടെ. എന്റെ തലയിൽ വെള്ളപ്പുഴുക്കൾ കയറി തുടങ്ങിയിട്ടുണ്ട്. ഓർമ്മകളുടെ യവനികയിൽ മറഞ്ഞു കിടക്കുന്ന കാര്യങ്ങളെ പുറംവെളിച്ചം കാണിക്കാൻ എനിക്കു കഴിയുന്നില്ല. സുഹൃത്തേ, വെറും രണ്ട് ടി.വി. ചാനലുകൾ മാത്രമുണ്ടായിരുന്ന കാലം നിനക്കോർമ്മയുണ്ടോ? അർദ്ധരാത്രിയോടെ

> അതിന്റെ സംപ്രേഷണവും അവസാനിക്കാറുണ്ടായിരുന്നു എന്നറിയുമോ? അതിനുശേഷം പുഴുക്കൾ കുഴഞ്ഞുമറിയുന്ന സ്ക്രീനായി മാറിയിരുന്നു എന്നറിയുമോ? എന്റെ ഓർമ്മകളുടെ വെളിച്ചത്തിലേക്ക് കയറിവരുന്ന ഒരുപാട് കാര്യങ്ങൾ. അല്പനേരം കൂടി ശ്ശ്ശ്ശ് എന്ന ശബ്ദം കേട്ടേക്കാം. പിന്നെ ഇരുട്ട്. കട്ട ഇരുട്ട്. നിശ്ശബ്ദത. ഒരു ശബ്ദവുമില്ല. നിറവുമില്ല.

വായിച്ചുതീർന്നപ്പോൾ ഞാൻതന്നെ ശൂന്യതയിലേക്ക് ആഴ്ന്ന് പോകുന്ന ഒരു തോന്നൽ.

അമേരിക്കൻ രാഷ്ട്രീയചരിത്രത്തിലെ ഇറാഖും യുദ്ധക്കെടുതിയും എന്ന ക്ലാസ് എടുക്കാമോ എന്ന് ചോദിച്ചുകൊണ്ട് പൊളിറ്റിക്കൽ സയൻസ് ഡിപ്പാർട്ട്മെന്റ് അസിസ്റ്റന്റ് പ്രൊഫസർ എന്നെ വിളിച്ചു. നമ്മുടെ ചർച്ചയിൽ പങ്കുകൊള്ളാൻ മറ്റൊരു ഇറാഖി കൂടിയുണ്ടാകുമെന്നും അദ്ദേഹം പറഞ്ഞിരുന്നു. എഴുപതിലധികം വിദ്യാർത്ഥികളെ ഉൾക്കൊള്ളിക്കാവുന്ന വലിയ ഹാളായിരുന്നു അത്. കുട്ടികളുടെ ചോദ്യത്തിന് ഉത്തരം നൽകുന്നതിന് മുമ്പായി പതിനഞ്ച് മിനുട്ട് സംസാരിക്കാനുള്ള അവസരമുണ്ടാകുമെന്ന് ഇമെയിലിൽ സൂചിപ്പിച്ചിരുന്നു. സംസാരിക്കാൻ അവസരം കിട്ടിയപ്പോൾ യുദ്ധങ്ങളുടെ ലക്ഷ്യങ്ങളും ജനാധിപത്യ സങ്കല്പങ്ങളിൽ നിന്ന് യുദ്ധ വെറിയുള്ള മനോഭാവം എത്രമാത്രം അകലത്താണ് നിൽക്കുന്നതെന്നും ഇറാഖിന് മേൽ ശത്രുക്കൾ നടത്തിയ സാമ്പത്തിക ഉപരോധത്തിലൂടെ തകർന്ന് പോയ ജനങ്ങളുടെ ദീനതയും സാമൂഹിക ചിന്താഗതികളും അതിനെ തുടർന്ന് വ്യാപകമായി കൊണ്ടിരിക്കുന്ന വെറുപ്പിന്റെ രാഷ്ട്രീയവും അധിനിവേശം എത്രയും പെട്ടെന്ന് അവസാനിപ്പിച്ച് ഇറാഖിന്റെ കൈകാര്യവകാശം യു.എൻ.ഒയ്ക്ക് സമർപ്പിക്കാതിരുന്നാലുള്ള ആശങ്കകളും ഞാൻ കുട്ടികളുടെ മുമ്പിൽ നിരത്തി വെച്ചു. എന്റെ സംസാരത്തിൽ അധ്യാപകൻ പോലും പ്രശംസാവാക്കുകൾ പറഞ്ഞു. യു.എൻ ഇടപെടൽ എന്നു ഞാൻ പറഞ്ഞ കാര്യം അദ്ദേഹത്തിനുപോലും അദ്ഭുതകരമായി തോന്നിയിട്ടുണ്ടായിരുന്നു. ഇറാഖി അതിഥി റഹീമായിരുന്നു. കോളേജിൽ ചേർന്ന് പഠിക്കാൻ ഫുൾബ്രൈറ്റ് സ്കോളർഷിപ്പ് കിട്ടിയ ഇറാഖി വിദ്യാർത്ഥിയായിരുന്നു റഹീം. ഒരു ദിവസം എന്റെ വീടിന്റെ വാതിൽ തട്ടി സ്വയം പരിചയപ്പെടുത്തി. ഇവിടെ ഇറാഖിയായ അധ്യാപകൻ ഉണ്ടെന്ന് കേട്ടുവെന്നും അദ്ദേഹത്തെ ഒന്ന് പരിചയപ്പെടാൻ വന്നതാണെന്നുമാണ് അവൻ അന്ന് പറഞ്ഞത്. ഞങ്ങൾ സംസാരിച്ചിരിക്കുന്നതിനിടയിൽ സ്കോളർഷിപ്പ് കിട്ടിയതിനെക്കുറിച്ച് ചോദിച്ചു. അമേരിക്കൻ സൈനികർക്ക് അറബ് ഇംഗ്ലീഷ് വിവർത്തകനായി ജോലി ചെയ്യവേ ഉയർന്ന ഉദ്യോഗസ്ഥന്റെ ശിപാർശയിലാണ് ഇത് കിട്ടി ഇവിടെ എത്തിയതെന്ന് അവൻ പറഞ്ഞു. സദ്ദാമിന്റെ ഭരണകാലത്ത് അവന്റെ കുടുംബം അനുഭവിക്കേണ്ടി വന്ന യാതനകളും മുതിർന്ന സഹോദരനെ

രാഷ്ട്രീയത്തിന്റെ പേരിൽ സദ്ദാമിന്റെ സൈന്യം കൊന്ന് തള്ളിയതും അവൻ പറഞ്ഞു. രണ്ടുമാസം മുമ്പാണ് ഇറാഖിൽ നിന്ന് വന്നത് എന്നുള്ളത് കൊണ്ട് തന്നെ ഞാൻ പറയുന്ന പല കാര്യങ്ങളും അദ്ഭുതത്തോടെയാണ് അവൻ കേൾക്കുന്നത്. മുപ്പത് വർഷത്തിലധികമായി ഇറാഖികൾ സ്വാതന്ത്ര്യത്തിന് വേണ്ടി ദാഹിക്കുകയായിരുന്നു. അവർക്ക് സഹായകമായി വന്നത് അമേരിക്കൻ സേനയാണ്. അതിനുള്ള നന്ദി തീർച്ചയായും അവരോട് കാണിക്കേണ്ടതുണ്ട്. അങ്ങനെ അമേരിക്കൻ അധിനിവേശത്തെ ന്യായീകരിച്ചുകൊണ്ട് അവൻ ഒരുപാട് സംസാരിച്ചു. ഞാൻ എല്ലാം കേട്ട് നിന്നു. അവൻ എന്നെ നോക്കി പുഞ്ചിരി തൂകി.

അവൻ എന്നോട് യാത്രപറഞ്ഞ് പിരിഞ്ഞപ്പോൾ ഞാൻ കീശയിൽ എന്താണെന്ന് അറിയില്ല. കൈയിൽ കിട്ടിയത് വദൂദിന്റെ ഒരു എഴുത്തായിരുന്നു.

> **അ**വശിഷ്ടങ്ങളുടെ വിവരങ്ങളും രേഖപ്പെടുത്തി വെക്കുന്നുണ്ട്. എവിടെയാണന്ന് അറിയില്ല. പാതാളലോകത്താകാം. എല്ലാത്തിന്റെ പിറകിലും പേര് എഴുതി വെച്ചിട്ടുണ്ട്, ആര് എപ്പോ എവിടെ വെച്ച് മരിക്കുന്നു ഉയിർത്തെഴുനേൽക്കുന്നത് എവിടെ എന്നത് എല്ലാം രേഖപ്പെടുത്തപ്പെട്ടിരിക്കുന്നു. ഞാൻ എല്ലാ ദിവസവും രാത്രി കാലങ്ങളിൽ അതിൽ എഴുതപ്പെട്ടത് വായിച്ചെടുത്ത് എന്റെ ഫിഹ്റസിലെ അനുബന്ധ കഥയായി എഴുതിച്ചേർക്കുന്നു.

അവൻ എഴുതട്ടെ എന്ന് കരുതി ഞാനത് ചുരുട്ടി കീശയിലേക്കു തന്നെ ഇട്ടു.

എന്നത്തേയുംപോലെ വളരെ നേരത്തെ തന്നെ ഞാൻ ക്ലാസ്സിൽ എത്തി. പുറത്ത് നിന്ന് വാങ്ങിച്ച ചായ ഗ്ലാസ്സ് മേശയിലും ബാഗ് കസേരയിലും വെച്ചു. പുസ്തകവും ടീച്ചിംഗ് നോട്ടും പുറത്ത് എടുത്ത് മേശയ്ക്ക് മുകളിൽ വെച്ചു. അറബിഭാഷ പഠന സഹായിയായിട്ടുള്ള സി.ഡി ഞാൻ തിരഞ്ഞു നോക്കി. അത് വെച്ചാണ് കുട്ടികളെ അറബ് സംസാരശൈലി പഠിപ്പിക്കാൻ ശ്രമിച്ചിരുന്നത്. ഈജിപ്ഷ്യൻ ഒറിജിനലായ അമേരിക്കക്കാരി മഹാ സംസാരിക്കുന്ന രീതിയിലാണ് അത് ചിത്രീകരിച്ചിരിക്കുന്നത്. ചെറിയ ചെറിയ വാചകങ്ങളും പ്രവർത്തനങ്ങളുമായി പഠിക്കാൻ സാദ്ധ്യമാകുന്ന അവതരണ ശൈലിയായിരുന്നു അത്. “എന്റെ പേര്... എന്റെ പിതാവിന്റെ ജോലി... എന്റെ അമ്മ ജോലി ചെയ്യുന്നത്... ഞാൻ വരുന്നത്... ഞാൻ താമസിക്കുന്നത്” എന്നിങ്ങനെയുള്ള കാര്യങ്ങളാണ് അതിലുണ്ടായിരുന്നത്. സാധാരണ ക്ലാസ്സിൽ നേരത്തെ എത്താറുള്ള സാൻഡി തൊട്ടപ്പുറത്തുള്ള സ്പോർട്സ് റൂമിൽ നിന്നും കയറി വന്നു. സ്പോർട്സ് ഡ്രസ്സിൽ തന്നെ വന്ന അവൾ എന്റെ മുമ്പിലുള്ള ബഞ്ചിൽ ഇരുന്ന് ഗുഡ്മോണിംഗ് പറഞ്ഞു. എന്നത്തേയും പോലെ കഴിവിന്റെ പരമാവധി നാം അറബിഭാഷ ഉപയോഗിക്കണം എന്ന തീരുമാനത്തെ ഉണർത്തി

'സ്വഭാഹൽ ഖൈർ' പറയാൻ ആവശ്യപ്പെട്ടു. അവൾ ക്ഷമാപണം നടത്തി അറബിയിൽ തന്നെ അഭിവാദ്യം ചെയ്തു. സി.ഡി കിട്ടി. അത് വെച്ച് ക്ലാസ് എടുക്കുകയും ചെയ്തു. പാഠത്തിലുള്ള പരിശീലന ഭാഗം ഓരോ കുട്ടിയോടും പൂർത്തീകരിക്കാൻ ആവശ്യപ്പെട്ടു. കുട്ടികളുടെ സംശയ ങ്ങൾക്ക് മറുപടി നൽകി. ടിം പരിശീലനക്കളരി വളരെ വേഗത്തിൽ പൂർത്തിയാക്കി. കൂടാതെ തന്റേതായ രൂപത്തിൽ ചില കാര്യങ്ങൾ കൂട്ടി ച്ചേർക്കുകയും ചെയ്തു. കഴിവിന്റെ പരമാവധി എല്ലാ സംശയങ്ങളും കുട്ടികൾ അറബിയിൽ തന്നെ ചോദിക്കണം എന്നായിരുന്നു നിർദ്ദേശം. ഒന്നാംവർഷ വിദ്യാർത്ഥികൾ ആയതുകൊണ്ട് സംസാരിക്കാൻ വല്ലാതെ ബുദ്ധിമുട്ട് തോന്നുന്ന പക്ഷം ഇംഗ്ലീഷിൽ ചോദിക്കാനുള്ള അവസരവും നൽകാറുണ്ടായിരുന്നു. കുട്ടികൾ ചെയ്ത പരിശീലനഭാഗം നോക്കവേ ടിം ചോദിച്ചു.

"സർ, എപ്പഴാ കൽപന ക്രിയകൾ പഠിക്കുക?"

ഞാൻ ഇംഗ്ലീഷിൽ മറുപടി നൽകി.

"കൂടുതൽ വൈകില്ല. ഇപ്പോ വർത്തമാനകാല ക്രിയ പഠിച്ച് തുട ങ്ങിയിട്ടല്ലേ ഉള്ളൂ. ഇനി ഭൂതകാല ക്രിയകളുണ്ട്. അത് കഴിഞ്ഞിട്ട് വേണം കൽപന ക്രിയകൾ... എന്തേ?"

"കൽപന ക്രിയകളാക്കി ഏതാനും വാക്കുകൾ എനിക്ക് അറബിയിൽ പഠിക്കണം."

"ഉദാഹരണത്തിന്?"

"കുനിഞ്ഞ് നിൽക്ക്. എഴുന്നേറ്റ് നിൽക്ക്, കൈകൾ ഉയർത്ത് പിറകി ലേക്ക് തിരിയൂ... എന്നിങ്ങനെ"

അവന്റെ താത്പര്യത്തിൽ എനിക്ക് അദ്ഭുതം തോന്നി. സാൻഡി പുരികം ഉയർത്തി അവനെ നോക്കി. ഞാൻ അവനോട് ചോദിച്ചു.

"ഇപ്പോ അതിന്റെ ആവശ്യകത എന്താണ്?"

"ഈ വസന്തകാലത്തിന് ശേഷം എനിക്ക് ആർമിയിൽ ചേരണം. ഇറാഖിലേക്കോ അഫ്ഗാനിസ്ഥാനിലേക്കോ പോകണം. അവിടെ ഈ വാക്കുകൾ അത്യാവശ്യമായി വരുമല്ലോ... പ്രതിരോധ മന്ത്രാലയ ത്തിന്റെ ചെലവിലാണ് ഞാൻ പഠിക്കുന്നത്... എനിക്ക് സ്കോളർ ഷിപ്പുണ്ട്."

ഞാൻ ഒന്നും മിണ്ടിയില്ല.

"നാം ഇവിടെ പെന്റഗണിൽ അല്ലല്ലോ... നാം പഠിക്കാൻ ഉപയോഗി ക്കുന്നത് സാംസ്കാരികതല പഠനങ്ങൾക്ക് വേണ്ടിയുള്ളതാണ്. കുട്ടി കൾക്ക് അറബ് സംസ്കാരം പഠിപ്പിക്കുന്നതിന് വേണ്ടിയാണ്."

"ഓകെ. സർ. ഞാൻ ചോദിച്ച വാക്കുകൾ ഒന്ന് പേപ്പറിൽ അതിന്റെ അറബി എഴുതി തരുമോ?"

"ഇല്ല.."

"ഓകെ. താങ്ക്യൂ"

എനിക്ക് വല്ലാതെ ദേഷ്യം വന്നു. ക്ലാസ്സിൽ നിന്ന് പുറത്തിറങ്ങി മുഖം കഴുകാനായി വാഷ്റൂമിലേക്ക് പോയി. അറബിഭാഷ പഠിപ്പിക്കുമ്പോൾ ഉണ്ടാകാവുന്ന പ്രശ്നങ്ങൾ എന്റെ മനസ്സിലൂടെ കടന്നുപോയി. ഇനി ഒരു അവസരം കിട്ടിയാൽ ഒരിക്കലും അറബിഭാഷ അധ്യാപനം തിരഞ്ഞെടുക്കില്ല. സാഹിത്യ പഠനം മാത്രം മതി. അതാകുമ്പോൾ ഭാഷ പഠിപ്പിച്ചു കൊടുക്കണ്ടതില്ലല്ലോ...

വദൂദിന്റെ എഴുത്തുകളിലെ കാല്പനികത ചിന്തോദ്ദീപകമായിരുന്നു. മടിപിടിച്ചിരിക്കുന്ന എന്നെ പലപ്പോഴും ഇരുത്തി ചിന്തിപ്പിച്ചിരുന്നത് അവന്റെ എഴുത്തുകളായിരുന്നു. ഒരു എഴുത്തിൽ അവൻ ഇങ്ങനെ കുറിച്ചു വെച്ചു.

നിങ്ങൾ വസ്തുക്കൾ എന്നു പറയുന്ന പലതിനേയും എനിക്കു കേൾക്കാനാവുന്നുണ്ടെന്ന് നിന്നോട് ഞാൻ പറഞ്ഞിട്ടില്ലേ. അതെ ഞാൻ കേൾക്കുന്നു. അവകൾക്ക് എന്നെ തിരിച്ചറിയാനാകും. ഇടയ്ക്ക് എന്റെ പേര് വെച്ച് വിളിക്കും. മനുഷ്യർ സംസാരിക്കുന്നതുപോലെ അവകളും സംസാരിക്കുന്നു. അവരുടെ സംസാരത്തിലെ ശാന്തതയും ലാളിത്യവും ഭാഷാശുദ്ധിയും കാരണം എല്ലാം വ്യക്തമായി മനസ്സിലാക്കാനും കഴിയുമായിരുന്നു. ചില സമയത്ത് കരയും, ഏങ്ങലടിക്കും, അട്ടഹസിക്കും. ഞാൻ സഹായിക്കുന്നവരെ അവകളും സഹായിക്കും എന്ന് എനിക്ക് ഉറപ്പാണ്. ചില സമയങ്ങളിൽ അതിന്റെ അകത്തുനിന്ന് വരുന്ന വാർത്തകളെ ജീവിതത്തിൽ പകർത്താൻ പ്രയാസമാണ്. അന്നേരം സകല ശക്തിയും സംഭരിച്ച്, സകല സങ്കടങ്ങളും വിളക്കിച്ചേർത്ത് സകല ദേഷ്യങ്ങളും കൂട്ടിച്ചേർത്ത് അട്ടഹസിക്കും. നിലയ്ക്കാത്ത ആ അട്ടഹാസം കേൾക്കുമ്പോൾ എനിക്ക് എന്ത് ചെയ്യാനാകും? ആദ്യമൊക്കെ കേൾക്കുമ്പോൾ എന്റെ കാതിൽ കൈവിരൽ തിരുകി രക്ഷപ്പെടാൻ ശ്രമിച്ചിരുന്നു. അതുകൊണ്ട് ഒന്നും അതിനെ തോൽപിക്കാനാകുമായിരുന്നില്ല. അല്പം അകറ്റി നിർത്താൻ ശ്രമിച്ചു. മനസ്സാക്ഷിക്കുത്ത് വന്നതോടെ എന്നെ ഞാൻ തന്നെ കുറ്റപ്പെടുത്തി. വിശ്വാസത്തിന്റെ കുറവ് അവകൾക്കൊപ്പം കൂടി സ്വയം ഇല്ലാതാകാൻ ശ്രമിക്കുന്നുണ്ടോ എന്നതിനെ ആശ്രയിച്ചായിരിക്കും. ഒരർത്ഥത്തിൽ ഞാനാണല്ലോ അത് അട്ടഹസിക്കാൻ കാരണക്കാരനായത്. ഞാൻ വായിച്ചു മനസ്സിലാക്കിയത് മുഴുവനും ശരികളായിരുന്നു. ഒരു കുത്തുപോലും അവയിൽ മൂല്യമില്ലാത്തതായി ഇല്ല. ഇതെല്ലാം ഞാൻ തന്നെ ചെയ്തുകൂട്ടിയതുപോലെ തോന്നുന്നു. ഇതിനു മുമ്പ് ഈ കഥയും കാര്യവും ഞാൻ എവിടെ നിന്നും വായിച്ചിട്ടില്ല. വസ്തുക്കളുടെ അട്ടഹാസ ശക്തിയെ നിരാകരിക്കാതിരിക്കാനുള്ള മാർഗ്ഗങ്ങളാണ് ഞാൻ ആലോചിച്ചത്. ആ ആർത്തനാദം കേൾക്കാൻ ഹൃദയം തുറന്നുവെച്ചാൽ മാത്രം മതിയാകില്ല. ഹൃദയം തന്നെ മതിയാകില്ല. ഞാൻ കാത് കൂർപ്പിച്ചു.

ഓരോ ആർത്തനാദങ്ങൾ കേൾക്കുമ്പോഴും അതിന്റെ വിപത്തു കളിൽനിന്ന് രക്ഷപ്പെടാനുള്ള മറുവഴികളും ഞാൻ കണ്ടെത്തി ക്കൊണ്ടിരുന്നു. ചില സമയത്ത് ഞാൻ ജയിച്ചു. മിക്ക സമയ ങ്ങളിലും തോൽവിയായിരുന്നു ഫലം. ഓരോ തോൽവിയിലും ഞാനും അട്ടഹസിക്കും. ആർത്ത് കരയും. എന്റെ ആർത്തനാദവും ആ വസ്തുവിന്റെ രോദനവും പുതിയ സംഗീതങ്ങൾ കേൾപ്പിച്ചു. ആർത്തനാദം മുഴക്കി ഞാൻ ക്ഷീണിച്ചു. മനസ്സും ശരീരവും തളർന്നു. അതൊരു പതിവായി, ആർത്തനാദവും എന്റെ തോൽ വിയും ക്ഷീണവും തളർച്ചയും എല്ലാം.

പക്ഷേ, മനുഷ്യർ എന്നറിയപ്പെടുന്ന ചില ജന്തുക്കൾ, ഹൃദയമോ ഹൃദയവികാരങ്ങളോ തൊട്ടുതീണ്ടാത്ത കാട്ടുവർഗ്ഗം. കാട്ടുവർഗ്ഗം എന്നു പറയാനാവില്ല. കാരണം മനുഷ്യത്വം അവരിലായിരിക്കും കൂടുതൽ കാണാനാവുന്നത്. ആ നികൃഷ്ടജന്തുക്കൾ ഞാൻ കേൾക്കുന്നത് കേൾക്കാനാവാത്തവരാണ്. എന്റെ അട്ടഹാസവും ആർത്തനാദവും കേട്ട് പേടിച്ചരണ്ട് ഓടിയൊളിക്കും. എന്റെ അടുത്തുവരുന്നവർ തന്നെ എന്നെ പിടിച്ചുകെട്ടി ഒടിച്ച് മടക്കാൻ വേണ്ടി മാത്രമായിരിക്കും. അവർ കരുതുന്നത് എനിക്കെന്തോ ചികിത്സ വേണ്ട രോഗമുണ്ടെന്നാണ്. ചികിത്സിച്ചാൽ ഭേദമാകു മത്രേ. സത്യത്തിൽ ഇതൊരു ദാനമാണ്. ദൈവത്തിന്റെ വരദാനം. പ്രത്യേക കഴിവ്. ഒരു ദിവസം എന്റെ കഴിവുകൾ നൽകപ്പെട്ട ഒത്തിരി പേർ ഒരു ഓർക്കസ്ട്ര ടീം പോലെ ഒരുമിച്ചു കൂടിയ തായി ഞാൻ സ്വപ്നം കണ്ടു. എല്ലാവരും കറുത്ത ഗൗണുകൾ ധരിച്ച് കസേരകളിൽ നിര നിരയായി ഇരിക്കുന്നു. ഞാൻ കയറി ചെന്നപ്പോൾ ഇരിക്കുന്നവർ എഴുന്നേറ്റ് ഹാർദ്ദമായി സ്വാഗതം ചെയ്ത് കൈകൊട്ടിപ്പാടി. ബഹുമാനത്തോടെ അവരുടെ മുന്നിൽ തല താഴ്ത്തി എല്ലാവരോടും ഓർക്കസ്ട്ര ആരംഭിക്കാൻ നിർദ്ദേശം നൽകി. എല്ലാവരും ഇരുന്നു. പക്ഷേ, സംഗീത ഉപകരണങ്ങൾ ഒന്നുമില്ലായിരുന്നു. രാഗമധുരിതമായ സ്വരം മതിയായിരുന്നു എല്ലാ വർക്കും. എന്റെ കൈവശവും വെറും സ്റ്റിക് മാത്രമാണുണ്ടായിരു ന്നത്. അത് ഉയർത്തി ഗാനം ആരംഭിക്കാൻ ഞാൻ നിർദ്ദേശിച്ചു. ആലാപനം തുടങ്ങി. അവരുടെ ശബ്ദം ഉച്ചസ്ഥായിലായി. ഓപ്പൺ നാടകത്തട്ടിന്റെ മുകളിലൂടെ ദൈവത്തിന്റെ കാതുകളിൽ വരെ അതിന്റെ ശബ്ദം അലയടിച്ചു. പിന്നെ സ്വപ്നത്തിൽ എന്തു സംഭ വിച്ചു? ഓരോരുത്തരായി തട്ടിൽ ആർത്തട്ടഹസിച്ച് വീഴുന്നു. യവ നികയ്ക്ക് പിറകിൽ നിന്ന് രണ്ടുപേർ വന്ന് വീണു കിടക്കുന്നവരെ തട്ടിലൂടെ വലിച്ചിഴച്ച് കൊണ്ടുപോകുന്നു. അട്ടഹാസത്തിന് തീവ്രത കൂടുന്നു. ഓരോരുത്തരായി വീഴുന്നു. അവസാനം ഞാനും കുഴഞ്ഞു വീണു.

ആരുടെ കാര്യമാണ് എന്നോട് സംസാരിക്കപ്പെടുന്നത്? ആരോ ചോദിക്കുന്നതുപോലെ. സകലതും; സകലരും. പുസ്തകത്തിൽ പിച്ചിച്ചീന്തി എറിയപ്പെട്ട താളുകൾ തെരുവിലൂടെ പാറി നടക്കുന്നു.

> അഹങ്കാരത്തോടെ ചവിട്ടടി വെച്ച് ഏന്തി വലിഞ്ഞ് നടന്നുപോകുന്നവന്റെ കാൽക്കീഴിൽ ഞെരിഞ്ഞമരുന്ന ചരൽക്കല്ലുകൾ. വിശ്വസിച്ച് കൂടെ ഇറങ്ങിപ്പോന്ന മേഘത്തെ നാലുപാടും ആട്ടിയോടിക്കുന്ന കാറ്റ്. കത്തി തലപ്പിൽ മുഖം താഴ്ത്തി കൊടുക്കുന്ന തലകൾ, മഴുത്തലപ്പുകൊണ്ട് വെട്ടിക്കീറുന്ന പെട്ടികൾ. വഴിയാത്രക്കാരുടെ മൂത്രശങ്കയിൽ കിടന്നുരുളാൻ വിധിക്കപ്പെട്ട പ്രതിമകൾ. തൊലിയുരിക്കപ്പെടുന്ന മരക്കൊമ്പുകൾ. ഡിക്ഷണറിയിലെ ആരാലും ശ്രദ്ധിക്കപ്പെടാതെ എല്ലാവരും പാർശ്വവത്കരിച്ച പഴക്കം ചെന്ന പുതുപദങ്ങൾ. വെള്ള ടാപ്പിന്റെ മുഖത്തൂടെ ഒലിച്ചിറങ്ങുന്ന വെള്ളത്തുള്ളികൾ. അങ്ങനെ പലതും പലരും പലപ്പോഴും പറയുന്നുണ്ട് പല കഥകളും എന്നോട്. എനിക്ക് കേൾക്കാനായി. എനിക്കു മാത്രം അല്ല എന്റെ കഴിവുള്ള മറ്റു പലർക്കും കേൾക്കാവുന്ന ശബ്ദത്തിൽ പറയുന്നുണ്ട്, അവരുടെ ദയനീയ കഥകൾ.
>
> ജീവികളും എന്നോട് സംസാരിക്കുന്നുണ്ട്. കഥകൾ പറയുന്നുണ്ട്. വിശന്നിരിക്കുന്ന ഈച്ചകൾ, ഇരതേടുന്ന പൂച്ച, തന്റെ അടിമത്ത ജീവിതംകൊണ്ട് തളർന്നുപോയ കഴുത, സ്വർണ്ണക്കൂടായിട്ടുപോലും രക്ഷിക്കാൻ കേഴുന്ന പാടും മൈനകൾ.
>
> മരിച്ചവർ സത്യത്തിൽ മനുഷ്യരാണ്. ജീവനില്ലാത്ത ജീവികളാണവർ. മരണം എന്നേയും വിളിക്കുന്നുണ്ട്. പോൾ കെല്ലിയുടെ എവിടെയോ വായിച്ച വരികൾ ഞാൻ ഓർക്കുന്നു. ജീവനുള്ളവരുടെ കൂടെ ജീവിക്കുന്നത് പോലെ തന്നെയാണ് മൃതരോട് കൂടെയും ഞാൻ ജീവിക്കുന്നത്.

അത് വായിച്ചുകഴിഞ്ഞ് ഭ്രാന്ത് പിടിച്ച് ഞാൻ പുറത്തിറങ്ങി.

ഡാർട്ട് മൗത്തിലെ ലൈബ്രറി രാത്രി 11 മണിക്ക് അടയ്ക്കും. ലൈബ്രറിയിലെ പഴയ റൂം 24 മണിക്കൂറും തുറന്ന് കിടക്കുന്നുണ്ടാകും... എന്റെ തീസിസ് എഴുതി തീർക്കുന്നതിന് വേണ്ടി ഒരുപാട് സമയം ഞാൻ അവിടെ ഇരുന്ന് റഫർ ചെയ്യാറുണ്ട്. എന്റെ ഓഫീസിലിരുന്ന് ഓരോ പത്രമാഗസിനുകളും നോക്കി ഡാറ്റ ശേഖരണം ബുദ്ധിമുട്ടായതിനാൽ അവിടെ വെച്ച് ഞാൻ തീസിസ് പൂർത്തീകരണത്തെക്കുറിച്ച് ആലോചിക്കാറില്ല. അടുത്ത ദിവസം എക്സാം ഉണ്ടായിരുന്നതിനാൽ ലൈബ്രറി ഹാൾ വിജനമായിരുന്നു എന്ന് പറയാം. കെട്ടിടത്തിലുണ്ടായിരുന്ന എയർഫിൽറ്റർ പഴഞ്ചൻ മോഡലായിരുന്നു. അതാണെങ്കിൽ ശരിയാംവണ്ണം പ്രവൃത്തിക്കുന്നുമില്ല. മിക്ക സമയത്തും ഓവർകോട്ട് വലിച്ച് കയറ്റേണ്ടി വന്നിരുന്നു. തണുത്തുറഞ്ഞ് നിൽക്കുന്ന ആ രാത്രികളിൽ അബുനവാസും കവിതാലോകവും അകന്ന് പോകുന്നതായി തോന്നിയിരുന്നു. ക്ഷീണം കയറി വരുമ്പോൾ ഉറക്കം തൂങ്ങും. ഉറക്കം കളയാനായി ചായ കുടിക്കും. ഒരു ദിവസം രാത്രി ഏകദേശം 250 മീറ്റർ അകലെയുള്ള തട്ടുകടയിലേക്ക് ചായ കുടിക്കാനായി പുറത്തിറങ്ങി. കയ്യുറ ധരിച്ചിരുന്നില്ല. തണുപ്പ് അതിശക്തമായിരുന്നു. തിരിച്ച് ലൈബ്രറിയിലേക്ക് മടങ്ങുമ്പോൾ ചായക്കോപ്പ

പിടിച്ച കൈകൾക്ക് ഒരു ബലക്ഷയം അനുഭവപ്പെട്ടു. മറ്റു വിരലുകൾ ഓവർകോട്ടിന്റെ അകത്തായതുകൊണ്ട് തണുപ്പ് കേറിയില്ല എന്ന് പറയാം. ലൈബ്രറിയിൽ ചെന്ന് കയറിയപ്പോഴേക്കും ആ വിരലുകൾക്ക് ചലനശേഷി നഷ്ടപ്പെട്ടിരുന്നു. പെട്ടെന്ന് ഹീറ്ററിന്റെ അരികിൽ കൊണ്ട് പോയി ചൂടാക്കി. ഏകദേശം അരമണിക്കൂറിന് ശേഷമാണ് ജീവന്റെ തുടിപ്പ് ആ വിരലുകളിൽ പ്രത്യക്ഷമായത്.

വിവർത്തനം ചെയ്ത് കഴിഞ്ഞതിന്റെ ആറ് മാസങ്ങൾക്ക് ശേഷം റുവ ബോസ്റ്റണിൽ വെച്ച് കാണിക്കുന്ന പ്രഥമ പ്രിവ്യൂ ഷോക്ക് വരാൻ ആവശ്യപ്പെട്ട് വിളിച്ചു. സമാന്തര സിനിമകളുടെ ഈറ്റില്ലമായ കേംബ്രിഡ്ജിന്റെ തൊട്ടടുത്തായിരുന്നു പ്രദർശനം. സിനിമ കാണാൻ ഞാൻ വരുമ്പോൾ അലി ഹാദിയുടെ കൂടെയായിരിക്കും താമസം എന്നുള്ളത് കൊണ്ടുതന്നെ അദ്ദേഹത്തിനും ഒരു ടിക്കറ്റ് ഞാൻ ചോദിച്ചു. തീയറ്റർ നിറഞ്ഞ് കവിഞ്ഞിരുന്നു. യുദ്ധവിരുദ്ധ മനോഭാവമുള്ള ഒത്തിരി പേർ ഒരുമിച്ച് കൂടിയത് കണ്ടപ്പോൾ എനിക്ക് സന്തോഷം തോന്നി. ഷോയ്ക്ക് ശേഷമുണ്ടാകുന്ന പത്ര സമ്മേളനത്തിൽ ലോറയുടേയും റുവയുടേയും കൂടെ സംസാരിക്കാൻ തയ്യാറാകുമോ എന്ന ആവശ്യത്തിന് ഞാൻ നന്ദിയോടെ വിസമ്മതം അറിയിച്ചു. ഞാൻ ചെയ്ത് കൊടുത്ത പ്രവൃത്തിയിൽ അദ്ദേഹം വളരെ സന്തുഷ്ടനാണ് എന്ന് മനസ്സിലാകുന്നുണ്ടായിരുന്നു. സംസാരത്തിനിടയിൽ മാധ്യമങ്ങളോട് റുവ അത് പറയുകയും ചെയ്തു. “ബാഗ്ദാദിലേക്ക് ഒരു ദ്വിഭാഷിയായി കൂടെയുണ്ടായിരുന്ന കൂട്ടുകാരനും ഇവിടെ ഈ സദസ്സിലുണ്ട്.” എന്നോട് എഴുന്നേറ്റ് നിൽക്കാൻ പറഞ്ഞ് അവൻ തന്നെ ക്ലാപ്പടിച്ചു. അത് കണ്ട് അവിടെ കൂടിയ എല്ലാവരും ചേർന്ന് എന്നെ അഭിനന്ദിച്ച് കയ്യടിച്ചു. മിക്ക ചോദ്യങ്ങളും അമേരിക്കൻ രാഷ്ട്രീയവും ഇറാഖി അധിനിവേശവുമായിരുന്നു. സിനിമയെ കുറിച്ച് കൂടുതൽ ചോദ്യങ്ങൾ കേൾക്കാനില്ല പലരും കാര്യമായ വിശകലനം തന്നെ നടത്തിയതായി തോന്നി. നമുക്ക് ഇനിയെന്ത് ചെയ്യാനാകും എന്നതായിരുന്നു ചിലർ മുന്നോട്ട് വെച്ച ചോദ്യം. അലി ഹാദിക്ക് സിനിമ ഇഷ്ടപ്പെട്ടു. ആ സന്തോഷം അദ്ദേഹം എന്റെ കാതിൽ മന്ത്രിച്ചു പറയുകയും ചെയ്തു. റുവയും ലോറയും തികഞ്ഞ സന്തോഷത്തിലായിരുന്നു.

ബുധനാഴ്ച കാലത്ത് യൂണിവേഴ്സിറ്റി അധ്യാപകർക്കായി ഒരു പാർട്ടി ഉണ്ടായിരുന്നു. യൂണിവേഴ്സിറ്റിയുടെ തൊട്ടടുത്തുള്ള ഹാനോവർ ഇൻ ഹോട്ടലിൽ അധ്യാപകർക്കുള്ള പ്രത്യേക ഭക്ഷണവും തയ്യാറാക്കപ്പെട്ടിരുന്നു. ഭക്ഷണം നല്ലതായിരുന്നു. പ്രത്യേകിച്ച് സ്വീറ്റ്സ്. കൂട്ടുകാരുടെ കൂടെ സംസാരിച്ചിരിക്കുമ്പോൾ പലപ്പോഴും സംസാരം ഡിപ്പാർട്ടുമെന്റിലെ ഉദ്യോഗസ്ഥ ലോബിയുടെ ഇടപെടലും അതിനെ തുടർന്നുണ്ടാകുന്ന അധ്യാപന ശോഷണവും ചർച്ച ചെയ്യാറുണ്ടായിരുന്നു. എത്താൻ വൈകിയതുകൊണ്ടുതന്നെ ഇരിക്കാനും ഭക്ഷണം കഴിക്കാനും മതിയായ സ്ഥലവും കിട്ടിയില്ല. പുതിയ അധ്യാപകരെ പരിചയപ്പെടാനും കഴിഞ്ഞില്ല.

പഴയ കൂട്ടുകാരോട് പരിചയം പുതുക്കാനും സാധിച്ചില്ല. സമയ കൃത്യത ജീവിതത്തിൽ പാലിച്ചാൽ പല അപകടങ്ങളിൽ നിന്നും രക്ഷപ്പെടാമെന്ന് ഒരിക്കൽക്കൂടി ഞാൻ മനസ്സിലാക്കി. ചിലർ മറ്റുള്ളവരെ വിളിച്ച് വരുത്തി അരികിൽ ഇരുത്തി സംസാരിക്കുന്നു. ചിലർ ആരോടും ഒന്നും മിണ്ടാതെ ഒഴിഞ്ഞിരിക്കുന്നു. മറ്റുചിലർ പുതിയ അതിഥികൾ കയറി വരുന്നുണ്ട് എന്നുപോലും നോക്കാതെ അവരുടെ സംസാരത്തിൽ മുഴുകിയിരിക്കുന്നു. ഇവിടെ യൂണിവേഴ്സിറ്റിയിൽ വന്നതിന് ശേഷം തന്നെക്കുറിച്ച് ചോദിക്കുന്നവരോട് ഞാൻ പറഞ്ഞിരുന്നത് “ഒന്നുകിൽ എന്നേക്കാൾ 17 വർഷം ഇളയവർ, അവർ വിദ്യാർത്ഥികളാണ്, അല്ലെങ്കിൽ മുതിർന്നവർ മാത്രമാണ് എന്റെ ചുറ്റിലുമുള്ളത്” എന്നായിരുന്നു.

എന്നാൽ ഇന്ന് എന്റെ പ്രായത്തിലുള്ള ഒരുവളെ ഞാൻ കണ്ടു. അവിവാഹിതയുമാണ്. മിക്ക അധ്യാപികമാരും ഒന്നോ രണ്ടോ കൊച്ചുങ്ങളും സുന്ദരമായ ഒരു വീടും ഓമനിക്കാൻ ഒരു നായയുമുള്ളവരായിരുന്നു. സിനിമാ സ്റ്റഡി ഡിപ്പാർട്ട്മെന്റിലെ ജർമൻകാരിയായ മെലിഞ്ഞ് കറുത്ത കണ്ണുകളുള്ള കാണാൻ കൊള്ളാവുന്ന ഒരു കൊച്ചു സുന്ദരി. പത്രവായനയ്ക്കൊപ്പം ഐസ്ക്രീം കഴിച്ച് ഒറ്റയ്ക്ക് ഒരു മേശയ്ക്ക് അരികിൽ ഇരിക്കുകയായിരുന്നു ഞാൻ. ഒരു കിളിനാദം

“ഞാൻ ഇവിടെ നിങ്ങളുടെ കൂടെ ഇരിക്കുന്നതിൽ ബുദ്ധിമുട്ടില്ലല്ലോ?”

നോക്കുമ്പോൾ ഒരു സുന്ദരി ഭക്ഷണ പാത്രവും കയ്യിൽ പിടിച്ച് ചിരിയോടെ നിൽക്കുന്നു.

സന്തോഷത്തോടെ സ്വീകരിച്ചിരുത്തി, ഞാൻ പത്രവും മടക്കി വെച്ചു. ഞങ്ങൾ സംസാരവും തുടങ്ങി. അവളും എന്റെ പോലെ ഈ വർഷം തന്നെയാണ് ഇവിടെ ജോലിക്ക് കയറിയിരിക്കുന്നത്. ഇതിന് മുമ്പ് ഫ്ളോറിഡയിൽ രണ്ട് വർഷവും അതിന് മുമ്പ് ലണ്ടനിൽ രണ്ട് വർഷവും പഠിപ്പിച്ച ശേഷമാണ് ഇങ്ങോട്ടുള്ള വരവ്. സംസാരത്തിനിടയിൽ ഈ ചെറിയ പട്ടണത്തിലെ പരിമിതികളും കാലാവസ്ഥാ തീക്ഷ്ണതയും ദേശവാസികളുടെ മുരടൻ സ്വഭാവ കഥകളും ഒപ്പം വലിയ നഗരങ്ങളോട് ഞങ്ങൾക്ക് രണ്ടുപേർക്കുമുള്ള താത്പര്യവും കാര്യമായി തന്നെ ചർച്ചചെയ്തു.

അവൾ പറഞ്ഞു

“പക്ഷേ, സിനിമാ മേഖല, അതിന്റെ വിവിധ പ്രോഗ്രാമുകളും അത് എടുത്ത് പറയുകതന്നെ വേണം.”

“അത് ശരിയാണ്... ഞാനും ഇടയ്ക്കിടെ തീയറ്ററിൽ പോകാറുള്ളത് ആ ഒരൊറ്റ കാരണത്താലാണ്.”

“ശരിയാണ്, നിങ്ങളെ ഞാൻ അവിടെ വെച്ച് പലപ്പോഴും കണ്ടിട്ടുണ്ട്. ഇനി പോകുമ്പോൾ നമുക്ക് ഒരുമിച്ച് പോകാമല്ലോ” പാർട്ടി കഴിഞ്ഞ് ഞങ്ങൾ ഒരുമിച്ച് ഒരു സിനിമയ്ക്ക് പോയി. അത് കഴിഞ്ഞ് എന്നെ അദ്ഭുതപ്പെടുത്തിയ സിനിമ കഥകൾ പറയാനായി ഞങ്ങൾ ഒരു പബ്ബിലും കയറി. കുറച്ച് ആത്മധൈര്യം കൂടിയ കൂട്ടത്തിലുള്ളവളായിരുന്നു. അന്ന്

രാത്രി ഞാൻ അവളുടെ ഫ്ളാറ്റിലാണ് കിടന്നുറങ്ങിയത്. ഞങ്ങളുടെ ചിരിയും കളിയും ആവശ്യമായ ഊർജ്ജവും നൽകിയിരുന്നു. കിട്ടിയ ചാൻസ് കളഞ്ഞ് കുളിക്കാൻ ഞങ്ങൾ രണ്ടാളും തയ്യാറായതുമില്ല. എനിക്ക് ഉറക്കം വന്നില്ല. തിരിഞ്ഞും മറിഞ്ഞും കിടന്ന ഞാൻ പുലർച്ചെ മൂന്ന് മണിക്ക് ഡ്രസ്സ് ധരിച്ച എന്റെ ഫ്ളാറ്റിലേക്ക് ഇറങ്ങി നടന്നു. രണ്ട് ദിവസം കഴിഞ്ഞ് ഒരു ഡിന്നറിന് വിളിച്ച് കൊണ്ട് അവൾ മെയിൽ അയച്ചെങ്കിലും കുട്ടികളുടെ പരീക്ഷ തിരക്കിൽ ഞാനത് മറന്നു. പിന്നീട് അവളോടും കാര്യമായ കോണ്ടാക്റ്റ് ഉണ്ടായതുമില്ല.

ന്യൂയോർക്ക് യൂണിവേഴ്സിറ്റിക്ക് കീഴിലുള്ള കോളേജിലേക്കുള്ള യൂറോപ്യേതിര സാഹിത്യ വിഷയങ്ങൾ പഠിപ്പിക്കുന്നതിനുള്ള ഒരു അസിസ്റ്റന്റ് പ്രൊഫസറുടെ ഒഴിവിലേക്കുള്ള നോട്ടിഫിക്കേഷൻ ഒരു കൂട്ടുകാരനാണ് അയച്ചു തന്നത്. ധാരാളം ഉദ്യോഗാർത്ഥികളുണ്ടാകും എന്ന് എനിക്ക് ഉറപ്പുണ്ടായിട്ടും നഷ്ടപ്പെടാൻ എനിക്ക് ഒന്നുമില്ലാത്തത് കൊണ്ട് ഞാൻ അപേക്ഷിക്കാൻ തീരുമാനിച്ചു. ചാൻസ് കിട്ടിയാൽ രണ്ട് ദിവസം ന്യൂയോർക്ക് ചുറ്റിയടിച്ച് കാണാമല്ലോ എന്നായിരുന്നു മനസ്സിൽ. എന്റെ ഏറ്റവും പുതിയ സി.ഡി യും കുറച്ച് മുമ്പ് പ്രസിദ്ധീകരിച്ച രണ്ട് ലേഖനവും ഞാൻ അയച്ചു കൊടുത്തു. രണ്ടാഴ്ച കഴിഞ്ഞപ്പോൾ എന്റെ ഫോൺ അടിച്ചു. കോളേജ് അധികാരികൾക്ക് എന്റെ ഇന്റർവ്യൂ എടുക്കാനായിരുന്നു ഫോൺ. ഒരാഴ്ച കഴിഞ്ഞ് ടെലിഫോൺ ഇന്റർവ്യൂ നടന്നു. ചോദ്യങ്ങൾ പ്രയാസമുള്ളതായിരുന്നില്ല. രണ്ട് ദിവസം കഴിഞ്ഞ് കോളേജിൽ വരാനും ഒരു പ്രബന്ധം അവതരിപ്പിക്കാനുള്ള ക്ഷണം മെയിൽ വഴി കിട്ടി.

രണ്ട് മണിക്കൂറിൽ അധികം എനിക്ക് ഉറങ്ങാൻ കഴിഞ്ഞില്ല. അബൂനവാസിന്റെ അറബി സാഹിത്യത്തിനുള്ള സംഭാവനകളായിരുന്നു എന്റെ പ്രബന്ധ വിഷയം. അവതരണശേഷം ധാരാളം ചോദ്യങ്ങൾ ഉയർന്നു. വിദ്യാർത്ഥികളും അധ്യാപകരും ചോദ്യങ്ങൾ കൊണ്ട് എന്നെ ശ്വാസം മുട്ടിച്ചു. എനിക്ക് ജോലി കിട്ടില്ല എന്ന് ഉറപ്പായിരുന്നു. ഇത് പതിവായത് കൊണ്ട് തന്നെ എനിക്ക് പ്രത്യേകിച്ച് ഒന്നും തന്നെ തോന്നിയില്ല. അത് കൊണ്ട് തന്നെ അഭിമുഖത്തിന്റെ അവസാനത്തിൽ ബോർഡിനോടുള്ള എന്റെ മറുപടിയും അങ്ങനെയായിരുന്നു.

“ഞങ്ങൾ നിങ്ങൾക്ക് ജോലി തന്നാൽ ന്യൂഹാംപ്ഷയറിൽ നഷ്ടപ്പെടുമെന്ന് തോന്നുന്ന വല്ലതുമുണ്ടോ?”

എനിക്ക് ചോദ്യത്തിന്റെ അർത്ഥം മനസ്സിലായില്ല എന്നാലും ഞാൻ പറഞ്ഞു.

“ആകാശനീലിമ.”

അവിടത്തെ ആകാശത്തിന്റെ ഭംഗി അത് ഒന്ന് വേറെ തന്നെയായിരുന്നു.

"ഇവിടെ ജോലികിട്ടിയാൽ കൂടെ ആരെല്ലാമുണ്ടാകും?"

ഇങ്ങനെയുള്ള വൈയക്തികമായ ചോദ്യങ്ങൾ ചോദിക്കാനോ അതിന് മറുപടി നൽകേണ്ടതുമില്ല എന്നത് ഏതോ ഒരു ലേഖനത്തിൽ വായിച്ചത് ഞാനോർത്തു. ഒരുപക്ഷേ, എനിക്ക് അനുവദിക്കേണ്ട ഫ്ളാറ്റിന്റെ വലുപ്പം മനസ്സിലാക്കാനാകും. യൂണിവേഴ്സിറ്റിയുടെ കീഴിലുള്ള ഫ്ളാറ്റുകളിൽ ധാരാളം പേർ താമസിക്കുന്നുണ്ട് എന്ന് ഞാൻ കേട്ടിട്ടുണ്ടായിരുന്നു. എന്തേ ഞാനിങ്ങനെ പറഞ്ഞു എന്ന് എനിക്ക് തന്നെ അറിയില്ല.

"മൂന്ന് ഭാര്യമാരും പതിനൊന്നു മക്കളും."

അത് കേട്ട് അവളും അടുത്തിരിക്കുന്നവരും ചിരിച്ചില്ല. എന്റെ തമാശ ഏറ്റില്ല എന്ന് മനസ്സിലായതോടെ ഞാൻ പറഞ്ഞു.

"സോറി, ഞാൻ തമാശ പറഞ്ഞതാണ്. ഞാൻ ഒറ്റത്തടിയാണ്"

അപ്പോഴും അവൾ ചിരിച്ചില്ല.

"നായ, പൂച്ച തുടങ്ങി വല്ല വളർത്തുമൃഗങ്ങളുമുണ്ടോ?"

"ഇല്ല. എന്നാലും എനിക്ക് പൂച്ചകളെ ഇഷ്ടമാണ്. അവ കൂടെയുണ്ടായാൽ എന്റെ ജോലി സാദ്ധ്യത വർദ്ധിക്കും."

ഇത് കേട്ട് അവൾ ചിരിച്ചു. കൂടെയുള്ളവരും ചിരിച്ചു.

ഞാൻ പറഞ്ഞു.

"ഒരു കാര്യം വ്യക്തമായി പറയട്ടെ, ഞാൻ ബാഗ്ദാദിലാണ് ജനിച്ചതും വളർന്നതും. വലിയ ഒരു നഗരം തന്നെയാണത്. എനിക്ക് വ്യക്തിപരമായി പ്രശാന്തസുന്ദര രമണീയമായ നാട്ടിൻപുറമാണ് ഇഷ്ടമെങ്കിലും ജീവിതം മുഴുവൻ പട്ടണങ്ങളിലായിരുന്നു. ന്യൂയോർക്ക് ഒരു വലിയ സിറ്റി തന്നെയാണ്. ഇവിടെ സന്തോഷത്തോടെ ജീവിക്കാൻ കഴിയും എന്ന് തന്നെയാണ് എന്റെ വിശ്വാസവും."

അവസാനം പറഞ്ഞത് ശുഭ പ്രതീക്ഷയാൽ പറഞ്ഞത് തന്നെയായിരുന്നു.

ഞാൻ പറഞ്ഞത് അത്രയും കള്ളമായിരുന്നു. കോളേജിന്റെ തൊട്ടടുത്ത് തന്നെ കാടുണ്ടായിട്ടും വളരെ വൈകിയാണ് ഞാൻ അറിഞ്ഞത് തന്നെ. അതും ഞാൻ അവിടെ എത്തിയിട്ട് ഒന്നര വർഷം കഴിഞ്ഞിട്ട് എന്റെ ബ്രിട്ടീഷുകാരനായ കൂട്ടുകാരൻ അങ്ങനെയുള്ള കാടിനെക്കുറിച്ച് പറഞ്ഞിരുന്നെങ്കിലും അതൊന്നു പോയി കാണാൻ എന്റെ തിരക്കുകൾ സമ്മതിച്ചിരുന്നില്ല എന്ന് പറയാം. ഒരു ദിവസം ക്ലാസ് കഴിഞ്ഞ് ഞാൻ കോളേജിന്റെ പിറക് വശത്തുള്ള ബിൽഡിങ്ങ് വഴി പുറത്തിറങ്ങി നടന്നു. ചെറിയ കുളത്തിന്റെ അരികിലൂടെ പോകുന്ന വഴിയിലൂടെ മുന്നോട്ട് നടന്നപ്പോൾ ഒരു കവലയിൽ എത്തി. ഒരു വഴി ഗോൾഫ് ഗ്രൗണ്ടിലേക്കും മ്യൂസിക് ക്ലബ്ബിലേക്കും എത്തും. രണ്ടാമത്തേത് കാട്ടിലേക്കും. ഉയർന്ന് നിൽക്കുന്ന ഇരിമ്പകത്തിന്റെ താഴത്തുകൂടെ തനിച്ച് നടന്ന് നീങ്ങുമ്പോൾ പറയാനറിയാത്ത ഒരു സമാധാനം മനസ്സിലേക്ക് കയറി വരുന്നു. ന്യൂ

ഹംപ്ഷെയറിനെയും വെർമോണ്ടിനേയും തെക്ക് വടക്കാക്കി തിരിക്കുന്ന കൊണസ്യൂട്ട് നദിയുടെ മർമ്മര ശബ്ദം എനിക്ക് കേൾക്കാനായി. ന്യൂഹാംപഷെയറിൽ വന്ന് താമസിച്ചപ്പോഴാണ് പല സ്ഥലങ്ങളുടേയും നാമകരണത്തിന്റെ പിന്നാമ്പുറ കഥകൾ കേൾക്കാനും അറിയാനും കഴിഞ്ഞത്. കോണസ്യൂട്ട് എന്നത് കൊണ്ട് ഉദ്ദേശിക്കുന്നത് നീളൻ നദിക്കരയിൽ എന്നതാണത്രെ. ഒകോം എന്നത് പതിനെട്ടാം നൂറ്റാണ്ടിന്റെ അവസാനത്തിൽ ഇവിടെ താമസിച്ചിരുന്ന മോഗൻ ഗോത്രത്തിൽ പെട്ട ഒരാളായിരുന്നുവത്രെ. അയാൾ പിന്നീട് ക്രിസ്ത്യാനിസം സ്വീകരിച്ച് സുവിശേഷ പ്രചാരകനായി. ആദ്യമായി ഇംഗ്ലീഷ് ഭാഷയിൽ പുസ്തകം പ്രസിദ്ധീകരിച്ചതും അദ്ദേഹമായിരുന്നുവത്രെ. അദ്ദേഹത്തിന്റെ എഴുത്തുകൾ പലകയിൽ എഴുതിച്ചേർത്തത് പലയിടത്തായി തൂക്കിയിട്ടിട്ടുണ്ട്. അയാളുടെ പേരാണ് തടാകത്തിന് നൽകിയിരിക്കുന്നത് .നടക്കുന്നതിനിടയിൽ ചെറിയ മാൻപേട കുടുംബത്തെ കണ്ടപ്പോൾ എനിക്ക് വദൂദിനെയും അവന്റെ എഴുത്തിനേയും ഓർമ വന്നു. രണ്ട് ചെറിയ മാൻകുട്ടികളും അമ്മ മാനും നീണ്ടകൊമ്പുകളുമായി പിന്നിൽ വരുന്ന അച്ഛൻമാനും. മാൻ തല വെട്ടിച്ച് നടന്നു. ഞാൻ അതിനേയും നോക്കി നിന്നു. എന്നെ കണ്ടതോടെ അവർ ഒന്നാകെ തുള്ളിച്ചാടി കാടിന്റെ അകത്തേക്ക് കയറിപോയി.

ഒരാഴ്ച കഴിഞ്ഞ് എന്റെ നിയമന ഉത്തരവുള്ള കത്ത് ലഭിച്ചു.

ന്യൂയോർക്കിലെത്തി താമസം ഒക്കെ ശരിയായി രണ്ട് ദിവസം കഴിഞ്ഞ് ഗ്രീക്കിലുണ്ടായിരുന്ന മൂത്ത സഹോദരി വഫയെ വിളിച്ച് ഞാൻ ജോലി കിട്ടിയ വിവരം പറഞ്ഞു. സംസാരത്തിനിടയിൽ പത്ത് ഇരുപത്തഞ്ച് കൊല്ലം മുമ്പ് ബാഗ്ദാദിലെ വീട്ടിൽ വെച്ച് ഞങ്ങൾ തമ്മിലുണ്ടായ സംഭാഷണവും ഓർമ്മപ്പെടുത്തി. അന്ന് ഞങ്ങൾ ചായ കുടിച്ചുകൊണ്ടിരിക്കുകയായിരുന്നു. ഞാൻ അവളോട് പറഞ്ഞു.

“ഞാൻ വലുതായാൽ, എനിക്ക് പാരീസിലോ ന്യൂയോർക്കിലോ പോയി സെറ്റിലാകണം എന്നാണ് ആഗ്രഹം.”

“ആഹാ... എന്ത് നടക്കാത്ത സ്വപ്നം നടന്നതു തന്നെ.”

“ഞാനിതാ വാക്ക് തരുന്നു. അത് നടക്കും.”

“അതെ അതെ. എല്ലാം ഓർത്തുവെച്ചോ, നടന്നതുതന്നെ.”

“ഹേ, നുമൈർ എന്തിനാ ഇങ്ങനെ വേണ്ടാത്ത ചിന്തകളൊക്കെ... ദിവാസ്വപ്നങ്ങളൊക്കെ മനസ്സിലിട്ട് വെറുതെ ലൈഫ് നശിപ്പിക്കല്ലേ.”

“ഞാൻ ഇപ്പോ ചെറുതാണ് എന്ന് കരുതി എന്നെ നിരുത്സാഹപ്പെടുത്താൻ ശ്രമിക്കണ്ട.”

“ചെറുതാണെങ്കിലും അവനുമുണ്ട് സ്വപ്നവും ഇഷ്ടങ്ങളുമൊക്കെ.”

“മതി. മതി. നീ പഠിച്ച് വലിയ ഒരു ഡോക്ടറാകാൻ നോക്ക്. എന്നിട്ട് വേണം ഞങ്ങളുടെ കുഞ്ഞുങ്ങളെ ഒക്കെ വളർത്തി വലുതാക്കാൻ. അപ്പോൾ ഞങ്ങൾക്ക് ധൈര്യായിട്ട് നിന്റെ അടുക്കൽ വിടാലോ...”

ഇതുവരെ അവൾ എന്നെ കാണാൻ വന്നിട്ടില്ല.

കുറച്ചുകാലമായിരുന്നു വദൂദിന്റെ എഴുത്തുകൾ വായിച്ചിട്ട്. അല്പാല്പമായി വായിക്കുന്നതുകൊണ്ടാകും എന്തോ പ്രത്യേക താത്പര്യം എനിക്ക് തോന്നിയിരുന്നു. അന്ന് ഞാൻ അവന്റെ ഒരു എഴുത്തുകൂടെ വായിച്ചു.

ചുമരിന്റെ കഥനം

ഒരുപാട് കാലമായി ഞാൻ ഈ വീട്ടിലുണ്ട്. അല്പാല്പമായിട്ടാണ് അവർ എന്നെ ഇവിടെ പ്രതിഷ്ഠിച്ചത്. എല്ലാ പണിയും കഴിഞ്ഞപ്പോൾ എന്റെ പൂർണരൂപത്തിൽ ഞാൻ എത്തി. എനിക്ക് അവർ നല്ല ഭംഗിയുള്ള വസ്ത്രം ധരിപ്പിച്ചു. എന്റെ മുഖം നല്ല സുന്ദരമായ ചായം തേച്ച് പിടിപ്പിച്ചു. എന്റെ ഇടതും വലതും മുമ്പിലും മുകളിലും നിൽക്കുന്നവരേയും അവർ ഭംഗിക്കായി ചായം തേച്ചു പിടിപ്പിക്കുന്നത് ഞാൻ കണ്ടു. പക്ഷേ, ഒരാളും ഒന്നും മിണ്ടുന്നില്ല. എല്ലാവരും മൂകരാണോ എന്നതായിരുന്നു സംശയം. സംസാരം മാത്രമല്ല കേൾവിയും കാഴ്ചയും ഇല്ലാത്തവരായിരുന്നോ? വർഷങ്ങളായി അവരെ വിളിച്ചു തുറന്ന് ഒന്ന് സംസാരിക്കാൻ ശ്രമിക്കുന്നു. ഒരു മറുപടിയും കിട്ടാതായതോടെ എനിക്കു തന്നെ മടുപ്പ് തോന്നി. ഞാൻ സ്വയം സംസാരിക്കുകയാണോ എന്നുപോലും ചിന്തിച്ചുപോയി. എന്നോട് സംസാരിക്കാൻ ഞാൻ മാത്രം. അവർ ജനിക്കുമ്പോഴേ മൃതരായി കഴിഞ്ഞവരാണോ എന്നുപോലും ഞാൻ ആലോചിച്ചു. ഇവിടെ ജീവനുള്ളത് എനിക്കു മാത്രം. അവരുടെ ആ നിഷേധഭാവത്തിൽ എത്ര കാലം ഞാൻ അസൂയപ്പെട്ട്, ദേഷ്യപ്പെട്ട് നിന്നിട്ടുണ്ട്. എന്റെ ചുറ്റിലും ഉയർന്നു വരുന്ന മുറുമുറുപ്പുകൾ ഒരു വാളായി രൂപാന്തരപ്പെട്ട് എന്റെ തന്നെ ജീവനെ എടുത്തിരുന്നെങ്കിൽ എന്ന് എത്രയോ തവണ ആശിച്ചിട്ടുണ്ട്. സത്യം പറഞ്ഞാൽ ഈ കഴിവ് എന്റെ ബലഹീനതയായിരുന്നു. ഒറ്റപ്പെടുന്നതും കാത്തിരിക്കേണ്ടി വരുന്നതും എത്രമാത്രം സങ്കടകരമാണ്.

പക്ഷേ, അമ്മമാർക്ക് ഒരിക്കലും മുഷിയില്ല. കാത്തിരിപ്പ് കാലങ്ങളോളം നീണ്ടാലും ശരി. അമ്മയ്ക്ക് അവനെ കാത്തിരിക്കാനും കൂട്ടിരിക്കാനും മടിയില്ലായിരുന്നു. അച്ഛൻ പോലും തിരിഞ്ഞുനോക്കിയിട്ട് വർഷങ്ങളായി. രണ്ടു തവണ വന്നിരുന്നു. അതിനുശേഷം ഒരിക്കൽ പോലും കണ്ടിട്ടില്ല. അമ്മ ഇടയ്ക്കിടെ വന്ന് എത്തിനോക്കുകയെങ്കിലും ചെയ്യും. ആഴ്ചയിൽ ഒരിക്കലെങ്കിലും വരും, കാണും തിരിച്ചുപോകും. എന്റെ നേരെ എതിർവശത്തുള്ള വാതിൽ തുറക്കും. തുളച്ച് കയറുന്ന സൂര്യരശ്മികളെ മറച്ചു പിടിക്കും. എന്റെ ഇടതുവശത്തുള്ള ജനാലയ്ക്കരികിൽ വന്ന് തുറന്ന് ജനാലകളും തുറന്ന് ശുദ്ധവായുസഞ്ചാരം വർദ്ധിപ്പിക്കും.

മുറിയാകെ ചുറ്റിയടിച്ച് വീണു കിടക്കുന്നതും അലങ്കോലമായി കിടക്കുന്നതുമായ സാധനങ്ങളെ നേരെയാക്കി വെയ്ക്കും. ചില ദിവസങ്ങളിൽ ചൂലും മുറവും എടുത്താണ് കയറി വരിക. അന്ന് ശുദ്ധികലശത്തിന്റെ ദിവസമാണ്. മാറാലയും പൊടിയും ചളികളും തട്ടിക്കുടഞ്ഞ് അടിച്ചു വാരി വൃത്തിയാക്കും. തന്റെ മകൻ തിരിച്ചു വരും എന്ന് അവർക്ക് ഉറപ്പുണ്ടായിരുന്നു. ചവറുകളെ അടിച്ചു കളയുന്നതോടൊപ്പം അവൻ വരില്ല എന്ന ചിന്തകളേയും കൂടി അവർ പുറത്തുകളയുന്നുണ്ട്. അടിച്ചു വാരി വൃത്തിയാക്കിയാൽ ഒരു ബക്കറ്റിൽ വെള്ളവും നിലം തുടയ്ക്കാനുള്ള തുണിയുമായി വരും. പതിയെ ചെറിയ കസേരയിലും ജനാലപ്പടികളിലും കട്ടില കളിലും പറ്റിപ്പിടിച്ച ബാക്കിയുള്ള പൊടിയും ചളിയും തുട ച്ചെടുക്കും. എന്റെ മുഖത്ത് വർഷങ്ങൾക്കു മുമ്പ് അച്ഛൻ സ്ഥാപിച്ച കണ്ണാടിയും തുടച്ച് വൃത്തിയാക്കും. ആ വലിയ കണ്ണടയ്ക്ക് പിറകി ലുള്ള ക്ഷീണിച്ച എന്നിട്ടും പ്രതീക്ഷ കൈവിടാത്ത ആ കണ്ണു കളിലേക്ക് ഞാൻ നോക്കിയെങ്കിലും എന്നെ കാണാൻ അവർക്കാ കുമായിരുന്നില്ല. അവർക്കു പ്രായം കൂടിയിരിക്കുന്നു. തലമുടിയിൽ നരകയറി തുടങ്ങിയിരിക്കുന്നു. കാലത്തിന്റെ വികൃതി അവരുടെ കവിളിലും കൺതടങ്ങളിലും കൈകളിലും കോലം കെട്ടിയത് എനിക്കു കാണാനായി. കാലം ഒത്തിരി കടന്നുപോയെങ്കിലും മനഃ ശക്തിയെ തകർക്കാൻ, അവൻ തിരിച്ചുവരുമെന്ന വിശ്വാസം തകർക്കാൻ കഴിഞ്ഞിരുന്നില്ല.

ചില ദിവസം രാത്രികളിൽ അവർ വന്ന് അവന്റെ കിടക്കയിൽ വന്ന് കിടക്കുന്ന ശബ്ദങ്ങൾ ഞാൻ കേൾക്കാറുണ്ട്. അവന്റെ അച്ഛൻ അമ്മയെ വിളിക്കുന്ന ശബ്ദമുണ്ടെങ്കിലും അവർ മറുപടി പറയാറില്ല. അല്ലെങ്കിൽ ഞാൻ ഇവിടെയാ കിടക്കുന്നേ എന്ന ശബ്ദവും പിറകെ കരച്ചിലിന്റെ ശബ്ദവും കേൾക്കാറുണ്ടായി രുന്നു. അവൻ കുട്ടിയായിരുന്ന കാലത്തും അമ്മയും മകനും ആ കട്ടിലിൽ കിടന്നിരുന്നത് ഞാൻ ഓർത്തുപോകും. അവന് പാട്ടു പാടി കൊടുക്കും. അവനെ എത്ര വട്ടം ഉമ്മ വെച്ചിട്ടുണ്ട്, മുല യൂട്ടിയിട്ടുണ്ട്. നിലയ്ക്കാത്ത പാട്ടിന്നിടയിലും അവന്റെ വായിൽ നിന്ന് പാൽ ഒലിച്ചുവരുന്നത് എത്ര തവണ കണ്ടിട്ടുണ്ട്. അവൻ പലപ്പോഴും ദേഷ്യത്തിൽ അമ്മയെ തട്ടുന്നത് കണ്ടിട്ടുണ്ട്.

ഞാൻ അവനെ മുലയൂട്ടിയിട്ടില്ല, മടിയിലിരുത്തിയിട്ടില്ല, ഉമ്മ വെച്ചിട്ടുമില്ല. പക്ഷേ എല്ലാം എന്റെ ഈ രണ്ടു കണ്ണുകൾകൊണ്ട് നോക്കി കണ്ടിട്ടുണ്ട്. അവൻ ഉറങ്ങുന്നതും ഉണരുന്നതും കണ്ടി ട്ടുണ്ട്. പഠിക്കുന്നതും കളിക്കുന്നതും കണ്ടിട്ടുണ്ട്. എല്ലാവരും ഉറങ്ങു മ്പോഴും അവനു വേണ്ടി ഉറക്കമിളിച്ചിരിക്കുന്ന അവരെ, അച്ഛ നേയും അമ്മയേയും കണ്ടിട്ടുണ്ട്. അത് കണ്ടിട്ടാണ് എന്റെ കണ്ണു കൾ വലുതായത്. ഞാനും അവന്റെ അമ്മയെ പോലെ അവനെ യാത്രയയ്ക്കാറുണ്ട്. പുറത്തിറങ്ങുന്നതിന് മുമ്പ് കണ്ണാടിക്കു മുമ്പിൽ നിൽക്കുന്ന ഒരു ദുശ്ശീലമുണ്ടായിരുന്നു അവന്. അപ്പോഴാ യിരുന്നു എന്റെ യാത്രാമൊഴി.

> കാക്കിയണിഞ്ഞ് തുടങ്ങിയപ്പോൾ അവനെ അപൂർവമായിട്ട് മാത്രമേ കാണാൻ കഴിഞ്ഞുള്ളൂ. എന്നാലും മാസത്തിൽ ഒരു തവണയെങ്കിലും അവൻ വരും. അവസാനമായി അവനെ കണ്ടത് മരംകോച്ചുന്ന ആ തണുപ്പുകാലത്ത് അതുകൊണ്ട് മാത്രം മുതുക് പൊട്ടി മുറിവുകളുണ്ടായി നിൽക്കുന്ന സമയത്തായിരുന്നു. അന്ന് മുതൽ ഞാനും ഉമ്മയും അവനേയും കാത്തിരിക്കുകയാണ്.
>
> തന്റെ മകൻ തിരിച്ചുവരുമ്പോൾ താൻ ഇവിടെ ഉണ്ടാവില്ലല്ലോ എന്ന സങ്കടം മാത്രമായിരുന്നു തന്റെ മരണത്തെക്കുറിച്ച് ഓർക്കുമ്പോൾ അവർക്കുണ്ടായിരുന്ന വേവലാതി. ഇപ്പോൾ വീടു പോലും അന്യമായി പോകുന്നു. വീട്, ഞാൻ എല്ലാം തിരശ്ശീലയ്ക്ക് പിറകിലേക്കു നീങ്ങുന്നു. ഞാൻ ഒരു ചുമർ മാത്രമല്ല.

ഓർമ്മകളുടെ യൂണിവേഴ്സിറ്റികളായി എന്തെല്ലാം കാര്യങ്ങളാണ് നമുക്കു ചുറ്റും ജീവിക്കുന്ന അജീവികൾ.

മിന്നിസോട്ട യൂണിവേഴ്സിറ്റിയിൽ പ്രബന്ധം അവതരിപ്പിച്ച് സെന്റ് പോളിൽ നിന്ന് ന്യൂയോർക്കിലേക്ക് എനിക്ക് വളരെ നേരത്തെ തന്നെ മടങ്ങണമെന്നുണ്ടായിരുന്നു. എയർപോർട്ടിൽ ഒരു സ്ഥലത്ത് മാത്രമാണ് ടീഷോപ്പുണ്ടായിരുന്നത്. അതിന്റെ മുമ്പിലാണെങ്കിൽ നീണ്ട ക്യൂവുമായിരുന്നു. ഓർഡിനറി യാത്രക്കാർ കുറവായിരുന്നു. കൂടുതലും അഫ്ഗാനിസ്ഥാനിലേക്കും ഇറാഖിലേക്കുമുള്ള പട്ടാളക്കാരായിരുന്നു. ഇത് ഇവരുടെ ആദ്യത്തെ യാത്രയാണെന്ന് തോന്നുന്നു. ക്യാമ്പിൽ നിന്ന് തിരിച്ച് വരുന്നവരെ അവരുടെ മുഖഭാഷയിൽ നിന്ന് തന്നെ മനസ്സിലാക്കാമായിരുന്നു. ചോരവാർന്ന്, ക്ഷീണിച്ച് കേടുവന്ന മെഷീനുകളെപ്പോലെ തറഞ്ഞ് കിടക്കുന്നു. ഇറാൻ-ഇറാഖ് യുദ്ധമുഖത്ത് നിന്ന് തിരിച്ച് വരുന്ന പട്ടാളക്കാരുടെ മുഖത്ത് നിന്ന് ഞാൻ ജീവിതത്തിന്റേയും മരണത്തിന്റേയും സ്ഥൂലരേഖ കണ്ടിരുന്നു.

കൂട്ടത്തിൽ ഭൂരിപക്ഷവും വെള്ളക്കാരായിരുന്നു. അതും ദരിദ്ര കുടുംബത്തിൽ പെട്ടവരാണെന്ന് തോന്നുന്നു. കൂട്ടത്തിൽ കുറച്ച് കറുമ്പന്മാരും ലാറ്റിൻ അമേരിക്കക്കാരുമുണ്ട്. വരാനിരിക്കുന്ന കൂട്ടക്കൊലയുടെ ഇരകളായി മാറുന്നവരാണല്ലേ ഇവരെല്ലാം എന്നാണ് എന്റെ മനസ്സ് മന്ത്രിച്ചത്. ചിലരുടെ മുഖത്ത് ആശ്വാസം. കൂടിയിരിക്കുന്ന ചിലർ തോക്ക് കൊണ്ട് വെടിവെയ്ക്കുന്ന പോലെ അഭിനയിച്ചു കാണിക്കുന്നുണ്ട്. ഇവിടെ നിന്ന് തന്നെ ഇറാഖികളെ കൊന്നു തള്ളുന്നതിനുള്ള പരിശീലനം നടത്തുന്നതുപോലെ തോന്നി അത് കണ്ടപ്പോൾ.

എന്റെ ജീവിതത്തിൽ ഞാൻ പരിചയപ്പെട്ടതിൽ അതിസുന്ദരിയായിരുന്നു അവൾ. വാഷിംഗ്ടൺ സ്ക്വയറിന്റെ കിഴക്ക് ഭാഗത്ത് കാറ്റുകൊണ്ടിരിക്കുകയായിരുന്നു ഞാൻ. ആഴ്ചയിൽ രണ്ട് മൂന്ന് തവണ വന്ന് വായിക്കാറുള്ള ജാസ് ബാന്റ് സംഘത്തെ കാത്തിരിക്കുകയായിരുന്നു. എനിക്ക്

അത് കേൾക്കാൻ വളരെ ഇഷ്ടമായിരുന്നു അവിടെ ഇരുന്ന് എന്റെ ബാഗിലുണ്ടായിരുന്ന ഫിഹ്റസിന്റെ കോപ്പി എടുത്ത് വായിക്കാൻ തുടങ്ങി. സിദറയുടെ കഥയാണ് ഞാൻ വായിച്ച് വെച്ചിരുന്നത്. ഒപ്പം വദൂദിന്റെ ഒരു കത്തുമുണ്ടായിരുന്നു. അത് വായിച്ചുകൊണ്ടിരിക്കുമ്പോഴാണ് അവളുടെ ശബ്ദം കേട്ടത്.

"സോറി, ഇത് ഫാരിസി ഭാഷയാണോ?"

ശബ്ദം കേട്ട് തല ഉയർത്തി നോക്കിയത് നേരെ അവളുടെ മുഖത്തേക്കായിരുന്നു. ഇതിന് മുമ്പ് ഞാൻ അവളെ കണ്ടിട്ടുണ്ട്. പരിചയപ്പെട്ടിട്ടുമുണ്ട്. കറുത്ത മുടി. വരച്ചു വെച്ച കണ്ണുകൾ. പവിഴം പോലത്തെ ചുണ്ടുകൾ. കറുത്ത ഓവർകോട്ടിലും പച്ച ഡ്രസ്സിലും അവൾ സുന്ദരിയായി തോന്നിച്ചു. കയ്യിലുണ്ടായിരുന്ന പ്ലാസ്റ്റിക് കവറിൽ നിന്ന് അവൾ തിന്നുന്നുണ്ടായിരുന്നു.

"അല്ല... അറബിയാണ്"

"കാണാൻ നല്ല ഭംഗി"

"താങ്ക്യൂ"

അറബികളല്ലാത്തവർക്ക് അറബി ഭാഷയിലുള്ള എഴുത്തുകളും പത്രങ്ങളുമെല്ലാം ഇപ്പോഴും അദ്ഭുതമായിത്തന്നെ കിടക്കുന്നുണ്ടല്ലോ എന്നാണ് ഞാൻ ആലോചിച്ചത്.

ഒരിക്കൽ അവൾ പറഞ്ഞു

"എന്തൊരു ഭംഗിയാ ഈ അക്ഷരങ്ങൾക്ക്. ഇത് എങ്ങനെയാ എഴുതാൻ പഠിക്കാ എന്നറിഞ്ഞിരുന്നെങ്കിൽ..."

പക്ഷേ, അതെല്ലാം സെപ്റ്റംബർ 11 വരെ മാത്രമായിരുന്നു.

അദ്ഭുതത്തോടെ നോക്കിയിരുന്ന കണ്ണുകൾ പേടിയോടെയും ആശങ്കയോടെയും നോക്കാൻ തുടങ്ങി. അതോടെ അറബി ഭാഷയിലുള്ള പുസ്തകങ്ങൾക്ക് പകരം ഇംഗ്ലീഷ് വിവർത്തനം കൊണ്ട് നടക്കേണ്ട ഗതിയായി.

"ഇത് നിങ്ങളുടെ ഭാഷയാണോ?"

അവളുടെ ചോദ്യം അതിലുണ്ടായിരുന്നു എല്ലാം. അതെ എന്ന് പറയാൻ വന്ന എന്റെ മനസ്സിലേക്ക് കയറി വന്നത് മറ്റൊരു കാര്യമായിരുന്നു.

ഇത് എന്റെ ഭാഷയാണോ? എല്ലാവർക്കും പറയാനുള്ള മാതൃഭാഷ. പ്രഥമഭാഷ എന്നൊക്കെ. പക്ഷേ, എനിക്ക് ഇത് എന്റെ ഭാഷയാണോ? ഞാൻ? ഞാൻ തന്നെ ആരാണ്?

അക്കാദമിക് തലങ്ങൾക്ക് അപ്പുറത്ത് എന്റെ പേരിനും ഭാഷയ്ക്കും എന്ത് അർത്ഥമാണുള്ളത്? എന്നാലും ഞാൻ പറഞ്ഞു.

"അതെ, എന്റെ ഭാഷയാണ്."

അവളെ എവിടെയാണ് കണ്ടത് എന്നോർത്ത് നോക്കി.

"ബ്ലയകർ റോഡിലെ ചായ ഷോപ്പിലല്ലേ നീ വർക്ക് ചെയ്യുന്നത്?"

അവൾ പുഞ്ചിരിച്ചു.

"അതെ, ആഴ്ചയിൽ രണ്ട് ദിവസം അവിടെയായിരുന്നു ജോലി. പക്ഷേ, ഇപ്പോ ഫുൾ ടൈം ആണ്. എന്റെ പേര് മറിയ."

"മറിയ എന്ന പേരിന് അറബിയിൽ വളരെ വലിയ അർത്ഥമാണുള്ളത്. എന്റെ പേര് നുമൈർ"

"എനിക്കറിയാം... ഒരിക്കൽ പറഞ്ഞ് തന്നിട്ടുണ്ട്... പക്ഷേ, എന്റെ വീട്ടുകാർക്ക് അർത്ഥം ഒന്നും അറിയില്ല... എന്താണ് നിങ്ങളുടെ പേരിന്റെ അർത്ഥം?"

"ശുദ്ധമായ ജലം"

"ഗുഡ്"

"നല്ല പേരാണല്ലോ"

ചിരിച്ചുകൊണ്ട് വാച്ചിലേക്ക് നോക്കി അവൾ പറഞ്ഞു.

"സോറി, എനിക്ക് ജോലിക്ക് തിരിച്ച് കയറണം. ബ്രേക്ക് ടൈം കഴിഞ്ഞു. സോറി"

ടിഷ്യൂ പേപ്പർ കൊണ്ട് മുഖം തുടച്ച് കയ്യിലുണ്ടായിരുന്ന പ്ലാസ്റ്റിക് കവറിലേക്ക് നിക്ഷേപിച്ചു. എഴുന്നേറ്റ് പോകുമ്പോൾ ചെറിയ ചിരിയോടെ അവൾ പറഞ്ഞു.

"ഇത്രയും സമയം സംസാരിച്ചിരുന്നത് ഇറ്റ് വാസ് നൈസ് ...ബൈ"

"മി റ്റു... താങ്ക്യൂ"

റോഡിലൂടെ അകന്ന് പോകുന്ന അവളെ തന്നെ ഞാൻ നോക്കി നിന്നു. സത്യത്തിൽ അവൾക്ക് എന്താണ് ആവശ്യം? അവളെ വീണ്ടും കാണുമോ? അതോ അവൾ ജോലിയെടുക്കുന്ന ടീഷോപ്പിൽ വീണ്ടും പോകേണ്ടി വരുമോ? ഒരു പക്ഷേ, അതായിരിക്കാം അവളുടെ മനസ്സിലുണ്ടായിരുന്നത്. എത്ര മനുഷ്യരോടാണ് 'വീണ്ടും കാണും' 'വിളിക്കാം' എന്നൊക്കെ പറഞ്ഞിട്ടുള്ളത്. പിന്നീട് ഒരിക്കലും അവരെ ഒരാളെ പോലും കണ്ടിട്ടുപോലുമില്ല.

അടുത്ത ദിവസം ഞാൻ അവളെ കാണാൻ പോയി വീട്ടിലൂടെ നടക്കുമ്പോൾ ചുമരിൽ തറച്ചുവെച്ച ചിത്രം എന്നെ ആകർഷിച്ചു.

ചിത്രത്തിന്റെ മുന്നിൽ ഒരു ഭാഗം രാത്രിയാണ്. വാ തുറന്ന് പിടിച്ച് കിടക്കുന്ന കുഞ്ഞിന്റെ മുകളിലാണ് ഇരുട്ടിന്റെ ചായം കലരുന്നത്. മൂക ചിത്രം. മൊഴികൾ കാഴ്ചകളിലൂടെ നൽകുന്നു. ചില ചിത്രങ്ങൾ ചായങ്ങളിലൂടെ ഇരുളും വെളിച്ചവും വേർതിരിച്ച് കാണിക്കും. അല്ലെങ്കിലും നിറങ്ങളുടെ വെളിച്ചം കാണുന്നതാണല്ലേ മനുഷ്യ ജീവിതം. കട്ടപിടിച്ച ഇരുട്ടിൽ നിന്ന് വെളിച്ചത്തിലേക്ക് ഇറങ്ങി വരുമ്പോൾ കുഞ്ഞിന്റെ വലത്

കണ്ണിൽ നിന്ന് കണ്ണീർ ഒലിച്ചിറങ്ങുന്ന ചിത്രം. പാതിയടച്ച കണ്ണുകൾ, വെളിച്ചത്തിൽ നിന്ന് അകലാൻ കൊതിക്കുന്ന കണ്ണുകൾ, ആ ഇരുളിലാണ് താൻ പോയി അവസാനിക്കാനിരിക്കുന്നതെന്ന് അറിയുന്ന കണ്ണുകൾ. ചാര നിറത്തിലുള്ള ഒരു പുതപ്പ് വാരിച്ചുറ്റിയിട്ടുണ്ട്. കാൽവരെ എത്തി നിൽക്കുന്ന ഒരു നീളൻ കുപ്പായവും. അവളുടെ ചേച്ചിയുടേതാകാം. ചാര നിറമുള്ള മണ്ണ്. ഇടത് വശത്ത് മണ്ണിന്റെ കളറിലുള്ള സൈനിക പിസ്റ്റൾ ധരിച്ച ഒരാൾ. പിസ്റ്റളിന്റെ പാതി പുറത്തേക്ക് തള്ളി നിൽക്കുന്നു. അയാളുടെ അരഭാഗം വരെ ചിത്രത്തിൽ കാണുന്നുണ്ട്. മറുപാതി ചിത്രത്തിന്റെ പുറത്താണ്. ഒരു ചിത്രം ഒരുപാട് ആലോചനകൾ...

ഗ്ലാസിൽ ഇടാനായി രണ്ടോ മൂന്നോ ഐസ്ക്യൂബുകൾ ഞാൻ എന്റെ കൈയ്യിലുണ്ടായിരുന്ന പ്ലാസ്റ്റിക് കവറിൽ നിന്ന് പുറത്തെടുത്തു. അതിനുശേഷമാണ് അവളോട് ഞാൻ കാപ്പിയാണോ ജ്യൂസാണോ വെള്ളമാണോ കൊണ്ടുവരാൻ പറഞ്ഞത് എന്ന സംശയത്തിലായത്. എന്റെ കൈവശം ഒരു ബിയർപോലും ഉണ്ടായിരുന്നില്ല. ഞാൻ തന്നെ അടുക്കളയിൽ നിന്ന് വെള്ള ഗ്ലാസുമായി തിരിച്ച് വരുമ്പോൾ ചുമരിൽ ഞാൻ തറച്ചു വെച്ച കാൻവാസിലെ ചിത്രത്തിൽ ലയിച്ചിരിക്കുന്ന അവളെയാണ് കണ്ടത്. ഹാനോവറിൽ നിന്ന് വരുത്തിയതായിരുന്നു ആ ചിത്രം. ഇവിടെ എത്തിയതിന് ശേഷം എന്റേതായ കൂട്ടിച്ചേർക്കലുകളും നടത്തിയിട്ടുണ്ടായിരുന്നു. അടുത്തുവരുന്ന കാലൊച്ച കേട്ടത് കൊണ്ടാവും അവൾ തിരിഞ്ഞ് നോക്കി. കണ്ണിൽ നിറഞ്ഞ് വന്ന കണ്ണീർ പുറം കൈകൊണ്ട് തുടച്ചവൾ ചിരിച്ചെന്ന് വരുത്തി. ട്രേയിൽ നിന്ന് വെള്ളം ഗ്ലാസ് എടുത്തു.

"കരയായിരുന്നോ നീ?"

"ആകാം..." സ്നേഹവും കരുണയും ആർദ്രതയും കൂടിക്കലർന്ന ശബ്ദം. 'ആകാം' എന്ന അവളുടെ ആ ചിന്താഗതികൾ തന്നെയാണ് പലപ്പോഴും അവളെ സുന്ദരിയാക്കുന്നത് എന്ന് എനിക്ക് തോന്നാതിരുന്നില്ല. പെട്ടെന്നവൾ പറഞ്ഞു

"അല്ലാ... കണ്ണിൽ എന്തോ കരട് വീണതാ..."

അവളോട് സോഫയിൽ ഇരിക്കാൻ പറഞ്ഞ് ഞാൻ ബാത്ത് റൂമിൽ പോകാൻ അനുവാദം ചോദിച്ച് തിരിഞ്ഞ് നടന്നു. എന്റെ റൂമിലെ ബാത്ത് റൂമിലേക്ക് ഞാൻ കയറി. ടവ്വൽ മാറ്റി എണ്ണമെഴുക്ക് മുഖത്ത് കൂടുതലുണ്ടായത് കൊണ്ട് തന്നെ മുഖം സോപ്പിട്ട് നല്ലവണ്ണം കഴുകണം എന്ന് ഞാൻ തിരുമാനിച്ചു. മുഖം തുടച്ച് കണ്ണാടിയിൽ നോക്കി അവളുടെ അടുക്കൽ പോകുന്നതിന് മുമ്പ് അതിന്റെ ഭംഗി ഒന്നുകൂടി ഉറപ്പ് വരുത്തി. ഞാൻ ചിത്രവും കാൻവാസും ചേർത്തുവെച്ചിരിക്കുന്ന ചുമരിൽ മുതുക് ചേർത്ത് ചാരിയിരുന്ന് ദിവാസ്വപ്നം കാണുന്ന അവളെയാണ് ചെല്ലുമ്പോൾ കണ്ടത്. വലതു കയ്യിലെ ഗ്ലാസിലെ വെള്ളം പാതി കഴിഞ്ഞിട്ടുണ്ട്.

പുറത്തേക്ക് നോക്കിയുള്ള ആ സ്വപ്നലോകത്ത് നിന്ന് പുറത്തിറങ്ങിയതുപോലെ അവൾ പറഞ്ഞു.

"ഫ്ളാറ്റ് ചെറുതാണെങ്കിലും ഇവിടെ നിന്നുള്ള കാഴ്ച അപാരമാണ്. എടുത്ത് പറഞ്ഞേ പറ്റൂ."

"താങ്ക്യൂ."

"ഇങ്ങനെയാണോ നിങ്ങളുടെ യൂണിവേഴ്സിറ്റികളിലെ അധ്യാപകരുടെ എല്ലാവരുടേയും താമസം?"

"അതൊക്കെ, ഗ്രേഡ് അനുസരിച്ചാണ്. എഴുത്തും കുടുംബവും കുട്ടികളുള്ളവർക്ക് അതിനനുസരിച്ച് വലിയ ഫ്ളാറ്റ് അനുവദിക്കപ്പെടും."

ചിരിച്ചോണ്ട് അവൾ പറഞ്ഞു.

"അപ്പോൾ പെട്ടെന്ന് നോക്കണം."

"പുസ്തകം എഴുതലാണോ അതോ കുഞ്ഞുങ്ങളെ ഉണ്ടാക്കലാണോ എളുപ്പം നോക്കേണ്ടത്?"

വീണ്ടും ചിരി.

"അത് തീരുമാനിക്കേണ്ടത് നിങ്ങളാണ്. ഏതാണ് ഏറ്റവും എളുപ്പം"

"അറിയില്ല. ഒരു പുസ്തകം പൂർത്തിയാക്കാൻ നോക്കട്ടെ. ഭാഗ്യമുണ്ടോ എന്നറിയാമല്ലോ ചിലപ്പോൾ പുസ്തകം പ്രസിദ്ധീകരിക്കാതിരുന്നാൽ എന്റെ ജോലി തന്നെ നഷ്ടപ്പെടാനും സാദ്ധ്യത കാണാതിരിക്കുന്നില്ല."

"ചുമരിൽ തൂക്കിയിട്ടിരിക്കുന്ന ചിത്രത്തിനും എഴുതാൻ പോകുന്ന പുസ്തകത്തിനും തമ്മിൽ എന്തെങ്കിലും ബന്ധമുണ്ടോ?"

"ഉണ്ട്. അത് അക്കാദമിക് ലവലിൽ അല്ലെന്ന് മാത്രം അതിന് മറ്റൊരു കഥയുണ്ട്."

"എന്താണ് അത്?"

"കൃത്യമായി എനിക്കും അറിയില്ല."

"എഴുതാൻ പോകുന്ന പുസ്തകത്തെക്കുറിച്ച് കൂടുതൽ പറയാൻ ആഗ്രഹിക്കാത്തവരുടെ കൂട്ടത്തിലാണോ നിങ്ങളും? കമോൺ... പറ... എന്താണ്, ഇപ്പോൾ പറഞ്ഞ് തന്നില്ലേൽ ഞാനായിട്ട് ചോദിക്കാൻ വരില്ല..."

"അതല്ല... സത്യായിട്ടും അറിയില്ല. എന്നെ വിശ്വസിക്ക്. ആവശ്യമായ ഡാറ്റകൾ ചേർത്ത് വെച്ച് കൊണ്ടിരിക്കാണ്. അതിനിടയിലാണ് ഈ ചിത്രം കിട്ടിയത്. ഇതിനേയും കഥയുടെ ഭാഗമാക്കണം. എന്നെ വിശ്വസിക്ക്. എനിക്കറിയില്ല..."

"ഇത്, നീ ബാഗ്ദാദിൽ കണ്ടെന്ന് പറഞ്ഞ ആ മനുഷ്യനോട് ഏതെങ്കിലും നിലയ്ക്ക് സാമ്യതയുണ്ടോ?"

"അതെ, ഒരു രീതിയിൽ പറഞ്ഞാൽ കാണുന്നുണ്ട്, അവനെക്കുറിച്ചും അവന്റെ ജീവിതരീതികളെക്കുറിച്ചും എഴുതണമെന്നാണ് ആഗ്രഹിക്കുന്നത്.

പക്ഷേ, ഇതുവരെ സമയം കിട്ടിയിട്ടില്ല എന്ന് പറയാം. കഴിഞ്ഞ രണ്ട് കൊല്ലമായി എന്റെ അക്കാദമിക പുസ്തക രചന പൂർത്തിയാക്കുന്ന തിരക്കിലായിരുന്നു. മാത്രമല്ല എന്റെ കഥാനായകനാവാൻ അവന് ഇഷ്ട മുണ്ടായിരുന്നില്ല. ഓരോ ഒഴിവുകഴിവുകൾ പറഞ്ഞ് അതിനെ വൈകി പ്പിച്ച് കൊണ്ടിരുന്നു."

"അവൻ സമ്മതിക്കണം എന്ന നിർബന്ധമുണ്ടോ?"

"അതല്ല. അവന്റെ യഥാർത്ഥ പേരും ജീവിതവും അപ്പടി പുസ്തക ത്തിലോട്ട് പകർത്തണം എന്നാണ് ഞാൻ ആഗ്രഹിക്കുന്നത്."

"ഹും... ഹും... ആട്ടെ എന്നിട്ട് നിന്റെ അക്കാദമിക് പുസ്തക രചന കഴിഞ്ഞോ?"

"ഒരു അധ്യായവും കൂടി ബാക്കിയുണ്ട്. രണ്ടോ മൂന്നോ മാസത്തി നുള്ളിൽ അത് തീർക്കുകയും ചെയ്യണം."

"ദാറ്റ്സ് ഗുഡ്..."

"എന്തൊക്കെയാ നിന്റെ വിവരങ്ങൾ?"

"എനിക്ക് എന്ത്... നമ്മൾ വലിയ എഴുത്തുകാർ ഒന്നുമല്ലേ..."

"നീ സംഗീതജ്ഞയാണോ...?"

"അല്ല. കേൾക്കാൻ ഇഷ്ടമുണ്ട്... കാര്യം പഠിച്ച് മനസ്സിലാക്കി ഒന്ന് രണ്ട് വർഷത്തിനുള്ളിൽ അടുത്ത ഘട്ടത്തിലേക്ക് കയറണം..."

വദൂദിന്റെ എഴുത്തുകൾ പലപ്പോഴും പ്രകൃതിയെ കണ്ടറിഞ്ഞതു പോലെയായിരുന്നു. ജീവനില്ല എന്ന് നമുക്കു തോന്നുന്ന പലതിനും ജീവ നുള്ളതുപോലെയായിരുന്നു അവന്റെ എഴുത്ത്. ഇന്ന് എന്റെ കൈയിൽ കിട്ടിയത് സംസാരിക്കുന്ന മരക്കൊമ്പായിരുന്നു. സംഗീതം പൊഴിക്കുന്ന കുഴലായി മാറിയതിന്റെ കഥ, അത് തന്നെ പറയുന്നതുപോലെ എനിക്കു തോന്നി.

കാമ്പുള്ള കൊമ്പുകൾ

എനിക്കു പേരില്ല. എന്റെ ശേഷം ജനിച്ചവരെ എന്റെ അച്ഛൻ ചില നമ്പറുകൾ ചൊല്ലി വിളിക്കുന്നത് കേട്ടിട്ടുണ്ട്. ആദിയായതു കൊണ്ടാവാം എനിക്കു നമ്പറൊന്നും നൽകിയില്ല, വിളിച്ചുമില്ല. എന്റെ അച്ഛനല്ലാതെ മറ്റൊരു അച്ഛൻ എനിക്കില്ല. അമ്മമാർ ഒന്നി ലധികമുണ്ടായിരുന്നു താനും. ഒന്ന് ഇന്ത്യക്കാരിയായിരുന്നു മറ്റൊന്നു കുർദിസതാന്റ മലമടക്കുകളിലും. ഞാൻ എങ്ങനെ ജന്മം കൊണ്ടു എന്നത് എനിക്കറിയാം. എന്റെ ജനനം ഞാൻ കണ്ടു എന്നല്ല അതിന്റെ അർത്ഥം. എന്റെ സഹോദരിമാരുടെ ജനനം ഞാൻ കണ്ടതോടെ കാര്യങ്ങൾ ഞാൻ മനസ്സിലാക്കുകയായിരുന്നു.

> എല്ലാവരും എന്റെ തന്നെ പകർപ്പായിരുന്നു. ചെറിയ വ്യത്യാസങ്ങൾ മാത്രം കാണാമായിരുന്നു. കാരണം ഞങ്ങൾ പിറന്ന വിശുദ്ധ ഇടം ഒന്നായിരുന്നു.
>
> പ്രസവമെടുത്ത കൈകളും ഒന്നായിരുന്നു. ഞങ്ങളുടെ രൂപം ഒന്നായിരുന്നു. നിറത്തിലും ഗന്ധത്തിലും ചെറിയ വ്യത്യാസങ്ങളുണ്ടായിരുന്നു എന്നു മാത്രം. ചിലത് ഉങ്ങ്, ചിലത് ചന്ദനം, ചിലത് മഹാഗണി, ചിലത് ബദാം മരം തുടങ്ങി വ്യത്യസ്ത പേരുകളിൽ അറിയപ്പെടുന്നുവെന്ന് മാത്രം.
>
> എന്റെ ഓർമ്മയിൽ തങ്ങിനിൽക്കുന്ന ഒരു നിമിഷമായിരുന്നു അത്. അവന്റെ കൈകൾ എന്റെ തന്ത്രികൾ പതിയെ മീട്ടി. ആദ്യമായിട്ടായിരുന്നു ഈ സ്ഥലത്ത്. ഏകദേശം രണ്ട് മണിക്കൂറുകളോളം എന്നെ മീട്ടികൊണ്ടിരുന്നു. ഒരു സ്നേഹിതയെന്ന പോലെ എനിക്ക് ഒരു ചുംബനം നൽകി അടുത്തുള്ള കസേരയിൽ വെച്ചു. സാധാരണ ചെയ്യാറുള്ളതുപോലെ എന്നെ തന്നെ നോക്കിയിരുന്നു. അവന്റെ കൈവിരലുകളിൽ വിരിയുന്ന സംഗീതത്തിൽ ഞാൻ അഭിമാനിച്ചിരുന്നു. അവൻ എന്നെ ഒരു മനുഷ്യനെ പോലെ കണ്ട് സംസാരിക്കാറുണ്ടായിരുന്നു.
>
> “നിന്നെ ഞാൻ ഒരിക്കലും വിൽക്കില്ല. നിന്നെ കണ്ട് തുടങ്ങുന്ന ഏത് പ്രവൃത്തിയും കൂടുതൽ പുണ്യമാണ്. നീ ഒരു നല്ല ശകുനമാണ്. അത് അങ്ങനെ തന്നെ ആയാലും മതി.”
>
> എന്റെ സോദരിമാരിലേക്ക് അദ്ദേഹം കാറ്റൂതി നിറയ്ക്കുന്നത് ഞാൻ കണ്ടിട്ടുണ്ട്. അതിൽ സന്തോഷവും സങ്കടവുമുണ്ടാകാറുണ്ട്. ഏത് സഹോദരനും വളരെ താമസിയാതെ അവിടം വിട്ട് പോകുകയും ചെയ്യും. ആവശ്യക്കാർ വന്ന് എന്റെ സഹോദരരെ ചൂണ്ടിക്കാണിക്കുന്നതോടെ അച്ഛൻ അതുമായി സന്ദർശകരുടെ മുമ്പിലെത്തും. അതിൽ താളം പിടിച്ച് ആസ്വദിച്ച വില പേശി ഒന്നോ രണ്ടോ കൂട്ടുകാരും അവർക്കൊപ്പം പോകും. ഞാൻ മാത്രം അച്ഛന്റെ കൂടെ, തനിച്ച്.
>
> എന്നാലും അച്ഛൻ വന്നിട്ട് മൂന്നു ദിവസമായി...

ഞാൻ അത് വായിച്ചുതീർത്ത് എഴുന്നേറ്റു.

രണ്ടാഴ്ചയ്ക്ക് കൂടിയുള്ള കാപ്പിപ്പൊടി സ്റ്റോക്കുണ്ടെങ്കിലും പോർട്ടോറിക്കോ ഇംപോർട്ടിംഗിലേക്ക് പോകാൻ തന്നെ ഞാൻ തീരുമാനിച്ചു. അകത്തോട്ട് കയറി ചെല്ലുമ്പോൾ സാധാരണ കാണാറുള്ള വെള്ളക്കാരി അവിടെ കാത്ത് നിൽക്കുന്ന മറ്റൊരാൾക്ക് കാപ്പി പൊടിച്ച് പാക്ക് ചെയ്ത് കൊടുക്കുന്ന തിരക്കിലായിരുന്നു. മറിയ അകത്ത് സ്റ്റോർ റൂമിൽ വല്ലതും എടുക്കാൻ പോയതാകും എന്ന് ഞാൻ കരുതി. വിവിധ രാജ്യങ്ങളിൽ നിന്ന് വന്ന കാപ്പിപ്പൊടി പാക്കറ്റുകൾക്കിടയിലൂടെ പ്രയാസപ്പെട്ട് ഞാൻ മുന്നോട്ട് നടന്നു. ഇന്തോനേഷ്യ, ഫിലിപ്പൈൻ, താൻസാനിയ, ജമൈക്ക,

ബ്രസീൽ തുടങ്ങി ഒട്ടുമിക്ക രാജ്യങ്ങളിൽ നിന്നുള്ള പൊടികളും അവിടെ കിട്ടും. അതും ചോക്ലേറ്റും വാനിലയും ചേർത്ത പൊടികൾ തന്നെ. അതിൽ പലതും ഞാൻ തന്നെ രുചിച്ച് നോക്കിയിട്ടുണ്ടായിരുന്നു. ചില സമയത്ത് പേര് മാത്രം നോക്കി വാങ്ങിച്ചിട്ടുണ്ടായിരുന്നു. "ആകാശ സൗഗന്ധികം" എന്ന പേര് കണ്ടിട്ടാണ് ഒരിക്കൽ വാങ്ങിച്ചത്. സീ ലവലിൽ നിന്ന് വളരെ ഉയർന്ന് മാനം മുട്ടി നിൽക്കുന്ന മലനിരകളിൽ നിന്ന് ഇറുത്ത് പൊടിച്ചെടുക്കുന്ന പൊടിയാണത്രേ. സാധാരണ ഏത് പൊടിയും അരക്കിലോ മാത്രമാണ് വാങ്ങിക്കാറുള്ളത്. ചില സമയത്ത് കഥ പറഞ്ഞ് എന്റെ തീരുമാനങ്ങളെ മറിച്ചിട്ട് കൂടുതൽ വാങ്ങിക്കും. "മലബാർ മൺസൂൺ" മലബാറിലെ ബ്രിട്ടീഷ് അധിനിവേശ കാലത്ത് കപ്പലിൽ കയറ്റുമതി ചെയ്തുകൊണ്ട് വന്ന് പരിചയപ്പെടുത്തപ്പെട്ട പൊടിയാണത്രേ. മാസങ്ങൾ എടുക്കുന്ന കപ്പൽ യാത്രയിലെ മടുപ്പ് മാറ്റാനായിരുന്നുവത്രേ ആദ്യമൊക്കെ അവർ അത് ഉപയോഗിച്ചിരുന്നത്. പക്ഷേ, സൂയസ് കനാൽ തുറന്നതോടെ യാത്രാ ദൈർഘ്യം കുറയുകയും കാപ്പികളോടുള്ള അഭിനിവേശം കുറയുകയും ചെയ്തു എന്നും പറയപ്പെടുന്നു. പക്ഷേ, ചായക്കമ്പനികൾ കച്ചവടത്തിന്റെ പുതുമേഖലകൾ കണ്ടെത്തുകയും ലോകത്തിന്റെ വിവിധ കോണുകളിലേക്ക് അത് എത്തിച്ച് കച്ചവട ലാഭമുണ്ടാക്കുകയും ചെയ്യുന്നു.

ഇറാഖിൽ നിന്ന് പോരുന്നതിന് മുമ്പ് എനിക്ക് കാപ്പി ഇഷ്ടമില്ലായിരുന്നു; അറിയില്ലായിരുന്നു എന്ന് പറയുന്നതാകും ശരി. ചായയായിരുന്നു ഇഷ്ടം. വീട്ടിൽ നിന്ന് പോന്നതോടെ അതും നിന്നു. പിന്നെ ടീ ബേഗ് ഉപയോഗിച്ചു. ഒരാൾ മാത്രം ചായ കുടിക്കുന്ന ആ രീതിയോട് എനിക്ക് എന്തോ വലിയ താത്പര്യം തോന്നിയില്ല. എന്നെ സംബന്ധിച്ച് ചായ കുടിക്കുന്നത് ഒരു കുടുംബക്കാര്യമാണ്. അല്ലെങ്കിൽ ഒരു സൗഹൃദ കൂട്ടായ്മയുടെ ഭാഗമാണ്. ഒരുമിച്ചുണ്ടാക്കി ഒരുമിച്ചിരുന്ന് വെവ്വേറെ ഗ്ലാസ്സുകളിൽ മൊത്തി മൊത്തിക്കുടിക്കുന്നതിന്റെ രസം അത് ഒന്ന് വേറെ തന്നെയാണ്. കാപ്പി അത് ഏകാന്തതയുടെ കയങ്ങളിൽ മുങ്ങിത്തപ്പുന്നവനും അതിന് ആഗ്രഹിക്കുന്നവനും ഉന്മേഷം നൽകുന്ന പാനീയമാണ്. എന്തോ, പതിയെ ഞാൻ കാപ്പികളിലെ വ്യത്യസ്ത സ്വഭാവഗുണങ്ങളുള്ളവരെ കണ്ടെത്താൻ ശ്രമിക്കുകയായിരുന്നു. കാലിഫോർണിയയിലെ താമസം അതിന് എന്നെ വളരെ അധികം സഹായിക്കുകയും ചെയ്തു. വെള്ളക്കാരി തന്റെ കസ്റ്റമർക്ക് സാധനം നൽകി തിരിച്ചയയ്ക്കുന്നത് കണ്ടു എന്റെ അരുകിൽ വന്ന് വല്ല സഹായവും ആവശ്യമുണ്ടോ എന്ന് ചോദിച്ചു

"സോറി, വേണ്ട, ഞാൻ അങ്ങനെ പ്രത്യേകിച്ച് ഒന്നിനും വന്നതല്ല... മറിയ ഉണ്ടോ ഇവിടെ?"

"ഇല്ല. അവൾ ശനി ഒഴിവാണല്ലോ"

എന്റെ മനസ്സിലൂടെ ഒരു മ്ലാനത കയറി വരുന്നത് ഞാനറിഞ്ഞു. അത് പുറത്തേക്ക് കാണിക്കാതെ അവിടെയുണ്ടായിരുന്ന ചെറിയ പാത്രങ്ങളിലേക്കും ഗ്ലാസുകളിലേക്കും കുപ്പികളിലേക്കും പേക്കറ്റുകളിലേക്കും

നോക്കിനിന്നു ഒരു ആഴ്ച കൂടി കാത്തിരുന്നേ പറ്റൂ. നിവൃത്തിയില്ല. അവളെ കാണാനാകില്ല. നന്ദി പറഞ്ഞ് ഞാൻ പുറത്തിറങ്ങി. തൊട്ടടുത്തുള്ള ഡാന്റെ കോഫിഷോപ്പിൽ ചെന്നിരുന്ന് വാൽട്ടർ ബിൻയാവിന്റെ ജീവിതത്തെക്കുറിച്ചുള്ള പുസ്തകം വായിക്കാൻ തുടങ്ങി.

രണ്ട് ദിവസം മുമ്പ് ഞാൻ ഒരു സ്വപ്നം കണ്ടു. കൂട്ടിലടയ്ക്കപ്പെട്ട രാപ്പാടിയാണ് ഞാൻ. കൂട് മനുഷ്യാസ്ഥി കൊണ്ട് നിർമ്മിച്ചതാണ്. അത് നിന്റെ അസ്ഥിയാണോ? അകലെ നിന്ന് ഒരു ശബ്ദം എന്നോട് വിളിച്ചു പറയുന്നുണ്ട്.

"പറന്നോളൂ... ആകാശം വളരെ അടുത്താണ്...!"

പെരുമ്പറ മുഴങ്ങുന്നതുപോലെയാണ് നിന്റെ ഹൃദയമിടിപ്പ് എനിക്കു കേൾക്കുന്നത്. കൂട് വിട്ട് സ്വാതന്ത്ര്യത്തിന്റെ വായു ശ്വസിക്കണം എന്നുണ്ടെങ്കിൽ ചിറകു വിടർത്തി പറന്നുയരണം എന്നുണ്ടെങ്കിൽ എനിക്ക് നിന്റെ നെഞ്ചകം പിളർക്കണം. നിന്നെ തന്നെ ഇല്ലാണ്ടാക്കണം, എന്ത് ചെയ്യണം എന്നറിയാതെ തരിച്ചിരിക്കുന്ന ഞാൻ.

"**നി**ന്റെ വീട് ഒരു സെമിത്തേരിയാണല്ലോ?"

ചുമരിലേക്ക് ഒരിക്കൽ കൂടി നോക്കിയിട്ട് അവൾ ചോദിച്ചു.

"ഞാൻ ശവമായി കിടക്കാണ് എന്നാണോ നീ പറയുന്നത്?"

"അതല്ല, നിനക്ക് ജീവനുണ്ട്, പക്ഷേ, നീ മരിച്ചവരുടെ കൂടെയാണോ എന്നാണ്?"

"എനിക്ക് സെമിത്തേരി ഒരുപാട് ഇഷ്ടാണെന്ന് നിനക്കറിയോ?"

"എന്തേ?"

"എനിക്കറിയില്ല അത് കാണുമ്പോൾ എന്റെ ഉള്ളിൽ പറയാനറിയാത്ത വികാരങ്ങൾ ഉണർന്ന് വരും. ചേർന്ന് ചേർന്ന് കിടക്കുന്ന ശവക്കുഴികൾ, പച്ചച്ചെടികൾ, കൊത്തിവെച്ച പേരുകളും തിയ്യതികളും എന്തോ അവിടെ ചെന്നാൽ ഒരു സമാധാനമാണ്. ബോസ്റ്റണിൽ ആയിരുന്നപ്പോൾ മൗണ്ട് ഒപ്പറിലെ സെമിത്തേരിയിൽ ഞാൻ പോയിട്ടുണ്ട്. നീയും ഒന്ന് പോയി കാണ്."

"നീ വല്ല രക്തരക്ഷസും ആണോ എന്ന പേടിയുണ്ട് എനിക്ക്"

എനിക്ക് ഉച്ചത്തിൽ ചിരിപൊട്ടി.

"ശരിയാ... രാത്രി കാലങ്ങളിൽ ഞാൻ ഡ്രാക്കുളയാ. കണ്ഠനാളിയിൽ കടിച്ച് മുറിച്ച് ചോര കുടിച്ച് ഞാൻ വിടും പക്ഷേ, ഞാൻ രക്ഷസ്സ് അല്ലാട്ടോ... അതല്ലാതെയും ഇതൊക്കെ നടക്കുമല്ലോ..."

ഞാൻ പറഞ്ഞതിന്റെ അർത്ഥം മനസ്സിലായത് കൊണ്ടാവാം അവളും ചിരിച്ചു ഒന്നും പറഞ്ഞില്ല...

അന്ന് ഞാൻ വായിച്ചത് വദൂദിന്റെ സ്വപ്നലോകത്തെക്കുറിച്ചുള്ള കുറിപ്പായിരുന്നു.

ഏതോ ഒരു വിദൂര നഗരത്തിലാണ് ഞാൻ ജീവിക്കുന്നത്. വൃത്തിയുള്ളതും അച്ചടക്കമുള്ളതുമായ ജീവിത ചുറ്റുപാട്. യുദ്ധങ്ങളോ ഗ്രൂപ്പ് തർക്കങ്ങളോ മതതർക്കങ്ങളോ ഇല്ലാത്ത സമാധാന പൂർണമായ ജീവിതം. കുടിയേറ്റക്കാർക്കും അഭയാർത്ഥികൾക്കും അവിടെ മനുഷ്യരായി ജീവിക്കാനുള്ള പൂർണമായ അവകാശവും നൽകപ്പെട്ടിരുന്നു. എന്തിന് മൃഗങ്ങൾക്കുപോലും പ്രത്യേക പരിഗണന നൽകുകയും അവർക്കായി പ്രത്യേകം നിയമാവലികൾ തയ്യാറാക്കപ്പെടുകയും ചെയ്തിരുന്നു. അറിവും ടെക്നോളജിയും വളർന്ന് വികസിച്ച് മനുഷ്യനു സ്വതന്ത്രമായി ഭാവിയിലേക്കും ഭൂതത്തിലേക്കും യാത്ര പോകാൻവരെ സാധിക്കുന്നു. ആ യാത്ര വെറും സന്ദർശനമാകാം. നിത്യതാമസത്തിനാകാം. പ്രകൃത്യാ യോഗ്യനായിരിക്കണം. പൂർണ ആരോഗ്യവാനായിരിക്കണം. മുൻകഴിഞ്ഞ ജനറേഷനിൽ പെട്ടവരാകാനും പാടില്ല എന്നത് മാത്രമായിരുന്നു നിബന്ധനകൾ. ഞാൻ സ്വപ്നത്തിനുള്ള സ്വപ്നത്തിലാണെന്ന് അറിയാമായിരുന്നിട്ടും അപ്ലിക്കേഷൻ ഫോമിൽ തെറ്റായ വിവരങ്ങൾ രേഖപ്പെടുത്തിയിട്ടുണ്ടല്ലോ എന്ന് ഓർത്തപ്പോൾ ചെറിയ വിറ ശരീരത്തിലൂടെ കയറിയിറങ്ങുന്നത് അറിഞ്ഞു. ഫോമിൽ ഒരിക്കൽ പോലും ഞാൻ ജയിലിൽ അടയ്ക്കപ്പെട്ടിട്ടില്ല എന്നും ആരോഗ്യപരമായ ഒരു പ്രയാസവും അനുഭവിക്കുന്നില്ല എന്ന് ഒരു സംശയവുമില്ലാതെ എഴുതിവെച്ചിട്ടുണ്ടായിരുന്നു. അവരുടെ സംസാരം എനിക്കു വ്യക്തമായി മനസ്സിലാക്കാൻ കഴിയുന്നുണ്ട് എന്നതും സ്വപ്നത്തിലൂടെ തന്നെ ഞാൻ മനസ്സിലാക്കിയിരുന്നു. ഒരു ആഫ്രിക്കൻ സിനിമയുടെ അവസാനത്തിൽ കൊല്ലപ്പെടുന്ന നായികയുടെ മുഖച്ഛായയുള്ള നഴ്സ് വന്ന് എന്നോടു പറഞ്ഞു.

“ഞങ്ങളുടെ ഭാഷ ശരിയായി കൈകാര്യം ചെയ്യുന്നുണ്ടല്ലോ? നിങ്ങളുടെ ഭാഷയുടെ സ്വാധീനം ലവലേശമില്ലല്ലോ? എങ്ങനെ പഠിച്ചെടുത്തു?” ഭംഗിയായി ചിരിച്ചുകൊണ്ടുതന്നെ ഞാൻ പറഞ്ഞു.

“ഭംഗിവാക്കുകൾക്കു നന്ദി. ഇത്ര എളുപ്പത്തിൽ പഠിക്കാനായതിന്റെ ഫുൾ മാർക്കും നിങ്ങളുടെ ടീച്ചേഴ്സിനാണ്.”

ഹോസ്പിറ്റലിൽ വെച്ച് ഒരുപാട് പരിശോധനകളും ചെക്കപ്പുകളും നടത്തി. അവിടം മുഴുവൻ ക്ലാസിക് പാട്ടുകൾ അലയടിക്കുന്നുണ്ടായിരുന്നു. നഴ്സുമാർ അമ്മമാരുടെ പുഞ്ചിരിയുമായി എല്ലാവരോടും സംസാരിച്ചുകൊണ്ടിരിക്കുന്നു. മെഡിക്കൽ ചെക്കപ്പിൽ ഞാൻ പരാജയപ്പെട്ട് തിരിച്ചുപോകേണ്ടി വരുമെന്ന് ഞാൻ പേടിച്ചെങ്കിലും കുഴപ്പങ്ങളുണ്ടായില്ല. ഞാൻ ജയിച്ചു. ഒരു നിബന്ധനയോടെ അവർ എനിക്ക് മുന്നോട്ടു പോകാനുള്ള അനുമതി നൽകി. ഭാവിയിലേക്കോ ഭൂതകാലത്തിലേക്കോ തീരുമാനിക്കണം. ഇന്റർനെറ്റിൽ നാം പറയുന്ന കാലത്തിനനുസരിച്ചുള്ള ഔദ്യോഗിക രേഖകൾ ലഭ്യമാക്കുന്നതിനായുള്ള ജോലികളുമായി

> നിൽക്കുന്ന ഉദ്യോഗസ്ഥർ കമ്പ്യൂട്ടറിന്റെ മുമ്പിൽ ഇരുന്ന് എന്നെ തന്നെ നോക്കി. ഭാവിയോട് എനിക്ക് താത്പര്യം തോന്നിയില്ല. മനുഷ്യൻ രണ്ടു വിധമാണ് ഭൂതകാല സ്മൃതികളിൽ നിന്ന് ഒളിച്ചോടുന്നവരും ഭൂതകാല കുളിരോർമ്മകളിലേക്ക് മുങ്ങാകുഴിയിട്ട് അർമാദിക്കാൻ കൊതിക്കുന്നവരും.

അത് മടക്കിവെച്ച് ഞാൻ എന്നെക്കുറിച്ചുതന്നെ ആലോചിച്ചു.

നമ്മുടെ ജീവിതം ഒരു നോവലാണോ? അതും എഴുതി തീരാത്ത കാൽപനികത നിറഞ്ഞ കഥ? എട്ട് പത്ത് ജീവിതങ്ങൾ നിറഞ്ഞ് നിൽക്കുന്ന ഒരു നീണ്ട കഥ. വദൂദ് പറഞ്ഞതുപോലെ നാം ഒരു പുസ്തകമാണ്. അല്ല ചില വരകളും കുറികളും മാത്രമാണ്. ഇനിയും എഴുതപ്പെടാത്ത പേജുകൾ ഒരിക്കലും അവസാനിക്കാത്ത കഥകളുടെ ലോകം, ഇനിയും എഴുതി തീരാത്ത തുടർക്കഥകൾ.

അയാളെ ആദ്യമായി എവിടെ വെച്ചാണ് കണ്ടത് എന്ന് ഓർമയില്ല. കണ്ടതിൽ പിന്നെ ഇടയ്ക്കിടെ കാണാമായിരുന്നു. ഒരു ദിവസം തന്നെ നൂറിലധികം തവണ എന്ന് പറഞ്ഞാൽ കള്ളമാകില്ല. അവന്റെ പേര് എനിക്കറിയില്ല, ഞാൻ അറിയാൻ ശ്രമിച്ചിട്ടുമില്ല. മിക്ക ദിവസങ്ങളിലും അവനെ കാണും. ചില ദിവസം പല തവണ കാണും. പക്ഷേ, ഇതുവരെ അവനോട് സംസാരിക്കാൻ നിന്നിട്ടില്ല. അവന്റെ കഥ കേൾക്കാൻ ആഗ്രഹമുണ്ട്, അത് പറയിപ്പിക്കാനുള്ള ധൈര്യമില്ല. ആദ്യമായി അവനോട് ഒരു കാര്യം പറഞ്ഞത് കഴിഞ്ഞ മാസം യൂണിവേഴ്സിറ്റിയുടെ അരികിലുള്ള വിൻഡീസ് കോഫിഷോപ്പിൽ ഇരിക്കുമ്പോഴാണ്. പതിവായുള്ള നടത്തം കഴിഞ്ഞ് തിരിച്ച് ഫ്ളാറ്റിലേക്ക് മടങ്ങുകയായിരുന്നു ഞാൻ. മൂത്രശങ്ക കലശലായതോടെ ഫ്ളാറ്റിൽ എത്തുന്നതിന് മുന്നെ കാര്യം സാധിക്കണം. അല്ലെങ്കിൽ അവിടം വരെ എത്തിക്കാൻ സാധിക്കില്ല എന്ന് ഉറപ്പ് വന്നപ്പോൾ മാത്രമാണ് അങ്ങോട്ട് കയറിയത്. നേരെ ബാത്ത്റൂമിലേക്ക് ഓടി അവിടെ പുരുഷ ടോയ്‌ലറ്റിന്റെ ഭാഗത്ത് നിന്ന് വരുന്ന അവനെയാണ് കണ്ടത്. രണ്ട് പേരും ഒരുമിച്ചാണ് അവിടെ എത്തിയത് അവൻ മറുവശത്തൂടെയാണ് കയറി വന്നത്. ടോയ്‌ലറ്റ് വാതിൽ അടഞ്ഞ് കിടന്നതിനാൽ ഞങ്ങൾ കാത്തിരുന്നു. ഞാൻ തൂണിലേക്ക് ചാരിനിന്നു. അവൻ കാലിയായി കിടക്കുന്ന കോപ്പയിലേക്ക് നോക്കി. താഴെ നിലത്തുണ്ടായിരുന്ന ബക്കറ്റിലെ വെള്ളത്തിൽ ആ കോപ്പ ഇട്ട് മുക്കി. വീണ്ടും മുക്കി. അതിനിടയിൽ അവിടെ കൂടിയിരിക്കുന്നവരെ നോക്കുന്നുമുണ്ട്, കൂട്ടത്തിൽ എന്നേയും. പക്ഷേ, അവന്റെ നോട്ടം മറ്റ് എവിടെയോ ആയിരുന്നു. അത് ഞങ്ങളെയല്ലായിരുന്നു. ആ നോട്ടം അത്ര പന്തിയുള്ളതായിരുന്നില്ല. അവൻ ആരേയും ലക്ഷ്യം വെച്ചല്ല നോക്കുന്നത് തന്നെ. പിന്നെ ആരെയാകും? സാധാരണ മറ്റു അഗതികൾ മറ്റുള്ളവരോട് ചോദിക്കുകയും യാചിക്കുകയും ചെയ്യാറുണ്ടെങ്കിലും ഇയാളെ ഒരിക്കൽ പോലും അങ്ങനെ ഒന്നും കണ്ടിട്ടില്ലായിരുന്നു. തൊട്ടടുത്ത ചായക്കടയിൽ നിന്ന്

കൊടുക്കുന്ന വെള്ളവും കാപ്പിയും ഒന്നും മിണ്ടാതെ മൊത്തി മൊത്തി കുടിക്കുന്നത് കണ്ടിട്ടുണ്ട്. കഴുത്ത് മുതൽ കാൽവരെ നീളുന്ന മുൻഭാഗം തുറന്ന് കിടക്കുന്ന ഒരു നീളൻ കുപ്പായമായിരിക്കും വേഷം. നീളം കൂടി അഴഞ്ഞ് തൂങ്ങിയ ഒരു പാന്റുമുണ്ടാകും. പൊടിയും ചളിയും നിറഞ്ഞ് കാലുകൾ കറുത്ത് ഇരുണ്ടിരിക്കുന്നു. ചെരുപ്പിന്റെ വാറുപോലും കീറി ത്തുടങ്ങിയിരിക്കുന്നു. പരുക്കൻ തുണി കൊണ്ട് നിർമ്മിച്ച ചെറിയ ഒരു സഞ്ചിയുണ്ട് അയാളുടെ കയ്യിൽ. ബോബ് മാർലിയുടെ മുടി പോലത്തെ മുടി കണ്ടപ്പോൾ അയാൾ വല്ല ജമൈക്കക്കാരനുമായിരിക്കും എന്നാണ് ഞാൻ കരുതിയിരുന്നത്. വളർന്ന് കാടുപിടിച്ചു കിടക്കുന്ന താടിയും മുടിയും അതിനുള്ളിൽ തിളങ്ങി നിൽക്കുന്ന കണ്ണുകൾ. ആ കണ്ണിലെ സങ്കടവും നിരാശയും ആർക്കും കാണാവുന്നതായിരുന്നു. ഗ്രീൻ റോട്ടിൽ ചമ്രം പടിഞ്ഞിരിക്കുന്ന ആ രൂപത്തെ ഞാൻ പലതവണ കണ്ടിട്ടുണ്ട്.

ബാത്ത്റൂമിൽ ഫ്ളഷിന്റെ ശബ്ദം, ടിഷ്യൂ പേപ്പർ എടുക്കുന്ന ശബ്ദം, വാതിലിന്റെ ലോക്ക് നീങ്ങി, വാതിൽ തുറന്നു. സൈൻ ചുവപ്പിൽ നിന്ന് ഗ്രീനിലേക്ക് മാറി. വാതിൽ തുറന്ന് മയാമി ഹൈറ്റസിന്റെ ഷർട്ട് ധരിച്ച ഒരു യുവാവ് സമയം വൈകിയതിൽ ക്ഷമ ചോദിച്ച് വേഗത്തിൽ പുറ ത്തേക്ക് നടന്നു. അവിടെ എന്റെ കൂടെയുണ്ടായിരുന്ന, കപ്പ് പിടിച്ച് നിന്നി രുന്ന ആളോട് ഞാൻ പറഞ്ഞു.

“ഓകെ, ഇനി നിങ്ങൾ ടോയ്ലെറ്റ് ഉപയോഗിച്ചോളൂ”

അയാൾ എന്നോട് കയറാൻ പറഞ്ഞു.

“നിങ്ങൾകയറിക്കോളൂ, നിങ്ങളല്ലേ ആദ്യം വന്നതും കാത്ത് നിൽക്കു ന്നതും.”

അയാൾ നിഷേധഭാവത്തിൽ തലകുലുക്കി എന്നോട് തന്നെ കയ റാൻ ആംഗ്യം കാണിച്ചു. അയാൾക്ക് നന്ദി പറഞ്ഞ് ഞാൻ തന്നെ കയറി. ഞാൻ പുറത്തിറങ്ങുമ്പോഴും അയാൾ അവിടെ കാത്തിരിക്കുന്നുണ്ടായി രുന്നു. ഞാൻ അയാൾക്ക് നന്ദി പറഞ്ഞ് ഒരു ചെറിയ ചിരി പാസാക്കി. അയാൾ അത് ശ്രദ്ധിക്കുക പോലും ചെയ്യാതെ അകത്തേക്ക് കയറി. എനിക്ക് അയാളോട് പേര് ചോദിക്കാൻ തോന്നി. ഉത്തരം കിട്ടില്ല എന്ന് ഉറപ്പുണ്ടായിരുന്നെങ്കിലും ചോദിക്കണം എന്ന് തോന്നി.

ഏകാന്തപഥികനാണ്. മറ്റുയാചകരുടെ കൂടെ ഒരിക്കലും അയാളെ കണ്ടിട്ടില്ല. സാധാരണ യാചകർ ഇരിക്കുന്നിടത്തും കണ്ടിട്ടില്ല. മേഴ്സർ ഹോട്ടലിന്റെ മുന്നിൽ മറ്റു യാചകരുടെ കൂടെ ഉറങ്ങുന്നതും കണ്ടിട്ടില്ല. യാചകർക്കും മറ്റും ഭക്ഷണം നൽകപ്പെടുമ്പോൾ ആ വരിയിലും അയാളെ കണ്ടിട്ടില്ല. ശക്തമായ ശൈത്യകാലത്തുപോലും ഗ്രീൻ റോട്ടിലെ ഫുട്പാത്തിൽ ഒലീവ് നിറത്തിലുള്ള ബ്ലാങ്കറ്റും പുതച്ചു കിടക്കുന്നത് കണ്ടിട്ടുണ്ട്. നടന്ന് പോകുമ്പോൾ തനിയെ സംസാരിക്കുന്നത് കേട്ടിട്ടുണ്ട്. അതും സ്പാനിഷ് ഭാഷയിൽ, ഇംഗ്ലീഷിൽ അല്ല. ചില സമയങ്ങളിൽ എന്തോ ആരോടോ തർക്കിക്കുന്നത് പോലെ കണ്ടിട്ടുണ്ട്. എങ്കിലും

ഒരിക്കലും ശബ്ദം ഉയർന്ന് കേട്ടിട്ടില്ല. മറ്റൊരാളോട് തർക്കിക്കുന്നതും കണ്ടിട്ടില്ല.

ഒരു ദിവസം കൂട്ടുകാരന്റെ കൂടെ പാൻ ചോക്ലേറ്റ് ടീഷോപ്പിൽ കാപ്പി കുടിച്ചു കൊണ്ടിരിക്കേ തൊട്ടടുത്ത ഫുട്പാത്തിലൂടെ അയാൾ നടന്ന് വരുന്നത് കണ്ടു.

"ആഹാ, മഹാ പിച്ചക്കാരൻ വരുന്നുണ്ടല്ലോ" എന്റെ ശബ്ദം അല്പം ഉയർന്നു. പോർട്ടോറിക്കക്കാരനായ കൂട്ടുകാരൻ ചോദിച്ചു.

"നീ എന്താ അങ്ങനെ പറയുന്നത്?"

"കാരണം അയാൾ ആരോടും ഒന്നും മിണ്ടാറുമില്ല. മറ്റു യാചകരുടെ കൂടെ നിൽക്കാറുമില്ല."

"സത്യമാണ്. കാരണം അദ്ദേഹം മുഴുവൻ സമയവും യുദ്ധത്തി ലാണ്."

"മനസ്സിലായില്ല?"

"അമേരിക്കൻ യുദ്ധസമയത്ത് അദ്ദേഹം പനാമയിൽ പോയിട്ടുണ്ട് എന്ന് എനിക്ക് ഉറപ്പാണ്. അദ്ദേഹം സ്പാനിഷ് ഭാഷയിൽ കുശുകുശു ക്കുന്നത് ഞാൻ കേട്ടിട്ടുണ്ട്. പറയുന്ന കാര്യങ്ങളോ പനാമയെക്കുറിച്ചും. ഒരു ദിവസം കാപ്പി വാങ്ങിക്കാനായി വരിയിൽ നിന്നപ്പോൾ അയാൾ തൊട്ടു മുന്നിലുണ്ടായിരുന്നു. അന്നേരം യുദ്ധമുഖത്താണ് എന്നത് പോലെയായിരുന്നു അയാളുടെ സംസാരം. അയാളുടെ കഴുത്തിന് താഴെ യായി ചെറിയ ടാറ്റുകൾ കണ്ടിട്ടില്ലേ? അവിടെ അയാളുടെ സൈനിക നമ്പറും സ്ഥാനവും കൊത്തി വെക്കപ്പെട്ടിട്ടുണ്ട്."

"എന്താണ് അദ്ദേഹത്തിന്റെ റാങ്ക്? അയാളോട് സംസാരിച്ചിട്ടുണ്ടോ?"

"ഒരുദിവസം സ്പാനിഷ് ഭാഷയിലായി ഞാൻ അഭിവാദ്യം അർപ്പിച്ച് എന്തെങ്കിലും ആവശ്യമുണ്ടെങ്കിൽ ചോദിക്കണം എന്ന് പറഞ്ഞിരുന്നു."

"അപ്പോൾ എന്ത് പറഞ്ഞു?"

"ഫക്ക് ഓഫ്"

ഞാൻ ചിരിച്ചു. അവനും.

"സ്പാനിഷിലോ അതോ ഇംഗ്ലീഷിലോ?"

"സ്പാനിഷിൽ എപ്പോഴും ആവർത്തിക്കുന്ന ചില വാചകങ്ങളുണ്ട് അയാളുടെ അടുക്കൽ"

"എന്താത്?"

"ഇസതവീ ആകി"

"എന്താ അർത്ഥം?"

"ഞാൻ ഇവിടെയുണ്ട്.

ഞാൻ ഇവിടെയുണ്ട്.....

ഞങ്ങൾ ഇവിടെയുണ്ട്."

പഴയ ഓർമ്മകൾ വദൂദിന് ഒരുപാട് ഇഷ്ടമായിരുന്നു എന്നത് അവന്റെ എഴുത്തിൽനിന്നുതന്നെ മനസ്സിലാക്കാൻ കഴിഞ്ഞിരുന്ന സത്യമാണ്. അന്ന് ഞാൻ വായിച്ചതും അങ്ങനെയുള്ള ഒരു സത്യപ്രസ്താവനയായിരുന്നു.

ഓർമ്മകൾ ഒരിക്കലും ഭൂതകാലത്തെ തോണ്ടിയെടുക്കാനുള്ളതല്ല, മറിച്ച് കാത്ത് സൂക്ഷിക്കാനുള്ളതാണ്. ഒരുപാട് നഗരങ്ങളേയും നാഗരികതകളേയും മണ്ണിട്ട് മൂടിയ, കാലയവനികയിലേക്ക് മാറ്റിപ്പാർപ്പിച്ച ഭൂമിയെ പോലെ ഓർമകളുടെ സ്മാരകങ്ങളെ മനക്കണ്ണിൽ ചേർത്ത് പിടിച്ച് നിൽക്കുന്ന മനുഷ്യൻ. അതിൽ കാലൂന്നിയാണ് പുതുലോകത്തിന്റെ പുതുമോടിയിൽ ആടിപ്പാടാൻ അവൻ ഇഷ്ടപ്പെടുന്നത്. ആ സ്മാരകങ്ങളിലേക്ക് മടങ്ങിപ്പോകാൻ അവൻ ഒരിക്കലും പേടിക്കേണ്ടതില്ല, മടി കാണിക്കേണ്ടതില്ല.

ഇത്തിരിപോലും എഴുതാൻ സാധിക്കാത്ത കാലം എനിക്ക് ഓർക്കാൻ കഴിയുന്നില്ല. എഴുതാനും വായിക്കാനും പഠിച്ചത് മുതൽ, അക്ഷരങ്ങളെ സ്നേഹിക്കാൻ പഠിച്ചത് മുതൽ, നിർത്താതെ എഴുതിയിട്ടുണ്ട്. എല്ലാ കുട്ടികളും കുത്തിവരയ്ക്കാറുണ്ട്. പക്ഷേ, എന്റെ എട്ടാമത്തെ വയസ്സിൽ മരണപ്പെട്ട മുത്തശ്ശി എപ്പോഴും പറയാറുണ്ടായിരുന്നത് ആ നാട്ടിൽ എന്നോളം താളുകളിൽ കുത്തിവരച്ചിരുന്ന മറ്റൊരാളുണ്ടാകില്ല എന്നായിരുന്നു. സ്കൂളിൽ പഠിക്കുന്ന ആദ്യ കാലങ്ങളിൽപോലും വരയ്ക്കാനും എഴുതാനും എനിക്കുണ്ടായിരുന്ന താത്പര്യം അത് പലപ്പോഴായി മറ്റുള്ളവർ പറഞ്ഞ് കേട്ടിട്ടുണ്ട്. സ്കൂളിലേക്ക് എഴുതാനുള്ള ഹോംവർക്കുകളും മറ്റും സ്കൂൾ വിട്ട് വീട്ടിലെത്തിയാൽ തന്നെ ചെയ്ത് തീർക്കും. ചില സമയത്ത് നോട്ട് പുസ്തകം തികയാതെ വരുമ്പോൾ കയ്യിൽ കിട്ടുന്ന ഏത് പേപ്പറിലും എഴുതി നിറയ്ക്കും. എവിടെ നിന്ന് എന്ത് പേപ്പർ കിട്ടിയാലും ഞാൻ അതിൽ എഴുതും. എന്റെ ചുമരുകളും താളുകളായ് രിന്നു. എന്റെ അക്ഷരങ്ങൾക്ക് വളരാനുള്ള താളുകൾ. നിന്ന് എഴുതും, മുകളിലേക്ക് എത്താനായി അപ്പുറത്ത് നിന്ന് കസേരയോ മേശയോ വലിച്ച് കൊണ്ട് വന്ന് ചുമരിലേക്ക് ചേർത്ത് വെച്ച് കയറി ഒഴിഞ്ഞ് കിടക്കുന്ന ഭാഗങ്ങളിലെല്ലാം എഴുതി നിറയ്ക്കും. അതിന്റെ റിസൾട്ട് ഭയാനകമായിരുന്നു. അച്ഛന്റെ നല്ല വീക്ക് കിട്ടി, ഒരിക്കലല്ല. പല തവണ. കാരണം വീടിന്റെ ചുമരുകളെല്ലാം എന്റെ പെൻസിലും കളറും എഴുതി നിറച്ചിരിക്കുകയാണ്. ഒരിക്കൽ കിട്ടിയത് കുറച്ച് കൂടിപ്പോയി. എന്റെ കവിൾ ചുവന്ന് നീര് വന്ന് വീർത്ത് തടിച്ചു. അത് കണ്ട് പേടിച്ച എന്റെ സഹോദരി ഇനി ഒരിക്കലും എന്നെപോലെ ചുമരിൽ എഴുതില്ല എന്ന് കരച്ചിലിന്റെ ഇടയിൽ പറയുന്നത് ഞാൻ കേട്ടു. ദേഷ്യം കൊണ്ട് വിറയ്ക്കുന്ന അച്ഛൻ പൊട്ടിക്കിടക്കുന്ന പേനയെ ചൂണ്ടി എന്നോട് പറഞ്ഞു.

"നോക്ക്, ഈ പേന പോലെ നിന്റെ കൈ ഞാൻ തല്ലി ഒടിക്കും. ഇനി എങ്ങാനും ഈ ചുമരിൽ നീ വരച്ചാൽ മനസ്സിലായോ?"

എന്നെ രക്ഷിക്കാൻ ശ്രമിക്കുന്ന അമ്മയുടെ നേരെ തിരിഞ്ഞ് അച്ഛൻ പറഞ്ഞു.

"ഈ ചുമരിൽ എങ്ങാനും വല്ല വരയും കുത്തും കണ്ടാൽ... അപ്പോ പറഞ്ഞ് തരാം മനസ്സിലായോ നിനക്ക്?"

അമ്മ എന്നത്തേയും പോലെ എന്റെ കണ്ണീർ തുടച്ച് എന്നെ ആശ്വസിപ്പിച്ചു.

"മോൻ വിഷമിക്കണ്ട ട്ടോ- ഈ ചുമരിലും മറ്റും എഴുതണ്ട ഞാൻ പേനയും പെൻസിലും പേപ്പറും ഒക്കെ വാങ്ങിച്ച് തരാം. അതിൽ നിനക്ക് ഇഷ്ടമുള്ളത് എന്താച്ചാ എഴുതിക്കോ ചുമരിൽ മാത്രം ഒന്നും എഴുതരുത്."

രണ്ട് ദിവസം കഴിഞ്ഞ് രണ്ടാളുകൾ വന്ന് ചുമർ മുഴുവൻ വെള്ള പെയിന്റടിച്ചു. എന്റെ അക്ഷരങ്ങൾ എല്ലാം അതിന്റെ കീഴിൽ മറഞ്ഞു. കുത്തിക്കയറുന്ന ഗന്ധം കാരണത്താൽ ഒരാഴ്ച കാലത്തേക്ക് അതിന്റെ അരികിലേക്ക് പോകാൻ പോലും എനിക്ക് പേടിയായിരുന്നു.

അമ്മ വാക്ക് പാലിച്ചു. എന്നേയും കൂട്ടി അങ്ങാടിയിൽ പോയി എഴുതാനും വരയ്ക്കാനുമുള്ള എല്ലാ സാധനങ്ങളും വാങ്ങിച്ച് തന്നു. സാധനങ്ങൾ വാങ്ങിച്ച് അങ്ങാടിയിൽ നിന്ന് മടങ്ങുമ്പോഴാണ് ഒരു പക്ഷിയുടെ സുന്ദരമായ ശബ്ദം കേട്ടത്. അതിന്റെ ഉറവിടം തേടി മുന്നോട്ട് പോയ ഞാൻ ഒരു ഷോപ്പിന്റെ മുന്നിൽ തൂക്കിയിട്ട കൂട്ടിലിരുന്ന പാട്ട് പാടുന്ന പക്ഷിയെ കണ്ടു. പല വർണങ്ങളുള്ള ആ പക്ഷിയും അതിന്റെ ശബ്ദവും എന്നെ വല്ലാതെ ആകർഷിച്ചു. എന്റെ നിൽപ് കണ്ട കടക്കാരൻ അരികിലേക്ക് വന്നു.

"ചേട്ടാ... ഇത് ഏതാ?"

"കുഞ്ഞേ, പാടും മൈനയാ.."

എനിക്ക് അതിനെ വല്ലാതെ ഇഷ്ടപ്പെട്ടു. അത് വാങ്ങിക്കാൻ ഞാൻ അമ്മയോട് കരഞ്ഞ് പറഞ്ഞു.

"വളർത്ത് മൃഗങ്ങളെ വിൽക്കുന്ന അങ്ങാടിയുണ്ട്. അവിടെ കിട്ടും ഇതിനെ."

അയാൾ അമ്മയോട് പറഞ്ഞു

ഞാൻ കരച്ചിലിന്റെ വക്കിൽ എത്തിയിട്ടുണ്ട് എന്ന് കണ്ടപ്പോൾ അമ്മ പറഞ്ഞു.

"ശരി. ശരി. നമുക്ക് വാങ്ങിക്കാം."

ഞങ്ങൾ അങ്ങോട്ട് നടന്നു. അവിടെ വിവിധ ഇനം പക്ഷികളും പൂച്ചകളും പട്ടികളുമുണ്ടായിരുന്നു. എല്ലാതും കൂട്ടിൽ അടയ്ക്കപ്പെട്ട് ആരെയോ കാത്തിരിക്കുന്നതുപോലെ തോന്നിച്ചു. അമ്മ പാടും കുരുവിയെ

അന്വേഷിച്ചു. അവസാനം അങ്ങാടിയുടെ ഒരു മൂലയിലുള്ള കച്ചവടക്കാരനിലേക്ക് ഞങ്ങൾ എത്തി. ഞാൻ എന്റെ പുതിയ കൂട്ടുകാരനുമായി ചങ്ങാത്തം കൂടുമ്പോൾ അമ്മ കടക്കാരനോട് വില പേശുകയായിരുന്നു. ഇതിന് കൊടുക്കുന്ന ഭക്ഷണരീതികളെ കുറിച്ച് അയാളോട് അമ്മ ചോദിക്കുന്നത് കേട്ടു. പക്ഷിക്കൂട് ഞാൻ തന്നെ എടുക്കണം എന്നാണ് കരുതിയിരുന്നത്. പക്ഷേ, ഭാരക്കൂടുതൽ കാരണത്താൽ അമ്മയാണ് അത് എടുത്തത്. വീട്ടിലേക്ക് മടങ്ങാൻ ഒരു ടാക്സിക്കാർ ഞങ്ങൾ കൈകാണിച്ചു. പിറകിലെ സീറ്റിൽ എന്റെയും അമ്മയുടെയും ഇടയിലായി ആ കൂട് ഞാൻ വച്ചു. വീട്ടിൽ ഗസ്റ്റ് റൂമിന്റെയും അടുക്കളയുടെയും ഇടയിലുള്ള ഇടവഴിയിലാണ് ആ കൂട് വെച്ചത്. അച്ഛൻ വന്നു. അതിനെ കാണുന്നതിന് മുന്നേ ശബ്ദം കേട്ട് അത്ഭുതപ്പെട്ടു. അതിന്റെ വശ്യത അദ്ദേഹത്തേയും ആകർഷിച്ചു. അച്ഛൻ അമ്മയോട് പറയുന്നത് കേട്ടു.

"ആഹാ, കുട്ടിയുടെ ഇഷ്ടങ്ങൾ മാറിയല്ലോ... നല്ലതിനാവട്ടെ."

തുടർന്നുള്ള ദിവസങ്ങളിൽ അതിന്റെ അരികിലിരുന്നാണ് ഞാൻ ഹോം വർക്കുകൾ എഴുതിയിരുന്നത്. പക്ഷിപ്പാട്ട് കേട്ട് എന്റെ നോട്ട് പുസ്തകത്തിൽ ഞാൻ കഥകൾ എഴുതി നിറച്ചു.

ഞാൻ എല്ലാം എഴുതിവെയ്ക്കും. വ്യക്തികളുടെ പേരുകൾ, നാടുകൾ, നഗരങ്ങൾ പുതിയ പദങ്ങൾ തുടങ്ങി എല്ലാം എഴുതിവെയ്ക്കും. പാട്ടുകളും സിനിമാ ഗാനങ്ങളുടെ വരികൾ പോലും. ഉപകാരമുള്ള വാചകങ്ങളും ഇല്ലാത്തതും. എനിക്ക് സംഭവിച്ചതും മറ്റുള്ളവർ പറഞ്ഞതും സ്കൂളിലും വഴിയിലും സംഭവിച്ചതുമായ സകല കാര്യങ്ങളും എഴുതുന്നു. പറയാത്തത് പോലും, പറയാൻ പറ്റാത്തത് പോലും ഞാൻ എഴുതിവയ്ക്കും. ഇപ്പോ ഞാൻ മനസ്സിലാക്കുന്ന ഒരു സത്യമുണ്ട്, ഞാൻ എഴുതാൻ വേണ്ടി എഴുതുകയായിരുന്നു. ആദ്യായിട്ടും അവസാനമായിട്ടും ഞാൻ ഒരു എഴുത്തുകാരനാണ്. എന്റെ സ്വപ്നങ്ങൾ, ചിന്തകൾ, അനുഭവങ്ങൾ, ആഗ്രഹങ്ങൾ എല്ലാം കൂട്ടിച്ചേർത്ത് എഴുതുന്നവൻ. എന്റെ പത്താമത്തെ വയസ്സിൽ വേനലവധി സമയത്ത് കയ്യെഴുത്ത് പ്രതിയായ മാസിക ഞാൻ കൂട്ടുകാർക്ക് സമ്മാനിച്ചിരുന്നു.

ഞാൻ എഴുതുന്ന എല്ലാ കാര്യവും ഞാൻ തന്നെ വായിച്ച് നോക്കുമായിരുന്നു. എനിക്ക് ഇഷ്ടമായിരുന്നു അത്. എല്ലാവരും അത് വായിക്കണം എന്ന ആഗ്രഹവുമുണ്ടായിരുന്നു. അമ്മയെ കൊണ്ട് ഞാൻ വായിപ്പിച്ചിട്ടുണ്ട്. ചില സമയത്ത് സന്തോഷം കൊണ്ട് അമ്മയുടെ കണ്ണുകൾ നിറഞ്ഞിരിക്കുന്നത് ഞാൻ കണ്ടിട്ടുണ്ട്. അച്ഛനും സന്തോഷിക്കാറുണ്ട്. എന്റെ ഭാഷയിലുള്ള ചില പാകപ്പിഴകൾ അച്ഛനാണ് കാണിച്ചു തന്നിരുന്നത്. സെക്കന്ററി ക്ലാസിൽ എത്തിയപ്പോഴേക്കും ഞാൻ ആ ബുദ്ധിമുട്ടുകളും മാറ്റി. പക്ഷേ, അപ്പോഴേക്കും എഴുത്തിനോടുള്ള എന്റെ താത്പര്യം കുറഞ്ഞിരുന്നു. എന്താണ് കാരണം എന്ന് എനിക്ക് അറിയില്ല. സ്കൂൾ ചുമരിൽ തൂക്കിയിട്ടിരിക്കുന്ന 'എഴുത്തുപുര'യ്ക്ക് വേണ്ടിയുള്ള എഴുത്തോ ക്ലാസിലെ പാഠഭാഗത്തിൽ എഴുതുന്നതോ അല്ലാത്ത ഒരു

എഴുത്തും ആരും കാണുന്നത് എനിക്ക് ഇഷ്ടമില്ലാതെയായി. എന്റെ നോട്ട് ബുക്ക് ആർക്കും കാണിച്ച് കൊടുത്തില്ല. കാലം കടന്ന് പോകവേ എഴുത്ത് എന്ന് കേൾക്കുമ്പോഴേക്ക് ഒരു പേടി എന്റെ ഉള്ളിൽ വളരാൻ തുടങ്ങി. താളുകളുടെ വെളുത്ത നിറം പോലും എന്നിൽ ഭീതിയുണ്ടാക്കി. ഞാൻ എഴുതുന്നത് എല്ലാം വെറും തമാശയായി മാറുമോ എന്ന ഭയം എന്നെ വല്ലാതെ പിടികൂടി. ഇത്രയും കാലം എഴുതികൂട്ടിയ നോട്ട് പുസ്തകം പോലും ഞാൻ കീറി വലിച്ചെറിഞ്ഞു. ഒരു എഴുത്തുകാരനായി മാറും എന്ന് ഞാൻ ഒരു കാലത്തും വിചാരിച്ചിരുന്നില്ല.

യൂണിവേഴ്സിറ്റിയിലെ ആദ്യവർഷം ക്രിറ്റിസിസം ക്ലാസ് എടുത്തിരുന്ന അധ്യാപകൻ ആദ്യ ക്ലാസ്സിൽ തന്നെ ചോദിച്ചു "നിങ്ങളിൽ എഴുതുന്നവർ ഉണ്ടോ? കഥയോ കവിതയോ? എന്തെങ്കിലും എന്റെ കൈ ഉയരുമോ എന്ന് ഞാൻ പേടിച്ചു. ക്ലാസ്സിൽ 30 ൽ അധികം കുട്ടികൾ ഉണ്ടായിരുന്നു, ഒന്നും പറഞ്ഞതുമില്ല. മാഗസിനുകളിലും പത്രങ്ങളിലും വരുന്ന എല്ലാ ലേഖനങ്ങളും പഠനങ്ങളും ഞാൻ വായിക്കും; അഭിപ്രായം പറയും പക്ഷേ, സ്വന്തമായി ഒന്നും എഴുതാൻ ഞാൻ തുനിഞ്ഞില്ല. ആ കാലത്ത് ഒരു ലേഖനം പോലും എന്റെ പേരിൽ പ്രസിദ്ധീകരിച്ചില്ലല്ലോ എന്ന സങ്കടം എനിക്ക് അന്നും ഇന്നും തോന്നിയിട്ടില്ല.

വദൂദുമായുള്ള എന്റെ കോണ്ടാക്റ്റ് ഒന്നര വർഷത്തോളം മുറിഞ്ഞു. എന്നാലും എന്റെ മനസ്സിൽ നിന്ന് അവൻ മാഞ്ഞുപോയിരുന്നില്ല. ഇടയ്ക്ക് അവനെ ഓർക്കുമ്പോൾ ഫിഹ്റസ് എടുത്ത് മറിച്ചുനോക്കും. ഞാൻ പഠനത്തിന്റെയും പഠിപ്പിക്കലിന്റെയും തീസിസ് പൂർത്തീകരണത്തിന്റെയും തിരക്കിലായിരുന്നു. ഡാർട്ട്മൗത്ത് കോളേജ് കരാർ പ്രകാരം തീസിസ് സമർപ്പണത്തിന് എനിക്ക് നൽകിയ സമയവും ഒന്നര വർഷമായിരുന്നു. തീസിസ് സമർപ്പിച്ച അതിന്റെ വൈവ വിജയകരമായി പൂർത്തീകരിച്ച് ഡോക്ടറായി മാറിയപ്പോഴും എനിക്ക് വലിയ സന്തോഷം തോന്നിയില്ല എന്നതാണ് സത്യം. ഡോക്ടർ എന്ന സ്ഥാനം പോലും എനിക്ക് ആഗ്രഹമുണ്ടായിരുന്നില്ല. ഇത്രയും കാലം എന്റെ തോളിലുണ്ടായിരുന്ന ഭാരം ഇറക്കിവെച്ചത് പോലെയുള്ള ഒരു ഫീലിങ്ങായിരുന്നു. പക്ഷേ, എന്തോ ഒരു സങ്കടവും ആശങ്കയും എന്റെ മനസ്സിനകത്ത് വിങ്ങി കൊണ്ടിരുന്നു. എന്റെ ഡോക്ടർഷിപ്പിന്റെ ആഘോഷത്തിനായി അലി ഹാദി സംഘടിപ്പിച്ച ചടങ്ങിൽ വെച്ച് എന്റെ മുഖത്ത് നിന്ന് മനസ്സ് വായിച്ചെടുത്ത അദ്ദേഹം ആശ്വാസ വാക്കുകൾ പറഞ്ഞു.

ഞാൻ പുതിയ തൊഴിൽ സ്ഥലമായ ന്യൂയോർക്ക് യൂണിവേഴ്സിറ്റിയിൽ എത്തിയിട്ട് നാല് മാസം കഴിഞ്ഞപ്പോൾ എന്റെ പോസ്റ്റ് ബോക്സിൽ ഒരു തടിച്ച കവർ പ്രത്യക്ഷപ്പെട്ടു. പുറം ചട്ടയിൽ നിന്നും ഞാൻ നേരത്തെ ജോലി ചെയ്തിരുന്ന ഡാർട്ട്മൗത്ത് കോളേജിൽ നിന്നാണ് എന്ന് മനസ്സിലായി. അതിനകത്ത് സെക്രട്ടറിയുടെ കത്തുണ്ടായിരുന്നു. ഞാൻ അവിടെ നിന്നും പോന്നതിന് ശേഷം ഇറാഖിൽ നിന്ന് ധാരാളം എഴുത്തുകൾ

കോളേജ് അഡ്രസ്സിൽ വന്നെന്നും അത് ഇതിന്റെ കൂടെ അയയ്ക്കുന്നു വെന്നും എന്റെ ജോലി മാറിയത് മറ്റുള്ളവരെ അറിയിക്കണം എന്നും എഴുതിയിരുന്നു. കത്തുകൾ വദൂദിന്റേതാണ് എന്ന് എനിക്ക് മനസ്സിലായി. ചെറിയ ഒരു സങ്കടം തോന്നി. എന്റെ ഓഫീസിൽ ഇരുന്ന് കൊണ്ട് തന്നെ ആ കത്തുകൾ ഒരോന്നായി തുറന്ന് ഞാൻ വായിച്ചു. കത്തിന്റെ ഒരു മര്യാദയും പാലിക്കാത്ത എഴുത്തുകളായിരുന്നു അത് എന്നത് എനിക്ക് അദ്ഭുതമായി തോന്നാതിരുന്നില്ല. ചിലതിൽ ഞാൻ വദൂദിനോട് കൂടെ സംസാരിച്ചിരുന്ന സന്ദർഭങ്ങളെക്കുറിച്ചുള്ള വിവരണങ്ങളായിരുന്നു. അതും വശ്യമായ ശൈലിയിലും ഭാഷയിലുമാണ് എഴുതിയിരിക്കുന്നത്. എനിക്ക് സന്തോഷം തോന്നി. എന്റെ ആവശ്യപ്രകാരം അവനെക്കുറിച്ചുള്ള നോവൽ എഴുത്തിന് എന്നെ സഹായിക്കുകയാണോ എന്ന് പോലും എനിക്ക് തോന്നി. പക്ഷേ, ബാക്കിയുണ്ടായിരുന്ന എഴുത്തുകളിൽ ഭൂരിപക്ഷവും കവിതകളും ചിന്തകളുമായിരുന്നു. നാല് എഴുത്തുകൾ ഒന്നും തന്നെ മനസ്സിലാകുന്നുണ്ടായിരുന്നില്ല. കത്തുകൾ എല്ലാം വദൂദിന് മാത്രമായി തയ്യാറാക്കിവെച്ചിരുന്ന ഫയലിലേക്ക് ഞാൻ മാറ്റി വെച്ചു. ഈ എഴുത്തുകൾക്ക് എല്ലാം എങ്ങനെ മറുപടി അയയ്ക്കും എന്നതിലാണ് എനിക്ക് ആശങ്ക തോന്നിയത്. രണ്ട് ദിവസം കഴിഞ്ഞ് കത്തുകൾ കിട്ടിയ വിവരവും സന്തോഷമായെന്നും ഇനി എഴുതുമ്പോൾ ന്യൂയോർക്കിലുള്ള എന്റെ പുതിയ അഡ്രസ്സിലേക്ക് അയയ്ക്കണം എന്നൊക്കെ കാണിച്ച് ഒരു എഴുത്ത് ഞാൻ അയച്ചു.

അവൻ പുതിയ എഴുത്തുകളിൽ ആദ്യപേജിൽ ഇങ്ങനെ കുറിച്ചിട്ടുണ്ടായിരുന്നു.

> **എ**ന്റെ ഓർമ്മപ്പെയ്ത്തിലെ മുത്തുരത്നങ്ങളാണിത്. അതും സകല തകർച്ചകളുടേയും കഥകൾ ചേർത്ത് കൊണ്ടുതന്നെ. ഇനി അത് നിന്റേത്. വേണ്ടത് അതിൽ നിന്ന് എടുക്കുക.

പിറക് വശത്തുള്ള സ്റ്റെയർ കെയ്സിലൂടെ എല്ലാ സാധനങ്ങളും ഓരോന്നായി അഞ്ചാം നിലയിലുള്ള എന്റെ ഓഫീസിൽ എത്തിച്ചു. മുൻ വശത്തുള്ള കോണിയിൽ അധ്യാപകരുടേയും വിദ്യാർത്ഥികളുടേയും തിരക്കുണ്ടാകുമെങ്കിലും പിറകിലെ ഈ കോണിയിൽ അത്ര തിരക്കുണ്ടായിരുന്നില്ല. അത് മാത്രമല്ല അനാവശ്യമായ ഒരുപാട് ചോദ്യങ്ങളിൽ നിന്നും ഉത്തരങ്ങളിൽ നിന്നും രക്ഷപ്പെടാൻ കൂടിയായിരുന്നു ഈ കോണിപ്പടി ഞാൻ തിരഞ്ഞെടുത്തത്. ഉദാഹരണത്തിന് കഴിഞ്ഞ ഹോളിഡേ സമയത്ത് മുൻവശത്തെ പ്രധാന കോണിയിലൂടെ ഇറങ്ങിവരികയായിരുന്ന എന്നോട് ഒരു സഹപ്രവർത്തക ചോദിച്ചു. "ഈ ഹോളിഡേക്ക് ബാഗ്ദാദിലേക്ക് പോകുന്നുണ്ടോ?" എനിക്ക് അവളുടെ ചോദ്യം മനസ്സിലായില്ല. പിന്നീട് അറിഞ്ഞു, കഴിഞ്ഞ രണ്ടാഴ്ചയായി ബാഗ്ദാദിലെ ബോംബ് സ്ഫോടനത്തിന്റേയും വെടിവെയ്പിന്റേയും സൈനിക നീക്കത്തിന്റേയും

ചിത്രമാണത്രെ പത്രങ്ങളിലും ടെലിവിഷനിലും കാണിക്കപ്പെടുന്നത്. എന്റെ തന്നെ സർവീസ് സംഘടനയിൽ അംഗമായ അവൾക്ക് ഞാൻ ബാഗ്ദാദിൽ നിന്നുള്ളതാണ് എന്ന് അറിയാമെങ്കിലും 1993ൽ തന്നെ ഞാൻ അവിടം വിട്ട് പോന്നത് അറിയില്ലായിരുന്നു. ഞാൻ മനസ്സിൽ സകല ദൈവ ങ്ങളേയും പ്രാകി കൊണ്ട് ശാന്തതയോടെ പറഞ്ഞു.

"ഇല്ല. ഞാൻ ന്യൂയോർക്കിൽ തന്നെയുണ്ട്. കുറച്ച് പണിയുണ്ട് ചെയ്ത് തീർക്കാൻ."

"ആ പണി തീരില്ല ആർക്കും. എനിക്ക് മനസ്സിലാകും. ഏതായാലും ലീവ് നല്ല രൂപത്തിലാകട്ടെ"

"നിങ്ങൾക്കും നല്ലതാവട്ടെ."

ആ സംഭവത്തോടെ പ്രധാന കോണി ഉപയോഗിക്കാനുള്ള എന്റെ താത്പര്യം പാടെ നശിച്ചു. ഈ കോണി മിക്ക സമയത്തും ഒഴിഞ്ഞ് കിടക്കുകയായിരിക്കും. ചിലപ്പോൾ ക്ലീനിംഗുകാർ അതിലൂടെ കയറി ഇറങ്ങി പോകാറുണ്ട്. അവർ കറുമ്പൻമാരോ ലാറ്റിൻ മൈഗ്രന്റുകളോ ആയിരുന്നു. അവർ ഇങ്ങോട്ടും അങ്ങോട്ടും ചിരിക്കും സംസാരിക്കും. കള്ളങ്ങളോ നാട്യങ്ങളോ ഉണ്ടായിരുന്നില്ല. ചില സമയത്ത് അക്ഷര ങ്ങളും അക്ഷരലോകം കൊണ്ട് തീർക്കാവുന്ന സ്വപ്നങ്ങളും ഞാൻ വെറു തെയാണല്ലോ എന്ന് ഓർമിപ്പിക്കാറുണ്ട്. അന്നേരം, മഷിയും പേനയും എല്ലാം മണ്ണിൽ അടയ്ക്കപ്പെടുന്നതായി എനിക്ക് തോന്നിയിട്ട് പോലുമുണ്ട്.

> **ഒ**രിക്കൽ ഒരു സ്വപ്നം കണ്ടു. ഒരു പക്ഷിയാണെന്ന് തോന്നുന്നു. മനുഷ്യഎല്ലുകൾ കൊണ്ട് നിർമ്മിച്ച കൂട്ടിൽ അകപ്പെട്ടിരിക്കുന്നു. അല്ല അതൊരു ഹൃദയമായിരുന്നു എന്ന് പിന്നീട് മനസ്സിലായി. കൂട്ടിൽനിന്ന് പുറത്ത് കടക്കാൻ ശ്രമിക്കുന്നു. കൂടിന്റെ ഉടമയെ കൊലപ്പെടുത്തുന്നു. അമ്പരന്ന് എന്ത് ചെയ്യണം എന്നറിയാതെ തരിച്ചു നിൽക്കുന്നു.

ഇടയ്ക്ക് വദൂദിന്റെ ഫിഹ്റസ് എടുത്ത് വായിച്ച് അവന്റെ ചിന്തകളും വീക്ഷണങ്ങളും പോയ രീതികൾ നോക്കി എന്നെ തന്നെ കളിയാക്കാ റുണ്ട് ഞാൻ.

> **നീ** കരുതുന്നുണ്ടാകും, നിമിഷം എന്നത് വളരെ ചെറുതല്ലേ എന്ന്. പക്ഷേ, ഈ വലിയ ലോകത്തെ ചുരുട്ടികൂട്ടി വെക്കുന്നത് പോലും ആ നിമിഷങ്ങൾക്കുള്ളിലാണ്.

പതിവുപോലെ കാൽ മണിക്കൂർ മുമ്പ് തന്നെ പറഞ്ഞ സ്ഥലത്ത് ഞാൻ എത്തിച്ചേർന്നു. ഞാൻ ഇങ്ങോട്ട് ന്യൂയോർക്കിലേക്ക്, മാൻഹാട്ടനിലേക്ക് മാറിയതിനുശേഷം എന്റെ താമസം ഈ ഗ്രാമത്തിലായിരുന്നു. എനിക്ക്

പോകേണ്ട എല്ലാ സ്ഥലത്തേക്കും ഒരു 15 മിനുട്ടിന്റെ ദൂരം മാത്രമാണ് ഇവിടെ നിന്നുണ്ടായിരുന്നത്. എന്റെ ഓഫീസ്, യൂണിവേഴ്സിറ്റി ലൈബ്രറി, ചായക്കട, ഹോട്ടലുകൾ, ക്ലബ്ബ്, അങ്ങാടി, ഡോക്ടേഴ്സ്, അങ്ങനെ എല്ലാവരും വളരെ അടുത്തായിരുന്നു. സെമിത്തേരി മാത്രം അകലത്തായിരുന്നു. നഗരം ജീവിക്കാനുള്ളതായിരുന്നു, മരിച്ചവർക്ക് അവർ നഗരത്തിന് പുറത്ത് കോട്ട കെട്ടി കൊടുത്തു. റോഡ് സൈഡിലേക്ക് തള്ളി നിൽക്കുന്ന ആ കെട്ടിടത്തിന്റെ മുന്നിൽ ഞാൻ നിന്നു. 70 വർഷങ്ങൾക്കു മുമ്പ് പണി കഴിപ്പിച്ച ചുവന്ന കല്ല് കൊണ്ടുള്ള ആ കെട്ടിടം സുന്ദരമായിരുന്നു (70 കൊല്ലം മുമ്പ് നിർമ്മിച്ചതാണെന്ന് അതിന്റെ മുൻവശത്ത് കൊത്തിവെച്ചിട്ടുണ്ടായിരുന്നു) പക്ഷേ, ഈ അടുത്ത് ഒന്ന് പുതുക്കി പണിതത് പോലെയുണ്ട്. പുറത്തുള്ള നെയിംബോർഡിൽ സാറാ ഫ്രൈഡ്മാനിനെ ഞാൻ വായിച്ചു. അതിന്റെ അടുത്തുണ്ടായിരുന്ന ബെൽ ഞാൻ അമർത്തി. അകത്ത് നിന്ന് “യെസ്” എന്ന ശബ്ദം കേട്ടു. ഞാൻ എന്റെ പേര് പറഞ്ഞ് പരിചയപ്പെടുത്തിയപ്പോൾ അകത്തേക്ക് വരാൻ ആവശ്യപ്പെട്ടു. ആരോഗ്യ സുരക്ഷ ഇൻഷുറൻസ് പോർട്ടൽ പ്രകാരം ഞാൻ നേരത്തെ ബുക്ക് ചെയ്ത് ടോക്കൺ എടുത്തിരുന്നു. രോഗികളും ഡോക്ടർമാരുമുള്ള ചില ബാധ്യതകളെ കുറിച്ചുള്ള കുറിപ്പുകൾ ഞാൻ അവിടെ വായിച്ചു. ലിഫ്റ്റിൽ നാലാം നിലയിലെത്തി ഓഫീസിന്റെ വലതുവശത്തുള്ള കാളിംഗ് സ്വിച്ച് അമർത്തി. മെയിൻ വാതിലിന്റെ അരികിലുണ്ടായ ശബ്ദത്തേക്കാൾ കുറഞ്ഞ ശബ്ദം അവിടെ കേട്ടു. വാതിൽ തുറന്ന് അകത്ത് കയറിയ ഞാൻ കസേരകൾ നിരത്തിയിട്ട വെയ്റ്റിംഗ് ഹാൾ കണ്ടു. നിലം മരനിർമ്മിതമായിരുന്നു. അതിലൂടെ നടക്കുമ്പോൾ ചെറിയ കിരു കിരു ശബ്ദം വരുന്നുണ്ടായിരുന്നു. അവിടെ കണ്ട ഒരു കസേരയിൽ ഇരുന്ന് മേശപ്പുറത്തുണ്ടായിരുന്ന മാഗസിൻ എടുത്ത് മറിച്ച് നോക്കി. കാർട്ടൂൺ കൊണ്ട് സുപരിചിതമായ ന്യൂയോർക്കാണ് ഞാൻ എടുത്തത്. ഒരു ലേഖനം മുഴുവൻ വായിക്കാൻ സമയം കിട്ടിയില്ല. നാല് റൂം നാല് വാതിലുകൾ എല്ലാം അടഞ്ഞ് കിടക്കുന്നു. അതിൽ ഏതിലാണ് എന്റെ ടോക്കൺ എന്ന് എനിക്ക് അറിയില്ല. രണ്ട് മിനുട്ട് കഴിഞ്ഞപ്പോഴേക്ക് ഇടത് വശത്തുള്ള റൂമിന്റെ വാതിൽ തുറന്ന് ഒരു യുവാവ് പുറത്തിറങ്ങി. അയാൾക്ക് പിറകിലായി അമ്പത് വയസ്സ് പ്രായം തോന്നിക്കുന്ന ഒരാളും വന്നു. അയാളാണ് ഡോക്ടർ എന്ന് തോന്നുന്നു. ഞാൻ കാരിക്കേച്ചറിലേക്ക് തന്നെ മടങ്ങി. ആ യുവാവിനെ വാൾസ്ട്രീറ്റിൽ ജോലിയെടുക്കുന്ന ആളെ പോലെ എനിക്ക് തോന്നി. അയാൾ വേഗത്തിൽ പുറത്തേക്ക് നടന്നു.

അല്പം കഴിഞ്ഞ് വലതുവശത്തുള്ള വാതിൽ തുറന്ന് ഇറുപത് വയസ്സു തോന്നിക്കുന്ന ഒരു യുവതി പുറത്തേക്ക് ഇറങ്ങി വന്നു. ഒരു കറുത്ത ഓവർകോട്ടും മുട്ട്വരെ എത്തുന്ന ഒരു ത്രീഫോർത്തും അവൾ ധരിച്ചിട്ടുണ്ട്. അവൾ ടവ്വൽ കൊണ്ട് കണ്ണീർ തുടയ്ക്കുന്നത് പോലെ തോന്നി. ജനാലയിലൂടെ കടന്ന് വരുന്ന സൂര്യപ്രകാശം എന്റെ

കണ്ണിൽ തന്നെ തറഞ്ഞ് നിൽക്കുന്നത് കൊണ്ട് അവളെ യാത്ര അയയ്ക്കാൻ വന്ന സ്ത്രീയെ കാണാൻ എനിക്ക് കഴിഞ്ഞില്ല. അവരെ ഒന്ന് നോക്കുക പോലും ചെയ്യാതെ അവൾ വേഗത്തിൽ പുറത്തേക്ക് നടന്നു. ഡോക്ടർ എന്നോട് ചോദിച്ചു.

"ബാഗ്ദാദുകാരനാണോ?"

"അതെ"

"അകത്തേക്ക് വരൂ"

പുസ്തകം മേശപ്പുറത്ത് വെച്ച ഞാൻ റൂമിലേക്ക് നടന്നു. അവർ തന്നെ വാതിൽ അടച്ച് ഇടത് വശത്തുണ്ടായിരുന്ന രണ്ട് പേർക്ക് ഇരിക്കാൻ സാധിക്കുന്ന സോഫയിലേക്ക് ഇരിക്കാൻ എന്നോട് ആവശ്യപ്പെട്ടു. സോഫയ്ക്ക് എതിർവശത്തുള്ള കസേരയിൽ അവരും ഇരുന്നു. രണ്ട് പേർക്കും ഇടയിൽ മരം കൊണ്ട് നിർമ്മിച്ച ഒരു മേശയുണ്ടായിരുന്നു. ഇരിക്കുന്നതിനിടയിൽ അവരുടെ ഓഫീസ് ഞാൻ വിഹഗവീക്ഷണം നടത്തി. ചുമർ പാൽ വെള്ള കളറാണ്. എല്ലാ പഴയ വീടുകളിലും പോലെ മേൽക്കൂര ഉയർന്നാണ് നിൽക്കുന്നത്. എന്റെ നേരെ എതിർവശത്തെ ചുമരിൽ കടലാസ് കൊണ്ടുള്ള ഒരു പോസ്റ്റർ പതിച്ചിട്ടുണ്ട്. അവരുടെ ഡോക്ടർ സർട്ടിഫിക്കറ്റ് മരച്ചുമരിൽ തറച്ച് വെച്ചിരിക്കുന്നു. ഇടത്വശത്ത് സൂര്യപ്രകാശം കുത്തിതുളച്ച് വരുന്ന ഒരു ജനാല. അതിന്റെ താഴത്തായി ചെറിയ ഒരു അലമാര. അതിൽ മെഡിസിനുമായി ബന്ധപ്പെട്ട പുസ്തകങ്ങൾ. ചെറിയ ലാപ്ടോപ്പ് മടിയിൽ വെച്ചിട്ടുണ്ട്. എന്നോട് ഇൻഷുറൻസ് കാർഡ് ചോദിച്ചു. ഞാനത് നൽകി. എന്റെ ഡീറ്റെയിൽ ലാപ്പിൽ എന്റർ ചെയ്തു. നാൽപതുകാരിയാണ്. മുടി ചുമൽ വരെ തൂക്കിയിട്ടിരിക്കുന്നു. പൂച്ച കണ്ണുകൾ. വെളുത്ത തൊലിപ്പുറം, നീണ്ട നഖങ്ങളുണ്ടെങ്കിലും ഒന്നും തേച്ചിട്ടില്ല. അവൾ എന്റെ ഡീറ്റെയിൽ എന്റർ ചെയ്യുമ്പോൾ ഞാൻ ഓർത്തു അവൾ സുന്ദരിയാണ്. എത്ര നേരം ഇരിക്കുന്നുവോ അത്രയും സമയം കണ്ട് രസിക്കാമല്ലോ. അവളെ നാടൻ ഭാഷയിൽ പറഞ്ഞാൽ നല്ല സൊയമ്പൻ സാധനം. ഇത് ആലോചിച്ചിരിക്കുമ്പോൾ അവർ കാർഡ് എനിക്ക് തിരികെ നീട്ടി. അതിനിടയിൽ മറ്റു പല കാര്യങ്ങളും അവൾ സംസാരിച്ചു കൊണ്ടിരുന്നു. വലതുവശത്തുണ്ടായിരുന്ന ചെറിയ മേശയിലേക്ക് ലാപ്ടോപ്പ് വെച്ച് ഒരു പേന എടുത്തു.

"ഓകെ, ബാഗ്ദാദുകാരാ, ഞാൻ എന്ത് സഹായം ചെയ്യണം? എന്തിനാണ് ഇങ്ങോട്ട് വന്നത്?"

"എന്റെ കൂട്ടുകാർ പറയുന്നു ഞാൻ ഒരു സൈക്കോളജിസ്റ്റിനെ പോയി കാണണം എന്ന്"

"ആഹാ... ഇതൊരു പുതിയ കഥയാണല്ലോ... മറ്റൊരാളുടെ പ്രേരണ കാരണമാണ് ഇങ്ങോട്ട് വന്നിരിക്കുന്നത്... സ്വന്തം ഇഷ്ടപ്രകാരം ആഗ്രഹ പ്രകാരം വരണം ഏതൊരു ചികിത്സയ്ക്കും."

ഞാൻ കുറച്ച് നേരം മിണ്ടാതിരുന്നു എന്നിട്ട് പറഞ്ഞു.

“എനിക്കു താത്പര്യമില്ലെങ്കിൽ ഞാൻ വരില്ലല്ലോ?”

“ഓകെ, എന്തിനാകും നിന്റെ കൂട്ടുകാരി ഈ ചികിത്സയ്ക്ക് നിന്നെ വിടണം എന്ന് പറയാനുണ്ടായ കാരണം? എന്താ നിനക്ക് തോന്നുന്നത്?”

“എന്തോ എനിക്ക് വലിയ മനസംഘർഷം ഉണ്ടത്രേ” “എനിക്ക് വിഷാദരോഗം ഉണ്ടത്രേ.”

“എന്ന് നിങ്ങൾക്ക് തോന്നുന്നുണ്ടോ? എന്താ നിങ്ങളുടെ അഭിപ്രായം?”

“ലക്ഷക്കണക്കിന് ആളുകൾക്ക് വിഷാദരോഗം ബാധിക്കുന്നുണ്ട്. ഇതും ഈ ലോകത്തിന്റെ വികൃതികളിൽ ഒന്നല്ലേ.”

“എന്റെ ചോദ്യത്തിന് ഉത്തരം നൽകിയില്ല. നിങ്ങൾ വിഷാദരോഗിയാണോ?”

“അതെ, ഒരുപാട് വർഷങ്ങളായി ഞാൻ വിഷാദരോഗത്തിന് അടിമയാണ്. പക്ഷേ, ഞാൻ ഗുളിക കഴിക്കാൻ തയ്യാറല്ല.”

“ചികിത്സ ഗുളിക തന്നെയാകണം എന്നില്ലല്ലോ... നമുക്ക് സംസാരിച്ച് തീർക്കാമല്ലോ.”

“ഒരുപാട് കാലമായിട്ട് ഞാൻ എന്നോട് തന്നെ സംസാരിച്ച് കൊണ്ടിരിക്കുന്നുണ്ട്. സംസാരിച്ച് സംസാരിച്ച് ഞാൻ ആകെ ക്ഷീണിച്ചിരിക്കുന്നു. കുട്ടികളുടെ മുന്നിൽ ലക്ചർ നടത്തി ഞാൻ ഒരുപാട് സംസാരിക്കുന്നുണ്ട്. ഇത് മതിയല്ലോ?”

“പക്ഷേ, ഇവിടെ സംസാരം അതല്ല. എന്നോട് സംസാരിക്കുന്നത് അത് മറ്റൊരു ലെവലാണ്.”

“നമുക്ക് നോക്കാം.”

“ഇവിടെ നിങ്ങക്ക് എന്തിനെ കുറിച്ചും സംസാരിക്കാം. ഒരു പേടിയും വേണ്ട ഒരു മടിയും വേണ്ട. ഒരു സെൻസർഷിപ്പും വേണ്ട. തുറന്ന് പറഞ്ഞോളൂ.”

“സ്വയം സെൻസർ ചെയ്യാനും പറ്റില്ലേ?”

“അതൊക്കെ ശരിയാകും. നിങ്ങളുടെ പ്രശ്നങ്ങൾ പഴക്കമുള്ളതാണെന്ന് തോന്നിയിട്ടുണ്ടോ?”

“ചിലപ്പോൾ”

“എങ്ങനെ?”

“വികാരം മരവിച്ച ഒരു ജീവിയാണ് ഞാൻ. ഒന്നും എന്നെ അദ്ഭുതപ്പെടുത്തുന്നില്ല. ഇത് പുതിയ കാര്യമല്ല. പക്ഷേ, കൂടുതലാകുന്നുണ്ടോ എന്നാണ് എന്റെ ഒരു തോന്നൽ.”

“കൂടുന്നുണ്ട് എന്ന് എങ്ങനെ നിങ്ങൾക്ക് പറയാനാകും.”

“എന്റെ ജോലിയിൽ അത്യാവശ്യമായ തോതിലുള്ള കാര്യങ്ങൾ എല്ലാം തന്നെ ഞാൻ ചെയ്യുന്നുണ്ട്. എന്റെ ലക്ചറിംഗ് കുട്ടികളുടെ

തീസിസ് ചെക്കിംഗ്, ആവശ്യമായ സിമ്പോസിയങ്ങൾ വിളിച്ച് ചേർക്കുന്നത് അങ്ങനെ. പക്ഷേ, മറ്റുള്ളവരോട് ഇടപഴകാൻ എനിക്ക് കഴിയുന്നില്ല. ആരോടും ഒരു അടുപ്പവും എനിക്ക് തോന്നുന്നില്ല. കൂട്ടുകാരിയോട് മാത്രമാണ് കുറച്ചെങ്കിലും അടുപ്പം തോന്നുന്നത്. അതിന്റെ പേരിൽ ഞാൻ ഒരുപാട് പരിപാടികളും മീറ്റിംഗുകളും ഒഴിവാക്കുക പോലും ചെയ്തിട്ടുണ്ട്. എന്തിന് പോസ്റ്റ് ബോക്സ് വരെ ഞാൻ തുറന്ന് നോക്കുന്നില്ല. കത്തുകൾ കുന്നുകൂടി കിടക്കുകയാണ്. കാരണം ഒന്നുമില്ല. ഇ മെയിലുകൾക്ക് ഒരു മറുപടിയും നൽകുന്നില്ല. എന്റെ സഹപ്രവർത്തകരോടും മറ്റുള്ളവരോടും സംസാരിക്കാതിരിക്കാൻ പ്രധാന ഗോവണി ഒഴിവാക്കി പിറക് വശത്തെ ജോലിക്കാർ ഉപയോഗിക്കുന്ന ഗോവണിയാണ് ഉപയോഗിച്ച് കൊണ്ടിരിക്കുന്നത്. എന്ത് കാര്യവും ഒറ്റയ്ക്ക് ചെയ്യാനാണ് ഇഷ്ടം. സിനിമ കാണുന്നത് പോലും. അത് നാലും അഞ്ചും മണിക്കൂർ തുടർച്ചയായിട്ടാണെങ്കിലും ഒറ്റയ്ക്ക് എന്നാണ് ചിന്ത. പുസ്തകങ്ങളോ നോവലുകളോ കഥകളോ വായിക്കുന്നതുപോലും നിർത്തിയിരിക്കുന്നു. ഇടയ്ക്ക് പത്രങ്ങളും കവിതകളും വായിക്കും. അതിലേക്ക് ഒതുങ്ങിയിരിക്കുന്നു. വർഷങ്ങൾക്ക് മുമ്പ് എഴുതി തുടങ്ങിയ ഒരു നോവൽ ഇതുവരെ ഏതാനും പേജുകളല്ലാതെ കഴിഞ്ഞിട്ടില്ല. മറ്റുള്ളവരോട് കൂടെയുള്ള പല ഉത്തരവാദിത്വങ്ങളും പൂർത്തീകരിക്കുന്നുവെങ്കിലും സ്വന്തത്തിന്റെ കാര്യത്തിൽ അതെല്ലാം വേണ്ടെന്ന് വെയ്ക്കുന്നു."

"നിങ്ങൾ വിശ്വസിച്ചാലും ഇല്ലെങ്കിലും ശരി. എന്നാലാവുന്ന സഹായം ഞാൻ ചെയ്യും. എന്നാലും നിങ്ങളുടെ പ്രശ്നം അത്ര ഗുരുതരമല്ല."

"എനിക്കറിയാം. അതുകൊണ്ടാണ് ഇത്രയും കാലം വരാൻ മടിച്ചതും. അവിടെ യുദ്ധങ്ങളും സംഘർഷങ്ങളും..." എന്നെ ഖണ്ഡിച്ചുകൊണ്ട് അവർ പറഞ്ഞു.

"ഒരിക്കലുമല്ല. അത്ര നിസ്സാരമല്ല. അങ്ങനെ എഴുതി തള്ളാൻ പറ്റില്ല. ലോകത്ത് നടക്കുന്ന പല കാര്യങ്ങളും കണ്ടില്ല കേട്ടില്ല എന്ന് കരുതി കണ്ണടച്ച് ഇരിക്കുന്നത് തന്നെയാണ് ഒരുപാട് മനുഷ്യർക്കുള്ള രോഗപ്രതിരോധവും പ്രതിവിധിയും. അതിലും ശ്രദ്ധിക്കേണ്ടത് ചികിത്സ കിട്ടേണ്ട സമയത്ത് കിട്ടണം. അതിനെ ഒരിക്കലും തള്ളികളയാൻ പാടില്ല. ഞാനൊന്ന് നോക്കട്ടെ, എന്നെ തടയരുത്. ഇവിടെ വന്നിരിക്കുമ്പോൾ ഞാനൊരു അധ്യാപകനാണ് എന്ന മനോഭാവം ഒഴിവാക്കാൻ പറ്റുമോ?"

"ശ്രമിക്കാം"

"നിങ്ങൾ കുടുംബവുമായി എങ്ങനെ?"

"അച്ഛനോട് സംസാരിച്ചിട്ട് കുറച്ചുകാലമായി. അമ്മ മരിച്ചു. ഒന്നോ രണ്ടോ മാസത്തിൽ ഒരിക്കൽ എങ്കിലും അനിയനോടും അനിയത്തിയോടും ഫോണിൽ സംസാരിക്കാറുണ്ട്."

"ഓകെ. ഏതായാലും അടുത്ത തവണ പോകുമ്പോൾ അച്ഛനെ കാണണം സംസാരിക്കണം, ഏതായാലും ശ്രമിക്കാം... സോറി, നമുക്ക്

സംസാരിച്ച് ഇരിക്കാനുള്ള സമയം കഴിഞ്ഞല്ലോ. അഞ്ച് മിനുട്ടിനുള്ളിൽ അടുത്ത രോഗി വരും. നമുക്ക് ശ്രമിക്കാം. ആഴ്ചയിൽ ഒരിക്കൽ എങ്കിലും ഇവിടെ വരേണ്ടി വരും. ഇതേ ദിവസം ഇതേ സമയം വന്നോളൂ... എല്ലാ ആഴ്ചയിലും.. ഇതായിരിക്കണം നിങ്ങളുടെ ജീവിതത്തിലെ പ്രധാന കാര്യങ്ങളിൽ ഒന്ന് എന്ന് ഒരിക്കലും മറക്കരുത്."

വദൂദ് ഹസൻ അസീറിനെക്കുറിച്ച് എഴുതിയതുകണ്ട് ഞാൻതന്നെ അമ്പരന്നു.

ഹസൻ അസീർ ഭൂജാതനായി. ശരിയായ പേര് ഹസൻ ജാസിം ലഹാഫ്. ബാഗ്ദാദിൽ 1892ൽ ജനിച്ചു. അച്ഛന്റേയും സഹോദരന്മാരുടേയും കൂടെ ലഹ്ഫാൻ ടെക്സ്റ്റൈൽസിൽ ജോലിക്കു കയറി. ചെറുപ്പം മുതൽ തന്നെ നല്ല ശബ്ദസൗകുമാര്യത്തിന്റെ ഉടമയായിരുന്നുവെന്ന് കേട്ടിട്ടുണ്ട്. എഴുത്തും വായനയും ഏറ്റവും പ്രിയം. 1903ൽ പുതപ്പ് വാങ്ങിക്കാനായി ജാസിമിന്റെ കടയിലെത്തിയ പ്രശസ്ത ഗായകൻ അഹ്മദ് സൈദാനാണ് ഒളിഞ്ഞിരിക്കുന്ന കഴിവ് മനസ്സിലാക്കി ലോകത്തിനു മുന്നിൽ അവനെ കൊണ്ടുവരാൻ കാരണക്കാരനായത്. കുട്ടിയുടെ സ്വരമാധുരിയിൽ അഹ്മദ് സൈദാൻ ഭ്രമിച്ച് പോയെന്നാണ് ഭാഷ്യം. സംഗീതം പഠിക്കാൻ താത്പര്യമുണ്ടോ എന്ന ചോദ്യത്തിന് ചിരിയോടെ അവൻ അനുകൂല ഭാവം കാണിച്ചു. പക്ഷേ അവന്റെ അച്ഛൻ അതിനെ എതിർക്കുക മാത്രമല്ല ആ ആവശ്യവുമായി വന്നവരെ ആട്ടിയോടിക്കുകയും ചെയ്തു. സൈദാന്റെ തന്നെ ചായക്കടയിൽ ചായക്കാരനായും സംഗീതം പഠിക്കുന്നവനായും നാളുകൾ ചിലവഴിക്കാൻ തന്നെയായിരുന്നു അവന്റെ തീരുമാനം. ചായക്കടയുടെ തൊട്ടപ്പുറത്തുള്ള സംഗീതം ക്ലാസ് കേൾക്കുന്നതിനായി കടയുടെ പുറത്ത് കുത്തിയിരിക്കും. ചായക്കടയുടെ മുമ്പിലൂടെ തലങ്ങും വിലങ്ങും നടക്കുന്ന അവനെ അച്ഛൻ ഒരു ദിവസം കണ്ടു. അവനോട് വീട്ടിലേക്കു തിരിച്ചുപോകാൻ ആവശ്യപ്പെട്ടു. അച്ഛന്റെ അടിക്കും തൊഴിക്കുമൊന്നും മകന്റെ സംഗീതഭ്രാന്ത് ഇല്ലാതാക്കാൻ കഴിഞ്ഞില്ല. ഒരു ദിവസം കരഞ്ഞിരിക്കുന്ന അവനോട് സൈദാൻ കാര്യങ്ങൾ ചോദിച്ചു മനസ്സിലാക്കി. അച്ഛനും മകനും തമ്മിലുള്ള പ്രശ്നം മനസ്സിലാക്കിയ സൈദാൻ അവന് കടയിൽ ജോലി കൊടുത്തു. അവൻ ചായക്കടയിൽ ഹെൽപ്പറായി. വിവരമറിഞ്ഞ അച്ഛൻ അവനെ വീട്ടിൽനിന്ന് പുറത്താക്കി. ആദ്യത്തെ ഏതാനും ദിവസം അവന്റെ ഉറക്കം ചായക്കടയിൽ തന്നെയായിരുന്നു. അമ്മയുടെ പിടിവാശി ഒന്നുകൊണ്ടു മാത്രം അച്ഛനെ കൊണ്ട് മകനെ തിരിച്ചു വിളിപ്പിച്ചു.

ചായക്കടയിലെ ആ ചുരുങ്ങിയ കാലങ്ങൾക്കുള്ളിൽ അവൻ സംഗീതത്തിന്റെ ബാലപാഠങ്ങൾ പഠിച്ചെടുത്തു. സൈദാനിൽനിന്നും

റൂബീൻ ബിൻ റജ്‌വാനിൽനിന്നും സ്വാലിഹ് അബൂദുമൈരിയിൽനിന്നും അവൻ സംഗീതം പഠിച്ചു. അവനിലെ കഴിവുകളെ സൈദാൻ ഊതിക്കാച്ചി പൊന്നാക്കി മാറ്റി എന്നു പറയാം. സംഗീതകച്ചേരികളിൽ അവനെ കൊണ്ടുപോകുകയും അവസരങ്ങൾ നൽകുകയും ചെയ്തു. 1912ൽ സൈദാൻ അസുഖബാധിതനായി കിടക്കേണ്ടി വന്ന ഒരു ദിവസം അദ്ദേഹത്തിന്റെ തന്നെ നിർദ്ദേശപ്രകാരം ഹസൻ പരിപാടി അവതരിപ്പിച്ചു. തുടർന്ന് മത്സരങ്ങളുടെയും മുന്നേറ്റത്തിന്റെയും കാലമായിരുന്നു. കഴിവുകൊണ്ട് മാത്രം ആലാപനശൈലിയുടെ മികവിലൂടെ തന്റെ സമകാലികരിൽനിന്ന് വ്യത്യസ്തമായി ജനമനസ്സുകളിൽ ഒരു സ്ഥാനം നേടിയെടുക്കാൻ അദ്ദേഹത്തിനായി.

ഒന്നാം ലോകമഹായുദ്ധം പൊട്ടിപ്പുറപ്പെടുകയും ഒട്ടോമൻ സാമ്രാജ്യം ജർമ്മനിക്കൊപ്പം നിൽക്കുകയും ചെയ്തതോടെ കാര്യങ്ങൾ അവതാളത്തിലായി. ഹസൻ അസീർ ഒളിച്ചോടാനുള്ള ശ്രമം നടത്തിയെങ്കിലും വിജയിച്ചില്ല. പക്ഷേ, പട്ടാളക്കാർ അദ്ദേഹത്തിന്റെ മൂന്ന് സഹോദരന്മാരെ അറസ്റ്റു ചെയ്ത് ഹസനെ യുദ്ധത്തിന് നിർബന്ധിച്ചു. രക്ഷയില്ലാതെ ഹസൻ റഷ്യക്കെതിരെ യുദ്ധത്തിനിറങ്ങി. പട്ടാളക്കാർ ട്രെയിൻ വഴി സാമിറാഇലേക്കും അവിടെ നിന്ന് ആഴ്ചകളുടെ കാൽനടയിൽ യുദ്ധമൈതാനമായ ഖുഖാസ് പർവ്വതനിരയിലേക്കും എത്തിച്ചേർന്നു. കൂടെ യുദ്ധം ചെയ്ത പലരും വിശപ്പും തണുപ്പും കാരണം മരണത്തിന് അടിയറവു പറയുന്നത് അദ്ദേഹത്തിന് കാണേണ്ടി വന്നു. അദ്ദേഹം മരണപ്പെട്ടില്ലെങ്കിലും കണ്ണിനു ബാധിച്ച രോഗം കാരണമായി അന്ധനായി. അഞ്ച് വർഷം റഷ്യയുടെ തടവുകാരനായി മാറിയിരുന്നു. മോചിതനായ ഹസൻ ബാഗ്ദാദിലേക്കു മടങ്ങി. അദ്ദേഹം തടവിലായിരുന്ന സമയത്ത് അച്ഛൻ മരണപ്പെട്ടിരുന്നു. ടെക്സ്റ്റൈൽ ചുമതല സഹോദരന്മാർ ഏറ്റെടുക്കുകയും ചെയ്തിരുന്നു. സംഗീത ട്രൂപ്പ് അദ്ദേഹം തിരിച്ചുവന്നതിൽ സന്തോഷിച്ച് പരിപാടികളിലേക്ക് ക്ഷണിച്ചു. തന്റെ സ്വരമാധുരി നഷ്ടപ്പെട്ടിട്ടില്ലെങ്കിലും ഒറ്റയ്ക്ക് പരിപാടി അവതരിപ്പിക്കാനുള്ള താത്പര്യം അദ്ദേഹത്തിനു നഷ്ടമായിരുന്നു. യുദ്ധക്കെടുതികൾ അദ്ദേഹത്തെ മാനസികമായും ശാരീരികമായും തളർത്തിക്കഴിഞ്ഞിരുന്നു. കള്ള് കുടിച്ച് പാട്ടുപാടി അട്ടഹസിച്ച് മറ്റുള്ളവർക്കു കാണാനാവാത്ത അദൃശ്യശക്തികളോട് തർക്കിക്കുന്നതും കുറച്ചു കഴിഞ്ഞ് കൊച്ചുകുട്ടികളെപ്പോലെ കരയുന്നതും പതിവായി. രോഗാവസ്ഥയെക്കുറിച്ച് നാട്ടിൽ പാട്ടായതോടെ പരിപാടികളും മുടങ്ങി. കൂട്ടുകാരായിരുന്നവർവരെ അകന്നു മാറി. സ്വാലിഹ് ശുമൈൽ മാത്രം അദ്ദേഹത്തിന്റെ കൂടെ നിന്നു. തന്റെ വീട്ടിലെ മുറിയിൽനിന്ന് മരണം വരെ പുറത്തിറങ്ങിയില്ല. 1925ൽ ബുഥ്റസും ജിസ്റാനും ഒരു സംഗീത അക്കാദമിയും മ്യൂസിക് ട്രൂപ്പും തുടങ്ങി. അവർ പുതിയ ട്രെന്റ് അനുസരിച്ച്

പാട്ടുകൾ ചിട്ടപ്പെടുത്തി. അസീറിന്റെ ശബ്ദം അവരുടെ ഏജന്റ് കേട്ടതോടെ കഥ മാറി. പലരും അസീറിന്റെ പ്രവചനാതീതമായ സ്വഭാവത്തെക്കുറിച്ച് അവർക്കു മുന്നറിയിപ്പ് നൽകി. സ്വാലിഹ് ശുമൈൽ ഒരു സംഗീതജ്ഞനായിരുന്നു. സ്വാലിഹിന്റെ നിർബന്ധത്തെ തുടർന്ന് ഹസൻ അസീർ തന്റെ സ്വപ്നങ്ങളുടെയും സങ്കടങ്ങളുടെയും ലോകത്തു നിന്ന് പുറത്ത് കടക്കാൻ ശ്രമിച്ചു. പ്രാരംഭത്തിൽ അസീർ ശുമൈലിന് പോസിറ്റീവ് മറുപടി നൽകിയതേ ഇല്ല. ആഴ്ചയിൽ ഒരു ദിവസം മദ്യപാനത്തിന് അനുവദിക്കണം എന്ന നിർദ്ദേശം ശുമൈലിന് അംഗീകരിക്കേണ്ടി വന്നു. ശുമൈലിന്റെ നിരന്തര സമ്മർദ്ദം കാരണമായി ഹസൻ അസീർ സ്റ്റുഡിയോയിലേക്ക് വരികയും തന്റെ മാസ്മരിക ശബ്ദത്തിൽ ഗാനമാലപിക്കുകയും ചെയ്തു. പാട്ടുകൾ റെക്കോർഡ് ചെയ്ത് പുറംലോകത്ത് എത്തിക്കുകയും ചെയ്തു.

അഞ്ച് മാസത്തിനുശേഷം സ്വാലിഹ് ശുമൈൽ തന്നെയാണ് ഹസൻ അസീറിന് തന്റെ ഗാനത്തിന്റെ കോപ്പി എത്തിച്ച് കൊടുത്തത്. അദ്ദേഹത്തിന് സന്തോഷമായി. അതിന്റെ സൗന്ദര്യം ഹസൻ ആസ്വദിച്ചു. അതിന്റെ പുറത്ത് എഴുതിയിരിക്കുന്ന കാര്യങ്ങൾ വായിച്ചു കൊടുക്കാൻ ശുമൈലിനോട് അസീർ ആവശ്യപ്പെട്ടു. ശുമൈൽ അതിന്റെ മഞ്ഞനിറത്തിലുള്ള കവറും അതിൽ എഴുതിയിരിക്കുന്ന കാര്യങ്ങളും വായിച്ചു. ബൈറൂത്, കൈറോ, ബർലിൻ, ബുഥ്റുസ, ജബറാ എന്നൊക്കെ പറഞ്ഞപ്പോഴും ഹസൻ കാര്യമായി ശ്രദ്ധിച്ചില്ല. ഗൗനിച്ചുമില്ല. ഹസൻ അഫൻദി അസീർ എന്ന് നാടകീയമായി സ്വാലിഹ് പറഞ്ഞ് അവസാനിച്ചപ്പോൾ മാത്രമാണ് മുഖം തെളിഞ്ഞത്. സ്വാലിഹ് പറഞ്ഞു.

“സന്തോഷിക്കണം നിങ്ങൾ, തീർച്ചയായും സന്തോഷിക്കണം. നിങ്ങളുടെ ശബ്ദം കേൾക്കാൻ കൈറോക്കാരുണ്ട്, ബൈറൂതുകാരും ആലപ്പോക്കാരുമുണ്ട്. ബസ്വറയിലും ഇതിന്റെ വില്പന തകൃതിയായി നടക്കുന്നുണ്ട്.”

ഹസൻ അസീറിന് ഗ്രാമഫോണുണ്ടായിരുന്നില്ല. വീട്ടിലിരുന്ന് കുടിക്കുമ്പോഴും ആ സിഡി അദ്ദേഹത്തിന്റെ കൈയിലുണ്ടാകും. സ്വാലിഹ് ഗ്രാമഫോൺ വാങ്ങി കൊണ്ടുവന്നപ്പോൾ പാട്ട് കേൾക്കാനായി ശ്രമം. മുഹമ്മദ് ഖബാൻജിയുടേയും റശീദ് ഖന്ദരിജിയുടേയും പാട്ടുകൾ കേട്ടുകൊണ്ടിരുന്ന ഒരു ദിവസം ഹസൻ സ്വാലിഹിനോട് പറഞ്ഞു.

“നോക്ക്, ഞാൻ ഇവരേക്കാളും നന്നായി പാടുന്നുണ്ടോ?”

“ഈ കുടി ഒന്ന് നിർത്തിയാൽ അവരേക്കാളും നന്നായി നിങ്ങൾക്കും പാടാൻ കഴിയും.”

1932ൽ മദ്യപിച്ചുകൊണ്ടുതന്നെ ഹസൻ മരണപ്പെട്ടു. നാല്പതു വയസ്സു പോലും തികഞ്ഞിരുന്നില്ല. കല്യാണം കഴിച്ചില്ല. തന്റെ

> പാട്ടുകളുടെ സിഡികളല്ലാതെ ഈ ലോകത്ത് ജീവിച്ചു പോയി എന്നതിന് ഒരു തെളിവുമുണ്ടായിരുന്നില്ല. അദ്ദേഹത്തിന്റെ ഗാനത്തിന്റെ രണ്ട് കോപ്പികളാണ് ഉണ്ടായിരുന്നത്. ഒന്ന് ബർലിനിലെ ബൈളാഫൂൻ കോർപറേറ്റ് ഓഫീസിലും മറ്റേത് ബൈറൂതിലും. ബാഗ്ദാദിലുണ്ടായിരുന്ന ഹസന്റെ സിഡി അനാഥമായി അദ്ദേഹത്തിന്റെ വസ്ത്രങ്ങൾക്കിടയിൽ കിടന്നു. അദ്ദേഹത്തിന്റെ മരുമകനും ഭാര്യയും ആ റൂമിലേക്ക് താമസം മാറ്റിയപ്പോൾ സകല സാധനങ്ങളും ചെറിയ പെട്ടിയിലാക്കി വീടിന്റെ മച്ചിലേക്കു മാറ്റി ഒരു മാസത്തിനുശേഷം പഴയ സാധനങ്ങൾ വാങ്ങിക്കുന്നവർ ആ പെട്ടി സഹിതം വാങ്ങിച്ചുപോയി. അതിലുണ്ടായിരുന്ന ഡ്രസ്സുകൾ കച്ചവടക്കാർക്ക് വിറ്റു. ആ സിഡി ഏതോ ചായക്കടക്കാരൻ തന്റെ അമൂല്യ സമ്പത്തായി അതിനെ വാങ്ങിച്ച് സംരക്ഷിച്ച് കൊണ്ടുനടന്നു. പുതിയ പാട്ടുകളുടെ സിഡികൾ വന്നതോടെ പഴയ പാട്ടുകൾ ഓർമ്മകളുടെ മറയിലേക്കു വഴുതി വീണു. 2003ലെ തീപിടുത്തം എല്ലാം ഓർമ്മകളേയും കത്തിച്ചുകളയുകയും ചെയ്തു.

ഡോക്ടറോട് ഞാൻ എന്റെ അമ്മയുടെ കഥ പറഞ്ഞ് കൊടുത്തു. അമ്മയ്ക്ക് കാൻസർ ആദ്യമായി കണ്ടെത്തിയത് ഞാനായിരുന്നു. ഒരു ദിവസം വൈകുന്നേരം പുറത്ത് പോകാൻ വേണ്ടി ഡ്രസ് മാറുമ്പോൾ വലിയ അട്ടഹാസം കേട്ടു. ആശങ്കയോടെ ഓടി ചെല്ലുമ്പോൾ വേദന കൊണ്ട് പുളയുന്ന അമ്മയെയാണ് കണ്ടത്. വായിൽ നിന്ന് നുരയും പതയും വരുന്നുണ്ട് . അടഞ്ഞ് കിടക്കുന്ന കണ്ണുകൾ. പേടിച്ച് പോയ ഞാൻ ആർത്തലച്ച് വിളിച്ചു.

“അമ്മാ... അമ്മാ... ന്താണ്?”

മരത്തടി പോലെയായി തീർന്ന അമ്മയുടെ കൈകൾ പിടിച്ച് ഞാൻ ശരീരം മുഴുവൻ കുലുക്കി നോക്കി. എന്റെ കുപ്പായ കൈകൊണ്ട് നുരയും പതയും തുടച്ചു. കൂട്ടത്തിൽ അമ്മയെ വിളിക്കുകയും ചെയ്തു. ഏകദേശം ഇരുപത് മിനുട്ടിന് ശേഷം അമ്മ കണ്ണ് തുറന്നു. എന്റെ മടിയിലാണ് കിടക്കുന്നത് എന്ന് കണ്ട് അമ്മ ഒന്ന് തേങ്ങി. അതിലും വേദനയുടെ ലാഞ്ഛനയുണ്ടായിരുന്നു. കഴിഞ്ഞ ആഴ്ച തുടങ്ങിയ ഒരു തലവേദന കാരണത്താൽ ഗുളിക കഴിച്ച് ഒന്ന് കിടന്നതായിരുന്നു. പിന്നെ സംഭവിച്ചത് ഒന്നും തന്നെ അമ്മ അറിഞ്ഞിട്ടില്ല. സംഭവം അറിഞ്ഞപ്പോൾ എന്റെ കവിളിൽ ഒരു മുത്തം നൽകി എഴുന്നേറ്റ് മുഖം കഴുകാനായി ബാത്ത്റൂമിലേക്ക് പോയി. ഡോക്ടറെ പോയി കാണിക്കണം എന്ന് ഞാൻ വാശി പിടിച്ചെങ്കിലും അത് മുഖവിലയ്ക്കെടുത്തില്ല. അച്ഛൻ എന്നത്തേയും പോലെ അത് നിസ്സാരമായി തള്ളിക്കളഞ്ഞു. എന്റെ നിർബന്ധത്തിന് വഴങ്ങി അമ്മ ഡോക്ടറെ കാണാൻ സമ്മതിച്ചു. ഡോക്ടർ ടെസ്റ്റിന് എഴുതി. അന്ന് രാത്രി വീട്ടിൽ ഞങ്ങൾ പതിവിൽ കവിഞ്ഞ് ചിരിയും

തമാശയിലുമായിരുന്നു. രണ്ട് ദിവസം കഴിഞ്ഞ് ഡോക്ടറുടെ സെക്രട്ടറി വിളിച്ച് ഞങ്ങളോട് വരാൻ ആവശ്യപ്പെട്ടു. എന്നോട് തനിച്ച് സംസാരിക്കാനുണ്ട് എന്നാണ് അറിയിച്ചത്. കണ്ടപ്പോൾ അവരുടെ കണ്ണിൽ ഒരു പേടി ഒളിഞ്ഞിരിക്കുന്നുണ്ടോ എന്ന സംശയം എന്നിലുണ്ടായി. തനിച്ച് സംസാരിച്ചപ്പോഴാണ് അമ്മയുടെ അസുഖത്തിന്റെ ഭയാനകത അവർ വിവരിച്ചത്. കാൻസർ ശരീരം മുഴുവൻ പടർന്ന് പിടിച്ചിരിക്കുന്നു. തലച്ചോർവരെ രോഗാണുക്കൾ അക്രമിച്ചിട്ടുണ്ട്. രണ്ട് വർഷം മുമ്പ് സ്തനാർബുദം ബാധിച്ച് അതിനുള്ള ചികിത്സ നടത്തി രോഗാണുക്കൾ ശരീരത്തിൽ ഇല്ല എന്ന് ഉറപ്പ് വരുത്തിയതായിരുന്നു. പക്ഷേ, അത് വീണ്ടും വന്നിരിക്കുന്നു. മാത്രമല്ല ഇപ്രാവശ്യം കുറച്ച് കൂടുതലുമാണ്. ചില രോഗികളിൽ കാൻസറിനുള്ള ചികിത്സ നടത്തിയതിന് ശേഷവും. അസുഖം മാറി എന്ന് വിധിക്കപ്പെട്ടതിനുശേഷവും രോഗാണുക്കൾ ശരീരത്തിന്റെ ഏതെങ്കിലും കോണിൽ ഒളിഞ്ഞിരിക്കുമെന്നും അത് പിന്നീട് ശരീരമാസകലം വ്യാപിക്കാൻ സാദ്ധ്യതയുണ്ടെന്നും ഡോക്ടർ വിശദീകരിച്ചു.

“ഡോക്ടർ ചികിത്സിച്ചു ഭേദപ്പെടുത്താനാവില്ലേ? എന്ത് ചെയ്യും?”

“അമ്മയെ ഹോസ്പിറ്റലിൽ അഡ്മിറ്റ് ചെയ്യണം. റേഡിയേഷൻ മുറയ്ക്ക് നടത്തണം. കൂട്ടത്തിൽ മരുന്നും. എന്നാലും സുഖപ്പെടാൻ സാധ്യത കുറവാണ്. 100ൽ 10 ശതമാനം മാത്രം. അമ്മയോട് പറഞ്ഞാൽ സഹിക്കാൻ കഴിയോ?”

“ധൈര്യായിട്ട് പറയാം. ഇതിലും പ്രയാസകരമായ ഒരുപാട് സാഹചര്യങ്ങളിലൂടെ കടന്ന് പോയവരാണ്”

ഞാൻ പുറത്തിറങ്ങി അമ്മയെ അകത്തേക്ക് വിളിച്ചു. ഡോക്ടർ അമ്മയോടും എല്ലാ കാര്യങ്ങളും വിശദീകരിച്ച് കൊടുത്തു. ചിലത് എനിക്ക് അമ്മയ്ക്ക് മനസ്സിലാക്കി കൊടുക്കാൻ സാധിച്ചുമില്ല.

“അമ്മേ. ഞാൻ കള്ളം പറയുന്നില്ല... കാര്യം കുറച്ച് സീരിയസാണ്. എന്നാലും മനുഷ്യ ശരീരം എന്തും നേരിടാൻ കഴിവുള്ളത് ആയത് കൊണ്ട് തന്നെ നമുക്ക് ചികിത്സിച്ച് മാറ്റാം.”

അമ്മയുടെ കണ്ണ് നിറഞ്ഞ് കണ്ണീർ കവിളിലൂടെ ഒലിച്ചിറങ്ങി ഹാൻഡ് ബാഗിൽ നിന്നും തൂവാല എടുത്ത് അത് തുടച്ചു.

“താങ്ക്യൂ... ദൈവത്തിന്റെ വിധി...”

അച്ഛന്റെ ഭാവമാണ് വിചിത്രമായി തോന്നിയത്. അച്ഛനോട് കാര്യങ്ങൾ പറഞ്ഞപ്പോൾ മുഖത്ത് പേടി വരുന്നത് കണ്ടു. അമ്മയ്ക്ക് ഒരുമ്മ കൊടുത്ത് പറഞ്ഞു.

“പേടിക്കണ്ട. എല്ലാം ശരിയാകും”

അതിനുശേഷം അച്ഛൻ അമ്മയെ കുറ്റപ്പെടുത്തി സംസാരിക്കാൻ തുടങ്ങി. അലക്കുമ്പോഴും കുളിക്കുമ്പോഴും അമിതമായ തോതിൽ

കെമിക്കലുകൾ ഉപയോഗിച്ചത് കൊണ്ടാണ് ഇത് വന്നത് എന്നതായിരുന്നു അച്ഛന്റെ കുറ്റപ്പെടുത്തൽ. രോഗത്തിന്റെ വ്യാപനം അതിവേഗതയിലായിരുന്നു. പിന്നീട് ഒരിക്കലും അമ്മ പഴയ രീതിയിലേക്ക് തിരിച്ച് വന്നില്ല. റേഡിയേഷൻ മുറയ്ക്ക് നടന്നു. അതിനിടയിൽ ഞരമ്പുകളിലേക്കും അതിന്റെ രോഗാണുക്കൾ പടർന്നതായി ടെസ്റ്റു റിസൾട്ടുകൾ കാണിച്ചു. അമ്മയോട് കൂടെ നിൽക്കുന്നതിനുവേണ്ടി ഞാൻ എന്റെ അധ്യാപന ജോലി തൽക്കാലത്തേക്ക് രാജിവെച്ചു.

അച്ഛൻ, പെട്രോൾ സ്റ്റേഷനിലെ സൂപ്പർവൈസർ ജോലി കഴിഞ്ഞ് രാത്രി പത്ത് മണിയാകുമ്പോഴേക്ക് ഹോസ്പിറ്റലിൽ എത്തും. ആദ്യമൊക്കെ വന്ന ഉടനെ അമ്മയുടെ നെറ്റിയിൽ മുത്തം വെയ്ക്കുമായിരുന്നു. പിന്നെ പിന്നെ വന്ന് കഴിഞ്ഞാൽ തലയിൽ കൈ വെച്ച് അല്പനേരം നിൽക്കും. പിന്നെ റൂമിന്റെ ഇടത് ചുമരിൽ സ്ഥാപിച്ച ടി.വിയും കണ്ടിരിക്കും. കാര്യമായ സംസാരം ഒന്നുമുണ്ടാകാറില്ല. ഇടയ്ക്ക് "നീ പൊയ്ക്കോ ഒന്ന് വിശ്രമിച്ച് തിരിച്ച് വന്നാൽ മതി" എന്നൊക്കെ പറയും.

1989 മുതൽ ഗ്രീസ് കോൺസുലേറ്റിൽ ജോലി ചെയ്യുന്ന തന്റെ ഭർത്താവിന്റെ കൂടെ താമസിക്കുന്ന എന്റെ സഹോദരി വഫാ അമ്മയുടെ കൂടെ നിൽക്കാനുള്ള ആഗ്രഹം പ്രകടിപ്പിച്ചു. പക്ഷേ, വിസ കാര്യങ്ങൾ വൈകിയത് കാരണം രണ്ട് മാസം കഴിഞ്ഞിട്ടാണ് അവർക്ക് വരാനായത്. അവർ എത്തിയപ്പോൾ മോർഫിന്റെ അമിത ഡോസ് കാരണത്താൽ അമ്മ മയക്കത്തിലേക്ക് വീണു പോയിരുന്നു. ആദ്യമായി അമ്മയുടെ കട്ടിലിന്റെ അരികിൽ വന്ന് നിന്ന വഫാ പൊട്ടിക്കരഞ്ഞു. കാൻസറിന്റെ കറുത്ത കരങ്ങൾ അമ്മയുടെ മുഖത്ത് വരെ വന്ന് കിടക്കുന്നത് കണ്ട അവൾക്ക് പിടിച്ച് നിൽക്കാനായില്ല. അമ്മ കൺതുറന്ന് അവളെ കണ്ടപ്പോൾ ഒന്നു പുഞ്ചിരിച്ചു. അവളുടെ കരച്ചിലിന്റെ ശബ്ദം കൂടിയതോടെ അമ്മയും കരഞ്ഞു. അടുത്ത ദിവസങ്ങളിൽ അവൾ രാത്രിയിലും ഞാൻ പകൽ ആറ് മണിവരേയും മാറി മാറി ഹോസ്പിറ്റലിൽ അമ്മയുടെ കൂടെ നിന്നു. മനുഷ്യന് തന്റെ മരണം അടുത്ത് വരുന്നത് തിരിച്ചറിയാൻ കഴിയും എന്ന് പറയുന്നവരോട് എനിക്ക് പുച്ഛമായിരുന്നു. മരിക്കുന്നതിന്റെ മണിക്കൂറുകൾക്ക് മുന്നേ ബോധം വന്ന സമയത്ത് അമ്മയ്ക്ക് എന്റെ ഇളയ സഹോദരനെ കാണാനുള്ള ആഗ്രഹം പ്രകടിപ്പിച്ചു. റൂമിലെ ഫോണിൽ നിന്ന് ഞാൻ അവനെ വിളിച്ച് വരാൻ ആവശ്യപ്പെട്ടു.

"എന്തേ...? പ്രത്യേകിച്ച് എന്തെങ്കിലും?"

"അമ്മയ്ക്ക് നിന്നെ കാണണം എന്ന്. നിന്നെ ചോദിക്കുന്നുണ്ട്."

അരമണിക്കൂറിനുള്ളിൽ ബസ് മാർഗ്ഗം അവൻ വന്നു. അവൻ ആഴ്ചയിൽ ഒരു തവണ വന്ന് അമ്മയെ കണ്ട് തിരിച്ച് പോവുകയായിരുന്നു ഇത്രയും കാലം. അവൻ എത്തിയപ്പോൾ അമ്മ ഉറങ്ങുകയായിരുന്നു. ആരും വിളിക്കാൻ ശ്രമിച്ചില്ല. ഞങ്ങൾ മിണ്ടാതെ കസേരയിൽ ഇരുന്നു.

അവൻ കീശയിൽ നിന്ന് വാക്മാൻ എടുത്ത് ഇയർഫോൺ ചെവിയിൽ തിരുകി പാട്ട് കേൾക്കാൻ തുടങ്ങി. മുക്കാൽ മണിക്കൂർ കഴിഞ്ഞപ്പോൾ അമ്മയുടെ ശബ്ദം കേട്ടു.

"നസീർ എവിടെ?"

അവൻ എഴുന്നേറ്റ് അമ്മയുടെ അരികിലേക്ക് നീങ്ങിയിരുന്നു. "ഇങ്ങ് അടുത്ത് വാ മോനേ. നിന്റെ ആ വാസന ഞാൻ ഒന്ന് അനുഭവിക്കട്ടെ. ദൈവത്തിന്റെ അരികിലേക്ക് പോകാനുള്ള സമയമായി എന്ന് തോന്നുന്നു."

രോഗം ബാധിച്ച രണ്ട് ചുണ്ടുകളും അതീവ ലോലമായിരുന്നു. നസീറിനെ കെട്ടിപ്പിടിച്ച ഉമ്മ വെയ്ക്കുന്നത് കണ്ട വഫായ്ക്ക് വീണ്ടും കരച്ചിൽ പൊട്ടി. അത് കഴിഞ്ഞ് അഞ്ച് മിനുട്ട് ആയപ്പോഴേക്കും മോർഫിൻ വീണ്ടും കയറ്റി. അല്പനേരം കൂടി അവിടെ നിന്ന് ഞാനും നസീറും കൂടി വീട്ടിലേക്ക് മടങ്ങി. കാലത്ത് അഞ്ച് മണിക്ക് ഫോൺ ശബ്ദം കേട്ടാണ് എഴുന്നേറ്റത്. വഫയായിരുന്നു.

"അമ്മ പോയി..."

വിർജീനിയയിലെ മുസ്ലിം ശ്മശാനത്തിലാണ് അമ്മയെ അടക്കം ചെയ്തത്. മൂന്ന് ദിവസങ്ങളിലും അനുശോചനം അറിയിക്കാൻ ധാരാളം പേർ വന്നിരുന്നു. മൂന്നാം ദിവസം ഉച്ചയ്ക്ക് പുറമേ നിന്ന് വന്നവർ ആരും തന്നെ ഇല്ലായിരുന്നു. ഞാനും അച്ഛനും നസീറും മാത്രം. അവർ രണ്ട് പേരും ഒന്ന് മയങ്ങി. ഞാൻ ഒന്ന് നടക്കാൻ ഇറങ്ങി. തിരിച്ചു വരുമ്പോൾ അയൽവാസികളായ രണ്ട് കുട്ടികൾ കാർ പോർച്ചിൽ ഫുട്ബോൾ കളിക്കുകയായിരുന്നു. ഒരാൾ എന്റെ നേരെ പന്ത് അടിച്ചു. ഞാൻ അത് തിരിച്ചടിച്ചു. രണ്ട് പേരും എന്നേയും കളിക്കാൻ ക്ഷണിച്ചു. അര മണിക്കൂറോളം അവരുടെ കൂടെ കളിച്ച് ഞാൻ തിരിച്ച് വീട്ടിലേക്ക് നടന്നു. അച്ഛൻ ഗസ്റ്റ് റൂമിൽ ഇരുന്ന് അത് കണ്ടെങ്കിലും ഒന്നും പറഞ്ഞില്ല.

സഹോദരി ഗ്രീസിലേക്ക് തിരിച്ച് പോയി. അമ്മ മരിച്ച് ഒരു മാസം കഴിഞ്ഞില്ല. ഒരു ദിവസം. നസീർ, കോളേജിൽ നിന്നും പതിവിലും നേരത്തെ വന്ന ദിവസം അച്ഛന്റെ കൂടെ മറ്റൊരു സ്ത്രീ വീട്ടിൽ നിന്ന് ഇറങ്ങിപ്പോകുന്നത് കണ്ടുവെന്ന് പറഞ്ഞു. അച്ഛന്റെ കാമുകിയാണെന്നു ഇടയ്ക്കിടെ ഇങ്ങനെ ഉണ്ടായിട്ടുണ്ടെന്നും അവൻ പറഞ്ഞാണ് ഞാൻ അറിഞ്ഞത്. അത് കാമുകിയാണെന്ന് എങ്ങനെ തോന്നി എന്ന് ചോദിച്ചപ്പോൾ അച്ഛന്റെ റൂമിൽ സ്ത്രീകളുടെ ഉടയാട കണ്ടെന്നും സ്ത്രീകൾ ഉപയോഗിക്കുന്ന പെർഫ്യൂമുകൾ കണ്ടെന്നും അവൻ പറഞ്ഞു. അവനെ ആശ്വസിപ്പിച്ച് ഞാൻ ഒത്തിരി സംസാരിച്ചു. ഏതാനും ദിവസങ്ങൾക്കുള്ളിൽ അത് അച്ഛന്റെ കാമുകി തന്നെയാണെന്ന് എനിക്കും ബോദ്ധ്യമായി. കാരണം അവരുടെ കൂടിക്കാഴ്ചകൾ വർദ്ധിച്ച് വന്നത് എനിക്ക് തന്നെ കാണാൻ കഴിഞ്ഞു. അദ്ദേഹം മാനേജരായി നിൽക്കുന്ന പെട്രോൾ

സ്റ്റേഷന്റെ തൊട്ടടുത്ത് താമസിക്കുന്ന, അച്ഛനേക്കാൾ വളരെ ചെറുപ്പമായ ഇന്ത്യക്കാരിയായിരുന്നു കക്ഷി. അച്ഛന്റെ മുന്നിൽ ചെന്ന് ഞാൻ പൊട്ടിത്തെറിച്ചു.

"നാണമില്ലേ നിങ്ങൾക്ക്...? രണ്ട് മാസം പോലും ആയിട്ടില്ല."

അത് ഒരു ഗംഭീര തർക്കമായി. അച്ഛൻ എന്നോട് വീട്ടിൽ നിന്ന് ഇറങ്ങിപ്പോകാൻ വരെ പറഞ്ഞു.

വദൂദിന്റെ സ്വപ്നവും യഥാർത്ഥ ലോകവും തമ്മിലുള്ള ബന്ധത്തിന്റെ വില എഴുത്തിലൂടെതന്നെ എനിക്ക് മനസ്സിലാക്കാൻ കഴിഞ്ഞു.

ഒന്നും കാണാനാകുന്നില്ല. കണ്ണിന് കുഴപ്പമൊന്നുമില്ല. തുറക്കാൻ കഴിയും. എന്നാലും അടച്ചു പിടിച്ച് ഇരിക്കുന്നു. ഒന്നും കാണുന്നില്ല. പക്ഷേ, സ്വപ്നം കാണുന്നുണ്ട്. ഒരുപാട് സ്വപ്നങ്ങൾ. മിക്ക സമയങ്ങളിലും ഉറക്കത്തിന്റെ ലോകത്തായതുകൊണ്ട് തന്നെ സ്വപ്നങ്ങളുടെ തണലിലാണ്. സ്വപ്നങ്ങൾ സാധാരണ സ്വപ്നങ്ങളായിരുന്നില്ല. അവന്റെ സ്വപ്നസഞ്ചാരം വ്യത്യസ്തമായിരുന്നു. അത്ര പെട്ടെന്ന് മനസ്സിലാക്കാൻ ആർക്കുമാവില്ല. സ്വപ്നമാണെങ്കിലും ചിലപ്പോൾ വേദനാജനകമാണ് കാര്യങ്ങൾ. ഉണർവ്വിലും ആ വേദനയുടെ അലയൊലികൾ തികട്ടി വരാറുണ്ട്.

ഒന്നും കാണുന്നില്ല. പക്ഷേ, എല്ലാം കേൾക്കുന്നുണ്ട്. സംഗീതം അയാളെ വല്ലാതെ സ്വാധീനിക്കുന്നുണ്ട്. ഹൃദയമിടിപ്പ് കൂടുന്നതും കുറയുന്നതും സംഗീത സ്വരമാധുരിയുടെ വ്യത്യാസത്തിൽ അറിയാൻ കഴിയുന്നുണ്ടായിരുന്നു. അയാളുടെ അമ്മയുടെ ശബ്ദം സംഗീതമായിരുന്നു. അവന്റെ ഹൃദയതാളം അമ്മയുടെ താളമായിരുന്നു. അമ്മയ്ക്ക് അവനെ അറിയാനാകുന്നുണ്ട്. അവന് അമ്മയേയും. നിതാന്ത നിശ്ശബ്ദത മുറ്റി നിൽക്കുന്ന ചുറ്റുപാടിൽ പോലും അവൻ സാഗര അലയൊലി ശബ്ദം കേൾക്കാറുണ്ടായിരുന്നു. അമ്മയുടെ താരാട്ട് കേൾക്കും. അമ്മയുടെ ഹൃദയഹാരിയായ ശബ്ദവും അവൻ കേൾക്കുന്നുണ്ട്. ഭാഷയാണ് ഏതിന്റെയും വർത്തമാനം. കാര്യങ്ങളെ മനസ്സിലാക്കി തരുന്നതും ഭാഷയുടെ ചെറിയ വലിയ ലോകത്തിന്റെ കലയാണ്. ചില സമയങ്ങളിൽ കാര്യാവതരണത്തിൽ പോലും ഭാഷ തോറ്റു പോകും. ഭാഷാന്തരം ചെയ്യാൻ പോലും സാധിക്കില്ല. ചുണ്ടുകളും നാവും പറയുന്ന കഥകൾക്ക് കാര്യങ്ങളുടെ വിലയുണ്ടാകും. ചിലപ്പോൾ കഥകളുടെ കാര്യങ്ങൾ പോലുമുണ്ടാകില്ല. പക്ഷേ പലരും തോൽക്കുന്നത് കഥകളെ തിരിച്ചറിയുന്നിടത്തും കാര്യങ്ങളെ മനസ്സിലാക്കുന്നതിലും മനസ്സിലാക്കി കൊടുക്കുന്നതിലുമാണ്.

ഇതെല്ലാം അവൻ ജനിച്ചിരുന്നെങ്കിലായിരുന്നു.

പക്ഷേ, അവൻ ജനിച്ചിട്ടില്ല, ഒരിക്കലും ജന്മം കൊള്ളുകയുമില്ല.

അറബിക് എം.എ വിദ്യാർത്ഥിയായ ലോറന്റെ അടുക്കലേക്കാണ് ഞാൻ നേരെ പോയത്. അവളോട് കാര്യങ്ങൾ പറഞ്ഞ് എനിക്ക് തൽക്കാലം താമസിക്കാൻ ഒരിടം വേണമെന്ന് പറഞ്ഞു.

"അതിനെന്താ... നീ എന്റെ കൂടെ കൂടിക്കോ, എന്റെ കൂട്ടുകാരി കുറച്ചു ദിവസം കഴിഞ്ഞേ വരൂ."

കൂട്ടുകാരി വന്നതിന് ശേഷവും ഞാൻ അവളുടെ ഫ്ളാറ്റിൽ നിന്നും എങ്ങോട്ടും പോയില്ല. അപ്പോഴേക്കും ഞങ്ങളുടെ സൗഹൃദം പ്രണയത്തിലേക്ക് വഴി മാറിയിരുന്നു. എങ്ങനെ എപ്പോൾ എന്ന് അറിയില്ല. ഒരുമിച്ച് ഒരു കട്ടിലിൽ ഒരു പുതപ്പിനുള്ളിൽ കിടക്കുന്നത് വരെ കാര്യങ്ങൾ എത്തിയിരുന്നു. വിർജീനിയ വിട്ട് മറ്റ് ഏതെങ്കിലും സ്ഥലത്തേക്ക് മാറി താമസിക്കാനുള്ള എന്റെ ആഗ്രഹം ഞാൻ അവളോട് പറഞ്ഞു.

"പോകണം, പക്ഷേ, ഒരു പ്ലാനും ഇല്ല... എന്ത് ചെയ്യും"

"പഠനം പൂർത്തിയാക്കിയിട്ട് കാലിഫോർണിയയിലേക്ക് പോകാം. അതും എന്റെ കാറിൽ. ഞാനും വരാം"

"ഓകെ."

അനിയനെ തനിച്ച് അച്ഛന്റെ കൂടെ വിടുന്നതിലാണ് എനിക്ക് സങ്കടമുണ്ടായിരുന്നത്. കാരണം അവന് ഞാനും എനിക്ക് അവനും മാത്രമാണ് ഉണ്ടായിരുന്നത്. ലോറന്റെ ചുവന്ന റാംഗലർ ജീപ്പിൽ ഞങ്ങൾ കാലിഫോർണിയയിലേക്ക് തിരിച്ചു. മൂന്ന് ദിവസത്തിന് ശേഷം സാൻഫ്രാൻസിസ്കോയിലെത്തി. അനിയനോട് കാണിച്ച ആ നെറികേട് എന്റെ മനസ്സിൽ കിടന്ന് വിങ്ങുന്നുണ്ടായിരുന്നു. ഞാൻ വദൂദിന്റെ എഴുത്തിലേക്ക് മനസ്സു തുറന്നു.

കാസറ്റ് റീലുകൾ

താഴ്ഭാഗത്ത് കണ്ണിനെ പോലെ തോന്നിപ്പിക്കുന്ന വെളുത്ത രണ്ട് ഗോളങ്ങളുള്ള കടും ബ്രൗൺ നിറത്തിലുള്ള ഒരു പ്ലാസ്റ്റിക് കാസറ്റ്. തന്നെ തുറിച്ച് നോക്കുന്നവരെ തിരിച്ചും നോക്കുന്നത് പോലെയുള്ള രണ്ട് ഗോളങ്ങളെ പരസ്പരം ബന്ധിപ്പിച്ച് കൊണ്ട് ബ്രൗൺ നിറത്തിൽ കട്ടി കുറഞ്ഞ ഒരു ഓല കിടക്കുന്നുണ്ട്. ചില സമയങ്ങളിൽ കണ്ണുകളിൽ ഒന്ന് അതിന്റെ ചുറ്റുമുള്ള ഓലയെ ചുരുട്ടി ചുരുട്ടി വീർത്ത് വീർത്ത് വരും, അന്നേരം മറു കണ്ണ് മെലിഞ്ഞ് മെലിഞ്ഞ് ചെറുതായി വരും. കാസറ്റിന്റെ പുറത്ത് ഒട്ടിച്ച് വെച്ച എ, ബി, എന്ന എഴുത്തും താഴ്ന്ന ഭാഗത്ത് സോണി സി എച്ച് എഫ് 60 എന്ന സ്റ്റിക്കറും ഇല്ലായിരുന്നെങ്കിൽ ഒരു മനുഷ്യമുഖം പോലെ നമുക്ക് അതിനെ സങ്കൽപിക്കാമായിരുന്നു.

ഓലയുടെ പുറം ഭാഗത്ത് രണ്ട് ശബ്ദരേഖകളുണ്ടായിരുന്നു (അവസാന ഭാഗത്ത് എത്തുമ്പോഴേക്കും മൂന്നാമത്തെ ശബ്ദം കൂടി വരുന്നുണ്ട്). റെക്കോർഡിംഗിന്റെ സമയത്ത് ഏകദേശം മുപ്പത് വയസ്സുണ്ടായിരുന്ന ഒരു പുരുഷ ശബ്ദമാണ് ആദ്യം കേൾക്കാനാകുന്നത്. കേൾവിക്കാരെ ഇരുത്തിക്കളയുന്ന വശ്യമായ ശബ്ദമുള്ള ഒരു കുട്ടിയായിരുന്നു രണ്ടാമൻ. എപ്പോഴും കാസറ്റ് കവറിൽ നിന്ന് കാസറ്റ് പുറത്ത് എടുത്ത് പല്ലുകളുള്ള കാസറ്റ് റീഡർ സോക്കറ്റിൽ ഇടും. മുകളിലുള്ള സ്വിച്ച് ഓണാക്കുന്നതോടെ അതിന്റെ താഴ് ഭാഗത്തുള്ള പല്ലുകൾ സാവധാനം ചലിച്ച് തുടങ്ങും. ഒപ്പം കാസറ്റിന്റെ കണ്ണുകളും ചലിച്ച് തുടങ്ങും. കട്ടികുറഞ്ഞ് ഓല പതിയെ ചലിച്ച് കാസറ്റിന്റെ മുകളിലുള്ള ചെറിയ ചെമ്പ് കമ്പിയിലൂടെ ഉരസി അപ്പുറത്തെ കണ്ണിന്റെ നേരെ നീങ്ങും. ഒപ്പം ശ്രവണാനന്ദകരമായ സ്വരമാധുരി പുറത്തേക്ക് ഒഴുകിയിറങ്ങി വരുകയും ചെയ്യും. പുറകോട്ട് വലിച്ച് വീണ്ടും വിട്ടാൽ അതേ പാട്ടുകൾ ആദ്യം കേട്ടതുപോലെ തന്നെ രണ്ടാമതും കേൾക്കാൻ കഴിയും. ആ ഓല ഓടിത്തീരുന്നത് വരെ പാട്ട് കേട്ടു കൊണ്ടിരിക്കും.

വൈകീട്ട് സെൻട്രൽ മാർക്കറ്റിൽ നിന്ന് വാങ്ങിച്ച ചുവന്ന നിറമുള്ള ആ യന്ത്രം അയാൾ തങ്ങളുടെ റെസ്റ്റ് റൂമിലെ ഒറ്റയ്ക്ക് കിടക്കുന്ന സോഫയ്ക്ക് മുമ്പിലുള്ള മരനിർമ്മിതമായ മേശപ്പുറത്ത് വെച്ചു. ജനാലയിലൂടെ കയറി വരുന്ന വൈകുന്നേര സൂര്യപ്രകാശത്തെ കടത്തിവിടാനായി ജനാലയുടെ വിരി മാറ്റി. അച്ഛന്റെ അരികിലായി സോഫയിൽ ചെരിപ്പിടാതെ കാലിൽ കാൽ ഉരച്ച് വരച്ച് കളിച്ച് കൊണ്ടിരിക്കുന്ന കുട്ടി ചെറിയ പൊല്ലാപ്പുകൾ ഒപ്പിച്ച് കൂട്ടുന്നുണ്ട്... മകൻ പുതിയ ഉപകരണത്തെ കുറിച്ച് അച്ഛനോട് ചോദിക്കുന്നുണ്ട്.

“എന്താ ഛാ ഇത്...?

“ടേപ്പ് റിക്കാർഡര്”

അത് എങ്ങനെയാണ് പ്രവർത്തിക്കുകയെന്ന് ചോദിച്ചപ്പോൾ തന്റെ അരികിലിരുന്ന് എല്ലാം കാണാൻ പറഞ്ഞു. അവസാനം എല്ലാം പറഞ്ഞ് തരാമെന്നും പറഞ്ഞു

ഒരു കിരുകിരു ശബ്ദം, മൂളലും ചീറ്റലും. പിറകിൽ കുഞ്ഞിന്റെ ചിരിക്കുന്ന ശബ്ദം

“പടച്ചോനെ, അച്ഛാ...”

“കുറച്ച് നേരം കൂടി ക്ഷമിച്ചിരിക്ക്.. ഈ സാധനം ഒന്ന് ഓണാക്കി നോക്കട്ടെ.. നീ ഈ ചുവന്ന സ്വിച്ച് കണ്ടോ? ദൈവമേ... ഇങ്ങ്ട്ട് അടുത്ത് വാ മോനൂ.. നോക്ക്... ഇത് നോക്ക്...ഇതാ ഇവിടെ.

ഇങ്ങോട്ട് നോക്ക്"

"നോക്കട്ടെ നോക്കട്ടെ."

"നിനക്ക് നോക്കാ... ഇതാ ഇതിൽ നിനക്ക് ശബ്ദവും കേൾക്കാനാകും."

"എവിടെ?"

"ഇതാ ഇവിടെ... ഇതാണ് മൈക്രോഫോൺ... ഇതിലൂടെ നിന്റെ ശബ്ദം കേൾക്കും അത് റെക്കോർഡും ചെയ്യും."

"സത്യാണോ പറയ്ണത്?"

"അതെ... സത്യം തന്നെ മോനെ."

"എനിക്കിപ്പോ നോക്കാൻ പറ്റോ."

"അതിനെന്താ... നിന്റെ ഇഷ്ടം പോലെ ചെയ്തോ... നീ ആരാന്ന് പറ... എന്താ നിന്റെ പേര്?"

"ഞാൻ സൂമി..."

"സൂമിയോ.. സോറി.. നിന്റെ മുഴുവൻ പേരും പറയടോ..."

"ഏ... ഹുസാം"

"ഹുസാം... ഗുഡ്... ന്താ അച്ഛന്റെ പേര്...? ഞാൻ ആരാ."

"അച്ഛൻ... നിങ്ങൾ... നാസിം"

"വെര് ഗുഡ്.. അമ്മയോ?"

"ഏസ്രാ."

"സ്മാർട്ട്... ഓകെ... നിനക്ക് എത്ര സഹോദരിമാരെ അറിയാം?"

"സഹോദരിമാരോ... എനിക്ക് അതിന് സഹോദരിമാര് എവിടെ?"

നിശ്ശബ്ദത...

"ന്താ ഇന്ന് കഴിക്കാനുള്ളത്?"

"ന്ത് കഴിക്കാനാ... റൊട്ടി.."

"കുടിക്കാനോ?"

"വെള്ളം."

"എവിടെയാണ് നിങ്ങൾ കിടന്നുറങ്ങാറുള്ളത്?"

"ദൈവത്തിന്റെ ഭൂമിയിൽ."

"ഫന്റാസ്റ്റിക്... (കൈയ്യടിക്കുന്നു). ദൈവമേ.. ഹുസാമിനെ കാത്ത് രക്ഷിക്കണേ..." (രണ്ട് പേരും ഒരുമിച്ച് കൈ കൊട്ടുന്നു) ഇങ്ങോട്ട് വാ... എങ്ങ്ട്ടാ പോകുന്നത്... ബാക്കി കൂടി മനസ്സിലാക്കണ്ടേ..."

"എനിക്കറിയാലോ."

"അചഞ്ജലീ അചഞ്ജലീ ആ പാട്ട് പാട്..."

"അചഞ്ജലീ... ബജൻജലീ... പർവ്വത മുകളിൽ നീ കയറി. കണ്ടു നീ കുംഭങ്ങളനവധി... ഹുസൈൻ എന്റെ പിതൃവ്യാ സത്യം പറഞ്ഞല്ലോ നിങ്ങൾ... ഇത് മഹാരാജന്റെ രാജധാനിയാണ്... ഇംറാൻ നിന്റെ കാല് നോക്ക്..."

"സൂപ്പർ... ഇനിയില്ലേ..."

"ഇനിയെന്ത്...?"

"ബൽബൂൽ പാട്ട്."

"അതെ ബൽബൂൽ... ഞാൻ ഒരു കുരുവിയെ കണ്ടില്ല... ഇത്ര സുന്ദരമായ കുരുവി. കണ്ടില്ല ഞാൻ എൻ കൂട്ടുകാരിയെ... അച്ഛാ എനിക്ക് എന്റെ ശബ്ദം കേൾക്കണം"

"നിക്ക് മോനേ... ഒന്നൂടെ ക്ഷമിക്ക്... ഒരു പാട്ട് കൂടെ പാട്... അസ്സലൂകിയുടെ ഗസൽ കൂടെ പാട്."

"ഗസൽ അസ്സലൂകി..."

അല്പനേരത്തേക്ക് അവിടെ പാട്ടുത്സവം തന്നെയായിരുന്നു. കുഞ്ഞ് പാടിത്തിമർത്തു, അച്ഛൻ റെക്കോർഡ് ചെയ്യുകയും ചെയ്തു. അത് കഴിഞ്ഞതോടെ അച്ഛൻ സ്റ്റോപ്പ് ബട്ടൺ അമർത്തി. റീവൈൻഡ് ബട്ടൺ അമർത്തി തുടക്കത്തിലേക്ക് കൊണ്ട് വന്നു. പ്ലേ സ്വിച്ച് അമർത്തി അച്ഛനും മകനും പാട്ട് കേൾക്കാനായി കാത്തിരുന്നു. ചുവന്ന കളറുള്ള ടേപ്പ് റിക്കാർഡറിന്റെ ചെറിയ സൗണ്ട് ബോക്സിൽ നിന്ന് തന്റെ തന്നെ ശബ്ദം വരുന്നത് കേട്ട കുട്ടിക്ക് സന്തോഷവും അത്ഭുതവും അടക്കി വെക്കാനാവാതെ ആഹ്ലാദച്ചിരി പൊട്ടിയടരാൻ തുടങ്ങി. ഓല പാടി ത്തീർന്നപ്പോൾ അച്ഛൻ അത് നിർത്തി.

"ഇതൊക്കെ എന്ത്... നീ വാ.. ടിവി ഓണാക്കി തരാം. കാർട്ടൂൺ കണ്ടോ..."

അച്ഛൻ ടിവി ഓണാക്കി, അതിന്റെ മുന്നിലുണ്ടായിരുന്ന പച്ചകളറുള്ള ചെറിയ പ്ലാസ്റ്റിക് കസേരയിൽ ഇരിക്കാൻ കുട്ടിയോട് ആംഗ്യം കാണിച്ചു. കുട്ടി ഇരുന്നു. ടേപ്പ് റിക്കാർഡർ എടുത്ത് ടെലിഫോണിന്റെ അപ്പുറത്തുള്ള മേശപ്പുറത്ത് ഉയരത്തിലായി അത് വെച്ചു. അച്ഛൻ ബാത്ത്റൂമിൽ പോയി, ശേഷം അടുക്കളയിലേക്ക് ചെന്ന് ഫ്രിഡ്ജിൽ കഴിക്കാൻ വല്ലതുമുണ്ടോ എന്ന് നോക്കി. കിട്ടിയ അവസരം മുതലാക്കിയ കുട്ടി കസേരയിൽ നിന്ന് എഴുന്നേറ്റ് സോഫ വലിച്ചടുപ്പിച്ച് മേശപ്പുറത്ത് കയറി ടേപ്പ് റിക്കാർഡർ എടുക്കാൻ ശ്രമം നടത്തി. അതിലെ സ്വിച്ചുകളിൽ അമർത്തി

കളിച്ചു. റെക്കോർഡ്, പ്ലേ സ്വിച്ചിലാണ് അവന്റെ കൈകൾ കയറി യിറങ്ങിയത്. റെക്കോർഡ് സ്വിച്ച് അമർത്തി അവൻ മന്ത്രിച്ചു

"സൂര്യൻ ഉദിച്ചിരിക്കുന്നു. ഭയങ്കര വലുപ്പം. ബാഷയുടെ മകൾക്കും വളരെ സന്തോഷമായിരിക്കും. നരച്ചീറുകൾ ഒച്ച വെക്കുന്നു. പൂന്തോട്ടത്തിലെ കോഴികൾ കൂകുന്നു. ദൈവം രാജാവിനെ കാത്ത് രക്ഷിക്കട്ടെ..."

അച്ഛൻ റൂമിലേക്ക് വരുന്ന ശബ്ദം കേട്ടതോടെ അത് അവിടെ തന്നെ വെച്ച് റെക്കോർഡ് ഓഫാക്കാൻ മറന്ന് മേശപ്പുറത്ത് നിന്ന് ഇറങ്ങി കസേരയിൽ വന്ന് ഇരുന്ന് ടിവിയിലേക്ക് നോക്കിയിരുന്നു.

ടിവിയിലെ കഥാപാത്രങ്ങളുടെ സംഭാഷണ ശബ്ദങ്ങളും അതിൽ ബാക്ക് ഗ്രൗണ്ട് സംഗീതമായി റെക്കോർഡായി കൊണ്ടിരിക്കു ന്നുണ്ടായിരുന്നു. ഭക്ഷണം കഴിക്കാനായി പാത്രങ്ങളും മറ്റും എടു ക്കുന്നതും മേശയും കസേരയും വലിക്കുന്നതുമായ ശബ്ദങ്ങളും അതിൽ റെക്കാർഡാകുന്നുണ്ടായിരുന്നു. ഇടയ്ക്കിടെ തമാശ പറഞ്ഞ് ചിരിക്കുന്ന കുട്ടിയുടെ ശബ്ദം. എകദേശം പത്ത് മിനുറ്റ് കഴിഞ്ഞപ്പോൾ

"ദാ.. നിന്റെ അമ്മ വന്നല്ലോ.."

വീടിന്റെ വാതിൽ തുറന്ന് അടയ്ക്കുന്നതും അടുത്ത് വരുന്ന കാലടി ശബ്ദവും.

"മുത്തേ, അമ്മേ വന്നൂട്ടോ..."

"അമ്മ... അമ്മ"

"അതേടാ അമ്മ വന്നു... പറ മോനേ... ന്താ.."

"ആ പോകണം... ഇന്ന് എങ്ങോട്ടെങ്കിലും പോകണം"

"നല്ല പണിയായിരുന്നു... തലവേദനിക്കുന്നുണ്ട്... ഞാൻ ഒരു ഗ്ലാസ്സ് ചായയുണ്ടാക്കി കുടിക്കട്ടെ.."

അന്ന് അവർ ജോലിത്തിരക്കിനെ കുറിച്ചും അച്ഛൻ നേരത്തെ വാഗ്ദാനം ചെയ്തിരുന്നതുപോലെയുള്ള യാത്രകളെക്കുറിച്ചും സംസാരിച്ചു. പ്രത്യേകിച്ച് കാര്യമൊന്നുമില്ലാത്ത സംസാരങ്ങൾ. കാസറ്റ് കറങ്ങി കറങ്ങി അവസാനത്തിലെത്തി ചെറിയ ശബ്ദ ത്തോടെ നിൽക്കുന്നത് വരെ അമ്മ അത് കണ്ടതുമില്ല ശ്രദ്ധിച്ചതു മില്ല. ആ സമയത്ത് അച്ഛൻ പറഞ്ഞത് അതിൽ റെക്കോർഡായ തുമില്ല.

"ഈ ചെക്കൻ ഇത് ഓണാക്കി വെച്ചിരിക്കായിരുന്നോ... ഇതുവരെ ഓടിക്കൊണ്ടിരിക്കുകയായിരുന്നല്ലോ ഇത്... ഇവനെ ഞാൻ.

അതിന്റെ മറുഭാഗത്ത് അച്ഛൻ ഒന്നും റെക്കോർഡ് ചെയ്യാൻ നിന്നില്ല. കാസറ്റ് പുറത്തെടുത്ത് ഒട്ടിച്ച് വെച്ച കടലാസിന്റെ പുറത്ത്

> 'ഹുസാം' എന്ന് എഴുതി വെച്ചു. വർഷങ്ങൾ കഴിഞ്ഞ് എല്ലാവർക്കും പ്രത്യേകിച്ച് ഹുസാമിന് തന്നെ തന്റെ കുഞ്ഞു കാലത്തെ ശബ്ദം കേൾക്കാനുള്ള ഒരു അവസരമുണ്ടാക്കി കൊടുക്കുക എന്ന് മാത്രമാണ് അച്ഛൻ കരുതിയത്. ഹുസാം വളർന്ന് വലുതായി. രണ്ടോ മൂന്നോ വർഷം കൂടുമ്പോൾ അത് ഇടയ്ക്കിടെ എടുത്ത് കേൾക്കും, അവന്റെ ശബ്ദം കേൾക്കാൻ മാത്രമല്ല, അവരുടെ അച്ഛന്റെയും അമ്മയുടെയും ശബ്ദവും കൂടി കേൾക്കാനായിരുന്നു. അവന്റെ ചെറുപ്പത്തലുണ്ടായ യുദ്ധത്തിൽ അവർ രണ്ട് പേരും കൊല്ലപ്പെട്ടിരുന്നു. ഓർമ്മകളുടെ തിരിച്ചറിവിലേക്ക് മടങ്ങിപ്പോകാൻ ഹുസാമിന്റെ കൂടെ ആ ഒരു റെക്കോർഡ് ചെയ്യപ്പെട്ട കാസറ്റ് മാത്രമാണല്ലോ ഉണ്ടായിരുന്നത്.

അടുത്ത ദിവസം ഞാൻ ഡോക്ടറെ കാണാൻ പോയി.

"**നി**ങ്ങളുടെ ബാക്ക് ഗ്രൗണ്ട് കഥകൾ ഒന്നു പറയാമോ? പേര് അത്ര പരിചിതമല്ലല്ലോ? എവിടെയാ ജനിച്ചത്?"

"ഞാൻ ഇറാഖിലാണ് ജനിച്ചത്. 1993 മുതൽ ഇവിടെയുണ്ട്."

"ആഹാ. ഗുഡ്. ഇറാഖിൽ നിന്ന് വരുമ്പോൾ എന്ത് പ്രായം കാണും?"

"23"

"ഏതെങ്കിലും യുദ്ധമുഖത്തേക്ക് പോയിട്ടുണ്ടോ?"

"ഇല്ല, എന്റെ സൈനിക സേവനം തുടങ്ങിയപ്പോഴേക്കും യുദ്ധം അവസാനിച്ചിരുന്നു."

"എന്തിനാ ഇറാഖ് വിട്ടത്?"

"സാഹചര്യം കുറച്ച് മോശമായിരുന്നു. പ്രത്യേകിച്ച് 1991 ലെ യുദ്ധത്തിന് ശേഷം. അച്ഛൻ വീട് വിറ്റ് ഞങ്ങളേയും കൂട്ടി ജോർദ്ദാനിലേക്ക് പോയി. അവിടെ ഒരു മാസം തങ്ങി. അച്ഛന്റെ കൂട്ടുകാരൻ വഴി ഇവിടേക്ക് ഒരു വിസ കിട്ടി. അദ്ദേഹം ഞങ്ങളേയും കൂട്ടി ഇങ്ങോട്ട് പോന്നു."

"അവിടെ ബന്ധുക്കളെ ആരെയെങ്കിലും പോയി കാണാറുണ്ടോ?"

"മിക്കവരും അക്കാലത്ത് തന്നെ അവിടം വിട്ട് പോയിരുന്നു. കൂടുതൽ ബന്ധുക്കളൊന്നും അവിടെ ശേഷിക്കുന്നില്ല"

"അവസാനമായി ഇറാഖിലേക്ക് എന്നാണ് പോയത്?"

"മൂന്ന് വർഷം മുമ്പ്."

"അന്നത്തെ ആ യാത്രയെ കുറിച്ച് പറയൂ"

"ഒരു ഡോക്യുമെന്ററി സിനിമയുടെ ഭാഷാ വിവർത്തകനായിട്ടാണ് പോയത്."

"അപ്പോൾ നിങ്ങളുടെ ബന്ധുക്കളെ ആരെയെങ്കിലും പോയി കാണാൻ സാധിച്ചോ?"

"ഇല്ല. അതോടെ അതിനുള്ള താത്പര്യവും ഇല്ലാതായി"

"എന്ത് പറ്റി?"

"ഇതാണ്. നിങ്ങൾ പറയുന്നതുപോലെ നൂറായിരം ചോദ്യങ്ങളാ. എന്തിനാ മറുപടി പറയാ?"

"നിങ്ങൾക്കിഷ്ടമുള്ളതിന് മറുപടി പറഞ്ഞോളൂ."

"അവിടെ എനിക്ക് ഒരു കൂട്ടുകാരൻ ഉണ്ടായിരുന്നു. അവൻ പറഞ്ഞത് പോലും സത്യത്തിൽ ഒരു കാര്യത്തിനും തുടക്കവും ഒടുക്കവും ഇല്ല."

"ഇത് ഫിലോസഫിയാണോ അതോ വിഷയത്തിൽനിന്ന് തെന്നി മാറാനുള്ള നിങ്ങളുടെ ശ്രമമോ?"

"അതൊന്നും നിങ്ങൾക്ക് പറഞ്ഞാൽ മനസ്സിലാവില്ല"

"പറയ്, ശ്രമിക്കാമല്ലോ... ഒന്ന് നോക്കട്ടെ പറയൂ."

വദൂദിന്റെ ഒരു സ്വപ്നകഥ കൂടി ഓർത്തു.

ഗുഹാ ചുമരിന്റെ മുന്നിൽ ഞാൻ മുട്ട് കുത്തി നിൽക്കുന്നു, ചുമരിൽ ജനാലയുടെ ചിത്രം കൊത്തി വെച്ചിട്ടുണ്ട്. മറന്ന് പോകാത്ത ചില പാട്ടുകളും എന്റെ നാവിലൂടെ രാഗമായി വരുന്നുണ്ടായിരുന്നു. എന്റെ രണ്ട് കൈകളും കെട്ടിയിട്ടിരിക്കുകയാണ്, അത് കണ്ട് കൂടെയുള്ളവർ പൊട്ടിച്ചിരിക്കുന്നുണ്ട്. പക്ഷേ, അവരുടെ ചിരി മറ്റേതോ ഭാഷയിലാണ്. അവർ ചിരിക്കട്ടെ.. അല്ലെങ്കിലും എല്ലാ ചിരികളും ഒരു പോലെയല്ലേ.. അല്ല, ഈ ചിരിക്കുമുണ്ടോ പ്രത്യേകം കൂട്ടുകാരും നാട്ടുക്കാരുമൊക്കെ. അതെ ഉണ്ട്.. അതാണ് ഞാൻ ആ ദുഃസ്വപ്നത്തിൽ കണ്ടത്. ഞാൻ അവരുടെ അടുക്കൽ ചെന്ന് ആ കെട്ടൊന്ന് അഴിച്ച് തരാൻ പറയുന്നുണ്ട്. എന്റെ കെട്ട് അഴിച്ച് തന്നാൽ നിങ്ങളെ ഇരുളാണ്ട് കിടക്കുന്ന ഗുഹക്കകത്ത് നിന്ന് വെളിച്ചത്തിന്റെ പുറം ലോകത്തേക്ക് ഞാൻ കൊണ്ട് പോകാമെന്ന് വാക്ക് കൊടുക്കുന്നുമുണ്ട്.

1987ലാണ് അവനെ ഞാൻ അവസാനമായി കാണുന്നത്. അതും സെക്കന്ററി സ്കൂളിൽ അഞ്ചാം ക്ലാസ്സിൽ പഠിക്കുമ്പോൾ. രണ്ടാമത്തേയോ മൂന്നാമത്തേയോ മാസത്തിലാണ് അവൻ പോയത്. പിന്നെ തിരിച്ചു വന്നില്ല. ഇറാഖി ഗവൺമെന്റിൽ പ്ലാനിംഗ് കമ്മീഷൻ ജനറൽ മാനേജറായി ജോലി ചെയ്തിരുന്ന അവന്റെ അച്ഛൻ ഒരു പഠന വിസ സംഘടിപ്പിച്ച് അവനെ അമേരിക്കയിലേക്ക് പറഞ്ഞയച്ചിരിക്കുകയാണെന്ന് വളരെ വൈകിയാണ് അറിഞ്ഞത്. പിന്നീട് ഒരു കൂട്ടുകാരനാണ് പറഞ്ഞത് അവൻ അമേരിക്കയിൽ ചെന്ന് മെഡിസിന് പഠിക്കുകയും ഡോക്ടറായി മാറുകയും ചെയ്തു എന്ന്. ഞങ്ങൾ അടുത്ത കൂട്ടുകാർ ഒന്നും ആയിരുന്നില്ല. ഒരുമിച്ച് ഫുട്ബോൾ കളിച്ചിട്ടുണ്ട്. ഒരുമിച്ച് ഫുട്ബോൾ

ട്രെയ്നിംഗിൽ പങ്കെടുത്തിട്ടുമുണ്ട്. ഞാൻ ഇങ്ങോട്ട് പോന്നതിനുശേഷം അവനെ കുറിച്ച് ഒരു വിവരവും ഉണ്ടായിരുന്നില്ല. ഇംഗ്ലീഷിൽ എഴുതിയ ഒരു ഇ മെയിൽ എനിക്ക് വന്നു.

'പ്രിയ കൂട്ടുകാരാ. നുമൈർ സുഖമെന്ന് കരുതുന്നു. അപ്രതീക്ഷിത മായി അബുദാബിയിൽ വെച്ച് അഹമദ് അബ്ദുൽ ഖാലികിനെ കണ്ട പ്പോഴാണ് നീ ന്യൂയോർക്കിലുണ്ടെന്ന് അറിഞ്ഞത്. ഞാൻ ഏതാനും വർഷങ്ങളായി ദുബായിലാണ്. അടുത്ത ആഴ്ച ഒരു ബിസിനസ് ആവശ്യാർത്ഥം ഞാൻ ന്യൂയോർക്കിലേക്ക് വരുന്നുണ്ട്. (വരണം എന്ന് ആഗ്രഹിക്കുന്നു) ഇത്രയും വർഷത്തിന് ശേഷം പരസ്പരം കാണാൻ സാധിക്കുമെന്ന് കരുതുന്നു. (എത്ര വർഷമായി? പതിനേഴോ? പതി നെട്ടോ?) ഞാൻ ഡിന്നറിന് വിളിക്കാം നിന്നെ. എന്റെ സെക്രട്ടറി എല്ലാ കാര്യങ്ങളും ശരിയാക്കി നിന്നെ അറിയിക്കും. വിൽ മീറ്റ് യു...

അദ്നാൻ,

ഈസ്റ്റേൺ സെൻട്രൽ ഓഫീസ്

ഗോൾഡ് മാൻ സാക്സ്

ഇന്റർ നാഷണൽ ഡിപ്പാർട്ട്മെന്റ്

ദുബൈ വേൾഡ് എക്ണോമിക് സെന്റർ

ശൈഖ സായിദ് റോഡ്

ദുബൈ.

അവന്റെ പേര് വെച്ച് ഇന്റർനെറ്റിൽ പരതിയപ്പോൾ ഒരുപാട് കാല മായി അവൻ ഗോൾഡ്മാൻ സാക്സ് കമ്പനിയിലാണ് എന്ന വിവരം ലഭിച്ചു. നാല് വർഷം മുമ്പാണ് ദുബൈ ഓഫീസിന്റെ ചുമതലയുമായി അങ്ങോട്ട് സ്ഥലം മാറിയത്. അവന്റെ കൂടെയുള്ള എല്ലാ ആളുകളെ ക്കുറിച്ചും ഞാൻ ഒരു വായന നടത്തി. അവന്റെ മെയിൽ കിട്ടിയതിൽ സന്തോഷം തോന്നിയെങ്കിലും ഞാൻ ഒരു മറുപടിയും നൽകിയില്ല. സെക്കന്ററി സ്കൂൾ കാലത്തേക്കുള്ള ഒരു തിരിച്ചു പോക്കും ഓർമകൾ അയവിറക്കാനും അന്ന് വിട്ടുപിരിഞ്ഞ ഒരുപാട് കൂട്ടുകാരെക്കുറിച്ച് അറി യാനുള്ള ഒരു മാർഗ്ഗവുമായിട്ടാണ് അതിനെ കണ്ടത്. അടുത്ത ദിവസം കത്തിനുള്ള മറുപടിയിൽ സന്തോഷവും പ്രതീക്ഷയും പ്രത്യാശയും കാണിച്ച് രണ്ട് വർഷത്തിനുശേഷം അവനെ കാണുന്നതിനുള്ള സന്തോ ഷവും അറിയിച്ച് മറുപടി അയച്ചു. വൈകുന്നേരത്തോടെ സെക്രട്ടറിയുടെ മെയിൽ കിട്ടി. വ്യാഴാഴ്ച വൈകുന്നേരം. ഫസ് ആൻഡ് ലോവ്സ് ഹോട്ടൽ....

അങ്ങോട്ട് മെട്രോ ട്രെയിൻ വേണ്ട എന്ന് തീരുമാനിച്ചു. സാധാ രണപോലെ ഇരുപത്തിയഞ്ച് മിനിറ്റ് നടക്കാനുള്ള ദൂരത്താണ് ഹോട്ടൽ. രാത്രികാലത്തെ റോന്ത് ചുറ്റലിൽ വരുന്ന ഒരു സ്ഥലം. എന്നിരുന്നാലും ചെൽബിയുടെ ഭാഗത്തേക്ക് കൂടുതലായി പോകാറുണ്ടായിരുന്നില്ല.

സന്ദർശകർ കൂടുതലായി വരുന്ന സ്ഥലമായിരുന്നു അത്. വില കൂടിയ ഡ്രസ്സുകളും അവിടെ ലഭ്യമായിരുന്നു. കൂട്ടത്തിൽ ഏതു തരത്തിലുള്ള മാംസവും അതിനുവേണ്ട മറ്റു സാമഗ്രികളും അവിടെനിന്ന് കിട്ടിയിരുന്നു. അതുകൊണ്ടുതന്നെ ഞാൻ അതിനെ 'മാംസത്തിന്റെ കേന്ദ്രം' എന്നാണ് വിളിച്ചിരുന്നത്. എവിടെയോ വായിച്ചത് ഓർക്കുന്നുണ്ട്. രണ്ടു വർഷം മുമ്പുവരെ ഈ നഗരത്തിന്റെ വീഥികളിൽ രാത്രിയിൽപോലും ജീൻസ് ഡ്രസ്സുകൾ വിൽക്കുന്ന വഴിയോരക്കച്ചവടക്കാർ ഉണ്ടായിരുന്നുവത്രേ. ഇന്റർനെറ്റിന്റെ അതിപ്രസരം കാരണം അതെല്ലാം ഇന്ന് ഇല്ലാതായിരിക്കുന്നു. എന്നത്തേയുംപോലെ പതിനഞ്ച് മിനുട്ടുകൾക്കുമുമ്പ് ഞാൻ സ്ഥലത്ത് എത്തി. ഹോട്ടലിന്റെ ഭംഗിയും അലങ്കാരവും ആസ്വദിക്കുമ്പോൾ തോന്നിയത് ഈ അടുത്താണ് ഇത് ഉദ്ഘാടനം കഴിഞ്ഞതെന്നായിരുന്നു. ജനാലപോലും മേൽക്കൂരയിൽ തട്ടുന്നപോലെ നീണ്ടു നിവർന്നു കിടക്കുന്നു. അകത്തുള്ള പ്രകാശം മങ്ങിയതായിരുന്നു. വെള്ളയും നീലയും കലർന്ന് ഏത് ഹോട്ടലിന്റെയും ഉൾവശം പോലെ തോന്നിച്ചു. മുടി ഇറക്കിവെട്ടിയ സുന്ദരിയായ റിസപ്ഷനിസ്റ്റ് എന്നെ സ്വാഗതം ചെയ്തു. എന്റെ പേര് അവളോട് പറഞ്ഞപ്പോൾ ആനയിച്ച് ബാറിൽ കൊണ്ടുപോയി ഇരുത്തി. സാധാരണ അതിഥികൾ എല്ലാവരും വന്നാൽ മാത്രമാണ് പ്രധാന മുറിയിലേക്ക് കടത്തിവിടാറുള്ളത്. ചെറിയ പുഞ്ചിരിയോടെ അവൾ തിരിഞ്ഞു നടന്നു.

ബാറിൽ നിൽക്കുന്നവർ നിറഞ്ഞ ചിരിയോടെ എന്നെ സ്വീകരിച്ച് ഒരു വെള്ള ടവ്വലും ഗ്ലാസും മുന്നിൽ നിരത്തിവെച്ചു. ഒരു ഗ്ലാസ് വൈൻ മാത്രം മതി എന്നാണ് തീരുമാനിച്ചിരുന്നത്. അപ്പോഴാണ് നിരത്തിവെച്ചിരിക്കുന്ന വീര്യം കൂടിയ അറാക് കണ്ടത്. ഗ്രീസിലും തുർക്കിയിലും ലബനാനിലും സുപരിചിതമായ ഡ്രിങ്കാണ് അറാക് എന്നത് അപ്പോഴാണ് ഓർമ്മ വന്നത്. അവിടെയുള്ളത് ലബനാനി അറാകാണ്. രണ്ടു വർഷമായി അറാക് രുചിച്ചു നോക്കിയിട്ട്. ഒരു ഗ്ലാസ് ചോദിച്ചു. ബെയററോട് ഐസ് ക്യൂബ് കൊണ്ടുവരാൻ പറഞ്ഞു. ആവശ്യമായ വെള്ളവും ഐസും ചേർത്ത് അത് മൊത്തിക്കുടിക്കാൻ തുടങ്ങി. അവിടമാകെ ഒരു പ്രത്യേക സുഗന്ധം പരക്കുന്നത് അറിഞ്ഞു. ബെയറർ പച്ചയും കറുത്തതുമായ സൈത്തൂൻ കായയുമായി വന്നു. രുചികരമായ നല്ല ഭക്ഷണത്തെക്കുറിച്ചും അത് നൽകപ്പെടുന്ന ഹോട്ടലുകളെക്കുറിച്ചും ഒരു ഫീച്ചർ ന്യൂയോർക്ക് ടൈംസിൽ വന്നത് ഓർത്തു. അല്ലെങ്കിലും ഭക്ഷണത്തെക്കുറിച്ചെഴുതലും സിനിമാ നിരൂപണം ചെയ്യലുമാണ് ഇന്നത്തെ കാലത്ത് ഏറ്റവും എളുപ്പ മാർഗ്ഗം.

"ഹേയ്... സോറി... ഇത്തിരി വൈകി..."

അതും പറഞ്ഞ് എന്റെ ചുമലിൽ അവൻ കൈവെച്ചു. തിരിഞ്ഞ് ഞാനും അവനെ ആലിംഗനം ചെയ്തു. ചാരനിറത്തിലുള്ള ഓവർകോട്ടും സ്യൂട്ടുമായിരുന്നു അവന്റെ വേഷം. കൈയിൽ ഒരു തോൽബാഗുമുണ്ടായിരുന്നു. കൂടുതൽ മാറിയിട്ടില്ല. ഒരു കണ്ണട വെച്ചിട്ടുണ്ട്. കഷണ്ടി

ചെറുതായി ഇരുവശത്തും കയറിത്തുടങ്ങിയിട്ടുണ്ട്. എന്നാലും രണ്ടു പേരും പരസ്പരം കാര്യമായ മാറ്റങ്ങളില്ലല്ലോ എന്നാണ് പറഞ്ഞത്.

"നമ്മുടെ കൂട്ടത്തിലെ മിക്കവരും പൊണ്ണത്തടിയന്മാരാ."

"സമയമുണ്ട്.. നമുക്കും ചാൻസുണ്ട്."

"ദൈവമേ, വേണ്ടായേ..."

അറാകിന്റെ ഗ്ലാസ് അപ്പോഴാണ് അവൻ കണ്ടത്.

"ന്താത്? ന്യൂയോർക്കിലും ഇതുതന്നെയാണോ...?"

"ന്തേ? ന്താ പ്രശ്നം?"

"അല്ല. അബു നവാസിക്കുറിച്ച് തന്നെയല്ലേ നീ തീസിസ് എഴുതിയിരിക്കുന്നത്?"

"അത് എവിടന്ന് കിട്ടി? ആര് പറഞ്ഞു?"

"യൂണിവേഴ്സിറ്റി റെക്കോർഡുകൾ പരതി. അപ്പോ കിട്ടി."

"അതിനിപ്പോ ന്താ പ്രശ്നം? അബു നവാസിനെക്കുറിച്ച് ഒരു തീസിസ് എഴുതി എന്നു കരുതി എനിക്കെന്താ അറാക് കുടിച്ചൂടെ? എനിക്ക് എല്ലാ നിഷിദ്ധമായതും ഇഷ്ടമാണ്. പോരാത്തതിന് അറാക്കും."

അവൻ ചിരിച്ചു.

"ബാത്ത്റൂമിൽ പോയി ഇപ്പോ വരാം."

"ഓകെ... ഓകെ..."

ബിൽ പേ ചെയ്തു.

അതേ വിടർന്ന ചിരിയോടെ റിസപ്ഷനിസ്റ്റ് വീണ്ടും വന്ന് ഒരു മൂലയിലുള്ള ടേബിളിലേക്ക് ആനയിച്ചു. ഭക്ഷണവും ഡ്രിങ്കും മേശമേൽ കൊണ്ടുവന്നുവെച്ചു.

"ഏതായാലും കുറച്ച് കുടിക്കാം. എവിടെ നിന്റെ അറാക്?"

"എനിക്ക് വൈൻ മതി."

"റെഡ് ഓർ വൈറ്റ്?"

"റെഡ്."

അവന് വേണ്ട ഡ്രിങ്ക് അവൻതന്നെ തിരഞ്ഞെടുത്തു.

"ഇന്ന് ഞാൻ നിന്നെ തോൽപ്പിക്കും."

"ഇല്ല. അത് നടക്കില്ല."

"നടക്കും. ഇന്ന് ജയിക്കും. ഇന്ന് ഒത്തിരി കാശ് കിട്ടിയ ദിവസമാ... വിലയെക്കുറിച്ച് നീ പേടിക്കണ്ട. വേണ്ടത് എന്തായാലും ഇന്ന് എന്റെ വക."

അതും പറഞ്ഞ് അവൻ വീണ്ടും ചിരിച്ചു. അവസാനം പറഞ്ഞത് എന്നിൽ ചില ആശങ്കകൾ ഉണ്ടാക്കിയെങ്കിലും സന്ദർഭത്തിന്റെ ഒഴുക്കിൽ ഞാനത് മറക്കാൻ ശ്രമിച്ചു.

"ഓ.കെ, നമുക്ക് നോക്കാം... കഴിക്കാം... എന്നിട്ട് നോക്കാം. ആർക്കാ കൂടുതൽ ഗട്സ് എന്ന്."

ബെയററോട് 'ഗിഗോന്ദസ്' ബ്രാൻഡ് കൊണ്ടുവരാൻ പറഞ്ഞു. അവൻ പറഞ്ഞു.

"ഒരു വർഷം മുമ്പ് ഫ്രാൻസിൽ ഈ ബ്രാൻഡ് സാധനം ഉണ്ടാക്കുന്ന കമ്പനിയിൽ പോകാനും നിർമ്മാണപ്രക്രിയകൾ കാണാനും കഴിഞ്ഞതിൽ പിന്നെയാ ഇതിനോട് ഇത്തിരി താത്പര്യം തോന്നിത്തുടങ്ങിയത്."

"അല്ല, യാത്രതന്നെയാണോ ജോലി?"

"90%. വീട്ടുകാരോട്, കുട്ടികളോട് സംസാരിക്കാൻപോലും സമയം കിട്ടുന്നില്ല. വീട്ടുകാരിക്ക് എന്നും പരാതിയാ... അല്ല നിന്റെ ഭാര്യയും കുട്ടികളും?"

"ഞാൻ കല്യാണം കഴിച്ചില്ല. കുട്ടികളുമില്ല."

"ഹേയ്... എന്തുപറ്റി?"

ബെയറർ കൊണ്ടുവന്ന കുപ്പിയുടെ പുറത്ത് ഒട്ടിച്ച ലേബൽ നോക്കി താൻ ആവശ്യപ്പെട്ട ബ്രാൻഡ് തന്നെയാണ് കൊണ്ടുവന്നിട്ടുള്ളതെന്ന് അദ്നാൻ ഉറപ്പിച്ചു. കുപ്പി പൊട്ടിച്ച് മുമ്പിലുണ്ടായിരുന്ന ഗ്ലാസിലേക്ക് അല്പം ഒഴിച്ച് ഉയർത്തി ഒന്ന് വാസനിച്ചു. ഗ്ലാസ് വിരലുകൾക്കിടയിലിട്ട് ചുഴറ്റി. ഒന്നുകൂടെ സിപ്പ് ചെയ്ത് കണ്ണടച്ച് തല പിന്നിലോട്ട് ചാരി അവൻ ഇരുന്നു. അവൻ അത് ആസ്വദിക്കുകയാണെന്ന് മനസ്സിലായി. ബെയറർ പോലും അത് നോക്കിനിന്നു. കുറച്ചുകൂടെ കുടിച്ച അവൻ പറഞ്ഞു.

"വെരി ഗുഡ്, സൂപ്പർബ്."

ബെയറർ അത് ഞങ്ങൾ രണ്ടുപേരുടെയും ഗ്ലാസിലേക്ക് ഒഴിച്ചു. അതിന് ഒരു പ്രത്യേക രുചിയും എനർജിയുമുണ്ടായിരുന്നു. അവന്റെ സെലക്ഷനിൽ എനിക്ക് എന്തോ അഭിമാനം തോന്നി. നല്ലതുകളെ കണ്ടെത്താനും വേണം കഴിവ്. പേഴ്സ് പുറത്തെടുത്ത് ഭാര്യയെയും മക്കളായ സാമിനെയും നൂറയെയും കാണിച്ചുതന്നു. വിശാലമായ കണ്ണുകൾ നീണ്ട മുടിയുള്ള ഒരു സുന്ദരിതന്നെയായിരുന്നു അവന്റെ ഭാര്യ. ഇറാഖി ഒറിജിനായ അമേരിക്കക്കാരിയാണ്. ഗോൾഡ്മാൻ സെക്ടിൽ ന്യൂയോർക്ക് ബ്രാഞ്ചിൽ ജോലി ചെയ്യുമ്പോൾ പരിചയപ്പെട്ടു. അഞ്ചുവർഷം മുമ്പായിരുന്നു വിവാഹം.

"എനിക്കിഷ്ടമാണ് അവളെ. ഒരുപാട്. ഒരിക്കൽപോലും അവളെ വഞ്ചിക്കണം എന്ന് എനിക്ക് തോന്നിയിട്ടില്ല. ചെയ്തിട്ടുമില്ല."

അത് പറയുമ്പോൾ വലിയ പ്രഭാഷകരെപോലെ അവന്റെ ചൂണ്ടുവിരൽ ഉയർന്നുനിൽക്കുന്നുണ്ടായിരുന്നു. ഓർഡർ എടുക്കാൻ ബെയറർ വീണ്ടും വന്നു. അയാളോട് ആവശ്യമുള്ള ഭക്ഷണത്തിന്റെ ലിസ്റ്റ് നൽകി തിരിച്ചയച്ചു. അദ്നാൻ എന്റെ കൂട്ടുകാരിയെക്കുറിച്ച് ചോദിച്ചു.

"ഏതാ മതം? മോഡൽ വല്ലതും ആണോ?"

"ക്രിസ്ത്യാനിയാ... കറുമ്പിയാ...."

"ഞാൻ എല്ലാത്തിനെയും ടേസ്റ്റ് ചെയ്തിട്ടുണ്ട്. പക്ഷേ, ഒരു കറുമ്പിയെ കിട്ടിയിട്ടില്ല."

"നിനക്ക് നഷ്ടം. അല്ല നീ മെഡിസിൻ അല്ലേ പഠിച്ചത്?"

"തുടക്കത്തിൽ മെഡിസിനായിരുന്നു. ആദ്യത്തെ രണ്ടു വർഷം പൂർത്തിയാക്കുകയും ചെയ്തു. പിന്നെ തുടരാൻ താത്പര്യമില്ലാത്ത തിനാൽ ഫിനാൻഷ്യൽ ഫീൽഡ് തിരഞ്ഞെടുത്തു പഠിച്ചു. പി.ജിയും എം.ബി.എയും കംപ്ലീറ്റാക്കി."

"ന്താടോ?"

"ന്തേ? ന്തിനാ ഡോക്ടറാകുന്നത്? കാറ്റായി നടക്കാനോ?"

"ഇപ്പോ വല്യേ ഫിനാൻഷ്യറായിട്ട് കാറ്റായിട്ടല്ലേ നടത്തം?"

"ഇതായിരുന്നു എന്റെ ജീവിതത്തിൽ ഞാനായിട്ട് ഇഷ്ടപ്പെട്ട് എടുത്ത എന്റെ മനസ്സിന് ഇണങ്ങിയ തീരുമാനം. വീട്ടുകാർ ഡോക്ടറാകാനാണ് നിർബന്ധിച്ചത്. പക്ഷേ, ഇപ്പോ അവരും സമ്മതിച്ചു."

"അവർ എവിടെയാ...?"

"അമ്മാനിൽ... 2000ൽ അങ്ങോട്ട് പോയി. എന്റെ നിർബന്ധത്തിന് വഴങ്ങിയിട്ടാണ് അങ്ങോട്ട് പോയത്. ഞാൻ അവിടെ ഒരുവീട് പണിത് കൊടുക്കേം ചെയ്തു... നിന്റെ വീട്ടുകാർ എവിടെ?"

"വിർജീനിയയിലുണ്ട്."

"ആഹാ.... ഇങ്ങോട്ട് എന്ന് വന്നു?"

"1993."

അവൻ ആദ്യകാല പഠനത്തെക്കുറിച്ചും അതിന്റെ പ്രയാസങ്ങളെ ക്കുറിച്ചും പിന്നീട് എല്ലാം രസകരമായി മാറിയ കഥകളെക്കുറിച്ചും സംസാരിച്ചു. അച്ഛൻ ആവശ്യമുള്ള കാശ് നൽകിയിരുന്നതുകൊണ്ട് ആഡംബരജീവിതം തന്നെയായിരുന്നു. പക്ഷേ, ഉപരോധം തുടങ്ങിയ തോടെ കാര്യങ്ങൾ മാറിമറിഞ്ഞു. ഒരു സാധനവും കൈമാറാൻ സാധി ക്കാതെ വന്നു. പോരാത്തതിന് ഇറാഖി ദിനാറിന്റെ മൂല്യം തകരുകയും ചെയ്തു. എല്ലാം തകർന്ന് തുടങ്ങി എന്ന് അറിഞ്ഞ അച്ഛൻ എന്നോട് പറഞ്ഞു:

"മോനേ, നീ രക്ഷപ്പെട്ടോ. ഞങ്ങൾക്കിനി കഴിയില്ല. നിന്റെ കാര്യ ങ്ങൾ നീ തന്നെ നോക്കണം."

അന്നാണ് ആദ്യമായി സ്വന്തം ജോലിക്ക് ശ്രമിച്ചതും ചെയ്തതും. അറിയാത്ത കാര്യമായതുകൊണ്ട് ആദ്യമൊക്കെ നല്ല പ്രയാസമായിരുന്നു. പഠനം കഴിഞ്ഞ് പുറത്തിറങ്ങിയ ആദ്യകാലങ്ങളിൽ ഒരു ജോലിയും

ലഭിച്ചില്ല. ആരും തന്നില്ല എന്നു പറയുന്നതാവും ശരി. ജീവിക്കണം എന്ന വാശി മനസ്സിലുള്ളതുകൊണ്ടുതന്നെ സാമ്പത്തികമേഖലകളെക്കുറിച്ചും സാമ്പത്തിക പരിഷ്കരണ നവീകരണങ്ങളെക്കുറിച്ചും ആഗോളവത്കരണത്തിന്റെയും സ്വകാര്യവൽക്കരണത്തിന്റെയും ഇരുവശങ്ങളും എഴുതി നൂറുകണക്കിന് മാഗസിനുകൾക്ക് അയച്ചുകൊടുത്തു. എഴുത്തിന്റെ മട്ടും ഭാവവും ആശയവുംകൊണ്ട് പല അഭിനന്ദനക്കുറിപ്പുകളും എഴുത്തുകളും തിരികെ കിട്ടിയെങ്കിലും ജോലിയുമായി ഒരു എഴുത്തും വന്നില്ല. ഏകദേശം ഒന്നര വർഷം ഇതായിരുന്നു പണി. അതിനിടയിൽ ഒരു ദിവസം ന്യൂയോർക്കിൽനിന്ന് ഒരു വിളി വന്നു. ഇന്റർവ്യൂവിന് ചെല്ലാൻ. മുഖാമുഖത്തിന് ശേഷം ജോലി കിട്ടിയപ്പോഴാണ് സമാധാനമായത്. സന്തോഷവും. അങ്ങനെ ന്യൂയോർക്കിലെത്തി. നാല് കൊല്ലക്കാലം, വാൾസ്ട്രീറ്റിന്റെ ലോകത്തിരുന്ന് ഒരുപാട് ബന്ധങ്ങളും തിരിച്ചറിവുകളും ഉണ്ടാക്കി. കൂട്ടത്തിൽ ഈ ലോകത്തോട് പൊരുതി ജയിക്കാനുള്ള വാശിയും വർദ്ധിച്ചു. അതിനിടയിൽ ഗോൾഡ്മാൻ സെക്ടിന്റെ പരസ്യം കണ്ടു. ഇന്റർവ്യൂവിന് പോയി. ഭാഗ്യത്തിന് ജോലിയും കിട്ടി. അവിടെ നല്ല നിലയിൽ നിൽക്കുമ്പോഴാണ് കമ്പനിതന്നെ ദുബൈ ഓഫീസിന്റെ ചുമതല നൽകി അങ്ങോട്ട് അയച്ചത്. ദുബൈ കഥ പറഞ്ഞുതീർന്നപ്പോഴേക്കും എന്റെ ഭക്ഷണം ഏകദേശം തീർന്നിരുന്നു. റൊട്ടിക്ക് മുകളിൽ ജാം തേക്കുമ്പോൾ ഞാൻ മനസ്സിൽ ഓർത്തു. "നല്ല രസമുണ്ട്. പക്ഷേ, വില കുറച്ച് കൂടുതലാ. 16 ഡോളർ." അവൻ നസീദ് എന്റെ ഗ്ലാസിലേക്കും അവന്റെ ഗ്ലാസിലേക്കും ഒഴിച്ചു. അതിനിടയിൽ അവൻ ചോദിച്ചു:

"അല്ല, നീ ഡോക്ടറായോ? ഈ ന്യൂയോർക്ക് നഗരം നിന്റെ പേരിൽ അറിയപ്പെടുമോ?"

ഞാൻ ഓർത്തു "ഡോക്ടർ ജോർജ്ജ് ഒന്നാമൻ, ന്യൂ ജോർജ്ജ് എന്ന ഞാൻ?"

വിർജീനിയയിൽനിന്ന് കാലിഫോർണിയയിലേക്കു താമസം മാറിയ കഥ ഞാൻ അവനോട് പൂർണമായും പറഞ്ഞെങ്കിലും അച്ഛനോടുള്ള പ്രശ്നം മാത്രം മറച്ചുവെച്ചു. അമേരിക്കൻ-ഇറാഖി ഗവൺമെന്റുകളുടെ താത്പര്യത്തിന് അനുസരിച്ച് ജോലി എടുക്കാൻ താത്പര്യമില്ലാത്തതുകൊണ്ട് മാത്രമാണ് ഞാൻ പൂർവ്വമധ്യേഷ്യൻ പഠനാധ്യാപകനായി തുടരാനുള്ള താത്പര്യമുണ്ടാകുന്നതും അതിനുവേണ്ടി പ്രയത്നിച്ചതുമായ കഥയും അവനോട് പറഞ്ഞു.

"ആഹാ... നീ ഒരു അദ്ഭുതമാണല്ലോ? ഏതോ ഒരു വിദ്വാൻ പറഞ്ഞതായി ഞാൻ എവിടെയോ വായിച്ചിട്ടുണ്ട്. പത്താളോട് എതിർത്ത് നിൽക്കുന്നവന് ഒരു ഹൃദയമുണ്ടാകില്ലത്രേ. പത്തുമുപ്പതു പേരോടാണ് അവന്റെ എതിർപ്പ് എങ്കിൽ ബുദ്ധിമുട്ടുണ്ടാകില്ല എന്ന്."

"ആഹാ... നീ ഇപ്പോ എന്നെ വെച്ച് വലിയ തത്ത്വം പറയാൻ തുടങ്ങി അല്ലേ?"

"സോറി ഡോക്ടർ... നീ പറഞ്ഞ് പൂർത്തിയാക്ക്."

കാലിഫോർണിയയിലേക്കുള്ള ലോറന്റെ കൂടെയുള്ള യാത്രയും അവിടെ അവളുടെ അച്ഛന്റെ കൃഷിത്തോട്ടത്തിൽ പണിയെടുത്തതും ട്രാക്ടർ ഉപയോഗിച്ച് കളയും മറ്റും നീക്കം ചെയ്തതും വിളഞ്ഞ ധാന്യങ്ങൾ ഫാക്ടറിയിൽ കൊണ്ടുപോയി സംസ്കരിച്ചെടുക്കാൻ പെട്ട പെടാപാടുകളും എല്ലാം വിശദീകരിച്ചുകൊടുത്തു. ചില സമയത്ത് കഠിനമായ പണിയുണ്ടായിട്ടുപോലും അവിടത്തെ ശാന്തതയും സുഖവും സമാധാനവും ആസ്വദിച്ചതും അവനോട് പറഞ്ഞു. പൂത്തുനിൽക്കുന്ന കൃഷിപ്പാടങ്ങളും വിളഞ്ഞ് നിൽക്കുന്ന വിളനിലങ്ങളും അതിലേക്ക് മധു നുകരാൻ വരുന്ന പൂമ്പാറ്റകളുടെയും പക്ഷികളുടെയും തേനീച്ചകളുടെയും ഭാവരൂപങ്ങളെക്കുറിച്ചും ഞാൻ വിശദീകരിച്ചു. ബെയറർ വന്നപ്പോൾ അവനോട് ഒരു ബോട്ടിൽകൂടി കൊണ്ടുവരാൻ പറഞ്ഞു. കൊണ്ടുവന്ന ബെയററോട് ഒന്നു രുചിച്ച് നോക്കുകപോലും ചെയ്യാതെ ഗ്ലാസിലേക്ക് ഒഴിക്കാൻ അദ്നാൻ തന്നെ പറഞ്ഞു.

"ഓകെ. പിന്നെ എങ്ങനെയാ നീ കാലിഫോർണിയയെയും നിന്റെ പാടങ്ങളെയും ഒഴിവാക്കി ഡോക്ടറാകാൻ വന്നത്?"

"അതൊക്കെ പതിയെ പറഞ്ഞുതരാം..."

അവിടെ ജോലിയെടുക്കുന്ന സമയത്തുതന്നെ എന്റെ എഴുത്തിലും വായനയിലുമുള്ള താത്പര്യം ഒടുക്കാൻ തയ്യാറാകാതിരുന്നതും പ്രത്യേകിച്ച് ഇംഗ്ലീഷ്-അറബിക് വിവർത്തനത്തിലും വാക്കുകളെ മനസ്സിലാക്കുന്നതിനും കൂടുതൽ സമയം ചെലവഴിച്ചതും പറഞ്ഞു.

അബു നവാസിന്റെ ഒരു കവിതാസമാഹാരം മാത്രമാണ് ഞാൻ എടുത്തിരുന്നത്. അതിലെ ഓരോ കവിതകളും ഇംഗ്ലീഷിലേക്ക് വിവർത്തനം ചെയ്ത് തൊട്ടടുത്ത ബെർകലിൻ യൂണിവേഴ്സിറ്റിയിലെ അക്കാദമിക് വിംഗിന് പ്രസിദ്ധീകരിക്കാൻ വേണ്ടി അയച്ചുകൊടുത്തു. അവിടെനിന്ന് ഒന്നരമണിക്കൂർ ദൂരമുണ്ടായിരുന്ന യൂണിവേഴ്സിറ്റിയിലേക്ക് ഒരു മാസത്തിനുശേഷം എഡിറ്ററായി ജോലി ചെയ്യുന്ന ഒരു അധ്യാപകൻ തന്നെ വിളിച്ച് പ്രശംസിച്ചതോടൊപ്പം അടുത്ത ലക്കത്തിൽ രണ്ട് കവിത പ്രസിദ്ധീകരിക്കാൻ പോകുന്നുണ്ടെന്ന് അറിയിക്കുകയും ചെയ്തു. കാലിഫോർണിയ യൂണിവേഴ്സിറ്റിയുടെ വിവർത്തനസൃഷ്ടികളുടെ പ്രസിദ്ധീകരണച്ചുമതല കൂടി വഹിക്കുന്ന അദ്ദേഹം എന്നോട് അബുനവാസിന്റെ കവിതാസമാഹാരത്തിന് ഒരു ആമുഖക്കുറിപ്പ് കൂടി തയ്യാറാക്കി അയച്ചുകൊടുക്കാൻ ആവശ്യപ്പെട്ടു. അതിന് എനിക്ക് ചില സഹായങ്ങൾ വേണ്ടിവരുമെന്ന് പറഞ്ഞപ്പോൾ എന്നോട് അങ്ങോട്ട് യൂണിവേഴ്സിറ്റിയിലേക്ക് ചെല്ലാൻ പറഞ്ഞു. നിയമവിധേയമായി ലൈബ്രറി ഉപയോഗിക്കാനായി എനിക്ക് ഒരു ഐഡന്റിറ്റി കാർഡ്‌വരെ തരപ്പെടുത്തിത്തന്നു. അദ്ദേഹത്തിന്റെ സഹായത്തോടെ താൻ കൂടുതൽ കവിതകൾ വിവർത്തനം ചെയ്യുന്നതോടൊപ്പം അബു നവാസിനെക്കുറിച്ച് കൂടുതൽ ആഴത്തിൽ

പഠിച്ചുകൊണ്ടിരുന്നു. അത് വായിച്ചുകഴിഞ്ഞ അദ്ദേഹത്തിന്റെ താത്പര്യ പ്രകാരം അക്കാദമിക് പഠനമായി പ്രസിദ്ധീകരിക്കാൻ എന്നെ നിർബ ന്ധിച്ചു. അടുത്ത ദിവസങ്ങളിൽതന്നെ ഗവേഷണത്തിനുവേണ്ടി സാഹിത്യ ഡിപ്പാർട്ടുമെന്റ് ക്ഷണിക്കുമെന്നും അതിൽ രജിസ്റ്റർ ചെയ്ത് ഇത് ഒരു ഔദ്യോഗിക ഗവേഷണപ്രബന്ധമാക്കി മാറ്റണമെന്നും അദ്ദേഹം നിർദ്ദേ ശിച്ചു. ജെ.ആർ.എഫ്. കിട്ടുന്നതിനുള്ള പരീക്ഷയും അദ്ദേഹംതന്നെ മുൻകൈ എടുത്ത് ചെയ്യിച്ചു. നല്ല മാർക്കോടെ പാസാവുകയും ചെയ്തു. അക്കാദമിക മേഖലയിലേക്ക് എന്നെങ്കിലും തിരിച്ച് കയറുമെന്ന് ഒരി ക്കലും ചിന്തിച്ചിട്ടില്ലായിരുന്നു. ഭാഗ്യത്തിന്റെ അകമ്പടിയോടെ എല്ലാ തടസ്സ ങ്ങളും മറികടന്ന് ഞാൻ മാസ്റ്റർ വിദ്യാർത്ഥിയായി. ബെർക്കലി യൂണി വേഴ്സിറ്റിയിൽനിന്ന് മാസ്റ്റർ ഡിഗ്രി എടുത്തതോടെ നാല് യൂണിവേഴ്സി റ്റികളിലേക്ക് ഗവേഷണത്തിനുവേണ്ടി അദ്ദേഹംതന്നെ നിർബന്ധിച്ചു. ഭാഗ്യത്തിന്റെ അകമ്പടിയോടെ സ്കോളർഷിപ്പോടെ ഹാർവാർഡ് യൂണി വേഴ്സിറ്റിയിൽ തന്നെ അഡ്മിഷൻ ലഭിച്ചു. അതിനുശേഷം രണ്ടു വർഷം ഡാർട്ട്മൗത്തിൽ അധ്യാപകനായി ജോലിചെയ്തു. അതിനിടയിൽ തീസിസ് പൂർത്തിയാക്കി. ഇപ്പോൾ ന്യൂയോർക്ക് യൂണിവേഴ്സിറ്റിയിൽ എത്തിനിൽക്കുന്നു.

"അല്ല മറ്റു കൂട്ടുകാർ ആരെങ്കിലും? എന്താ അവരുടെ വിവരം?"

"അലി അബ്ദുൽ ഖാലിക് ഓയിൽ എഞ്ചിനീയറായി ദുബായിൽ വർക്ക് ചെയ്യുന്നുണ്ട്. ദബ്ബ പിതാവിനെപോലെതന്നെ മെഡിസിൻ പഠിച്ച് വലിയ ഡോക്ടറായി തൊണ്ണൂറുകളുടെ അവസാനത്തിൽ ലണ്ടനിലേക്ക് പോയി, ഒരു ബ്യൂട്ടി ക്ലീനിക്കിട്ടു. സമ്പന്നരായ അറബി തരുണീമണി കൾക്ക് ബ്യൂട്ടീഷൻ വർക് ചെയ്ത് കോടീശ്വരിയായി മാറിയിരിക്കുന്നു. എന്റെ കൂട്ടത്തിലുണ്ടായിരുന്ന സൈദ് എൻതജി വക്കീലായെന്നും ഒന്നര വർഷക്കാലം അയാദ് അലാവിയുടെ വാർത്താവിതരണ മന്ത്രാലയത്തിലെ ഉദ്യോഗസ്ഥനായെന്നും പിന്നീട് വന്ന ഭരണകൂടമാറ്റത്തിൽ ജോലി നഷ്ട പ്പെട്ടെന്നും പറഞ്ഞുകേട്ടപ്പോൾ ചെറിയ സങ്കടം തോന്നി. അധ്യാപകർ പറഞ്ഞുതരുന്ന കാര്യങ്ങൾ അതേപോലെ പകർത്താൻ സൈദിന് പ്രത്യേക കഴിവ് തന്നെയുണ്ടായിരുന്നു. പ്രത്യേകിച്ചും മുളർ സർ ആരെ ങ്കിലും ഒരു തെറ്റ് കാണിച്ചാൽ "എവിടെയാ നിന്റെ വീട്" എന്ന ചോദ്യം പോലും അവനോട് ഉണ്ടായിട്ടില്ല. ബയോളജി ടീച്ചർ ഫുആദ് സാഹിത്യ ഭാഷയിൽ മാത്രമാണ് സംസാരിച്ചിരുന്നത്.

അദ്നാൻ ഗ്ലാസ് ഉയർത്തി പറഞ്ഞു,

"സത്യം പറയാലോ, നിന്നെ കണ്ടതിലും ഇത്രയും സംസാരിക്കാൻ കഴിഞ്ഞതിലും വളരെ വളരെ സന്തോഷമുണ്ട്."

"എനിക്കും."

"വലിയ വലിയ കമ്പനികളിൽ ടാർഗറ്റ് അച്ചീവ് ചെയ്താൽ ഒരു പാർട്ടി യുണ്ടാകും. ഒത്തിരി സമ്മാനവും കിട്ടും. കൂട്ടത്തിൽ നല്ല തട്ടുപൊളിപ്പൻ

ഡാൻസും. അവസാനം അവളെ ഭാഗ്യവാന്മാർക്ക് അന്നത്തെ ദിവസ ത്തേക്ക് കിട്ടുകയും ചെയ്യും. ഇന്നത്തെ ആ ഭാഗ്യം ഞാൻ നിനക്കുവേണ്ടി ഒഴിവാക്കി."

"അല്ല പതിവായി ആ ചാൻസ് നീ എടുക്കാറുണ്ടോ?"

"യെസ്. അതാണ് പതിവ്."

"അപ്പോ നീയല്ലേ പറഞ്ഞത്, നീ നിന്റെ വീട്ടുകാരിയെ വഞ്ചിക്കാറില്ല എന്ന്?"

"ഹേയ്, ഇതൊന്നും ചതിക്കുന്നതിൽ പെടില്ലഡോ... അവൾ വന്ന് ഒരു ബോഡി മസാജ് ചെയ്ത് പോകും. അതിനിടയിൽ ഒന്നും നടക്കുക യില്ല."

അതും പറഞ്ഞ് അവൻ ചിരിച്ചു. അവന്റെ വരികൾക്കിടയിലെ അർത്ഥം മനസ്സിലായ എനിക്കും ചിരിക്കാതിരിക്കാനായില്ല. ഞങ്ങളുടെ ചിരി കഴിയുന്നതുവരെ കാത്തിരുന്ന ബെയറർ ഒഴിഞ്ഞ പാത്രങ്ങൾ എടു ക്കാൻ അനുവാദം ചോദിച്ചു. അതുകൊണ്ടുപോയി പകരം മധുരപാത്രം കൊണ്ടുവന്നു. ഞാൻ ഒരു ഗ്രീക്ക് അറേബ്യൻ കാപ്പിയും അദ്നാൻ ഒരു കപ്പാചിനോവും ഓർഡർ ചെയ്തു.

"അല്ല നിന്റെ പൂർത്തിയായ പ്രോജക്ട് ഏതാ?"

"അത് കഴിഞ്ഞ വർഷം ബാഗ്ദാദിൽ ഗോൾഡ്മാൻ സെക്ടിന്റെ ഒരു ബ്രാഞ്ച് തുടങ്ങിയിരുന്നു. അത് വിജയകരമാണെന്ന് കണ്ടതോടെ ഇർബി ലിലും ഒന്ന് ആരംഭിക്കാൻ മാനേജ്മെന്റ് തീരുമാനിച്ചിട്ടുണ്ട്. ഇപ്പോ ഇങ്ങോട്ട് ന്യൂയോർക്കിലേക്ക് വന്നതുതന്നെ ഷെയർ ഹോൾഡേഴ്സിനെ കണ്ടെത്താനും നിക്ഷേപകരെ കണ്ടെത്താനുമാണ്. പൊതുവെ ഇറാഖിൽ നിക്ഷേപിക്കുന്നത് അത്ര നല്ലതല്ല എന്ന് വിശ്വസിക്കുന്നവരെ കാര്യം പറഞ്ഞ് ബോധിപ്പിക്കാൻ കുറച്ച് ബുദ്ധിമുട്ട് തന്നെയാടോ. എന്നാലും പരിചയക്കാരനായ ഒരാളെ കിട്ടി. ഒരു കോടീശ്വരൻ."

"ന്തേ..., അയാൾ ഇറാഖിൽ സെറ്റിൽ ചെയ്യാൻ പോകാണോ?"

"ഹേയ്... നോ... ചെറിയ ഒരു നിക്ഷേപം. അതിലൂടെ വളരാൻ ഒരു മോഹം."

"അല്ല, നിക്ഷേപകരെ ഇങ്ങനെ വലിച്ചുകൂട്ടിയിട്ട് എന്താ കാര്യം? കമ്പനി എങ്ങാനും പൊട്ടിയാൽ എന്തു ചെയ്യും?"

"ഷെയർ എടുത്ത എല്ലാവർക്കും ലാഭം കിട്ടും."

"ഡോൺ എക്കണോമിക്സിൽ ഒരു ലേഖനമുണ്ടായിരുന്നല്ലോ. എല്ലാ നിക്ഷേപകരും ഷെയർ എടുക്കാൻ താത്പര്യപ്പെടുന്നവരും വലിയ വലിയ കമ്പനി സെലക്ട് ചെയ്യണമെന്ന രീതിയിൽ."

"അല്ല... അല്ല... നീ ഒരു എക്കണോമിസ്റ്റ് ആണോ? അല്ല ന്താപ്പോ നിന്റെ ജോലി?"

"അല്ല സാമ്പത്തികരംഗത്തെക്കുറിച്ചും ഒന്നും അറിയാല്ലോ... ന്തായാലും കാര്യം ശരിയാണ്."

ചെറിയ ദേഷ്യത്തടെ അവൻ പറഞ്ഞു:

"ന്താ നീ പറഞ്ഞുവരുന്നത്? ഇറാഖിൽ ആരും നിക്ഷേപം ചെയ്യണ്ട എന്നാണോ? ന്താ നീ പറയുന്നത്? അത് നടക്കാൻ പോകുന്നില്ല. യൂണിവേഴ്സിറ്റികളുടെ മുറ്റത്തുനിന്ന് ഘോരഘോരം സംസാരിക്കുന്ന നിങ്ങൾക്ക് എന്തിന് ഇറാഖികളുടെ അന്നത്തിന്റെ കാര്യം അറിയണം അല്ലേ?"

"ന്താ നീ പറയുന്നത്? ഇറാഖികൾക്ക് ഉപകാരമുള്ള ഒരു കാര്യത്തിനും ഞങ്ങൾ ആരും വരുന്നില്ല എന്നാണോ?"

"അല്ല, വലിയ കമ്പനികളുടെ കാര്യം പറഞ്ഞ് അതല്ലേ നീ ഉദ്ദേശിക്കുന്നത്?"

"തട്ടിപ്പൻ കമ്പനിയും നല്ല കമ്പനിയും തിരിച്ചറിയുന്നതായിരിക്കണം എന്നു മാത്രമേ ഞാൻ കരുതിയുള്ളൂ."

ഞാൻ എണീറ്റ് മേശപ്പുറത്തുണ്ടായിരുന്ന ടവൽ എടുത്ത് വാഷ് റൂമിലേക്ക് നടന്നു. എനിക്ക് ദേഷ്യം കയറിവരുന്നുണ്ടായിരുന്നു. പഠിക്കുന്ന സമയത്ത് അലവി ക്ലബ്ബിലുണ്ടായ സംഭവം ഓർമ്മയിലേക്ക് വന്നത് ദേഷ്യത്തെ വീണ്ടും ഇരട്ടിപ്പിച്ചു.

ക്ലാസ്സിന്റെ അവസാനദിനങ്ങൾ അടിച്ചുപൊളിക്കാൻതന്നെ തീരുമാനിച്ചു. ബിൻ ശോർജി ഒരു ടാക്സി വിളിച്ചു. ഞങ്ങൾ എല്ലാവരും അതിൽ അലവി ക്ലബ്ബിലേക്ക് പോയി. മറ്റുള്ളവർ എല്ലാവരും സ്ഥിരം കസ്റ്റമറായിരുന്നു. ഞാൻ ഇതുവരെ അതിന്റെ അകത്തോട്ട് കയറിയിട്ടില്ല. കൂട്ടത്തിൽ ഒരു അതിഥിയായി പോകണം എന്നാണ് കരുതിയിരുന്നത്. ഷെറാട്ടൺ ഹോട്ടലിന്റെ തൊട്ടടുത്തുള്ള ക്ലബ്ബിൽ ഞങ്ങൾ എത്തി. വാതിൽക്കൽ നിൽക്കുന്ന കാവൽക്കാരൻ എന്നെ തിരിച്ചറിഞ്ഞതുപോലെ മറ്റാരോടും ചോദിക്കാത്ത ഒരു കാര്യം ചോദിച്ചു.

"ഇവിടെ അംഗത്വമുണ്ടോ നിങ്ങൾക്ക്?"

ഞാനൊന്ന് പരുങ്ങി. എങ്കിലും പറഞ്ഞു.

"ഇല്ല."

അതിഥിയായി അകത്ത് കയറ്റാമെന്നും രജിസ്റ്ററിൽ പേര് എഴുതി ഒപ്പിട്ടുകൊള്ളാമെന്നും കൂട്ടുകാർ പറഞ്ഞുനോക്കി.

"ഇന്ന് അതിഥികൾക്ക് കയറാൻ പറ്റില്ല. മെമ്പർഷിപ്പ് ഉള്ളവർക്കു മാത്രമേ അകത്തേക്ക് കയറാൻ അനുവാദമുള്ളൂ."

ചെറിയ പ്രശ്നമായി, അവസാനം ഞാൻ പറഞ്ഞു:

"സാരമില്ല. നിങ്ങൾ പൊയ്ക്കോളൂ. ഞാൻ ഇവിടെ എവിടെയെങ്കിലും നടന്നോളാം. എനിക്ക് ഒരു പ്രശ്നവുമില്ല."

വാഷ്റൂമിന്റെ ബാക്ക് ഗ്രൗണ്ടിൽ മ്യൂസിക് കേൾക്കുന്നുണ്ടായിരുന്നു. വാഷ്ബേസിന്റെ തൊട്ടടുത്ത് എത്തിയപ്പോൾ അടുത്തുണ്ടായിരുന്ന ഒരു കറുമ്പൻ ടാപ്പ് തുറന്നു കൈകഴുകി അടുത്തുള്ള ടിഷ്യു പേപ്പർ എടുത്ത് കൈ തുടച്ചു. എന്റെ കാര്യം കഴിഞ്ഞപ്പോൾ അവൻ ടിഷ്യൂ എടുത്ത് എന്റെ നേരെയും നീട്ടി. അവന്റെ മുമ്പിലുണ്ടായിരുന്ന പാത്രത്തിലേക്ക് രണ്ട് ഡോളർ വെച്ചുകൊടുക്കുമ്പോൾ ഞാൻ മ്യൂസിക്കിനെക്കുറിച്ച് ചോദിച്ചു.

"സോറി... എനിക്കറിയില്ല സർ."

റിസപ്ഷനിസ്റ്റിനോട് പാട്ടിനെക്കുറിച്ച് ചോദിച്ചു.

"ഫാദോ."

പോർച്ചുഗലിൽ തുടക്കം കുറിക്കപ്പെട്ട ഈ സംഗീതം ഞാൻ കേട്ടിട്ടുണ്ടായിരുന്നു. ഇനി മേശയ്ക്ക് അരികിലേക്ക് മടങ്ങിപ്പോകേണ്ടതില്ല എന്നു തന്നെ തീരുമാനിച്ചു. മെയിൻ ഗെയ്റ്റിലൂടെ പുറത്തേക്ക് റോഡിലേക്ക് ഇറങ്ങി. ബില്ലിനെക്കുറിച്ച് ആലോചിച്ചെങ്കിലും ഇറാഖിൽനിന്ന് അവൻ തട്ടിപ്പറിക്കുന്നതിൽനിന്ന് അവൻതന്നെ കൊടുക്കട്ടെ എന്നുതന്നെ കരുതി. ഞാൻ ആവശ്യപ്പെട്ട കാപ്പി വരുന്നതിനു മുമ്പാണ് ഞങ്ങൾ വഴക്കിട്ടത് എന്ന് ഓർത്തപ്പോൾ സങ്കടം തോന്നാതിരുന്നില്ല. ഞാൻ ഫ്ളാറ്റിലേക്ക് തിരിച്ച് നടന്നു. വഴിയരികിൽനിന്ന് ഫ്ളയ്ക് ചോക്ലേറ്റ് അല്പം വാങ്ങിച്ചു. കഴിഞ്ഞ ദിവസം പത്രത്തിൽ വന്ന ഒരു ചോക്ലേറ്റിന്റെ പരസ്യം ഓർമ്മയിൽ വന്നു. "ചില സമയങ്ങളിൽ ചോക്ലേറ്റായിരിക്കും നിങ്ങളുടെ ഏറ്റവും നല്ല കൂട്ടുകാരൻ."

ഇരട്ടകളുടെ യോഗവും ദുര്യോഗവും ശരിയായി വരച്ചുകാണിച്ച ഭാഗമായിരുന്നു അന്ന് എനിക്ക് വായിക്കാൻ കിട്ടിയത്. വദൂദ് അത് കൃത്യമായി എഴുതിച്ചേർക്കുകയും ചെയ്തിട്ടുണ്ട്.

അമ്മയുടെ ഗർഭപാത്രത്തിൽ ഞങ്ങൾ ഒരുമിച്ചായിരുന്നു. ഞങ്ങൾ പ്രസവിച്ചു. ഒരേ അച്ച്. അമ്മയ്ക്കു പോലും ഞങ്ങളെ തിരിച്ചറിയാൻ പ്രയാസമായിരുന്നു. ഞങ്ങളെ തിരിച്ചറിയാനായി ഒരു കളർ നൂൽ ഞങ്ങളിൽ ഒരാളുടെ മേൽ കെട്ടാനുള്ള നിർദ്ദേശം വെച്ചത് മുത്തശ്ശനായിരുന്നു. അങ്ങനെയാണ് അമ്മ എന്റെ അരയിൽ ഒരു ചുവപ്പ് നൂൽ കെട്ടുന്നത്. ഹുദൈലിന്റെ അരയിൽ ഒന്നും കെട്ടിയതുമില്ല. എന്തിനാണ് എനിക്കു മാത്രം ഈ കെട്ട് എന്ന ചോദ്യത്തിന് അമ്മ പറഞ്ഞ മറുപടി നീ അവനേക്കാളും ഒന്നര മിനുറ്റിന് മുതിർന്നവനാണെന്ന്. വർഷങ്ങൾക്കുശേഷം മുത്തശ്ശൻ തന്നെയാണ് 18 കാരറ്റ് സ്വർണ്ണത്തിന്റെ ഒരു നൂൽ അരയിൽ കെട്ടി തന്നത്. രണ്ടു പേർക്കുമുണ്ടായിരുന്നതു കൊണ്ട് തിരിച്ചറിയൽ അടയാളവും രണ്ട് നൂലിലും ഇട്ടിട്ടുണ്ടായിരുന്നു. ഇരട്ടകൾക്ക് എല്ലായിടത്തും ഒരു പരിഗണനയാണ്. അമ്മ ഞങ്ങൾക്കു നൽകുന്ന വസ്ത്രങ്ങളിൽ

പോലും ആ ഒരുമ കാത്തുസൂക്ഷിച്ചിരുന്നു. എന്തിന് മുടി വാരി ഒതുക്കി ചീകുന്നതിൽ പോലും ഞങ്ങളിൽ വ്യത്യാസം കാണി ക്കാത്ത തരത്തിലായിരുന്നു അമ്മ ചെയ്തിരുന്നത്. ഞങ്ങളുടെ ശബ്ദ, ചലന, സംസാര, ശാരീരിക സാമ്യതയിൽ കാണുന്നവർ എല്ലാം അദ്ഭുതപ്പെടുമായിരുന്നു. പരിചയക്കാർക്കു പോലും മനസ്സി ലാക്കാൻ ബുദ്ധിമുട്ടായിരുന്നു. പരിചയക്കാരും അടുത്ത ബന്ധു ക്കളും ഞങ്ങളെ കാണുമ്പോൾ സ്ഥിരമായി ചോദിക്കുന്ന ചോദ്യ മായിരുന്നു.

"നീ അസീലാണോ അതോ ഹുദൈലോ?"

പക്ഷേ, കാലത്തിന്റെ വികൃതി ഞങ്ങളിലും കാര്യമായ മാറ്റങ്ങളു ണ്ടാക്കി. നാലാം ക്ലാസ്സിൽ നിന്ന് അഞ്ചിലേക്ക് ജയിച്ചപ്പോഴാണ് അച്ഛൻ ആദ്യമായി ഞങ്ങൾക്ക് ചെറിയ ഒരു ഹാർമോണിയം വാങ്ങി തന്നത്. ഓരോരുത്തർക്കും സ്വന്തമായി വായിക്കണം എന്ന വാശിയിൽ ഞങ്ങൾ തർക്കം തുടങ്ങി. കലാപം രൂക്ഷമായതോടെ അച്ഛൻ അത് എടുത്ത് തന്റെ റൂമിൽ കൊണ്ടുപോയി ഒളിപ്പിച്ചു. ഞങ്ങൾക്ക് രണ്ടു പേർക്കും അത് നൽകില്ലെന്നും തന്റെ സഹോ ദരപുത്രന് കൊടുക്കാൻ പോകുകയാണെന്ന വാർത്തയും കേട്ട തോടെ ഞങ്ങളുടെ ദേഷ്യവും പകയും വാശിയും അടങ്ങി. അച്ഛൻ തന്റെ തീരുമാനം മാറ്റാനും ഞാനും ഹുദൈലും അത് മാറി മാറി ഉപയോഗിക്കാമെന്നും തീരുമാനത്തിലെത്തി. അത് വിജയകരമായി മന്നോട്ടു കൊണ്ടുപോകാനായി. വീണവായന യുടെ ആദ്യപാഠങ്ങളിൽ നിന്ന് അത് സീരിയസായി കാണാനും വായിക്കാനും എനിക്കു താത്പര്യമുണ്ടായി എന്നതാണ് സത്യം ഹുദൈലും വലിയ ധൈര്യത്തോടെ വായന തുടങ്ങിയെങ്കിലും പതിയെ അവന്റെ രാഗവും താളവും നഷ്ടപ്പെട്ട് വെറും ഒച്ചപ്പാട് മാത്രമായി. മതിയായ ക്ഷമ കാണിച്ചില്ല എന്നത് തന്നെയാണ് കാരണം. അല്ലെങ്കിൽ ഞാൻ ശ്രദ്ധിച്ചതുപോലെ അവൻ ശ്രദ്ധി ച്ചിട്ടുണ്ടാകില്ല. ഇത് തനിക്കു പറ്റിയ പണിയല്ല എന്നു മനസ്സിലാ ക്കിയതോടെ അവന്റെ ദിവസങ്ങളിൽ പോലും അത് ഉപയോഗി ക്കാനുള്ള താത്പര്യം അവൻ കാണിച്ചില്ല. അത് എനിക്ക് ഒരു പാട് സമയം ഉപയോഗിക്കാനുള്ള അവസരം ഒരുക്കി തന്നു എന്ന് തന്നെ പറയാം. എന്റെ കഴിവിൽ അച്ഛന് വലിയ സന്തോഷവും മതിപ്പും തോന്നിയതുകൊണ്ടാകാം രണ്ട് വർഷത്തിനുള്ളിൽ അതിലും വലിയ ഒരു വാദ്യം എനിക്കായി വാങ്ങിച്ചു തന്നു. വീട്ടിലും ബന്ധുവീടുകളിലും ചെറിയ പരിപാടികളും സൽക്കാര ങ്ങളും ഉണ്ടാകുമ്പോൾ എന്നോടു പാടാൻ പറയുന്നതും തെറ്റി ല്ലാത്ത രൂപത്തിൽ ഞാൻ പാടുന്നതും ഹുദൈലിന്റെ ദേഷ്യം ഇരട്ടിപ്പിക്കാൻ കാരണമായി എന്ന് പറയുന്നതിൽ തെറ്റില്ല. സത്യം പറഞ്ഞാൽ അവന് ദേഷ്യമുണ്ടായിരുന്നെങ്കിലും ഒരിക്കലും അതിരു

കടന്നിരുന്നില്ല. അതിന്റെ വാശി തീർക്കാനായി ഹുദൈൽ ചിത്രം വരയിലേക്കു കടന്നു. ഏതാനും ദിവസത്തിനുള്ളിൽ അതും മടുത്തു. പക്ഷേ, മാറ്റമുണ്ടായിരുന്നു. ചിത്രരചനയും നന്നായിരുന്നു.

ടിവി ഷോ കണ്ടിരിക്കുന്നതിനിടയിലാണ് ബാഗ്ദാദിലെ മ്യൂസിക് കോളേജിന്റേയും നടത്തിപ്പിന്റേയും വാർത്തകൾ കാണാനായത്. എനിക്ക് സ്കൂളിന്റെ പ്രവർത്തനങ്ങൾ ഇഷ്ടപ്പെട്ടു. അവിടെ പഠനത്തിനു ചേർന്നാൽ സംഗീതപഠനത്തിന്റെ കൂടെ ഓർക്കസ്ട്ര കൂടി ശ്രദ്ധിക്കാനാകുമെന്ന് തോന്നി. എന്റെ കൂടെ ടിവി കണ്ടിരിക്കുകയായിരുന്ന അമ്മയോട് പ്രൈമറി ക്ലാസിനു ശേഷം ആ സ്കൂളിൽ ചേർക്കണമെന്ന് ഞാൻ പറഞ്ഞു. അച്ഛനോട് ഞാൻ വിഷയം അവതരിപ്പിച്ചപ്പോൾ സംഗീതംകൊണ്ട് എന്റെ ഭാവിജീവിതത്തിൽ കാര്യമായ ഉപകാരമില്ല എന്നും പറഞ്ഞ് തള്ളിക്കളഞ്ഞു. പക്ഷേ, അമ്മ മറ്റു സ്കൂളുകളുടെ എല്ലാ പാഠ്യരീതിയും അതിന്റെ കൂടെയുള്ള എക്സ്ട്രാ പഠനമാണ്; സംഗീതം എന്നരീതിയിൽ അച്ഛന് വിശദീകരിച്ചു കൊടുത്തു. പബ്ലിക് സെക്കന്ററി എക്സാമിനുശേഷം യൂണിവേഴ്സിറ്റിയിൽ മറ്റ് ഏതു കോഴ്സിലും ചേരാനാകുമെന്നും പഠനം തുടരാനാകുമെന്നും വിശദീകരിച്ചതോടെ അച്ഛൻ സമ്മതിച്ചു. പ്രവേശന പരീക്ഷ ഞാൻ വിചാരിച്ചതിനേക്കാൾ എളുപ്പമായിരുന്നു. ഞാൻ പിയാനോ ആണ് തിരഞ്ഞെടുത്തത്. അതിന്റെ തന്ത്രികൾ വൈദ്യുത പിയാനയുടേതിനേക്കാൾ വലുതായിരുന്നെങ്കിലും യാതൊരു പതർച്ചയും കൂടാതെ ഞാൻ ആലപിക്കുകയും എക്സാം ബോർഡിനെ അമ്പരപ്പിക്കുകയും ചെയ്തു. അത് അവരുടെ മുഖത്ത് വിരിഞ്ഞ ചിരിയിൽ കാണാനായിരുന്നു. ക്ലാസ് രസകരമായിരുന്നു. ഞാൻ ആസ്വദിക്കുകയും ചെയ്തിരുന്നു. എന്റെ വായന കുറച്ച് കൂടുതൽ സമയം എടുക്കുന്നത് കൊണ്ടും വീടും സ്കൂളും ദൂരമുണ്ടായിരുന്നതു കൊണ്ടും ചെറുതല്ലാത്ത ക്ഷീണത്തിലായിരുന്നു ഞാൻ വൈകുന്നേരം വീട്ടിലെത്തിയിരുന്നത്. അതോടെ ഹുദൈലിന്റെ ദേഷ്യം പരിഹാസത്തിലേക്കു വഴിമാറിയിരുന്നു. ഏതായാലും എന്റെ പഠനം തുടർന്നു. ക്ലാസിൽ മികച്ച വിദ്യാർത്ഥിയാവുകയും ചെയ്തു. കൊൺവെക്കേഷൻ ദിവസം ഞങ്ങളുടെ പിയാനോ ടീച്ചർ മുൻദിർ വിശിഷ്ട വ്യക്തികളുടെയും അതിഥികളുടെയും മുന്നിൽ പിയാനോ ആലപിക്കാൻ തിരഞ്ഞെടുത്തത് എന്നെയായിരുന്നു. ഫ്രഡറിക് ചോസിന്റെ ഇംപ്രോപ്റ്റിൽനിന്ന് ഏതാനും വരികൾ ആലപിക്കാനാണ് ആവശ്യപ്പെട്ടത്, പത്തിലധികം തവണ ഞാൻ അത് പാടിപ്പഠിച്ചിരുന്നത് കൊണ്ട് തന്നെ നല്ല ആത്മവിശ്വാസത്തിലായിരുന്നു ഞാൻ.

അവസാനിക്കാത്ത കരഘോഷമായിരുന്നു കിട്ടിയത്. ജർമ്മൻ സംഘത്തിലുണ്ടായിരുന്ന ഒരാൾ ആലിംഗനം ചെയ്തുകൊണ്ട് എന്നോട് ചോദിച്ചു. “നിനക്ക് ബർലിനിൽ പഠിക്കാൻ താത്പര്യമുണ്ടോ?”

ഞാൻ ചിരിയോടെ നിന്നു. അവർ പറഞ്ഞകാര്യം എനിക്ക് മനസ്സിലായില്ല എന്നാണ് അവർക്കു തോന്നിയത്. അവർ ചോദ്യം ആവർത്തിച്ച് മുൻദിർ മാസ്റ്ററോട് അത് എനിക്കായി വിവർത്തനം ചെയ്തുകൊടുക്കാൻ പറഞ്ഞു. "അസീൽ, ബർലിനിലെ മ്യൂസിക് കോളേജിൽ പഠിക്കാനുള്ള അവസരവും സ്കോളർഷിപ്പും അവർ തരാൻ തയ്യാറാണ്."

കേട്ട വാർത്തയുടെ കനമൊന്നുകൊണ്ടുമാത്രം ഞാൻ സന്തോഷത്താൽ തുള്ളിച്ചാടി, കൈയടിച്ചു. തിരികെ വീട്ടിലേക്ക് മടങ്ങുമ്പോൾ അച്ഛൻ എന്നെ തനിച്ച് അങ്ങോട്ട് വിടില്ല എന്നുതന്നെ ഞാൻ പേടിച്ചു. അമ്മ വഴി കാര്യം സാധിച്ചെടുക്കാം എന്നുതന്നെയായിരുന്നു പ്രതീക്ഷ. അത് അങ്ങനെതന്നെ സംഭവിച്ചു. നാലു മാസങ്ങൾക്കുശേഷം ഞാൻ ബർലിനിലേക്ക് പറന്നു. ഹുദൈലിന് അപ്പോഴും എന്നോട് ദേഷ്യമായിരുന്നു. പക്ഷേ യാത്ര പറഞ്ഞ് ഇറങ്ങിയപ്പോൾ രണ്ടാളും കെട്ടിപ്പിടിച്ച് കരഞ്ഞു.

ബർലിനിൽ സാധ്യതകളുടെ വലിയ ലോകംതന്നെയാണ് എന്റെ മുന്നിൽ തുറന്നുവന്നത്. റബേക്ക ഒൾമാൻ താൻ പഠിപ്പിക്കുന്ന ബർലിൻ സംഗീത കോളേജിലേക്ക് പഠിക്കാൻ താത്പര്യമുള്ള നല്ല ഗായികമാരെ മദ്ധ്യേഷ്യയിൽനിന്നും മറ്റും കണ്ടെത്തി സ്കോളർഷിപ്പ് നൽകി കൊണ്ടുവരികയായിരുന്നു. ബർലിനിൽ എത്തി പഠനം തുടങ്ങിയപ്പോഴാണ് അറിഞ്ഞത് യൂറോപ്പിൽതന്നെ ഏറ്റവും നന്നായി പിയാനോ ആലാപനം നടത്തുന്നത് റബേക്കയാണെന്നത്. ബർലിനിലെ ജീവിതതുടക്കം അത്ര രസകരമായിരുന്നില്ല. എത്രയും പെട്ടെന്ന് ജർമ്മൻ ഭാഷ പഠിക്കണം. കൂട്ടത്തിൽ മരംകോച്ചുന്ന ജർമ്മൻ തണുപ്പിൽനിന്ന് രക്ഷപ്പെടാനുള്ള മാനസിക ശാരീരിക ഒരുക്കങ്ങൾ നടത്തണം. പഠനം ശക്തമായിരുന്നു. മാത്സര്യബുദ്ധിയും സമീപനവും അതിശക്തവും. എല്ലാത്തിനോടും ഇണങ്ങിച്ചേർന്നു. വർഷാവസാനത്തിൽ പൊതുപരിപാടിയിൽ പിയാനോ ആലപിക്കാനുള്ള അവസരവും ലഭിച്ചു. വേനൽക്കാല അവധി കുടുംബത്തോടുകൂടെ ആഘോഷിക്കാനായി ഞാൻ ബാഗ്ദാദിലേക്ക് മടങ്ങി. രണ്ടാമത്തെ വർഷം കോളേജിന്റെ പുറത്തുള്ള പരിപാടികൾക്കും എനിക്ക് ക്ഷണമുണ്ടായി. പുറംപരിപാടികൾ ഒരുപാട് നടത്തുകയും ചെയ്തു. അതും റബേക്കയുടെ നിർദ്ദേശപ്രകാരമായിരുന്നു. അവിടെനിന്നും അടുത്ത ട്രൂപ്പുകളിലേക്കും ഞാൻ നീങ്ങി. ഓരോ രണ്ട് വർഷത്തിലും സംഘടിപ്പിക്കപ്പെടാറുള്ള അന്താരാഷ്ട്ര സംഗീതോത്സവത്തിൽ ലാപ്സിഗ്ലെ മത്സരത്തിൽ ഞാൻ വിജയിച്ചു. ആലാപനം കഴിഞ്ഞപ്പോൾ ഏകദേശം മൂന്ന് മിനുട്ട് നേരത്തേക്ക് ശ്രോതാക്കൾ എനിക്കായി കരഘോഷം മുഴക്കി. അതിനെ തുടർന്ന് വിയന്നയിലും

> പാരീസിലും ന്യൂയോർക്കിലും പരിപാടി അവതരിപ്പിക്കാനുള്ള ക്ഷണം എനിക്ക് കിട്ടി.
>
> ഇതെല്ലാം ഇരുപതാം നൂറ്റാണ്ടിലെ അറബി പിയാനിസ്റ്റ് എന്ന സ്ഥാനത്തേക്ക് അവരോധിക്കപ്പെടാനുള്ള സ്വപ്നംകൊണ്ടായിരുന്നു. പക്ഷേ, ഞാൻ ബാഗ്ദാദ് വിട്ടില്ല. ഞാൻ മ്യൂസിക് സ്കൂളിൽ ചേർന്നതുമില്ല. ഒന്നും സംഭവിച്ചില്ല. മണിക്കൂറുകളോളം ഞാൻ പിയാനോയിൽ ലയിച്ചിരുന്നു. അപ്ലിക്കേഷൻ ഫോമും പ്രോസ്പെക്ടസും നോക്കി എല്ലാം റെഡിയാക്കി വെച്ചു. അപേക്ഷ അയയ്ക്കണം. പ്രവേശനപരീക്ഷ എഴുതണം. ജയിക്കണം. തുടർന്നു പഠിക്കണം. ഇതായിരുന്നു മനസ്സിൽ. പക്ഷേ അതിന്റെ ഒരു മാസം മുമ്പ്, ആ നാശംപിടിച്ച ശൈത്യകാലരാത്രിയിൽ, ഞങ്ങളുടെ മുത്തശ്ശിയുടെ വീടിനെ ലക്ഷ്യമാക്കി എന്റെ അച്ഛൻ തന്നെ അതിവേഗതയിൽ ഓടിച്ചുപോയ ആ കാറിൽ ഞങ്ങളെല്ലാവരുമുണ്ടായിരുന്നു. ട്രാഫിക് സിഗ്നൽ ശരിയായി വർക്ക് ചെയ്യുന്നുണ്ടായിരുന്നില്ല. സ്പീഡ് ബ്രേക്കറുകൾ കണ്ട അച്ഛൻ വേഗത കുറച്ചു. അവരുടെ കൂട്ടത്തിലുണ്ടായിരുന്ന ഒരാൾക്ക് ഞങ്ങളുടെ കാറിന്റെ വേഗത കുറഞ്ഞതുപോലെ തോന്നിയില്ല. വലതുവശത്തുനിന്ന് അതിവേഗതയിൽ വന്ന ഒരു വണ്ടി ഞങ്ങളിലൂടെ കടന്നുപോയി. അതിനുശേഷം ഞാൻ ഒന്നും പാടിയില്ല. ഹുദൈൽ എന്നോട് ദേഷ്യപ്പെട്ടതുമില്ല.

വായിച്ചുകഴിഞ്ഞതോടെ ചെറിയ സങ്കടം എനിക്ക് തോന്നാതിരുന്നില്ല.

സ്റ്റാർ ബക്സിൽ വിൽക്കപ്പെടുന്ന കാപ്പിയോട് എനിക്ക് അത്ര താത്പര്യമുണ്ടായിരുന്നില്ല. മാത്രമല്ല ന്യൂയോർക്കിലെ നല്ല നിലയിൽ പ്രവർത്തിച്ച് കൊണ്ടിരിക്കുന്ന അനേകം ചെറുകിട കോഫി ഷോപ്പുകൾ വാടകയ്ക്കെടുക്കുന്ന സ്റ്റാർബക്സിനെ തന്നെ എനിക്ക് ഇഷ്ടമുണ്ടായിരുന്നില്ല. പക്ഷേ, അവരുടെ സുന്ദരമായ ഇരിപ്പിടങ്ങൾ എനിക്ക് വളരെ ഇഷ്ടവുമായിരുന്നു. ടാങ്ക് കോഫി ഷോപ്പിൽ ഇരിക്കാൻ പോലും സീറ്റില്ലാതെ വരുന്ന ദിവസങ്ങളിൽ (ഒന്നോ രണ്ടോ ആഴ്ചയിൽ ഒരിക്കലെങ്കിലും അങ്ങോട്ട് പോകാറുണ്ട്) അവിടെ നിന്ന് കോഫി വാങ്ങിച്ച് വെസ്റ്റ് ഫോർട്ടിന്റെയും ഗ്രാൻഡ് പാർക്കിന്റെയും അടുത്തുള്ള സ്റ്റാർബക്സിൽ പോയി ഒഴിഞ്ഞ് കിടക്കുന്ന ഏതെങ്കിലും കസേരയിൽ ഇരുന്ന് അടുത്ത ആഴ്ച കുട്ടികൾക്ക് പറഞ്ഞ് കൊടുക്കേണ്ട നോട്ട്സ് തയ്യാറാക്കും. അല്ലെങ്കിൽ സമയം കൊല്ലാനായി പത്രം വായിച്ചിരിക്കും. ഇംഗ്ലീഷുകാർ അതിനെക്കുറിച്ച് ഇങ്ങനെ പറയാറുണ്ട്. "നീ അതിനെ കൊന്നാലും നാളെ കാലെയിൽ ഉയർത്തെഴുനേറ്റ് വരിക തന്നെ ചെയ്യും." ഞാൻ സ്റ്റാർബക്സിൽ പോകുമ്പോഴെല്ലാം ആ മൂലയിൽ, കുട്ടികൾ കൂടുതലുള്ള ദിവസമാണെങ്കിലും കുറവുള്ള ദിവസമാണെങ്കിലും ശരി, അയാളെ അവിടെ കാണാറുണ്ട്.

അവന്റെ പ്രാകൃതമുള്ളവരെ ഇതുപോലൊത്ത സ്ഥലങ്ങളിൽ നിന്ന് ആട്ടിയോടിക്കാണ് പതിവുള്ളതെങ്കിലും ഇവിടെ നിന്ന് അങ്ങനെ ഒന്ന് സംഭവവിക്കാത്തത് ആ സ്ഥലത്തിന്റെ അവകാശിയായത് കൊണ്ടാണോ എന്ന് പോലും ഞാൻ സംശയിച്ചു. കടയിലെ സ്റ്റാഫുകളും അയാളോട് മാന്യമായ രൂപത്തിലാണ് സംസാരിക്കുന്നതും പെരുമാറുന്നതും, ഒരിക്കൽ പോലും പരുഷമായി പെരുമാറുന്നത് കണ്ടില്ല. അയാളും ആരെയും ഒരു കസ്റ്റമറേയും പേടിപ്പിക്കുകയോ മറ്റൊ ചെയ്യുന്നതും കണ്ടിട്ടില്ല. ഇരുപതാം നൂറ്റാണ്ടിലെ തുടക്കത്തിലുള്ള ഏതോ സ്ഥലത്തിന്റെ ബ്ലാക്ക് ആൻഡ് വൈറ്റ് ഫോട്ടോ പതിച്ച സ്റ്റാർബക്സിന്റെ ശാഖകൾ കാണിച്ച് തരുന്ന ചിത്രത്തിന്റെ തൊട്ട് താഴെയുള്ള മൂലയായിരുന്നു അയാളുടെ സ്ഥിരം സീറ്റ്. കുതിരകൾ വലിച്ച് കൊണ്ടുപോകുന്ന കുട്ടകൾ പ്ലാറ്റ് ഫോമിൽ നിന്ന് പഴങ്ങളും പച്ചക്കറികളും വിൽപന നടത്തുന്ന വഴിയോര കച്ചവടക്കാർ എന്നിവരുടെയും ചിത്രമാണ് അതിലുണ്ടായിരുന്നത്.

ഒരു ദുരന്ത നാടകത്തിൽ നിന്നും ഓടി രക്ഷപ്പെട്ട കഥാപാത്രത്തെ പോലെയായിരുന്നു അയാൾ. പ്രായം അമ്പതുകളുടെ തുടക്കമായിരിക്കും. നരച്ച മുടി. മേശയുടെ വലത് കാലിനോട് ചേർത്ത് നിർത്തിയിരിക്കുന്ന പഴക്കം ചെന്ന് തുകൽ ബാഗിന്റെ മുകളിൽ അയാൾ തന്റെ തൂവൽ കൊണ്ട് നിർമ്മിച്ച തൊപ്പി വെച്ച്, ബാഗിൽ നിന്ന് പേപ്പറുകൾ എടുത്ത് മേശപ്പുറത്ത് നിരത്തി വെച്ചു. അടുത്ത ടേബിൾ ഒഴിഞ്ഞ് കിടക്കുകയാണെങ്കിൽ അത് കൂടെ വലിച്ച് അടുപ്പിച്ച് അതിലും പേപ്പറുകൾ നിരത്തി വെക്കും. ആദ്യമായി കണ്ടപ്പോൾ (2005 ലാണെന്ന് തോന്നുന്നു) ആ കടലാസുകൾ നിന്ന് എന്തോ തിരയുന്നത് പോലെയാണ് തോന്നിയത്. വാഷ് റൂമിലേക്ക് പോകുന്നതിനിടയിൽ മുന്നിൽ ഒന്നോ രണ്ടോ പേരുണ്ടായിരുന്നത് കൊണ്ട് ക്യൂവിൽ നിൽക്കേണ്ടി വന്നപ്പോൾ അയാൾ നിരത്തി വെച്ചിരിക്കുന്ന കടലാസിലേക്ക് ഞാൻ ഒന്ന് പാളി നോക്കി. അവയിൽ വലിയ അക്ഷരങ്ങളിലായി ചില പദങ്ങൾ എഴുതിയിട്ടുണ്ടായിരുന്നു. സത്യം, പ്രതീക്ഷ, സ്നേഹം എന്നീ പദങ്ങൾ എനിക്ക് വായിക്കാനായി. വേദന, പ്രതീക്ഷ എന്നീ അറബി പദങ്ങൾ ഒരേ അക്ഷരങ്ങളാണ് എന്നറിയാമോ എന്ന് ചോദിക്കാൻ എനിക്ക് തോന്നാതിരുന്നില്ല. ചില പേപ്പറുകളിൽ ഒന്നും എഴുതിയിട്ടില്ല. ചിലതിൽ വൃത്തം വരച്ച് വലിയ അക്ഷരങ്ങൾ എഴുതി വെച്ചിട്ടുണ്ട്. ഒരു കമ്പ്യൂട്ടറോ എന്തിന് പേന പോലും ഞാൻ അവിടെ കണ്ടില്ല. ജനാല ചില്ലിലൂടെ അയാൾ പുറത്തേക്ക് നോക്കി നിൽക്കുന്നുണ്ടായിരുന്നു. പച്ചക്കണ്ണുകൾ. ക്ലീൻ ഷേവ്. ചുവന്ന നിറം. വെള്ള ഷർട്ടാണ് ധരിച്ചിട്ടുള്ളത്. അതെല്ലാം കണ്ടപ്പോൾ എവിടെയൊ കണ്ട ഹോട്ടലിന്റെ വിരികളെ ഓർമ വന്നു. നീല പാന്റ്. ടൈ ധരിച്ചിട്ടില്ല. ന്യൂ പോർട്ടിന്റെ സ്പോർട്ട് ഷൂ. ഇടയ്ക്കിടെ ജനാലയിൽ നിന്ന് കണ്ണെടുത്ത് നിരത്തി വെച്ചിരിക്കുന്ന കടലാസ് സ്ഥാനം മാറ്റിയും കളർ മാറ്റിയും വെച്ച് അതിലേക്ക് അൽപനേരം നോക്കി നിൽക്കും. അതിന് ശേഷവും വാഷ്

റൂമിലേക്ക് പോകുമ്പോൾ അതിലേക്ക് നോക്കാറുണ്ട്. കാര്യമായ മാറ്റങ്ങളുണ്ടാകാറുമില്ല. വെളുത്ത കടലാസിന്റെ എണ്ണം കൂടി എന്ന് മാത്രം. അവസാനമായി അയാളെ ഞാൻ കണ്ടത് 2006 ലായിരുന്നു. അതിന് ശേഷം അയാളെ കണ്ടിട്ടില്ല.

വദൂദിന്റെ എഴുത്തിലെ ചില ചോദ്യങ്ങളാണ് എന്റെ ഉറക്കം കളഞ്ഞത്.

> **ഉ**ത്തരം കിട്ടാത്ത ചില ചോദ്യങ്ങളുണ്ട്.
>
> ഈ പ്രപഞ്ചത്തിൽ ഒരു സമയമാണോ ഉള്ളത്? അതോ ഓരോ സമയവും ഓരോ സ്ഥലത്തേക്ക് മാത്രമുള്ളതാണോ? അവസാനം പറഞ്ഞ കാര്യമാണ് ശരിയെങ്കിൽ തീർച്ചയായും ഈ ലോകത്ത് ഒന്നിലധികം സമയങ്ങളുണ്ടാകും. ബില്യൺ കണക്കിന് സമയങ്ങൾ ഒരു ബന്ധവുമില്ലാതെ എന്നാൽ പരസ്പരപൂരകമായി നടക്കുന്നു.

റൂമിൽ ഇരുന്ന് ശ്വാസംമുട്ടുന്നതുപോലെ തോന്നിയപ്പോൾ ഇറങ്ങിനടക്കാൻ തീരുമാനിച്ചു. കോണിവഴി താഴേക്കിറങ്ങിയപ്പോൾ തൊട്ടടുത്ത റൂമിലെ മിസ് കാർറ്ററൈറ്റ് വാതിൽ തുറന്ന് പുറത്തിറങ്ങി. കാൽപെരുമാറ്റം കേട്ട് എന്റെ നേരെ തിരിഞ്ഞു. ഞാൻ അവരെ 'യഥാർത്ഥ അവകാശികൾ' എന്നാണ് വിളിച്ചിരുന്നത്. യൂണിവേഴ്സിറ്റി വാങ്ങി തങ്ങളുടെ ഉദ്യോഗസ്ഥർക്കുള്ള താമസസ്ഥലമാക്കി മാറ്റുന്നതിനും മുമ്പേ, ആ ഫ്ളാറ്റിൽ താമസിച്ചിരുന്നവരാണ് അവർ. അവർക്ക് എല്ലാവർക്കും യൂണിവേഴ്സിറ്റിയോട് ഒരു ശത്രുതാ മനോഭാവമുണ്ടായിരുന്നു.

"ആ പ്രൊഫസർ..... കുറെക്കാലമായല്ലോ കണ്ടിട്ട്. നല്ല തിരക്കാവും ലേ..."

"എന്തൊക്കെയുണ്ട് കാർറ്ററൈറ്റ്?"

"സുഖം തന്നെ. ഒരു കത്തുണ്ട് നിങ്ങൾക്ക് തരാം."

"താങ്ക്യൂ."

കോണി ഒഴിവാക്കി ഞങ്ങൾ ലിഫ്റ്റിന്റെ അരികിലേക്ക് നടന്നു. ഗ്രൗണ്ട് ഫ്ളോർ സ്വിച്ച് ചെയ്ത് താഴേക്ക് പോകുമ്പോൾ പറഞ്ഞു.

"കഴിഞ്ഞ ആഴ്ച നിങ്ങളുടെ നാട്ടുകാരനായ ഒരാളെ ഞാൻ കണ്ടു. ഞാൻ എന്റെ കൂട്ടുകാരിയുടെ വീട്ടിൽ പാർട്ടിക്ക് പോയതായിരുന്നു. അവിടെ നിന്ന് പരിചയപ്പെട്ട് സംസാരിച്ചപ്പോൾ നിങ്ങളെ അറിയാമെന്ന് പറഞ്ഞു."

"ആഹാ... എന്നിട്ട് അയാളുടെ പേര് എന്താണ്?"

"ആ... സോറി. ഓർമ്മ കിട്ടുന്നില്ല... പക്ഷേ ദക്ഷിണാഫ്രിക്കനാണ്. അവരുടെ നാട്ടിൽ ഭയങ്കര പ്രശ്നം നടന്നുകൊണ്ടിരിക്കാണ് എന്നൊക്കെ പറഞ്ഞു.

എന്നെ മറ്റു നാട്ടുകാരുടെ കൂടെ കൊണ്ടുപോയി ചേർത്തുവെച്ചതിനെ തിരുത്തിക്കാൻ ഞാൻ ഇപ്പോൾ ശ്രമിക്കാറില്ല. സാധാരണ ഇറാനികളെ വെച്ചാണ് പറയാറുള്ളത്. ഇപ്പോൾ ഇവൾ അങ്ങ് ആഫ്രിക്കൻ ഭൂഖണ്ഡത്തിലെ ഒരാളെയാണ് എന്റെ നാട്ടുകാരനാക്കിയിരിക്കുന്നത്. ഞാനത് തിരുത്താൻ പോയില്ല.

"ശരിയാ... വെറുപ്പിന്റെ രാഷ്ട്രീയം വളർന്നുകൊണ്ടിരിക്കുകയാണ്, എന്താ ചെയ്യാ?"

"നിങ്ങൾ അവിടെ പോയി വീട്ടുകാരെ കാണാറുണ്ടോ? പറയൂ."

"ഇല്ല. ഞാൻ പോയിട്ട് മൂന്നു കൊല്ലത്തിലധികമായി."

"എന്തായാലും അങ്ങോട്ടുള്ള യാത്ര കുറച്ച് കൂടുതലുണ്ടാകുമല്ലോ. കഴിയുമ്പോഴേക്ക് ഒരു പരുവമായി കാണും അല്ലേ?"

ലിഫ്റ്റിന്റെ വാതിൽ തുറന്നു. ഞങ്ങൾ ഒരുമിച്ച് പുറത്തിറങ്ങി. അവരോട് യാത്ര പറഞ്ഞ് ഞാൻ ഒറ്റയ്ക്ക് മുന്നോട്ടു നടന്നു.

അർത്ഥമില്ലാത്ത എന്നാൽ ഓരോരുത്തർക്കും സ്വന്തമായി അർത്ഥം വെച്ച് വായിക്കാവുന്ന വദൂദിന്റെ എഴുത്താണ് എന്റെ ഓർമ്മയിലേക്ക് വന്നത്.

> **ബാ**ലൻ ഞാനാണ്. ഇനി ഒരിക്കലും വീടായി മാറ്റാൻ പറ്റാത്ത വീടിന് മുന്നിലെ തോട്ടത്തിൽ ഇരിക്കുന്ന ബാലൻ. ആകാശംമുട്ടെ തല ഉയർത്തി നിന്നിരുന്ന ഒരു കെട്ടിടം ഇന്ന് ഒരു മൺകൂനയായി മാറിയിരിക്കുന്നു. തകർന്ന് കിടക്കുന്ന ജനാലയിൽനിന്നും പൊട്ടിയ ഒരു ഗ്ലാസ് ഞാൻ എടുത്തു. അതിന്റെ വക്ക് തട്ടി കൈമുറിഞ്ഞ് രക്തം പൊടിഞ്ഞു. ചെറുതല്ലാത്ത വേദന അറിഞ്ഞു. ആ രക്തം മണ്ണിലേക്ക് ഉറ്റിവീഴുന്നത് ഞാൻ കണ്ടുനിന്നു. കാലം അത് ഒരു മുറിവാണ്. ഞാൻ ഗ്ലാസ് കഷണം കാലത്തിന്റെ മേനിയിൽ മുറി വേൽപ്പിക്കാനായി അമർത്തിവെച്ചു. മുറിവുണ്ടാകണം. രക്തം കിനിയണം, നിലത്തേക്ക് ഉറ്റിവീഴണം. നിമിഷം; മറ്റുള്ളവർ മറിക്കുന്നതു പോലെ ഇഞ്ചിഞ്ചായി സമയത്തേയും ഞാൻ കൊന്നുതള്ളും.

ഞാൻ ഓർത്ത് ഓർത്ത് മുന്നോട്ടു നടന്നു.

"ദാ... വന്നല്ലോ... മൂങ്ങ... രാത്രിഞ്ചരൻ... ചുറ്റിക്കറക്കം തുടങ്ങിയില്ലേ."

രാത്രി കാവൽക്കാരനായ ഡീനോ എന്നെ കണ്ട് ചിരിയോടെ പറഞ്ഞു.

"എന്റെ യഥാർത്ഥ നാട്ടിൽ മൂങ്ങ എന്നത് വിഡ്ഢികൾക്കുള്ള ഇരട്ടപ്പേരാണ് എന്നറിയാമോ നിനക്ക്?"

കൈ നീട്ടി എന്റെ അടുക്കലേക്ക് വന്ന അവൻ ചെറുചിരിയോടെ പറഞ്ഞു:

"ആഹ്, സോറി... അതല്ല ഞാൻ ഉദ്ദേശിച്ചത്. രാത്രി ഉറക്കം കളഞ്ഞ് അലഞ്ഞുതിരിയുന്നവൻ എന്നു മാത്രമാണ്. അല്ല നിങ്ങളെപ്പോലുള്ള വരെ പിന്നെ എന്താ വിളിക്കേണ്ടത്?"

"നക്ഷത്രങ്ങളുടെ കാവൽക്കാരൻ."

"ആഹാ... ഗുഡ്... അതിസുന്ദരം. ഇനി ഞാൻ നിങ്ങളെ അങ്ങനെ വിളിക്കാം. പക്ഷേ, ഇവിടെ എവിടെ നക്ഷത്രങ്ങൾ? ഈ വെള്ളിവെളിച്ച ത്തിൽ ഒന്നും കാണുന്നില്ലല്ലോ."

ആ ഫ്ളാറ്റിൽ താമസിക്കുന്നവരും മറ്റു കാവൽക്കാരും ഡിനോവിനെ 'തത്ത്വജ്ഞാനി' എന്നാണ് വിളിക്കാറുള്ളത്. ഇക്വഡോറിൽനിന്ന് സെക്കന്ററി വിദ്യാഭ്യാസം പൂർത്തിയാക്കി നാല്പത് കൊല്ലം മുമ്പ് അമേരി ക്കയിൽ എത്തിയിട്ടുണ്ടെങ്കിലും ഇവിടെയുള്ള ഒരു യൂണിവേഴ്സിറ്റിയിലും തുടർപഠനം നടത്തിയിട്ടില്ല. എന്നാലും എല്ലാം വായിച്ച് പഠിച്ച് കാര്യ ങ്ങൾ മനസ്സിലാക്കുന്ന കാര്യബോധമുള്ള ഒരാളായിരുന്നു ഡിനോ. അവിടെ താമസിക്കുന്ന അധ്യാപകരോട് ചോദിക്കാനും തർക്കിക്കാനും ലോക വാർത്തകൾ വായിച്ചു കേൾപ്പിക്കാനും ഇംഗ്ലീഷ് സ്പാനിഷ് ഭാഷയിലൂടെ വാർത്താവതാരകനാകാനും ഡിനോയ്ക്ക് ഒരു മടിയുമുണ്ടായിരുന്നില്ല. പൂർണമായും ഒരു ഇടതുപക്ഷ ചിന്താഗതിക്കാരനായിരുന്നു അദ്ദേഹം. സെക്യൂരിറ്റി സംഘടനയുടെ കേന്ദ്രസ്ഥാനത്ത് വരെ അദ്ദേഹം എത്തി യിട്ടുണ്ട്. അദ്ദേഹം ഇടയ്ക്ക് പറയാറുണ്ട്.

"എന്റെ അമ്മ വെള്ളക്കാരിയാ... അതോണ്ടാ ഞാൻ വെളുമ്പ നായത്. പക്ഷേ എന്റെ അച്ഛനും മുത്തച്ഛനും ഇൻകാ വംശത്തിൽ പെട്ടതാ..."

ഡിനോയ്ക്ക് ഈ പ്രശ്നകലുഷിതമായ ലോകത്തിൽനിന്നും മാറി നിൽക്കാൻ തക്കതായ പോംവഴികളുണ്ടായിരുന്നു. സംസാരിച്ചിരിക്കു മ്പോൾ ഓരോന്നായി വിശദീകരിക്കും. ഒന്നാന്തരം ഒരു കമ്പനി തുട ങ്ങണം എന്നായിരുന്നു അദ്ദേഹത്തിന്റെ ഏറ്റവും വലിയ ആഗ്രഹം. അതിനായി ഇക്വഡോറിന്റെ തലസ്ഥാനനഗരിയിൽതന്നെ മലയ്ക്ക് മുകളിലായി വില കുറഞ്ഞ അല്പം സ്ഥലം വാങ്ങിച്ചിട്ടുണ്ട്. ക്രമത്തിൽ അതിന്റെ ചുറ്റുവട്ടത്തുള്ള സ്ഥലങ്ങളും വാങ്ങിക്കും. അവിടേക്ക് വരുന്ന സന്ദർശകർക്കുള്ള ഒരു ഹോട്ടൽ പണിയും. അതിന്റെ ചുറ്റുമായി നല്ല കൃഷിയിറക്കും. അവിടെ ഇന്ത്യൻ മുയലുകളെ വളർത്തുന്ന ബിസിനസ്സ് തുടങ്ങും. അവയെ ചൈനയിലേക്ക് വരെ കയറ്റി അയയ്ക്കും. കമ്പനി യിൽ ഷെയർ എടുക്കാൻ താത്പര്യമുള്ളവരെ പങ്കാളികളാക്കും.

"35 വർഷമായി ഞാൻ അധ്വാനിക്കുന്നു. നാല് മക്കളെ യൂണിവേ ഴ്സിറ്റിയിൽ പഠിപ്പിച്ചു. ഇനി അവരെ വെച്ച് എനിക്ക് എന്റെ സ്വപ്നം പൂർത്തീകരിക്കണം. ഇക്വഡോറിൽ ഞാൻ പണി കഴിപ്പിക്കാൻ പോകുന്ന

കൃഷിത്തോട്ടത്തിൽ വന്നാൽ നക്ഷത്രങ്ങളെ കാണുകയും ചെയ്യാം. അവയ്ക്ക് കാവൽ നിൽക്കുകയും ചെയ്യാം."

"ഞാൻ വരും. തീർച്ചയായും വരും."

പുഴയുടെ നേരെ നടക്കുന്നതിനിടയിൽ ഡിനോ പറഞ്ഞ കാര്യങ്ങൾ ഞാൻ ആലോചിച്ചു. ഞാൻ ഒരു മൂങ്ങയാണോ? അതോ നക്ഷത്രങ്ങളുടെ കാവൽക്കാരനോ? ഞാൻ ഇതൊന്നുമല്ല. ഞാൻ വവ്വാലാണ്. ഏകനായ വവ്വാൽ. ചിറകറ്റുപോയ വവ്വാൽ.

വദൂദിന്റെ എഴുത്തുകൾക്ക് ഒരു ബന്ധവുമുണ്ടായിരുന്നില്ല. സ്വന്ത മായി തോന്നുന്നത് എന്തോ അത് അവൻ ഒരു ഹെഡ്ഡിംഗ് കൊടുത്ത് എഴുതും. അത് എനിക്ക് അയച്ചുതരികയും ചെയ്യും.

തെരുവിളക്ക്

കറുത്ത മുടികൾ മുഖത്തിന്റെ രണ്ടു ഭാഗത്തേക്കും കോതിവെച്ച് ആ കണ്ണുകൾ കൊണ്ട് നോക്കി. ഇത്രയുംകാലത്തെ സങ്കടക്കട ലിന്റെ മൂകസാക്ഷിയായ വിളറി വെളുത്ത ആ കണ്ണുകളുടെ മുകളിലെ പുരികവും കൊഴിഞ്ഞ് തുടങ്ങിയിരിക്കുന്നു. കണ്ണു കൾക്കിടയിലെ ആ നാസിക ചെറുതാണെങ്കിലും പുറത്തേക്ക് തള്ളിനിൽക്കുന്നുണ്ടായിരുന്നു. താടിയും മീശയും തിങ്ങി തൂങ്ങി യിരുന്നു, താടി നെഞ്ചിൻകൂട് വരെ എത്തിയിരുന്നു. ഓർമ്മകളുടെ വാതിൽ തുറന്ന് അകത്ത് കയറുമ്പോഴെല്ലാം അവന്റെ ആ പൂമുഖം കാത്തിരിക്കുന്നുണ്ടാകും. ചിലപ്പോൾ അവന്റെ കണ്ണു കൾ എന്റെ ശരീരവുമായി കെട്ടിയിട്ടിരിക്കുകയാണെന്നു തോന്നി പ്പോകും. ഞാൻ ജനിച്ചതുപോലും ആ കണ്ണുകളുടെയും കൈകളു ടെയും വൈവാഹികജീവിതത്തിലൂടെയാണോ എന്നുപോലും തോന്നിയിരുന്നു. ഞാൻ മാത്രമാണ് അവരുടെ 'ആൾ' എന്നാണ് കരുതിയിരുന്നത്. പക്ഷേ എന്നെപ്പോലെ ആയിരങ്ങളിൽ അവ രുടെ ആത്മാവിന്റെ ഭാഗം ഊതി നിറച്ചിട്ടുണ്ടെന്ന് പിന്നീടാണ് കണ്ടെത്താനായത്. അവിടെ സാഗരനഗരികൾക്കപ്പുറം അങ്ങ് ഫ്ളോറൻസിൽ.

എന്റെ ജന്മത്തിന്റെ ഏതാനും ദിവസങ്ങൾക്കുശേഷം അവരുടെ മടിയിൽ വെച്ച് എന്നെയും കൂടെ കൊണ്ടുപോയിരുന്ന യുവാ ക്കൾ പതിയെ ശീലക്കഷണമെടുത്ത് പൊതിഞ്ഞ് കെട്ടി. ശീലയും കടലാസ് കഷണങ്ങളും പ്ലാസ്റ്റിക് കവറുകളും കൂട്ടിച്ചേർത്താണ് അവർ കെട്ടിയത്. ചെറുതായി വേദനിച്ചെങ്കിലും ഇരുട്ട് നിറഞ്ഞ പെട്ടിയിൽ വെച്ച് അടച്ചുപൂട്ടിയതോടെ ആ പൊതിയിൽ ശവക്കച്ച യാണോ എന്നുപോലും സന്ദേഹിച്ചു. എന്റെ എല്ലാ കൂട്ടുകാരി കളെയും അതേപോലെ ചെയ്യുന്നതിന്റെ ശബ്ദം എനിക്ക്

കേൾക്കാനായി. ഞാൻ ജനിച്ചതാണെങ്കിലും ഒരിക്കലും കാണാൻ കഴിയാത്ത തെരുവീഥികളിലൂടെ അവർ ഞങ്ങളെ കൊണ്ടുപോയി. നഗരത്തിന്റെ ശബ്ദകോലാഹലങ്ങളും അടങ്ങി ശാന്തമായ, നിശ്ശബ്ദത നിറഞ്ഞ വഴികളിലൂടെ മുന്നോട്ടുപോകുന്നത് അറിഞ്ഞു. അല്പസമയം കഴിഞ്ഞ് വീണ്ടും ശബ്ദകോലാഹല ങ്ങൾ കേൾക്കാനായതോടെ മറ്റൊരു പട്ടണത്തിലാണ് ഞങ്ങൾ എത്തിച്ചേർന്നിരിക്കുന്നത് എന്നു മനസ്സിലാക്കാനായി. ആ ബഹള ത്തിനിടയിലൂടെ, തെരുവിലൂടെ അല്പം കൂടി മുന്നോട്ട് പോയ പ്പോൾ കടൽക്കാറ്റും തിരമാലയുടെ ശബ്ദവും കേട്ടു. ഞങ്ങളെ അവിടെ ഇറക്കി ഒരു കപ്പലിൽ കയറ്റി. പഴങ്കഥകളിൽ പറഞ്ഞിരു ന്നതുപോലെ നടുക്കടലിൽ വെച്ച ആഴിയുടെ ആഴങ്ങളിലേക്ക് ഞങ്ങളെ വലിച്ചെറിയാനാണോ തീരുമാനം എന്ന് ഞാൻ കരുതി. പക്ഷേ ഏതാനും ദിവസത്തെ കപ്പൽയാത്ര അവസാനിച്ചത് ഏതോ തുറമുഖത്തായിരുന്നു. അവിടെനിന്നും ട്രക്കുകളിൽ കയറ്റി ഞങ്ങളെ കൊണ്ടുപോയി.

പെട്ടിയിൽനിന്ന് പുറത്ത് എടുത്തപ്പോഴാണ് ഒരുപാട് ദിവസ ങ്ങൾക്കുശേഷം അവന്റെ മുഖം ദർശിക്കാനായത്. അവന്റെ കവിളി ലൂടെ വിയർപ്പ് പൊടിഞ്ഞ് ഉരുണ്ടുവീഴുമ്പോഴും എന്നെ ശ്രദ്ധ യോടെ പരിപാലിക്കാനുള്ള നിർദ്ദേശം മറ്റുള്ളവർക്ക് നൽകുന്നു ണ്ടായിരുന്നു. ഞാനായിരുന്നു ഒന്നാമൻ. അവന്റെ മനസ്സിലെ സ്ഥാനം ഞാൻ കവർന്നതോടെ ഇന്ന് ഞാൻ പിടിച്ചുനിൽക്കുന്ന വെളിച്ചത്തിന്റെ വാഹകനാകാനുള്ള സ്ഥാനവും ലഭിച്ചു. ഭൂമിക്ക് മുകളിൽ നിൽക്കുന്നവർ എല്ലാവരും എന്നെ ആശങ്കയോടെ നോക്കി. അവർ പരസ്പരം സംസാരിക്കുമ്പോഴും എന്റെ നേരെ യായിരുന്നു വിരലുകൾ ചൂണ്ടിക്കാണിച്ചിരുന്നത്. അവർ എന്റെ കാഴ്ചയിൽനിന്ന് മറഞ്ഞു. ഒരിക്കലും തിരിച്ചുവന്നതുമില്ല. എന്റെ മറ്റു സ്നേഹിതർ ഓരോരുത്തരായി വന്ന് ഇടവും വലവും ഇരി പ്പിടം ഉറപ്പിച്ചു. കുതിരയും കാളയും സൈനികരും യാത്ര പറ ഞ്ഞിറങ്ങുമ്പോൾ മക്കളെ സ്നേഹത്തോടെ ലാളിച്ചിട്ടായിരിക്കും യാത്ര അയയ്ക്കുക. ഞാനും കരഞ്ഞു. പക്ഷേ ആരും എന്റെ കണ്ണീർ കണ്ടില്ല.

ഞാൻ എല്ലാത്തിനും ദൃക്സാക്ഷിയായിരുന്നു. ദിവസങ്ങൾ മാറി മറിഞ്ഞ് വന്നു. സമ്മേളന ദിവസങ്ങളിലും രാഷ്ട്രീയജാഥയാത്ര കളിലും ഈ മനുഷ്യർ കൊടികളും ബാനറുകളും പ്ലക്കാർഡു കളും കൊടികളും തോരണങ്ങളുമുയർത്തി കൂലംകുത്തി വരും. അവരിൽ സന്തോഷിക്കുന്നവരും സങ്കടപ്പെടുന്നവരുമുണ്ടാകാം. സാധാരണ ദിവസങ്ങളിൽ ഓരോരുത്തരും തങ്ങളുടെ കാര്യങ്ങൾ മാത്രം നോക്കി നടക്കുന്നുണ്ടാകും. ഞങ്ങളെ ഒരാളെപോലും തിരിഞ്ഞുനോക്കില്ല. പക്ഷേ, അവരുടെ കൂട്ടത്തിലും അവിടെനിന്ന്

ആലോചിച്ചുകൂട്ടുന്നവരുമുണ്ടായിരുന്നു. ഒരു ദിവസം കാറുകളും മനുഷ്യരും ഒളിക്കാനിടം തേടുന്നതും റോഡുകളിൽ വലിയ വീപ്പ കൾ നിരന്നുകിടക്കുന്നതും കാണാനായി. ചില ദിവസങ്ങളിൽ അവിടം മൃതദേഹങ്ങൾ വീണുകിടക്കുന്നതും കണ്ടു. ആ കാഴ്ച യുണ്ടായ ഏതാനും ദിവസം മനുഷ്യർ ആ വഴി നടത്തം ഒഴി വാക്കി. ഒരു ദിവസം ആകാശത്ത് പക്ഷികൾ വട്ടമിട്ട് പറക്കുന്നതും അവരിൽനിന്ന് പേടിച്ചരണ്ട ശബ്ദവും കേൾക്കാനായി. ഇന്ന് എന്റെ ഈ ഒറ്റക്കണ്ണിനെ തള്ളിയിടാൻ മാത്രം കെല്പുള്ള വിള്ളലു കൾ കണ്ടു. എനിക്കതിനെ താങ്ങിപ്പിടിക്കാൻ കഴിഞ്ഞില്ല. എന്തു കൊണ്ട് എന്നാകും? ഞാൻ ഇവിടെ തടങ്കലിലാണ്, ഈ വിളക്കും പിടിച്ച് നിൽക്കുന്നു. പിന്നീട് എനിക്ക് ഒന്നും കാണാനായില്ല. കാണാൻ ഒന്നുമുണ്ടായിരുന്നില്ല.

വായിച്ചുതീർത്ത് ഞാൻ ഒന്ന് മയങ്ങി.

മഞ്ഞുവീണ് തണുപ്പ് കയറി തുടങ്ങിയ ഒരു ദിവസം എന്നത്തേയും പോലെ രാത്രി നടത്തത്തിലായിരുന്നു ഞാൻ. റോഡിന്റെ ഇരുവശ ങ്ങളിലും വെളുത്ത ട്രക്കുകൾ നിരന്ന് കിടക്കുന്നു. ലൈറ്റുകൾ ശരിയാ ക്കുന്നു, വലിയ വയറുകൾ വലിച്ച് കെട്ടിയിരിക്കുന്നു. ഏതോ സിനിമ യുടെ ഷൂട്ടിംഗ് നടക്കുകയാണ്. ന്യൂയോർക്കിൽ വന്ന ആദ്യകാലത്ത് എവിടെയെങ്കിലും ഷൂട്ടിംഗ് കണ്ടാൽ മറ്റുള്ളവരുടെ കൂടെ അതും നോക്കി നിൽക്കുമായിരുന്നു. അറിയാവുന്ന ഏതെങ്കിലും നടിമാരെയോ നടന്മാരെയോ കാണാൻ സാധിച്ചാലോ എന്നാണ് കരുതിയിരുന്നത്. ക്രമത്തിൽ മാൻഹാട്ടന്റെ രക്തത്തിൽ അലിഞ്ഞതാണ് സിനിമ ഷൂട്ടിംഗ് എന്ന് അറിഞ്ഞതോടെ അതിനോടുള്ള താത്പര്യവും കുറഞ്ഞു. ഷൂട്ടിംഗ് തീരാനോ അല്ലെങ്കിൽ നടന്മാരെ കാണാനോ മണിക്കൂറുകളോളം കാത്തിരിക്കേണ്ടിവരുമെന്നതും ഒരു ബുദ്ധിമുട്ടായി തോന്നി. നടിമാരും നടന്മാരും സമയമാകുമ്പോൾ കാരവനിൽനിന്ന് ഇറങ്ങിവരുന്നു. സീൻ കഴിഞ്ഞാൽ തിരിച്ച് അങ്ങോട്ടുതന്നെ പോകുന്നു. പക്ഷേ, അന്ന് ആ സെറ്റിൽ എനിക്ക് ഏറ്റവും ഇഷ്ടമുള്ള ജൂലിയൻ മോറിനെ കണ്ടു. ടൈം എന്ന സിനിമ കണ്ടതിനുശേഷം അവരോട് എനിക്ക് വല്ലാത്ത ആരാധന യായിരുന്നു. ആ സിനിമയിലെ എല്ലാ രംഗങ്ങളും മെയ്ക്കിംഗ്വരെ ഒന്നാന്തരമായിരുന്നു. അതിലെ മ്യൂസിക്കിന്റെ ആകർഷണീയത ഒന്നു കൊണ്ട് മാത്രം പുതിയ സിഡി വാങ്ങിക്കുകയുണ്ടായി. ഏകദേശം 45 മിനുട്ടിന്റെ കാത്തിരിപ്പിനുശേഷം റോഡിന്റെ മറുവശത്ത് ഷൂട്ടിംഗ് തുടങ്ങി. നടി ജൂലിയൻ മോർ വീടിന്റെ അകത്തുള്ള കോണിയിൽ വന്ന് ഇരുന്ന് സിഗരറ്റിന് തീ കൊടുത്തു. മറ്റൊരാൾ വന്ന് അവളുടെ അരികിൽ ഇരുന്നു. അല്പസമയത്തെ സംസാരത്തിനുശേഷം രണ്ടു പേരും കിസ് ചെയ്തു. ആ സീൻ മൂന്നുതവണ എടുത്തു. അവസാന ഷോട്ടിൽ സംവിധായകൻ 'ഗംഭീരം' എന്ന് പറയുന്നതു കേട്ടു. മോർ തന്റെ

കാരവനിലേക്ക് മടങ്ങിയതോടെ ലൈറ്റ് ഓഫാക്കി എല്ലാവരും പണി നിർത്തി മടങ്ങിപ്പോകാനുള്ള ഒരുക്കത്തിലായിരുന്നു. ഫ്ളാറ്റിലേക്ക് മടങ്ങുമ്പോഴും മനസ്സിൽ സിനിമയായിരുന്നു. ചില സിനിമകളിൽ വേഷമാണ് മികച്ചുനിൽക്കാറുള്ളത്. ചിലതിൽ നടനഭാവവും. ഏതായാലും അതെല്ലാം എല്ലാവരും പെട്ടെന്ന് മറക്കാറുമുണ്ട്.

വദൂദ് അവന്റെ പുസ്തകത്തെക്കുറിച്ച് സൂചിപ്പിക്കുന്ന എഴുത്ത് ഞാൻ കൂട്ടത്തിൽ കണ്ടു.

> '**ഫി**ഹ്‌രിസ്' ഞാൻ തുടങ്ങുമ്പോൾ വെറും മുകുളമായിരുന്നു. ഇന്ന് അത് മേൽക്കൂരയിലേക്ക് തട്ടുന്ന ശിഖിരങ്ങളുള്ള മരങ്ങൾ ഉൾക്കൊള്ളുന്ന വലിയ പൂന്തോട്ടമായിരിക്കുന്നു. എന്റെ മുറിക്കകത്ത് അതിനെ ഒതുക്കി നിർത്താനാവില്ല. ഇനി എന്ത് ചെയ്യണം എന്ന് എനിക്ക് അറിയില്ല. എല്ലാമുണ്ടെങ്കിലും ഞാൻ പ്രഥമ ഘട്ടത്തിൽ തന്നെയാണ്.

കവിളിൽ അമരുന്ന അവളുടെ ചുണ്ടുകളാണ് എന്നെ ഉണർത്തിയത്. ചുംബനത്തോടെ അവൾ എന്റെ കാതിൽ മന്ത്രിച്ചു.

"മതി... എഴുന്നേൽക്ക് മുത്തേ, ഒന്നാന്തരം കാലാവസ്ഥയാ. നമുക്ക് ഇന്ന് കടൽതീരത്തേക്ക് പോകാം."

കട്ടിലിൽനിന്ന് എഴുന്നേറ്റ് ജനാല വിരി മാറ്റിയിടാനായി അവൾ എഴുന്നേറ്റു. എന്താപ്പോ പെട്ടെന്ന് ഒരു കടൽചിന്ത എന്ന് ചോദിക്കാതെതന്നെ പുതപ്പ് തലവഴി മൂടി ഞാൻ ഒന്നുകൂടെ ചുരുണ്ടുകൂടി. അവൾ ചോദിച്ചു.

"അല്ല, അവിടെ ഇറാഖിൽ കടൽതീരമുണ്ടോ?"

ഞാൻ ഉറങ്ങുന്നതുകണ്ട അവൾ

"ആഹാ... എഴുന്നേൽക്ക്... മതി. ഇനി കടൽതീരത്ത് പോയി ഇഷ്ടം പോലെ ഉറങ്ങിക്കോ."

"എനിക്ക് ഒന്ന് കുളിക്കണം, മുഖം കഴുകണം, കാപ്പി കുടിക്കണം, ശേഷം ആലോചിക്കാം."

"ആഹാ... അങ്ങനെ നീ ഇപ്പോ വലിയ വീട്ടുകാരൻ ആവണ്ട. കാപ്പി റെഡി. മേശപ്പുറത്തുണ്ട്. വന്ന് കുടിച്ചാ മതി." ഞാൻ ബാത്ത്റൂമിലേക്ക് നടന്നു.

പല്ല് തേച്ച് മുഖം കഴുകി, സുന്ദരനായി, വാർഡ് റോബ് തുറന്ന് തേച്ച് വെച്ച ടീഷർട്ട് ധരിച്ചു.

"ഇല്ല."

"ന്തേ, നല്ലൊരു ദിവസം നല്ല രൂപത്തിൽ തന്നെ ചെലവഴിച്ചൂടേ?"

"അതല്ല, ഇറാഖിൽ കടൽ ഇല്ല എന്നാണ് ഞാൻ പറഞ്ഞത്.

ഞങ്ങൾക്ക് ചെറിയ തടാകങ്ങളാണുള്ളത്. തെക്കേ അറ്റത്ത് ഗൾഫ് മേഖലയിൽ അല്പം കടലുണ്ട്."

ചിരിയോടെ "ഓ... ഓ.കെ. പേടിപ്പിച്ച് കളഞ്ഞല്ലോ നീ."

എന്റെ ഗ്ലാസിലേക്ക് കാപ്പി ഒഴിച്ച് റൊട്ടിയും ജാമും തേച്ചുപിടിപ്പിച്ച് റെഡിയാക്കി വെച്ചിരിക്കുന്നു. കാപ്പി മൊത്തിക്കുടിക്കുന്നതിന്റെ ഇടയിൽ ഞാൻ അവളെ വലിച്ചടുപ്പിച്ച് ചേർത്ത് ഇരുത്തി.

"ഞങ്ങളുടെ നാട്ടിലും കടലുണ്ടായിരുന്നു. ഒരു ആയിരം കൊല്ലം മുമ്പ് വരെ രാജ്യം മുഴുവനും വെള്ളം കിട്ടിയിരുന്നു. എല്ലാം വറ്റിവരണ്ടു. ഇന്ന് വെറും പുഴകൾ മാത്രമാണുള്ളത്."

അവൾ ചിരിച്ചു. "അരേ വാ... ന്താ സ്വപ്നം, ഞാൻ ഏതായാലും ഇല്ലാത്ത തീരത്തേക്ക് നിന്നെ കൊണ്ടുപോകാൻ ഉദ്ദേശിക്കുന്നില്ല. നില വിലുള്ള ബീച്ചിലേക്ക് പോരുന്നോ നീ. സാൻഡിഹോക്കിലേക്ക് പോയി ട്ടുണ്ടോ നീ?"

"സാൻഡിഹോക് എനിക്കറിയില്ല. റാക്വേ ബീച്ചിൽ മാത്രമേ ഞാൻ പോയിട്ടുള്ളൂ."

"അല്ല. അല്ലല്ല. അതല്ല. സാൻഡിഹോക് സുന്ദരമായ ഒരു ദ്വീപ്സമൂ ഹമാണ്. ഒരു മണിക്കൂർ ബോട്ട് യാത്ര ചെയ്താൽ അവിടെ എത്താം."

"ഏത് ബോട്ട്?"

"വാൾസ്ട്രീറ്റിന്റെ അടുത്തുള്ള, പതിനൊന്നാം നമ്പർ ജെട്ടിയിൽ നിന്ന് എല്ലാ ഓരോ മണിക്കൂറിലും അങ്ങോട്ട് ബോട്ട് സർവ്വീസുണ്ട്. നീ പെട്ടെന്ന് ഡ്രസ്സ് ധരിച്ച് വന്നാൽ നമുക്ക് അടുത്ത ബോട്ട് തന്നെ പിടിക്കാം. വഴിക്കുവെച്ച് കഴിക്കാനുള്ള സാൻഡ്‌വിച്ചും മറ്റും ഞാൻ റെഡിയാക്കി യിട്ടുണ്ട്."

കാപ്പി കുടിച്ച് പെട്ടെന്ന് ഒരു കുളി പാസ്സാക്കി. പുറത്തിറങ്ങിയപ്പോൾ തോർത്തുമുണ്ട് മേശയ്ക്ക് മുകളിൽ വെച്ചിട്ടുണ്ട്. അതിവേഗം ഡ്രസ്സ് ചെയ്ത് മേശപ്പുറത്തുണ്ടായിരുന്ന ന്യൂയോർക്ക് ടൈംസ് പത്രം ബാഗി ലിട്ട് പുറത്തേക്കിറങ്ങി.

ബോട്ട് ജെട്ടിയിൽ ഞങ്ങൾ എത്തുമ്പോൾ പകുതിയോളം സീറ്റ് നിറഞ്ഞുകഴിഞ്ഞിരുന്നു. ചിലർ തുറന്നുകിടക്കുന്ന മുകൾത്തട്ടിലേക്ക് കയറിയിരിക്കുന്നുണ്ട്. വരിയിൽനിന്ന് ബോട്ടിന്റെ വാതിൽക്കൽ നിൽക്കു ന്നവനിൽ നിന്ന് ടിക്കറ്റ് വാങ്ങി. മുകളിലെ സീറ്റുകൾ നിറഞ്ഞതിനാൽ താഴത്ത് ഒരു മൂലയിലാണ് ഞങ്ങൾക്ക് ഇരിക്കാൻ കഴിഞ്ഞത്. മൻഹാ ട്ടൺ അകന്നുപോകുമ്പോൾ കാണാവുന്ന ദൃശ്യഭംഗി എന്നെ ശരിക്ക് അദ്ഭുതപ്പെടുത്തി. അകത്തായതുകൊണ്ട് പുറംകാഴ്ച അത്ര വ്യക്തമ ല്ലായിരുന്നു. പ്രസിദ്ധമായ ഐൽസ് ദ്വീപിന്റെ അരികിലൂടെ ബോട്ട് കടന്നുപോയപ്പോൾ ഞാൻ നോക്കിനിന്നു. കഴിഞ്ഞ നൂറ്റാണ്ടിലെ യാത്ര ക്കാരുടെ പറുദീസയായിരുന്നു ദ്വീപ്. ന്യൂയോർക്കിൽ സ്ഥിരം വിസ

ലഭിക്കാൻ ഈ ദ്വീപിലെ മെഡിക്കൽ കഴിയണമായിരുന്നു. ഇന്ന് കാലം മാറി. കടൽയാത്ര വിമാനങ്ങളിലേക്കും വിമാനത്താവളങ്ങളിലേക്കും മാറി. കസ്റ്റംസ് ഓഫീസും മറ്റും ഇന്ന് ഒരു മ്യൂസിയമാക്കി മാറ്റിയിരിക്കുന്നു. മറിയയോട് ആ മ്യൂസിയം കാണണം എന്ന് ഞാൻ പറഞ്ഞു.

“അതിനെന്താ ആവാലോ... നമ്മുടെ മുത്തച്ഛന്മാരുടെ കഥകൾ അറിയാനല്ലേ? പോകാം.”

അവൾ ആ പറഞ്ഞത് ഒരു പരിഹാസസ്വരത്തിലായിരുന്നു എന്ന് കണ്ടതോടെ ഞാൻ തിരിച്ചടിച്ചു.

“നിന്റെ മുത്തച്ഛന്മാരുടെ വിധേയത്വചരിത്രമില്ലായിരുന്നുവെങ്കിൽ നീ ഇവിടെ ഉണ്ടാകുമായിരുന്നില്ലല്ലോ.”

“ഹ... ഹ... ന്റെ മുത്തച്ഛന്മാരുടെ വിധേയത്വം ഇല്ലായിരുന്നുവെങ്കിൽ അമേരിക്ക അമേരിക്കയാകുമായിരുന്നില്ലല്ലോ... നോക്ക്, ആ സ്റ്റാച്യു ഓഫ് ലിബർട്ടി എത്ര ചെറുതാണല്ലേ ഇവിടന്നു നോക്കുമ്പോൾ.”

അപ്പോഴാണ് ഞാനും അത് ശ്രദ്ധിക്കുന്നത്. ചെറിയ ഒരു പൊട്ടായി മാറിയിരിക്കുന്നു. അത്രയും വലിയ പ്രതിമ. ഇതുതന്നെയായിരുന്നു നസീർ ആദ്യമായി ന്യൂയോർക്കിൽ വന്ന് നഗരി ചുറ്റിക്കാണാൻ ഇറങ്ങിയപ്പോൾ പ്രതിമ കണ്ട് പറഞ്ഞത്. സ്റ്റാറ്റൺ ദ്വീപിന്റെയും ബ്രോക്‌ലേനിന്റെയും ഇടയിലുള്ള തുരുത്തിലൂടെ ബോട്ട് ന്യൂയോർക്കിനെ പിറകിലാക്കി മുന്നോട്ട് കുതിച്ചു.

ദ്വീപിലെത്തി ഏകദേശം 15 മിനിറ്റ് കഴിഞ്ഞിട്ടാണ് ബീച്ചിലേക്ക് പോകാനുള്ള ബസ് വന്നത്. ഏറ്റവും വലുതും നല്ലതുമായ ബീച്ച് വടക്കേ ഭാഗത്തുള്ളതാണന്ന് മറിയ തന്നെയാണ് പറഞ്ഞത്. ഞങ്ങൾ തണുത്ത രണ്ട് കുപ്പി വെള്ളം വാങ്ങിച്ചു. ആദ്യകാലത്ത് ഇവിടം ബ്രിട്ടീഷുകാരുടെ ഇടത്താവളമായിരുന്നുവത്രേ. അതിന്റെ സൂചകമായി ഒരു ലൈറ്റ്ഹൗസും അവിടെയുണ്ടായിരുന്നു.

പത്തു മിനിറ്റുകൾക്കുശേഷം ഞങ്ങൾ വടക്കേ ബീച്ചിൽ എത്തി. ചക്രവാളത്തിൽ പരന്നുകിടക്കുന്ന നീലാകാശം എന്റെ മനസ്സിൽ പറഞ്ഞറിയിക്കാനാവാത്ത ഒരു വികാരത്തെ ഉണർത്തി. അലയൊലിയുടെ മർമ്മരശബ്ദം എന്റെ ഉള്ളിലെ ഉറങ്ങിക്കിടക്കുന്ന സ്വപ്നങ്ങളെ ഉണർത്തി. ശ്വാസം ഉള്ളിലേക്ക് എടുത്ത് വിടുമ്പോൾ ഒരു പുഞ്ചിരി എന്റെ ചുണ്ടിൽ വിടരുന്നത് ഞാൻ തന്നെ അറിയുന്നുണ്ടായിരുന്നു. സംതൃപ്തിയുടെ പുഞ്ചിരി, കൃത്രിമമല്ലാത്ത, കളങ്കമില്ലാത്ത ഒരു പുഞ്ചിരി. അത് കണ്ട മറിയപോലും ചിരിച്ചു.

“ആഹാ... ആശാൻ ചിരിക്കുന്നോ? ഈ സാഗരം നിന്നെ ഇത്ര സന്തോഷിപ്പിക്കുന്നുവെങ്കിൽ നമുക്ക് എല്ലാ ആഴ്ചയിലും ഇങ്ങോട്ട് വരാലോ? കഴിഞ്ഞ ജന്മത്തിൽ നീ വല്ല മത്സ്യമോ മറ്റോ ആയിരുന്നോ?”

“ന്താ ങ്ങനെ പറയുന്നത്?”

"ഉറക്കത്തിൽ കരയിലിട്ട മത്സ്യത്തെപ്പോലെ തിരിഞ്ഞു മറിയുകയായിരുന്നില്ലേ നീ?"

"സോറി. ദുഃസ്വപ്നമാ... ഞാൻ ഒരു പുഴയായിരുന്നുവെങ്കിൽ..."

"ഹ... ഹ... നല്ല രസമാകും ..."

ഞങ്ങൾ മണലിലൂടെ നടന്നു. ഇരിക്കാൻ പറ്റുന്ന സ്ഥലം കണ്ടപ്പോൾ വീട്ടിൽനിന്ന് കൊണ്ടുവന്നിരുന്ന വിരിപ്പ് വിരിച്ച് നിലത്തിരുന്നു. ഡ്രസ്സ് അഴിച്ചുമാറ്റി. നേരത്തെതന്നെ സ്വിമ്മിംഗ് ഡ്രസ്സ് ധരിച്ചാണ് ഞങ്ങൾ വീട്ടിൽനിന്ന് പോന്നിരുന്നത്. ഞാൻ വെള്ളത്തിലേക്ക് ഇറങ്ങാനിരിക്കുന്ന സമയത്ത് അവൾ പറഞ്ഞു.

"നിൽക്ക്... നിൽക്ക്... സൂര്യതാപത്തിൽനിന്ന് രക്ഷയായി വല്ലതും ഇട്ടിട്ടില്ലെങ്കിൽ പെട്ടുപോകും."

ബാഗിൽ നിന്ന് ട്യൂബ് പുറത്തെടുത്ത് കുറച്ച് കൈയിൽ വെച്ചു. കുറച്ച് എന്റെ നേരെ നീട്ടി. അത് എടുത്ത് മുഖത്തും നെഞ്ചിലും വയറ്റത്തും വെച്ചു. ഞാനും അങ്ങനെതന്നെ ചെയ്തു. എന്നോട് തിരിഞ്ഞുനിൽക്കാൻ പറഞ്ഞ് എന്റെ പുറത്തും ആ ട്യൂബ് വെച്ചു. എന്റേത് കഴിഞ്ഞപ്പോൾ ഞാൻ അവളുടെ പുറത്തും വെച്ചുകൊടുത്തു. അവളുടെ ശരീരത്തിൽ നിന്ന് വമിക്കുന്ന സുഗന്ധം മൂക്കിൽ തട്ടിയതോടെ അവളുടെ പിൻകഴുത്തിൽ ഒരു മുത്തം കൊടുക്കാതിരിക്കാൻ എനിക്കായില്ല.

ബീച്ചിന്റെ ഒരു ഭാഗം ശാന്തമായിരുന്നു. കുട്ടികളോ വലിയ കുടുംബങ്ങളോ ഉണ്ടായിരുന്നില്ല. കടൽകാക്കയും മറ്റും ഏതാനും പക്ഷികളും കൊത്തിത്തിന്നുന്നുണ്ട്. അരമണിക്കൂറോളം ഞങ്ങൾ വെള്ളത്തിലിരുന്നു. പരസ്പരം ലാളിച്ച് ചിരിച്ചുകളിച്ചു. ഞങ്ങൾ തിരിച്ച് വിരിപ്പിൽ വന്ന് ഇരുന്നു. അവൾ സൺഗ്ലാസ് എടുത്ത് ധരിച്ചിട്ട് ബാഗിൽനിന്ന് വദൂദിന്റെ ഫിഹ്‌രിസിൽ സൂചിപ്പിച്ചിരുന്ന നോവൽ എടുത്ത് വായിക്കാൻ തുടങ്ങി. രണ്ടു മാസങ്ങൾക്കുമുമ്പ് അവളുടെ ജന്മദിനത്തിന്റെ അന്ന് സമ്മാനമായി ഒരു ചോക്ലേറ്റ് ബാറും എനിക്കിഷ്ടമുണ്ടായിരുന്ന ഡൺ പെർഫ്യൂമും കൂട്ടത്തിൽ ആ നോവലും കൂടിയാണ് നൽകിയിരുന്നത്.

ഞാൻ ന്യൂയോർക്ക് ടൈംസിന്റെ പുതിയ പതിപ്പും പുറത്തെടുത്ത് വായിക്കാൻ തുടങ്ങി. ബിസിനസ് പേജ് സാധാരണ വായിക്കാറില്ലാത്തതു കൊണ്ട് ബാഗിലേക്ക് വെച്ചു. അഭിപ്രായം പേജാണ് കൂടുതൽ ഇഷ്ടം. അതായിരുന്നു വായിച്ചുതുടങ്ങിയതും. ബേർക്കലിൻ യൂണിവേഴ്സിറ്റിയിലെ ഹിസ്റ്ററി അധ്യാപകന്റെ 'ഇറാഖികളുടെ ജീവന് വല്ല വിലയുമുണ്ടോ?" എന്ന ലേഖനമാണ് ഞാൻ ശ്രദ്ധിച്ചത്. പ്രതികാരത്തിന്റെ ഭാഷയിൽ 24 പേരെ കൊലപ്പെടുത്തിയ സംഭവം പറഞ്ഞുതുടങ്ങിയ കാര്യമായിരുന്നു ലേഖനത്തിലുണ്ടായിരുന്നത്. "ആദ്യം അക്രമം നിർത്തൂ. എന്നിട്ട് ശാന്തിയുടെ കാര്യം ചർച്ച ചെയ്യാം" എന്നാണ് അതിൽ പറഞ്ഞിരുന്നത്. ജനറൽ ടോം ഫ്രാങ്ക്സിനോട് യുദ്ധത്തിൽ കൊല്ലപ്പെട്ട ഇറാഖികളുടെ എണ്ണത്തെക്കുറിച്ച് പത്രക്കാർ ചോദിച്ചപ്പോൾ മറുപടി പറഞ്ഞത്.

"ഞങ്ങൾ ശവങ്ങൾ എണ്ണിനോക്കാറില്ല" എന്നായിരുന്നു. ഈ യുദ്ധങ്ങളിൽ കൊല്ലപ്പെട്ട ഇറാഖികളുടെ കണക്കുകൾ എന്നു മുതലാണ് എഴുതിവെക്കപ്പെടുക എന്ന ചോദ്യം ലേഖനത്തിൽ ചോദിക്കുന്നുണ്ട്. യുദ്ധത്തിനിടയിൽ കൊല്ലപ്പെടുന്ന അമേരിക്കൻ പടയാളികൾക്ക് ഇൻഷൂറൻസിന്റെ ഭാഗമായി ഒരാൾക്ക് 40 ലക്ഷം ഡോളറിലധികം അനുവദിക്കപ്പെടുമ്പോൾ കൊല്ലപ്പെടുന്ന ഇറാഖികൾക്ക് നൽകുന്നത് വെറും 2500 ഡോളറാണ് എന്ന കണക്കുകൾ പറഞ്ഞുകൊണ്ടാണ് ലേഖനം അവസാനിപ്പിക്കുന്നത്.

ആ ലേഖനവും കാര്യവും വദൂദുമായി ഞാൻ ബന്ധപ്പെടുത്തി ആലോചിച്ചു. തിരിച്ച് ഫ്ളാറ്റിലെത്തിയാൽ ആ പത്രം മുറിച്ചെടുത്ത് വദൂദിനായി നീക്കിവെച്ച് ഫയലിൽ വെക്കാൻ തീരുമാനിച്ചു. മറ്റു വാർത്തകൾ വായിക്കാൻ ശ്രമിച്ചെങ്കിലും ഒന്നിലും ശ്രദ്ധിക്കാൻ കഴിഞ്ഞില്ല. ആ പത്രം അടച്ചുവെച്ചതിൽ എന്തോ പന്തികേട് തോന്നിയ മറിയ ചോദിച്ചു:

"എന്താ... എല്ലാം ഓകെ അല്ലേ?"

"യെസ് ഹണീ.... ഞാൻ ഒന്ന് നടന്നിട്ടു വരാം."

അടുത് ദിവസം ഞാൻ വദൂദിനെ വായിച്ചുതീർക്കാൻതന്നെ തീരുമാനിച്ച് ഫയലിൽനിന്ന് എഴുത്തുകൾ എടുത്തു.

വെണ്ണീർ കഥ

ഞാൻ പുഴയിൽനിന്നാണ്. ആ മണ്ണിൽനിന്നാണ് എന്നെ വലിച്ചെടുത്തത്. ഞങ്ങൾ ജനിക്കുന്നത് കാരണം താപത്തിന്റെ കീഴിലാണ് ഞങ്ങൾ ഞങ്ങളായി തീരുന്നത്. ഞാൻ ഓർക്കുന്ന ഒരു കാര്യമുണ്ട്. ഞാൻ എന്റെ കൂട്ടുകാരികൾക്കൊപ്പം കത്തിയാളുന്ന സൂര്യന്റെ കീഴിൽ ഞങ്ങൾക്കായി വരുന്നവരെ കാത്തിരിക്കുകയായിരുന്നു. അവർ എന്നെ വാങ്ങിച്ചു ഈ വീടിന്റെ പിറകുവശത്ത് കൊണ്ടുവന്നിട്ടു. ഞാൻ ഓടിപ്പോകാതിരിക്കാനാവും എന്റെ രണ്ട് ഭാഗങ്ങളിലും കട്ടയും കല്ലുമിട്ട് കോട്ട കെട്ടി.

അമ്മ വന്ന് എന്നെ ശത്രുക്കളിൽനിന്നും കരിങ്കണ്ണന്മാരിൽനിന്നും രക്ഷപ്പെടുത്താനായി വേണ്ടത് ചെയ്തു. അതെ, എന്നെ പ്രസവിച്ചിട്ടില്ലെങ്കിലും എന്റെ വർഗ്ഗത്തിൽപ്പെട്ടവരല്ലെങ്കിലും അവർ എന്റെ അമ്മയായിരുന്നു. പക്ഷേ അവരുടെ മുഖമല്ലാതെ ഒരു മുഖവും ഞാൻ കഴിഞ്ഞ മുപ്പതു കൊല്ലമായിട്ട് കണ്ടിട്ടില്ലായിരുന്നു. അമ്മ ഇടയ്ക്കിടെ വന്ന് എന്റെ നെഞ്ചിലും മേനിയിലും പറ്റിപ്പിടിച്ച ചിതലും മറ്റും തട്ടിക്കളഞ്ഞ് വൃത്തിയാക്കും. എനിക്ക് ദിവസവും അന്നവും വെള്ളവും തരുന്നത് അമ്മയായിരുന്നു. എനിക്ക് കഴിക്കാനായി വിറകിൻകഷണങ്ങളാണ് തന്നിരുന്നത്. അവർ തരും. ഞാൻ കഴിക്കും.

അമ്മ എല്ലാ ദിവസവും രാവിലെ നിലത്തിരുന്ന് ചായ കുടിക്കും. കൂട്ടത്തിൽ സിഗാറിന് തിരി തെളിക്കുകയും ചെയ്യും. വലിയ തളിക കൊണ്ടുവന്ന് സ്വന്തം മക്കളെ വെയ്ക്കുന്നതുപോലെ മടിയിൽ വെക്കും. എന്നും തന്റെ വലതുഭാഗത്തായി വെച്ച പാത്രത്തിലേക്ക് ഇതിൽനിന്നും കുഴച്ച് മറിച്ച് മുറിച്ചെടുത്ത മാവിൻകഷണങ്ങൾ മാറ്റിവെക്കും. അത് ഓരോന്ന് എടുത്ത് വീണ്ടും പരത്തും. 'ദൈവമേ' എന്ന് വിളിച്ച് എന്റെ അടുക്കലേക്ക് വരും. ഓരോ മാവും എടുത്ത് എന്റെ ഉള്ളംകൈയിലിട്ട് ഒന്നുകൂടെ പരത്തും. നന്നായി പരന്നുവന്നു എന്നുവന്നാൽ ഞാൻ തൊട്ടടുത്ത് നിൽക്കുന്ന കല്ലിൽ ചേർത്തുവെക്കും. ഇങ്ങനെ ആ കല്ലുകൾ നിറയുന്നതുവരെ ഒട്ടിച്ചു വെക്കും. അല്പം കഴിഞ്ഞ് ചട്ടകംപോലത്തെ സാധനംകൊണ്ട് പുറത്തെടുത്ത് പാത്രത്തിലിടും. പാകമായ പത്തിരികൾ ചെറിയ ഒരു കൂനയായി മാറിയാൽ അവ പൊതിഞ്ഞെടുത്ത് പുറത്തേക്ക് പോകും. ഉച്ചകഴിഞ്ഞാണ് തിരികെ എത്തുക. എത്തിയാലുടൻ അടുത്ത ദിവസത്തേക്കുള്ള മാവ് ശരിയാക്കിവെക്കും.

ഞാൻ ഇടയ്ക്ക് അവരെ 'അമ്മ' എന്നു വിളിക്കാറുണ്ട്. അവർക്ക് ഞാൻ മകളെപ്പോലെയാണ് എന്ന് അറിയാമായിരുന്നു. എനിക്ക് ഭക്ഷണം തരുമ്പോൾ മകൻ അമ്മയുടെ മടിയിൽ കിടന്ന് കര യുന്ന രംഗം ഞാൻ ഓർക്കാറുണ്ട്. അവനും മൂന്നു സോദരിമാരു മായിരുന്നു ആ വീട്ടിൽ. അവർ എല്ലാം ഇപ്പോൾ മുതിർന്നു. എന്നെ മാറ്റി പുതിയ ഒന്ന് ശരിയാക്കാമെന്ന് പറഞ്ഞപ്പോൾ അമ്മ പറഞ്ഞ കാര്യം കേട്ടത് ശരിക്കും ഓർമ്മയുണ്ട്. "ഈ അടുപ്പിന് നിങ്ങളേ ക്കാൾ പ്രായമുണ്ടാകും. അച്ഛൻ മരിച്ചതിനുശേഷം നിനക്കും അനിയത്തിമാർക്കും അന്നം തന്നതും കണ്ടെത്തിയതും ഇതിലൂടെ യായിരുന്നു. ഞാൻ മരിച്ചാലല്ലാതെ ഇത് മാറ്റുകയില്ല." എന്റെ പേര് പറഞ്ഞ് സത്യംകൂടി ചെയ്തിരുന്നു.

ഇന്നു കാലത്ത് അമ്മ എന്റെ മുന്നിൽ ഇരുന്നു. സാവധാനം ചായ കുടിച്ചു. മാവിന്റെ തളിക മടിയിൽ വെച്ച് ഞാൻ ആ കാഴ്ച കാണാനാവാതെ കണ്ണ് ഇറുക്കിയടച്ചു. ബോംബിന്റെ ശബ്ദം ഞാൻ കേട്ടു.

കൂടാരം കുടീരമായിരിക്കുന്നു. അന്ന് കാലത്ത് അമ്മ എനിക്ക് ഒന്നും കഴിക്കാൻ തന്നില്ല.

എല്ലാ അമ്മമാർക്കും തന്റേതായ ഒരു ലോകമുണ്ടാകുമല്ലോ. എന്നാണ് ഞാൻ ആലോചിച്ചത്.

ആദ്യമായി അവളെ കണ്ടപ്പോൾ വദൂദിനെയും അവന്റെ എഴുത്തി നെയും ഓർക്കുകയുണ്ടായി. അവന് വേണ്ടി നീക്കിവെച്ച ഫയലിലെ ഒഴിഞ്ഞുകിടക്കുന്ന താളുകൾ എന്നെ നോക്കി ചിരിക്കുകയുണ്ടായിരുന്നു.

ആർക്കെങ്കിലും മറ്റൊരാളുടെ ജീവിതത്തെക്കുറിച്ച് ആധികാരികമായി എഴുതാൻ കഴിയുമോ? എഴുതിയാൽതന്നെ എത്രത്തോളം ജയിക്കും.

രാത്രി ഇരുന്ന് എഴുതിക്കൊണ്ടിരിക്കുമ്പോൾ ഒരു ആശ്വാസത്തിനു വേണ്ടിയാണ് അഞ്ചാംനിലയിൽനിന്ന് ഞാൻ താഴേക്ക് ഇറങ്ങിയത്. ഒരു കപ്പ് കാപ്പി കുടിച്ചാൽ ഒന്നു റീചാർജ്ജ് ആകും. മെട്രോ സ്റ്റേഷന്റെ മുമ്പിലുള്ള ടീ ഷോപ്പിലേക്ക് ഞാൻ ചെന്നു. കാപ്പി ഗ്ലാസ് എടുത്ത് പുറത്തേക്കിറങ്ങുമ്പോഴാണ് എതിർവശത്തെ ചവറുകൾ എടുത്ത് മറ്റൊരു കവറിലേക്ക് തട്ടുന്ന അവരെ കണ്ടത്. അതിനുശേഷം പലപ്പോഴായി എന്റെ രാത്രികാല സഞ്ചാരത്തിനിടയ്ക്ക് അവളെ ഞാൻ കണ്ടു. റോഡുകളിലൂടെ നടന്ന് യാത്രക്കാരും മറ്റും എറിഞ്ഞ് കളയുന്ന പ്ലാസ്റ്റിക്ക് സാധനങ്ങളും ഉപയോഗശൂന്യമായ മറ്റു സാധനങ്ങളും പൊറുക്കിയെടുത്ത് തന്റെ കൈവശമുള്ള പ്ലാസ്റ്റിക് ബാഗിലേക്ക് നിക്ഷേപിക്കുകയാണ് അവളുടെ പതിവ്. ഒരു കവർ നിറഞ്ഞാൽ അത് മാറ്റിവെച്ച് പുതിയ ഒരു കവർ എടുക്കും. ചില സമയത്ത് മൂന്നുകവറുകൾവരെ ചുമന്നു നടക്കുന്നതു കണ്ടിട്ടുണ്ട്. ചവറുകൾ കൊണ്ടുപോയി നിക്ഷേപിക്കപ്പെടുന്ന സ്ഥലത്തേക്കാവാം അവൾ അത് കൊണ്ടുപോകുന്നത്. അറിയില്ല. പക്ഷേ ഈ നഗരത്തിന്റെ വൃത്തിയിൽ അവൾ അത്രയ്ക്ക് ശ്രദ്ധിക്കുന്നുണ്ട് എന്ന് ആലോചിക്കുമ്പോൾ എനിക്ക് എന്തോ ഒരു സന്തോഷം തോന്നാതിരുന്നില്ല. നന്മയുള്ള മനസ്സുകൾക്ക് നന്മയല്ലാതെ എന്ത് തിരിച്ചുകിട്ടാനാണ്?

എന്റെ അക്കാദമിക് പുസ്തകത്തിന്റെ ഒരു അധ്യായം പൂർത്തീകരിക്കുന്നതിനു വേണ്ടി ഒരു ദിവസം ഞാൻ മറിയയെ വീട്ടിലേക്ക് ക്ഷണിച്ചു. രാത്രിഭക്ഷണം കഴിക്കാനായി ഞങ്ങൾ പുറത്തിറങ്ങി. ഒരു ഇറ്റാലിയൻ ഹോട്ടലിലേക്കാണ് പോയത്. പുറത്ത് പ്ലാറ്റ്ഫോമിലെ ടേബിളിൽ ഇരുന്നു. കാൽവണ്ണ മറയുന്ന തരത്തിലുള്ള വെളുത്ത സ്കർട്ടും ചുവന്ന കുപ്പായവുമാണ് അവൾ ധരിച്ചിരിക്കുന്നത്. നമ്മൾ പരിചയപ്പെട്ടിട്ട് ആദ്യമായിട്ടാണല്ലേ ഈ സ്കർട്ട് ധരിക്കുന്നത് എന്ന് ഞാൻ പറഞ്ഞപ്പോൾ അവളാകെ അമ്പരന്നു.

“സത്യം? എനിക്കറിയില്ല... കിട്ടിയത് ധരിച്ചു. അത്രേള്ളൂ.”

സിസിലി മെയ്ഡ് മുന്തിരിച്ചാറുമായി ബെയറർ വന്നു. ‘ഡമാകാസിനോ’ എന്ന പേര് കണ്ടപ്പോൾ അവളാണ് മറ്റു വിവരങ്ങൾ ചോദിച്ചു മനസ്സിലാക്കിയത്.

“അബുനവാസിന്റെ മധുവും ഇതായിരിക്കാം.”

അബു നവാസിന്റെ ചില വരികൾ എന്റെ നാവിലൂടെ ഒഴുകി വന്നു.

“ആഹ്... ആഹ്... ഗംഭീരം. അല്ല. എന്നിട്ടും നീ എന്താ അയാളുടെ നിർദ്ദേശം സ്വീകരിക്കാത്തത്?”

“എന്താ നീ ഉദ്ദേശിക്കുന്നത്? നമ്മളിതാ തിന്നാനും കുടിക്കാനും നിൽക്കല്ലേ.”

"അതെ... അതെ. പക്ഷേ കവിതയിൽ പറഞ്ഞതുപോലെ കുന്നിൻ പുറത്ത് കയറിനിൽക്കാൻ നിനക്ക് താത്പര്യം കാണുന്നില്ലല്ലോ."

ഞാൻ ഒന്നും മിണ്ടിയില്ല.

"അപ്പോഴേക്കും പിണങ്ങിയോ?"

"ഹേയ്... ഇല്ല... നീ പറഞ്ഞ കാര്യത്തെക്കുറിച്ച് ആലോചിക്കുകയായിരുന്നു."

അവളുടെ പിറകിലുള്ള എന്തോ കാര്യമാണ് ഞാൻ നോക്കിനിൽക്കുന്നത് എന്ന് മറിയയുടെ ശ്രദ്ധയിൽപെട്ടു. അവളും തിരിഞ്ഞുനോക്കി. ഒരു ചൈനക്കാരി ചപ്പുചവറുകളുടെ കവർ എടുത്തുവെക്കുന്നതാണ് കണ്ടത്. അവളെ കണ്ടപ്പോൾ വദൂദിന്റെ കഥയാണ് എനിക്ക് ഓർമ്മവന്നത്.

"ഇത് ഒരു അദ്ഭുതംതന്നെ. എത്ര നേരമാണ് ഇവർ ജോലി എടുക്കുന്നത്. നഗരത്തിലെ അഴുക്കുകൾ നീക്കം ചെയ്യാൻ മാത്രമാണല്ലോ ഈ സമയം മുഴുവൻ നീക്കിവെക്കുന്നത്? മിക്ക രാത്രികളിലും ഞാൻ അവളെ കാണാറുണ്ട്."

"അവൾ ഒറ്റയ്ക്കല്ല. അവളെപ്പോലെ ഒരുപാട് പേരുണ്ട് ഈ ബ്രോക്‌ലൈനിൽ. ഭൂരിപക്ഷവും സ്ത്രീകൾ. അതും കുറച്ചു പ്രായം ആയവർ. വിധിയുടെ വിളയാട്ടംകൊണ്ട് വിധവയാകേണ്ടിവന്നവർ, ആരും തിരിഞ്ഞുനോക്കാത്ത അഗതികളും അനാഥകളുമായി ജീവിക്കുന്നവർ പൊതുസമൂഹം തിരിഞ്ഞുനോക്കാത്ത, ഒരു പാവം കൂട്ടർ."

"നിനക്ക് എവിടെനിന്നു കിട്ടുന്നു ഇതുപോലുള്ള അറിവുകൾ?"

"ബ്രോക്‌ലൈനിൽ എന്റെ കൂടെ താമസിച്ചിരുന്ന യുവതി ഒരു വൃദ്ധസദനത്തിലാണ് ജോലി ചെയ്തിരുന്നത്. എല്ലാ ദിവസവും വൈകീട്ട് അവൾ വന്ന് ഒരുപാട് കഥകൾ പറയും. അത് വിട്. അതു പറഞ്ഞുതുടങ്ങിയാൽ തീരില്ല."

ഞാൻ ആലോചനയോടെ പറഞ്ഞു.

"എല്ലാ കാലത്തും അതിന്റേതായ നേട്ടങ്ങളും കോട്ടങ്ങളുമുണ്ട്. അബുനവാസ് ഇപ്പോൾ ജീവിച്ചിരിക്കുന്നുണ്ടെങ്കിൽ തീർച്ചയായും ഒത്തിരി കരയും. ഒത്തിരി കുടിക്കേം ചെയ്യും. അന്ന് കുടിച്ചും പാടിയും നടന്നിരുന്ന മണ്ണ് പലതും നിങ്ങളുടെ പട്ടാളക്കാർ അധിനിവേശം നടത്തി കീഴടക്കിയിരിക്കുകയല്ലേ."

"എന്റെ പട്ടാളക്കാരല്ല മുത്തേ. ഞാൻ ആ കൂട്ടത്തിലല്ല. ആണെങ്കിൽ നീയും ഉണ്ടാകും.

"സോറി."

ആ സംഭവം കഴിഞ്ഞ് ഒരു മാസമായിട്ടുണ്ടാകും. രാവിലെ നേരത്തെ എണീറ്റ ഞാൻ ഒന്ന് പുറത്തിറങ്ങി. സമയം രാവിലെ 4.30 ആയിരിക്കും.

ഏകദേശം ഒരു മണിക്കൂർ നടന്നപ്പോൾ പുഴയുടെ തീരത്ത് എത്തി. മാൻഹാട്ടനിൽനിന്ന് ബ്രോക്ലൈനിലേക്ക് പോകുന്ന പാലത്തിന്റെ ചുവട്ടിൽ ഒരു ട്രക്ക് നിൽക്കുന്നത് കണ്ടു. അതിന്റെ മുമ്പിൽ ആണും പെണ്ണും കൂടിക്കലർന്ന ഒരു നീണ്ട വരിയുമുണ്ടായിരുന്നു. അവരുടെ കൈയിലുള്ള കവറുകൾ വാങ്ങി ഒരാൾ ട്രക്കിലേക്ക് ഇടുന്നതും തിരിഞ്ഞ് ഓരോരുത്തർക്കും അയാൾ നാണയം കൂലിയായി നൽകുന്നതും കണ്ടു. അഞ്ച് മിനുട്ടോളം അത് കണ്ടിരുന്നു. പിന്നെ ഞാൻ പതിയെ മുന്നോട്ടു നടന്നു.

വീട്ടിൽനിന്ന് പുറത്തേക്ക് വലിച്ചിട്ട ഫർണീച്ചറുകൾ നിറഞ്ഞുനിൽക്കുന്ന ആ തോട്ടത്തിലെ ഒരു ബഞ്ചിൽ ഞാൻ ഇരിക്കുകയായിരുന്നു. സഹോദരി എന്റെ അരികിലുണ്ട്. എന്റെ ചെരിപ്പ് ഇട്ടു തരാൻ അവൾ ശ്രമിക്കുന്നു. അതോ ഞാൻ അവളെയാണോ സഹായിക്കുന്നത്. വ്യക്തമായി ഓർമ്മ വരുന്നില്ല. അമ്മയാണ് ഞങ്ങളെ പുറത്ത് കൊണ്ടുവന്ന് ആ തോട്ടത്തിൽ ഇരുത്തിയത്.

"ഇവിടെ ഇരിക്കണം. അനങ്ങരുത്..."

മുതിർന്നവർ എല്ലാവരും സംഭവത്തിന്റെ തിരക്കിലായിരുന്നു. ആരും തന്നെ ഞങ്ങളെ ശ്രദ്ധിക്കുന്നില്ല. ഞങ്ങളുടെ അയൽവാസിയായ അബു സുഹൈർ ധൃതിപിടിച്ച് കയറിവരുമ്പോൾ പറയുന്നുണ്ടായിരുന്നു.

"ഞാൻ ഫയർഫോഴ്സിനെ വിളിച്ചിട്ടുണ്ട്. അവർ വന്നുകൊണ്ടിരിക്കുകയാണ്."

അതും പറഞ്ഞ് വീടിന്റെ അകത്തേക്ക് കയറി.

ഞങ്ങളുടെ വീട്ടിൽ ഫോണുണ്ടായിരുന്നില്ല. എനിക്ക് ഫയർഫോഴ്സ് എന്താണ് എന്ന് അറിയാമായിരുന്നില്ല. സൈറൺ മുഴക്കി ഫയർഫോഴ്സുകാർ ഓടിപ്പാഞ്ഞുവന്ന് തീ കെടുത്താനായി വെള്ളപ്പൈപ്പുമായി അകത്തേക്ക് കയറിപ്പോയി. ഫയർഫോഴ്സ് വാഹനത്തിന്റെ സൈറൺ കേട്ട് അയൽവാസികൾ എല്ലാം കാഴ്ചകൾ കാണാനായി വീടിന്റെ മുകളിൽ കയറിനിൽക്കുന്നുണ്ട്. തീനാളം എന്റെ അമ്മാവൻ ജോലിസ്ഥലത്തുനിന്ന് തിരിച്ചുവന്നാൽ താമസിക്കാറുള്ള രണ്ടാംനിലയിലെ റൂമിലേക്ക് പാഞ്ഞുകയറിയിരിക്കുന്നു. അന്ന് അമ്മാവൻ റൂമിലില്ല. പക്ഷേ, കല്യാണനിശ്ചയം കഴിഞ്ഞ അദ്ദേഹം വീട് മാറാനായി ഏതാനും ഫർണീച്ചറുകൾ നേരത്തെ വാങ്ങിവെച്ചിട്ടുണ്ടായിരുന്നു. എല്ലാം തീ തിന്നുതീർത്തു.

സുഹൈറിന്റെ അമ്മ വന്ന് എന്നെയും സഹോദരിയെയും അവരുടെ വീട്ടിലേക്ക് കൊണ്ടുപോയി.

"ഇന്ന് ഞങ്ങളുടെ വീട്ടിൽ ഉറങ്ങാം."

"വേണ്ട. ഞാൻ ഇവിടെ തോട്ടത്തിൽ നിന്നോളാം."

"അത് പറ്റില്ല മോനേ, നീ വാ, പോകാം..."

മണിക്കൂറുകൾക്കുശേഷം സുഹൈറിന്റെ വീട്ടിൽ ഞങ്ങൾ ഉറങ്ങാൻ തയ്യാറാകുമ്പോൾ അമ്മ പറഞ്ഞു വീട്ടിൽ ചെന്ന് എന്തോ സാധനം എടുക്കാനുണ്ട് എന്ന്. എന്താണ് ആ സാധനം എന്ന് എനിക്ക് ഓർമ്മയില്ല. പക്ഷേ ഞാനുമുണ്ട് എന്ന് പറഞ്ഞ് അമ്മയുടെ പിറകെ കൂടിയത് ശരിക്ക് ഓർമ്മയുണ്ട്.

"വേണ്ട. നീ ഇവിടെ പെങ്ങൾക്കൊപ്പം നിന്നാ മതി. ദാ.. ഞാനിപ്പോ വരും."

എന്റെ വാശിക്ക് മുമ്പിൽ എന്നത്തേയും പോലെ അവർ കൂടെ കൂട്ടാൻ തയ്യാറായി.

തീ ആളിപ്പടർന്നപ്പോൾ കറന്റ് കണക്ഷൻ വിച്ഛേദിച്ചതുകൊണ്ടു തന്നെ വീട് ഇരുട്ടിലായിരുന്നു. ഒരു മരണവീട് പോലെ ഉറങ്ങിക്കിടക്കുകയാണ് ഞങ്ങളുടെ വീട്. (ഇറാനുമായുള്ള യുദ്ധകാലത്ത് ഒരുപാട് ദിവസം രാത്രിയിൽ കറന്റ് ഇല്ലായിരുന്നു.) തോട്ടത്തിൽ നിറയെ ഫർണീച്ചറുകളും മറ്റു സാധനങ്ങളുമായിരുന്നു. പുകവാസന അവിടെയാകെ വ്യാപിച്ചുകിടക്കുന്നുണ്ട്. അമ്മയുടെ കൈയിൽ ഞങ്ങൾക്ക് വഴി കാണിക്കാനായി ഒരു കൈവിളക്ക് മുനിഞ്ഞുകത്തുന്നുണ്ടായിരുന്നു. അടുക്കളയുടെ ഭാഗത്തുള്ള വാതിൽക്കൽ ഞങ്ങൾ എത്തി. എന്റെ കൈയിൽ അമർത്തിപ്പിടിച്ച് അമ്മ പറഞ്ഞു:

"സങ്കടപ്പെടരുത്... പേടിക്കരുത്..."

കരിഞ്ഞ വാസന കൂടിക്കൂടി വരുന്നുണ്ടായിരുന്നു. വീടിന്റെ അകം മുഴുവൻ വെള്ളമായിരുന്നു. വലതുവശത്തേക്കുള്ള വഴിയിൽ തിരിഞ്ഞ് അമ്മയുടെയും അച്ഛന്റെയും റൂമിന് നേരെ നടന്നു. ഞാൻ അന്ന് അമ്മയോട് കൂടെ അകത്ത് കയറിയോ? ശരിക്ക് ഓർക്കാനാകുന്നില്ല. ഇല്ല. ഞാൻ അകത്തേക്ക് കയറിയിട്ടില്ല. വെള്ളത്തിലൂടെ അമ്മ നടക്കുന്ന ശബ്ദം എനിക്ക് പുറത്തേക്കു കേൾക്കുന്നുണ്ടായിരുന്നു. അകത്തേക്കു കയറുന്നതിനു മുമ്പ് വിളക്ക് താഴേക്ക് താഴ്ത്തി കാണിച്ച് അമ്മ പറഞ്ഞു: "ഇവിടെ നിൽക്ക്. അകത്തേക്ക് നീ കയറണ്ട. കാൽ മുഴുവൻ നനയും. മാത്രമല്ല നിന്റെ പൈജാമയിൽ മുഴുവൻ ചളി നിറയും. ഇവിടെനിന്ന് അനങ്ങരുത്. ഞാൻ റൂമിൽ പോയി എടുക്കേണ്ട സാധനം എടുത്ത് ഇപ്പോൾ മടങ്ങിവരാം."

തുറന്നിട്ട വാതിൽപടിയുടെ മുൻപിൽ ഇരുട്ടിൽ ഞാൻ പകപ്പോടെ നിന്നു. അമ്മ മാക്സി മുകളിലേക്ക് വലിച്ചുകയറ്റി അരയിൽ തിരുകി വിളക്കിന്റെ വെളിച്ചവുമായി അകന്നുപോകുന്നത് ഞാൻ നോക്കിനിന്നു. വെള്ളം നിറഞ്ഞ റൂമിലൂടെ അകന്നുപോകുന്ന അമ്മയുടെ കാലടിയുടെ ശബ്ദം ഞാൻ കേട്ടുകൊണ്ടിരുന്നു. ഞാൻ തനിച്ച് ഇരുട്ടിന്റെ ഏകാന്തതയിൽ പേടിയോടെ നിൽക്കുന്നു.

അല്പസമയത്തിനുശേഷം അമ്മയുടെ പാദപതന ശബ്ദത്തോടൊപ്പം വെളിച്ചവും വരുന്നതു കണ്ടു. പേടി കുറഞ്ഞെങ്കിലും കരിഞ്ഞ വാസന മൂക്കിൽ തങ്ങിനിൽക്കുന്നുണ്ടായിരുന്നു. സുഹൈറിന്റെ വീട്ടിലേക്ക് മടങ്ങിയെങ്കിലും എനിക്ക് അന്നു രാത്രി ഉറങ്ങാൻ കഴിഞ്ഞില്ല. അവരുടെ വിരിപ്പിന്റെ വാസന രൂക്ഷമായിരുന്നു. വൃത്തിയുള്ളതായിരുന്നുവെങ്കിലും ഞങ്ങളുടെ വിരിപ്പിന്റെ വൃത്തിയുണ്ടായിരുന്നില്ല. അടുത്ത ദിവസം സ്കൂളിലെത്തിയ ഞാൻ കൂട്ടുകാരോട് എന്റെ വീട് കത്തിയ വിവരം പറഞ്ഞു. അവരെല്ലാവരും എന്നെ അയ്യോ പാവത്തോടെ നോക്കി.

"കത്തിക്കരിഞ്ഞ ഗോപുരം' എന്ന് ഞാൻ വിളിച്ചിരുന്ന എന്റെ വീട് ആഴ്ചകളോളം അങ്ങനെതന്നെ നിന്നു. അച്ഛൻ ഞങ്ങളെ അകത്തേക്ക് കയറാൻ അനുവദിച്ചില്ല. പക്ഷേ ഞാൻ അച്ഛൻ അറിയാതെ പല പ്രാവശ്യം നുഴഞ്ഞുകയറി കത്തിക്കരിഞ്ഞ് ഇരുണ്ട് കിടക്കുന്ന ചുമരുകളും ഫർണീച്ചറുകളും മാമൻ കിടന്നിരുന്ന ഇരുമ്പ് കട്ടിലുകളെല്ലാം നോക്കിനിന്ന് തിരിച്ചുപോരും. കരിഞ്ഞ വാസന വീടിന് അകത്ത് പ്രത്യേകിച്ച് രണ്ടാംനിലയിൽ കെട്ടിക്കിടന്നു. ഒരു ദിവസം പണിക്കാർ വന്നു. വീട്ടിൽ ബാക്കി കിടന്നിരുന്ന സാധനങ്ങളും വലിച്ചു പുറത്തേക്കിട്ടു. പുതിയ പെയിന്റടിച്ചു. അതിനുശേഷം ഒരുപാട് വർഷം ഞാൻ എന്റെ ചേച്ചിയുടെ റൂമിലായിരുന്നു താമസിച്ചിരുന്നത്. തീ വീട്ടിൽ ഉറങ്ങിക്കിടക്കുകയാണ്, ഒരു ദിവസം ഉണർന്ന് എല്ലാം കരിച്ചുകളയും എന്ന് ഇടയ്ക്കിടെ ഞാൻ അവളോട് പറയാറുണ്ടായിരുന്നു.

അടുക്കളവാതിലിലൂടെ പുറകുവശത്തെ വേലിയുടെ അരികിൽ നിൽക്കുന്ന അത്തിമരത്തിന്റെ അരികിലേക്ക് ഞാൻ നടന്നു. അതിന്റെ കായ എനിക്ക് നല്ല ഇഷ്ടമായിരുന്നു. എല്ലാ വേനൽക്കാലത്തേയും പോലെ അക്കൊല്ലവും പാകമായത് പറിച്ച് തിന്നാൻ എനിക്ക് ഇഷ്ടമായിരുന്നു. കോൺക്രീറ്റ് നടപ്പാതയിൽനിന്ന് നനഞ്ഞ മണ്ണിലേക്ക് ഞാൻ ഇറങ്ങി (എന്റെ ഡ്രസ്സിൽ മണ്ണ് കണ്ടാൽ അമ്മയുടെ വക അടിപ്പൂരം ഉണ്ടാകും എന്ന് എനിക്ക് ഉറപ്പുണ്ടായിരുന്നു) പറിക്കാൻ പാകമായ പഴങ്ങൾ വല്ലതും മരത്തിന്റെ താഴെ വീണ് കിടക്കുന്നുണ്ടോ എന്ന് നോക്കി അടുക്കളതോട്ടത്തിൽ അമ്മ നട്ട കൃഷി ഞാൻ ചെരിപ്പിട്ട് നടന്ന് കേടുവരുത്തുന്നുണ്ട് എന്ന് പറഞ്ഞ് രണ്ട് കിട്ടിയത് ഓർമ്മയിലുണ്ടായിരുന്നതുകൊണ്ടുതന്നെ വളരെ സൂക്ഷിച്ചുതന്നെയാണ് ഞാൻ നടന്നത്. പാകമായ പഴം കണ്ടപ്പോൾ കൈ നീട്ടി അറുത്തു. അപ്പുറത്തുള്ള കൊമ്പിലായിരുന്നു അത്. കൈ എത്തിച്ച് ഞാൻ അത് പറിച്ചു. ടാങ്കിന്റെ അടുത്തുള്ള ടേപ്പിൽനിന്ന് അത് കഴുകാനായി ഞാൻ ചെന്നു. കഴുകി ഒന്ന് കടിച്ചു. ഒറ്റ കടിക്കുതന്നെ അതിന്റെ കുരുപോലും പുറത്തേക്ക് കാണുന്ന തരത്തിലായി. മറുപാതികൂടി കടിക്കാൻ നിൽക്കുമ്പോഴാണ് വാതിൽ തുറക്കുന്ന ശബ്ദവും പെൺകുട്ടികളുടെ കിളിനാദവും കേട്ടത്.

അയൽവാസികളായ പെൺകുട്ടികളുടെ ശബ്ദമാണ് അത് എന്നെനിക്കു മനസ്സിലായി. എന്റെ വീട്ടിൽ നിന്ന് നോക്കിയാൽ കാണുന്ന തോട്ടത്തിൽ അവർ ഒരുമിച്ചിരിക്കുന്നത് പല തവണ കണ്ടിട്ടുണ്ട്. അവരിൽ ഒരാൾ സുന്ദരിയാണ്. കാണാനും നല്ലതാണ്. ഉന്തിനിൽക്കുന്ന മാറിടം ആകർഷ ണീയമായിരുന്നു. എന്നാലും അവരുടെ പേരുകൾ എനിക്ക് അറിയില്ല. അവരുടെ വീട് ഞങ്ങളുടെ തെരുവിലല്ലായിരുന്നു. തൊട്ടപ്പുറത്തുള്ള തെരുവിലായിരുന്നു. അബു ഖലൂദ് ഫാമിലിക്കാരാണ് എന്നു മാത്രം അറിയാം. ഒന്നുരണ്ടു മാസം മാത്രമേ ആയിട്ടുള്ളൂ ഇങ്ങോട്ട് താമസം മാറ്റിയിട്ട്. അവർ പറയുന്ന കാര്യങ്ങൾ കേൾക്കാനായിട്ട് ഞാൻ വേലി യുടെ അരികിലേക്ക് നീങ്ങിനിന്നു. മരക്കൊമ്പ് ഇളകാതിരിക്കാനായി ഞാൻ പതിയെ വേലിയിലേക്കു ചാരിയിരുന്നു. കുപ്പി ഗ്ലാസ് പെട്ടിയുടെ മുകളിൽ വെയ്ക്കുന്ന ശബ്ദം കേട്ടു. 'അത് ശരിക്ക് പിടിക്ക്. വീണു പൊട്ടണ്ട' എന്ന ശബ്ദവും കേട്ടു. രണ്ടു വേലിക്കല്ലിന്റെ ഇടയിൽ സിമന്റ് ഇട്ട് അടയ്ക്കാത്ത ഒരു ദ്വാരം ഞാൻ കണ്ടു. ചെറുതായി ഒരു കൈ ക്രിയ ചെയ്തപ്പോൾ അവിടെയുണ്ടായിരുന്ന കല്ല് കൈയിൽ പോന്നു. അക ത്തേക്ക് നല്ല കാഴ്ച ലഭിക്കുകയും ചെയ്തു. ഒന്നുകൂടെ വ്യക്തമായി കാണണമെങ്കിൽ ഞാൻ തലതാഴ്ത്തണം എന്ന് എനിക്കു തോന്നി. കാഴ്ച സുഖം കിട്ടണം എന്ന ചിന്തയിലും അതിനുവേണ്ടി പണി എടുക്കുന്നതി നിടയിലും കാൽക്കീഴിലെ മണ്ണ് ഇളകുന്നതും ഞാൻ നിൽക്കുന്ന സ്ഥലം നനഞ്ഞതാണെന്നുമുള്ള കാര്യം മറന്നു. വിടവിൽ കണ്ണ് വെച്ച് അക ത്തേക്ക് നോക്കാനുള്ള ശ്രമം ഞാൻ നടത്തി. അടുക്കളയും രണ്ടു പേരേയും കണ്ടു. അതിനിടയിൽ കാൽ തെറ്റി താഴേക്ക് വീണു. നേരെ ചളിയിലേക്ക്. തലയും മുടിയും മേലും ചളിയിൽ കുളിച്ചു. എന്റെ കോലാഹലം അവർ കേൾക്കും. വന്നുനോക്കിയാൽ കള്ളത്തരം പിടിക്ക പ്പെടും എന്ന പേടിയിൽ ചലിക്കാതെ നിന്നു. പക്ഷേ, ഒന്നും സംഭവി ച്ചില്ല. ശബ്ദമുണ്ടാക്കാതെ ടേപ്പിന്റെ അരികിൽ പോയി ചളി കഴുകി വൃത്തിയാക്കാൻ ശ്രമിച്ചു. അമ്മയോട് എന്തു പറയും എന്നാണ് ആലോ ചിച്ചത്. ആ വീടിന്റെ വാതിൽ അടയ്ക്കുന്ന ശബ്ദം കേട്ടു. മതിലിലുള്ള ആ തുള അവിടെതന്നെ കാണുമെന്നും അടുത്ത അവസരത്തിൽ ഇതിലും വലിയ വല്ലതും കാണാനാകുമെന്നും ഞാൻ ആശ്വസിച്ചു.

അടുക്കള വാതിലിലൂടെ പതുങ്ങി ഞാൻ അകത്ത് കയറി. നേരെ ബാത്ത്റൂമിൽ പോയി ഡ്രസ് അഴിച്ചുമാറ്റി സോപ്പിട്ട് കഴുകി. ചളി മുഴുവൻ പോകാത്ത എന്റെ ഡ്രസ്സ് അമ്മ കണ്ടു. ചോദ്യങ്ങൾ വരികയും ചെയ്തു.

"ന്താത്? എങ്ങനെ ചളിയായി? ചളിയിൽ കുളിക്കുകയായിരുന്നോ നീ?"

ഫുട്ബോൾ കളിക്കുമ്പോൾ വീണതാണ് എന്ന് പറഞ്ഞെങ്കിലും അമ്മ അത് പൂർണമായും വിശ്വസിച്ചില്ല എന്ന് തോന്നി.

ആ സംഭവം കഴിഞ്ഞതിൽ പിന്നെ ഞാൻ വീടിന്റെ മുകളിൽ കയറി അമ്മയും അച്ഛനും ഇല്ലെങ്കിൽ അവരുടെ റൂമിന്റെ ജനാലവഴിക്ക്

പുറകിൽ നിന്ന് അടുത്ത വീട്ടിലെ ചലനങ്ങൾ നിരീക്ഷിച്ചുകൊണ്ടിരുന്നു. രണ്ടാഴ്ചയ്ക്കുശേഷം അവൾ ബക്കറ്റിൽ വെള്ളം എടുക്കുന്നത് കണ്ടു. ഞാൻ വേഗം താഴത്തേക്ക് ഇറങ്ങി അടുക്കളവഴി അത്തിമരത്തിൽ കയറിക്കൂടി. ചളിയുണ്ടായിരുന്ന ഭൂമി ഉണങ്ങിനിൽക്കുന്നത് സമാധാനവും ആശങ്കയും ഉള്ളിലുണ്ടാക്കി. വീണാൽ എന്താകും?"

വെള്ള ടാങ്കിന്റെ അടുത്തുനിന്ന് കിട്ടിയ ഒരു പലകക്കഷണം കുറുകെ വെച്ച് മുട്ട് കുത്തി ദ്വാരത്തിന് നേരെതന്നെ ഇരുന്നു. ഇപ്പോ അകത്തുള്ളത് വ്യക്തമായി കാണാം. അവൾ നിൽക്കുന്നത് കണ്ടു. എനിക്ക് പുറം തിരിഞ്ഞാണ് നിൽക്കുന്നത്. ഒരു ആകാശക്കളർ മാക്സിയാണ് ധരിച്ചിരിക്കുന്നത്. പുതപ്പുകളും വിരിപ്പുകളും മറ്റുമുണ്ട്. ധരിച്ചിരിക്കുന്ന ഡ്രസ് ഒന്നു കയറ്റിക്കുത്തി. പണി എടുക്കാനുള്ള എളുപ്പത്തിനാകും. അപ്പോഴാണ് അവളുടെ നഗ്നമായ ആ സുന്ദരമായ തുടകൾ ഞാൻ കാണുന്നത്. ടാപ്പ് പൂട്ടി. ബക്കറ്റിലിട്ടിരുന്ന മോപ്പ് എടുത്ത് ഒന്ന് പിഴിഞ്ഞു. തുറന്നുകിടക്കുന്ന വാതിലിലൂടെ അവൾ അടുക്കളയിലേക്ക് കയറിപ്പോയി. ഏതാനും നിമിഷങ്ങൾക്കുശേഷം അവൾ മടങ്ങിവന്നു. നനവ് കാരണത്താൽ മാക്സി അങ്ങിങ്ങായി അവളുടെ ശരീരത്തിൽ ഒട്ടിപ്പിടിച്ചിരുന്നു. മുലക്കച്ച ഇടാത്തതുകൊണ്ടുതന്നെ ആ രണ്ട് നിധികുംഭങ്ങളും പുറത്തേക്ക് തള്ളിനിൽക്കുന്നത് ആ നനവിലും വ്യക്തമായി കാണാം. ഇപ്പോൾ എന്റെ നേരെ തിരിഞ്ഞാണ് നിൽക്കുന്നത്. നനഞ്ഞുകിടക്കുന്ന മോപ്പ് രണ്ടാമതും വെള്ളത്തിലിട്ട് കഴുകാനായി അവൾ കുനിഞ്ഞപ്പോൾ ആ രണ്ട് നിധികളും പുറത്തേക്ക് ചാടിപ്പോരുന്നതുപോലെ തോന്നി. മോപ്പ് പിഴിഞ്ഞ് അവൾ വീണ്ടും അകത്തേക്ക് പോയി. വീണ്ടും പുറത്തുവന്ന് മോപ്പ് നനച്ച് ഇപ്രാവശ്യം അവൾ അടുക്കളയുടെ ആ ഭാഗത്താണ് തുടച്ചിരുന്നത്. അതുകൊണ്ടുതന്നെ അവളെ ശരിക്കും കണ്ട് ആസ്വദിക്കാൻ അവസരം ലഭിച്ചു. അവൾ കുനിയുമ്പോൾ ആ നിധികുംഭങ്ങൾ തുള്ളിച്ചാടി. നഗ്നമായ അവളുടെ തുടകളും തുറിച്ചുനിൽക്കുന്ന ചന്തികളും ഇടയ്ക്കിടെ തിരിഞ്ഞ് അങ്ങോട്ടും ഇങ്ങോട്ടും തുടക്കുന്നതുകൊണ്ട് മുഴുവനായി എനിക്ക് കാണാനായി. ആ കാഴ്ചകൾ കണ്ട് ആ മുല പിടിച്ച് ഞെരുക്കാൻ കൈകൾ തരിച്ചുകൊണ്ടിരുന്നു. മതിലിൽ ചാരിനിന്ന് അകത്തെ കാഴ്ച കണ്ടിരിക്കുമ്പോൾ ആരെങ്കിലും വന്ന് എന്നെ കാണ്ടാലോ എന്ന പേടി കടന്നുപോയി. ബക്കറ്റിന്റെ അരികിൽ വന്ന് അവൾ വീണ്ടും മോപ്പ് പിഴിഞ്ഞെടുത്തപ്പോൾ ഞാൻ താഴെയുള്ള മണ്ണ് പിടിച്ച് അമർത്തി ഞെരിച്ചു ദ്വാരത്തിൽനിന്ന് കണ്ണ് എടുത്ത് താഴെ മണ്ണിലേക്ക് നോക്കി മണ്ണിൽ അങ്ങിങ്ങായ വെള്ള തുള്ളികൾ പാറിക്കിടക്കുന്നത് കണ്ട് നോക്കി നിന്നു. ഞാൻ എന്റെ 'കുട്ടിയെ' അകത്താക്കി വീണ്ടും ദ്വാരത്തിലൂടെ നോക്കുമ്പോൾ അവിടെ ആരും ഉണ്ടായിരുന്നില്ല. ബക്കറ്റിൽ നിന്ന് വെള്ളം ഒഴിക്കുന്ന ശബ്ദം കേട്ടു. പിറകിൽ അവൾ വരുന്നതും കണ്ടു. ബക്കറ്റ് പൈപ്പിന്റെ ചുവട്ടിൽ വെച്ച് അകത്തേക്ക് കയറിപ്പോയി വാതിലടച്ചു.

ഇതിലും രസകരമായ കാഴ്ചകൾ ഇനിയുമുണ്ടാകും എന്ന പ്രതീക്ഷയിൽ ഒരുപാട് സമയം അവിടെതന്നെ നിന്നു. പക്ഷേ ഒന്നും നടന്നില്ല. മൂന്നുനാല് ആഴ്ചകൾക്കുശേഷം പണിക്കാർ വീടിന്റെ ചുമരുകൾ നന്നാക്കുന്നത് കണ്ടു. എന്റെ രഹസ്യകേന്ദ്രപ്രദേശം അവർ കണ്ടെത്തി അടയ്ക്കുമെന്ന് ഭയന്നു. എന്നാൽ രണ്ടു ദിവസം കഴിഞ്ഞ് നോക്കുമ്പോൾ അത് അതുപോലെതന്നെ ഉണ്ടായിരുന്നു. അകത്തേക്ക് നോക്കിയെങ്കിലും ഒന്നും കണ്ടില്ല.

ആ കാഴ്ച ഓർമ്മയിൽ മങ്ങാതെ കിടന്നു. അത്തിപ്പഴത്തിന്റെ വാസന വരുമ്പോൾ എനിക്ക് അവളുടെ വെൺതുടയാണ് ഓർമ്മയിൽ വരിക. ഓരോന്ന് എടുത്ത് കഴിക്കുമ്പോഴും അവളുടെ ആ രണ്ട് നിധികുംഭങ്ങൾ രുചിക്കുന്നതുപോലെയാണ് എനിക്കു തോന്നിയിരുന്നത്.

വായിച്ചുതീർക്കണം എന്ന് കരുതിയിരുന്നെങ്കിലും എനിക്ക് അതിന് സാധിച്ചിരുന്നില്ല. ഒരു ദിവസം ഞാൻ അവന്റെ എഴുത്ത് പുറത്തെടുത്ത് വായിച്ചു.

ഞാൻ വീട്ടിലേക്ക് തിരിച്ചുപോകാറുണ്ട്.

ഒരുപാട് തവണ.

രണ്ടാഴ്ചകളിൽ ഒരിക്കൽ എങ്കിലും പോകും.

ബാബ് മുഅസമിൽനിന്നാണ് ബസ് കയറാറുള്ളത്. 79 എ ബസ്. എല്ലായ്പോഴും ഒന്നാംനിലയിലാണ് ഇരിക്കാറുള്ളത്. മുന്നിലെ ഗ്ലാസിന്റെ തൊട്ടുപിറകിലുള്ള നിരയിൽതന്നെ ഇരുന്ന് പുറംകാഴ്ചകൾ കണ്ട് യാത്രപോകാനായിരുന്നു ഇഷ്ടം. ഒന്നാംനിലയിലെ ശ്വാസംമുട്ടൽ പലപ്പോഴും അറിയാറുണ്ട്, അനുഭവിക്കാറുമുണ്ട്. രണ്ടാംനിലയിലും സീറ്റ് ലഭിച്ചില്ലെങ്കിൽ പ്രത്യേകിച്ചും അത് അനുഭവിക്കാറുണ്ട്. നിൽക്കുമ്പോൾ അതിവേഗതയിൽ ഓടിക്കുന്ന ഡ്രൈവർമാർ സഡൺ ബ്രേക്കിടുന്നതും മറ്റും ബാലൻസ് തെറ്റിക്കാൻ കാരണമാകാറുണ്ടായിരുന്നു. അവിടെതന്നെ നിന്ന് ആരെങ്കിലും എണീറ്റാൽ ആ സീറ്റ് ചാടിപ്പിടിക്കണം എന്ന മനോഗതിയോടെ ജാഗ്രതയോടെ നിൽക്കും. എപ്പോഴും ഒരു പുസ്തകമോ മാസികയോ വായിക്കാനായി കൂടെ കരുതും. ബസ് ഞങ്ങളുടെ സ്ഥലത്ത് എത്തുന്നതിന്റെ മുമ്പുതന്നെ ഏകദേശം കാലിയായിട്ടുണ്ടാകും. ഞങ്ങളുടെ വീടിന്റെ തൊട്ടടുത്ത് തന്നെയുള്ള സ്റ്റോപ്പിൽ ബസ് നിർത്തും. നടപ്പാലത്തിന്റെ തൊട്ടടുത്തായി. അകലെനിന്ന് ഞങ്ങളുടെ റോഡ് കാണാനാകുമായിരുന്നു. ബസ്സിന്റെ വാതിൽ തുറന്ന് അടയ്ക്കും. ഞാൻ എന്റെ സീറ്റിൽ തന്നെ ഇരിക്കും. ബസ് പതിയെ ഞങ്ങളുടെ സ്റ്റോപ്പ് വിട്ട് അകന്ന് കണ്ണിൽനിന്ന് മറയും. കുറച്ചുനേരംകൂടി വഴികൾ നോക്കിയിരിക്കും. പിന്നീട് പുസ്തകത്തിലേക്കുതന്നെ മടങ്ങും. ബസ് അവസാന

സ്റ്റേജിൽ എത്തിയാൽ ഡ്രൈവർ എഞ്ചിൻ ഓഫാക്കി പുറത്തിറങ്ങും. ചിലപ്പോൾ മുകൾത്തട്ടിലേക്ക് കയറിവരുമ്പോൾ എന്നെ കണ്ട് എന്താ ഇറങ്ങാതിരുന്നത് എവിടെയാണ് സ്റ്റോപ്പ് എന്ന പല്ലവി ചോദ്യം ചോദിക്കും. ഞാൻ തിരിച്ചുപോകാണ് എന്ന് പറയുമ്പോൾ 'ആയിക്കോട്ടെ, പക്ഷേ, പുതിയ ടിക്കറ്റ് എടുക്കണം' എന്ന് പറയും. ഞാൻ പോയി ടിക്കറ്റ് എടുക്കുകയും ചെയ്യും. ചിലർ മുകളിലേക്ക് കയറിനോക്കുകപോലും ചെയ്യില്ല. അവർ എന്നെ കാണുകയും ചെയ്യില്ല. ഞാൻ അവിടെതന്നെ ഇരുന്ന് തിരിച്ച് ബാബ് മുഅസിമിലേക്കുതന്നെ മടങ്ങും.

കുറച്ചു ദിവസത്തിനുശേഷം വീണ്ടും വീട്ടിലേക്ക് തിരിക്കും.

പക്ഷേ അവിടെ ഇറങ്ങില്ല.

ഒരു ഡ്രൈവർ സ്ഥിരമായി എന്നെ കാണാൻ തുടങ്ങിയതോടെ പരിചയക്കാരനായി. ആദ്യമൊക്കെ ചോദിച്ചിരുന്നു, "ന്താപ്പോ കഥ നിക്ക്യന്നേ. അതോ മടങ്ങുന്നോ? പതിവായപ്പോൾ ആ ചോദ്യങ്ങളും നിന്നു. ഒരു ദിവസം, ഞങ്ങൾ വീടിന്റെ അരികിൽ എത്താറായിട്ടുണ്ടായിരുന്നു. താഴേക്ക് ഇറങ്ങാനായി നിൽക്കുന്ന ഒരു സ്ത്രീ എന്നെ വിളിച്ചു.

"വദൂദിന്റെ കണ്ണുകളെപോലെയുണ്ടല്ലോ?"

തിരിഞ്ഞുനോക്കുമ്പോൾ അറുപത് വയസ്സ് പ്രായം തോന്നിക്കുന്ന ഒരു സ്ത്രീ. കണ്ണട വെച്ചിട്ടുണ്ട്. മുടിയിൽ നര കയറിയിട്ടുണ്ട്. അവർ ചെറുതായി പുഞ്ചിരിച്ചു. അവർ സംസാരിക്കുന്നതിനിടയിൽ കണ്ണീർ ചാടുന്നുണ്ടായിരുന്നു. നല്ല മുഖപരിചയമുണ്ടായിരുന്നുവെങ്കിലും ആളെ ഓർത്തെടുക്കാൻ കഴിഞ്ഞില്ല.

"സുഖം തന്നെയല്ലേ, കാര്യങ്ങൾ എല്ലാം ഞാനും അറിയുന്നുണ്ട്. എന്താ അവിടെതന്നെ ഇരിക്കുന്നത്?" ഞാൻ ഒന്നും പറഞ്ഞില്ല.

"എങ്ങനെ മനസ്സിലാക്കി ഇതൊക്കെ?"

"നിനക്ക് എന്നെ മനസ്സിലായിട്ടില്ല എന്ന് നിന്റെ ഭാവത്തിൽനിന്ന് മനസ്സിലാക്കാനാകും. നോക്ക് ഞാൻ സൈദൂന്റെ അമ്മയാ. നിങ്ങളുടെ അയൽവാസി."

"സൈദൂൻ?"

"അതെ!"

ഞാൻ ഫുട്ബോൾ കളിച്ചിരുന്ന സൈദൂൻ. സൈദൂൻ സുജാമത്. ഉയരംകുറഞ്ഞ മുഴുസമയവും പൈജാമയിൽ നടക്കുന്ന സൈദൂൻ. റോഡിൽ ഫുട്ബോൾ കളിക്കുമ്പോഴും കാലിൽ സ്പോർട്സ്ഷൂക്കൊപ്പം പൈജാമയും ധരിച്ചിട്ടുണ്ടാകും. ഗദീറിന്റെ അടുത്തുള്ള മൈതാനിയിലെ ഫുട്ബോൾ ടൂർണമെന്റിൽ പങ്കെടുക്കാനായി

ഞങ്ങളുടെ റോഡിൽ കളിച്ചിരുന്ന കുട്ടിപ്പട്ടാളത്തെ കൂട്ടി ഒരു ഫുട്ബോൾ ടീമും ക്ലബ്ബും ഉണ്ടാക്കിയിരുന്നത് ഞാൻ ഓർത്തു. 'സ..........ന സിംഹങ്ങൾ' എന്നാണ് ക്ലബ്ബിന് ഞങ്ങൾ പേരിട്ടത്. പന്തും മറ്റു സാമഗ്രികളും വാങ്ങിക്കാനായി ഞങ്ങൾ സംഭാവന ചോദിച്ച് നടക്കുകയായിരുന്നു. അന്ന് അഞ്ച് ദിനാർ എന്നതൊക്കെ ഞങ്ങളെ സംബന്ധിച്ച് ഭീമമായ സംഖ്യയായിരുന്നു. ഒമ്പത് ദിർഹത്തിന് പ്ലാസ്റ്റിക് ഫുട്ബോൾ വാങ്ങാൻ കിട്ടുന്നതുപോലും ഞങ്ങൾക്ക് വാങ്ങാൻ സാധിക്കുമായിരുന്നില്ല. ന്യൂ ബാഗ്ദാദിലെ റസാമിൽനിന്ന് സാധനങ്ങൾ വാങ്ങാനായി ക്ലബ്ബിനെ പ്രതിനിധീകരിച്ച് ഒരു സംഘംതന്നെ പോയി.

"സോറി. എനിക്ക് ഇറങ്ങാനായി." സങ്കടത്തോടെ അവർ പറഞ്ഞു.

"നന്ദി അമ്മാ..." പറയണം എന്നുണ്ടായിരുന്നെങ്കിലും ശബ്ദം പുറത്തേക്ക് വന്നില്ല.

"ദൈവം കാക്കട്ടെ എന്റെ മുത്തിനെ... ദൈവം സഹായിക്കും."

സൈദൂനിനെ എനിക്ക് ഓർത്തെടുക്കാൻ സാധിച്ചെങ്കിലും അവരെ അപ്പോഴും ഓർത്തെടുക്കാനായില്ല. താഴേക്ക് ഇറങ്ങിനടക്കുമ്പോൾ അവർ തല കുലുക്കുന്നുണ്ടായിരുന്നു.

ഒരിക്കൽ തിരിച്ചുപോകുമ്പോൾ പഴയ ഒരു മാസിക വായിക്കുകയായിരുന്നു. പഴയ ഒരു കവിതയുടെ പരിഭാഷയായിരുന്നു അത്. ആ വരി എത്തിയപ്പോൾ ഞാൻ തരിച്ചിരുന്നു. (ആ വരികൾ എനിക്ക് ഇപ്പോഴും ഓർമ്മയുണ്ട്.)

"ഭൂതകാലം തിരിഞ്ഞുനടക്കും

അണഞ്ഞുപോയ മെഴുകുതിരിനിരപോൽ

പുകമാത്രമിനി ബാക്കിയായിരിക്കും നമുക്കരികിലായ്

തണുത്തുറഞ്ഞ മെഴുക്, വാടിയിരിക്കുന്നു, കലങ്ങിയിരിക്കുന്നു."

ഞാൻ കരഞ്ഞു. ഒരുപാടുനേരം...

കവിതാശയം വ്യക്തമായി മനസ്സിലാക്കാൻ ബുദ്ധിമുട്ടായിരിക്കും എന്നതുകൊണ്ടുതന്നെ ഞാനത് വിശദീകരിച്ചുതരാം. എന്റെ ശരീരത്തിൽ ഒളിഞ്ഞുകിടക്കുന്ന അനവധി മുറിപ്പാടുകളുണ്ട്. വാക്കുകൾകൊണ്ടും വരകൾകൊണ്ടും രൂപാന്തരപ്പെടുത്തപ്പെട്ട മുറിപ്പാടുകൾ. എനിക്ക് വ്യക്തമായി മനസ്സിലാക്കാനും തിരിച്ചറിയാനും സാധിക്കാത്ത മുറിപ്പാടുകൾ. ആശങ്കയുടെയും ആധിയുടെയും കാർമേഘങ്ങൾ കനത്ത് നിൽക്കുന്നുണ്ട്. ചിലപ്പോൾ ശക്തമായ കാറ്റടിച്ച് പേമാരിയായി വർഷിച്ചേക്കാം. എന്റെ ഓരോ രോമകൂപങ്ങളിൽപോലും ആ മഴത്തുള്ളികൾ പതിക്കും. നനഞ്ഞുകുതിർന്ന ശരീരത്തിനൊപ്പം കണ്ണ്കൂടെ കുത്തിയൊലിച്ച് വരുമ്പോൾ

വേദനയുടെ പല സീമകളിലൂടെയും ഞാൻ കയറിയിറങ്ങാറുണ്ട്. ഈ അവസ്ഥയിൽ പതിനഞ്ച് മിനുറ്റോ ചിലപ്പോൾ മണിക്കൂറുകൾപോലും സ്ഥലകാലബോധമില്ലാതെ ഇരിക്കാറുണ്ട്. എല്ലാം ഒന്ന് ഒഴുകിത്തീർന്നാൽ എനിക്ക് ആശ്വാസം തോന്നാറുണ്ട്. പറഞ്ഞറിയിക്കാനാവാത്ത മനസമാധാനവും ലഭിക്കും. മേഘങ്ങളെ കയറൂരിവിട്ട് എന്റെ ഹൃദയസമാധാനം തിരിച്ചുകൊണ്ടുവരികയായിരുന്നു ഞാൻ. വിഷയം എന്റെ മനസ്സിന്റെ ശരീരത്തിന്റെ ആഗ്രഹങ്ങളായിരുന്നു. പക്ഷേ, പറയാനും കേൾക്കാനും പ്രയാസമുള്ള അവസ്ഥാന്തരങ്ങളായിരുന്നു അതെല്ലാം. ദുഃഖപൂർണമായ ഒരുപാട് കവിതാശകലങ്ങൾ ഞാൻ വായിച്ചിട്ടുണ്ടെങ്കിലും കണ്ണീർ പെയ്തിട്ടില്ലായിരുന്നു. എന്റെ ഉള്ളിലെ മേഘക്കീറിൽനിന്നുള്ള മഴത്തുള്ളികളായതിനാലാകാം അതിന് മാത്രം പെയ്യുന്നതും. എന്റെ മെഡിക്കൽ റിപ്പോർട്ട് കവറിന്റെ പുറത്ത് എഴുതിയിരുന്നതുതന്നെ 'ശക്തമായ കരച്ചിലിന്റെ പ്രശ്നങ്ങൾ' എന്നതായിരുന്നു. ആന്തരിക മഴപ്പെയ്ത്തിനെ എന്തിനാണ് മനുഷ്യൻ ഇത്രമാത്രം ഭയക്കുന്നത്? അതെ. ഞാൻ പലതും വൈകിയാണ് മനസ്സിലാക്കിയത്. ചില സമയങ്ങളിൽ മഴപ്പെയ്ത്തിന് മുമ്പോ ഇടയ്ക്കോ എന്റെതന്നെ ഉള്ളിലുള്ള ഇടിമുഴക്കങ്ങളെ അട്ടഹാസ ശബ്ദങ്ങളായി പുറംലോകത്തെത്തിക്കാനുള്ള അവസരങ്ങൾ ഞാൻതന്നെ നൽകാറുണ്ട്. സങ്കടത്തിന്റെ ഒരു ഘട്ടമാണ് അത്. ഓക്സിജന്റെയും നൈട്രജന്റെയും മറ്റും ധർമ്മങ്ങൾ നാം പഠിക്കാറില്ലേ, അതുപോലെ ഒരു ഘട്ടവും ധർമ്മവും സംഘടത്തിനുമുണ്ട്. സങ്കടം എന്ന സത്യം നമ്മുടെ ശരീരത്തിലും നാം ശ്വസിക്കുന്ന വായുവിൽപോലുമുണ്ട് എന്നാണ് എന്റെ വാദം. സാഹചര്യസന്ദർഭങ്ങൾക്ക് അനുസരിച്ച് അതിന് ഏറ്റക്കുറച്ചിലുണ്ടാകാമെന്നു മാത്രം.

ആവിമേഘങ്ങൾ കട്ടകുത്തി എന്റെ കൺതടത്തിൽ തന്നെ തിക്കിത്തിരക്കി നിൽക്കാൻ തുടങ്ങിയിരിക്കുന്നു. എനിക്ക് കേൾക്കാവുന്ന ഇടിമുഴക്കം വേദനിപ്പിക്കുന്നുണ്ട്. എന്റെ കൈയിൽനിന്ന് മാസിക താഴേക്കു വീണു. എന്റെ തല താഴ്ന്നു. മുതുക് വളഞ്ഞു. തൊട്ടടുത്ത സീറ്റിൽ ഇരിക്കുന്ന കുട്ടിയുടെ 'അമ്മേ ഇത് എന്താ?' എന്ന ശബ്ദത്തിൽപോലും ഞാൻ ഭയത്തിന്റെ തീവ്രത അറിഞ്ഞു. അതും പറഞ്ഞ് കുട്ടി കരയാൻ തുടങ്ങി. അമ്മ കുഞ്ഞിനെ ആശ്വസിപ്പിക്കുമ്പോൾ പറയുന്നതും ഞാൻ തന്നെ കേട്ടു. "ഓരോരുത്തർ വരും കുഞ്ഞുങ്ങളെ പേടിപ്പിക്കാൻ... വാ. നമുക്ക് ഇറങ്ങാം..."

"ഭാവി കാലമെന്ന് നിൽപ്പൂ നമുക്ക് മുൻപിൽ
ജ്വലിച്ചിരിക്കും നിരയായ് നിൽക്കും
കുഞ്ഞ് മെഴുകുതിരിപോൽ
ജീവനായിരിക്കും ഉൾത്തുടിപ്പുമായ്

ഭൂതകാലം തിരിഞ്ഞ് നടക്കും.
തണുത്തുപോയ് മെഴുതിരിനിരപോൽ
പുകമാത്രമിനി ബാക്കിയിരിക്കും നമുക്കരികിലായ്
മൃതരായ് നിലച്ച വേപഥുവായ് ഒരു തിരി
കാണേണ്ടെനിക്ക്, അവളിൻരൂപം ശോകമുണർത്തുമെന്നിൽ
തിരികെ കിട്ടില്ലൊരിക്കലുമവളുടെ ആദിവെളിച്ച-
മെന്നത് എരിക്കുമെന്നിൽ സങ്കടം.
മുന്നിലെരിയും മെഴുകിലേക്കായ് നോക്കട്ടെ ഞാൻ.
കാണാതെ പോകാതിരിക്കാൻ ഞാൻ
തിരിഞ്ഞു നോക്കില്ലൊരിക്കലും
വിറയ്ക്കുന്നു ഞാൻ
ഇരുളാണ്ട നിരകൾ നീളംവെക്കുന്നു
തിരികൾ പെരുകുന്നു കൂടെ.

സ്കൂളിലേക്ക് പോകുന്നതിന്റെ രണ്ടു കൊല്ലം മുമ്പുതന്നെ ഞാൻ എഴുതിത്തുടങ്ങിയിരുന്നു. അധ്യാപികയായിരുന്ന അമ്മായി സഹദ് എനിക്കുവേണ്ടി പുസ്തകവും പേനയും കൊണ്ടുവന്ന് തരികയും അക്ഷരങ്ങൾ എഴുതി പഠിപ്പിക്കുകയും ചെയ്തിരുന്നു. നല്ല രൂപത്തിൽ ഞാൻ എഴുതുകയും ചെയ്തിരുന്നു. അക്ഷരങ്ങളുടെ ലോകം പരിചിതമായതു കൊണ്ടാണോ എന്നറിയില്ല, സ്കൂളിലേക്ക് പോകാൻ പേടിയായിരുന്നു. അമ്മ സ്കൂളിൽ പോകാൻ നിർബന്ധിക്കുമായിരുന്നു.

“ദൈവമേ ഇവന് ഇപ്പോഴും ഇവിടെ നിൽക്കണേ... വേഗം നോക്ക്. വേഗം സ്കൂളിൽ പോ...”

“ന്തിന്? ഞാൻ പോണില്ല.. ഞാൻ വിടെ നിൽക്കാ..”

“ന്റെ കുട്ടിക്ക് ന്ത് പറ്റി? എല്ലാരും സ്കൂളിൽ പോകുന്നല്ലോ.” ഞാൻ ഒന്നും മിണ്ടിയില്ല.

ഒരു ദിവസം അവർ മനസ്സിൽ തട്ടി പറഞ്ഞത് മുതൽക്കാണ് സ്കൂളിൽ പോകാൻ ആഗ്രഹം തോന്നിയത്.

“മോനേ, നീ സ്കൂളിൽ പോകണം. നീ ഒരു എഞ്ചിനീയറോ ഡോക്ടറോ ആകണം... നീ സ്കൂളിൽ പോയാൽ മാത്രമേ അതൊക്കെ ആകാനാകൂ. ഈ ഗ്യാസ് പണിക്കാരനെപ്പോലെ ആകാനാണോ നീ ആഗ്രഹിക്കുന്നത്?”

ഗ്യാസ് സിലിണ്ടറുകളുമായി വരുന്ന അയാളെ ഞാൻ നോക്കി. അത് അടുക്കളപ്പുറത്തുവെച്ച് തലയിലുണ്ടായിരുന്ന കെട്ട് എടുത്ത് കുടഞ്ഞു. പതിനാറ് വയസ്സ് കാണും. അവന്റെ വസ്ത്രത്തിൽ നിന്ന് വരുന്ന ഗ്യാസിന്റെ ചീഞ്ഞ വാസന മൂക്കിലേക്ക് അടിച്ചുകയറി. ഒരു ചടച്ച രൂപം. തീരെ വൃത്തിയില്ല. നരച്ച കീറിത്തുടങ്ങിയ ഒരു പാന്റ്. അമ്മയിൽനിന്ന്

കാശ് വാങ്ങി അവൻ തന്റെ പേഴ്സിലേക്ക് വെച്ചു. ബാക്കി കൊടുത്തപ്പോൾ അമ്മ അത് വേണ്ടെന്ന് പറഞ്ഞു. നഖത്തിനടിയിലെ ചളി ഞാൻ ശ്രദ്ധിച്ചു. ചെറിയെ ചിരിയോടെ നന്ദി പറഞ്ഞ് അവൻ പേഴ്സ് കീശയിലേക്ക് തിരുകി തിരിഞ്ഞ് വാതിൽക്കലേക്ക് നടന്നു. പ്രധാന വാതിൽ അടയ്ക്കാനായി അമ്മയും അവന്റെ പിറകെ പോയി. പുറത്ത് കുതിര വണ്ടിയിൽ കയറി കടിഞ്ഞാൺ വലിച്ച ഒരു പ്രത്യേക ശബ്ദമുണ്ടാക്കി. വയസ്സൻ കുതിര പതിയെ മുന്നോട്ട് നടന്നു. വണ്ടിയിലുള്ള ബെല്ലടിച്ച മറ്റു കസ്റ്റമേഴ്സിനെ അന്വേഷിക്കുന്ന ശബ്ദവും കേട്ടു.

സാധാരണ അവൻ വരുമ്പോൾ കുതിരയുടെ മുന്നിൽ പോയി കുതിര കാണിക്കുന്ന ചലനങ്ങൾ നോക്കിയിരിക്കുകയായിരുന്നു പതിവ്. തല കുലുങ്ങുന്നു. വലകൊണ്ട് ഈച്ചകളെ ആട്ടുന്നു. പക്ഷേ അന്ന് അമ്മ പറഞ്ഞ കാര്യം മനസ്സിലുണ്ടായിരുന്നതു കൊണ്ടു തന്നെ എനിക്ക് കുതിരയെ നോക്കാൻ തോന്നിയില്ല. ഞാൻ സ്കൂളിൽ പോയില്ലെങ്കിൽ ഇതു പോലെ ആയിത്തീരുമല്ലോ എന്ന പേടിയാണ് എനിക്കുണ്ടായിരുന്നത്. എന്റെ വിരലുകളിൽ ചളി നിറയും. ദിവസം മുഴുവൻ ഭാരമുള്ള ടാങ്കുകൾ ചുമന്ന് നടക്കേണ്ടിവരും. ഗ്യാസിന്റെ ചീഞ്ഞ നാറ്റമാകും ഞാൻ വരുന്നിടത്ത്. കുതിരക്കാഷ്ഠത്തിന്റെ വാസനയാകും എന്റെ ശരീരം. അന്ന് ഞാൻ തീരുമാനിച്ചു. ഇന്നു മുതൽ സ്കൂളിൽ പോകും.

അതിനുശേഷം ഏതാനും മാസം ഞാൻ പ്രിലിമിനറി ക്ലാസിലേക്ക് പോയി. ആദ്യമായി അമ്മയെ വിട്ട് പിരിഞ്ഞുപോയപ്പോൾ സങ്കടം വന്നു. ഒപ്പം കരച്ചിലും പുറത്ത് മുറ്റത്ത് ഇറങ്ങി നിന്നപ്പോൾ ഞങ്ങൾ രണ്ടു പേരും കരഞ്ഞു. ക്ലാസിൽ എത്തിയിട്ടും കരച്ചിൽ അവസാനിച്ചില്ല. അടുത്തുണ്ടായിരുന്ന സുന്ദരിയായ പെൺകുട്ടി എന്നെ ആശ്വസിപ്പിക്കാൻ പലതും ചെയ്തുനോക്കി. അവസാനം ഹെഡ്മാസ്റ്റർ തന്നെ വന്നു.

"ഹേയ്... ന്ത് പറ്റി? ന്തിനാ കരയുന്നേ?"

എന്നിട്ടും ഞാൻ അടങ്ങുന്നില്ല എന്നു കണ്ടപ്പോൾ അവർ എന്നെ മാനേജരുടെ റൂമിലേക്ക് കൊണ്ടുപോയി. രണ്ടാംനിലയിലൂടെ കടന്നു പോകുമ്പോൾ ഞാൻ പറഞ്ഞു.

"എനിക്ക് വീട്ടിൽ പോകണം."

"ഇപ്പോൾ നിന്നെ വീട്ടിലേക്ക് പറഞ്ഞയയ്ക്കാൻ കഴിയില്ല. ക്ലാസ് ടൈം കഴിയുന്നതുവരെ കാത്തിരുന്നേ പറ്റൂ."

മാനേജർ ഹെഡ്മാസ്റ്ററോട് പറഞ്ഞു.

"അവൻ ഇവിടെ നിന്നോട്ടെ. എന്താ ഇവന്റെ മുഴുവൻ പേര്?"

ടീച്ചർ എന്നെ അവിടെയുണ്ടായിരുന്ന സോഫയിൽ ഇരുത്തി തിരിച്ചു പോയി. മാനേജർ തന്റെ മുമ്പിലുണ്ടായിരുന്ന പേപ്പർ മടക്കിവെച്ച് ഫോൺ എടുത്ത് വിളിച്ചു. അതിനിടയിൽ അവർ ചോദിച്ചു.

"പറ... ന്താ അമ്മയ്ക്ക് വല്ല ജോലിയുമുണ്ടോ? അതേ വീട്ടിൽ തന്നെയാണോ?"

"വീട്ടിലാണ്..."

"പേടിക്കണ്ട ട്ടോ... നിന്നെ ഞാൻ ചേച്ചിയുടെ അടുത്ത് കൊണ്ടാക്കാം മൂന്നാംക്ലാസിൽ നിന്റെ ചേച്ചിയില്ലേ? അവളുടെ അടുക്കൽ കൊണ്ടു പോകാം."

അവർ പറയുന്നതു കേട്ട് ഞാൻ കണ്ണീർ തുടച്ചു. മാനേജർ സീറ്റിൽ നിന്ന് എഴുന്നേറ്റ് അരികിൽ വന്ന് പറഞ്ഞു.

"കരയണ്ട കേട്ടോ... വാ, നമുക്ക് ചേച്ചിയുടെ അടുത്തേക്ക് പോകാം."

എന്റെ കൈ പിടിച്ച് അവർതന്നെ രണ്ടാംനിലയിലേക്ക് കൊണ്ടു പോയി. ഒരു ക്ലാസിന്റെ വാതിൽക്കൽ പോയി തട്ടി. ഞാൻ ഒരു പച്ച കളർകോട്ടാണ് ധരിച്ചിരുന്നത്. ക്ലാസിന്റെ അകത്തുള്ളവർ വെള്ള ഷർട്ടും പാന്റുമായിരുന്നു. പെൺകുട്ടികൾ വെള്ള സ്കർട്ടുമാണ് ധരിച്ചിരുന്നത്. ക്ലാസിന്റെ പാതിയിലെ വരിയിൽ ചേച്ചിയെ കണ്ടു. എന്നെ കണ്ടതോടെ അവളിൽ ഒരുതരം വെപ്രാളവും നാണവും കണ്ടു. അറബിക് അധ്യാപികയോട് മാനേജർ പറഞ്ഞു.

"സോറി, ഇരിക്കൂ.... ഈ കുട്ടി ക്ലാസിൽ ഇരിക്കുന്നില്ല. തൽക്കാലം ഇവന്റെ ചേച്ചിയുടെ കൂടെ കുറച്ചുനേരം ഇരുന്നോട്ടെ."

"അതിനെന്താ... നോ പ്രോബ്ലം. ആരാ അവന്റെ ചേച്ചി?"

"വഫാ." ഞാൻ എന്തുകൊണ്ടാണ് ഉച്ചത്തിൽ അങ്ങനെ വിളിച്ച് പറഞ്ഞത് എന്ന് എനിക്ക് അറിയില്ല.

"എനിക്ക് വഫാ എന്ന് എഴുതാനറിയും."

"ആഹാ... നിനക്ക് എഴുതാൻ അറിയുമോ? ഇവരെപ്പോലെ എഴുതാൻ അറിയുമെങ്കിൽ നീ എന്തിനാ അവിടെ പ്രിലിമിനറി ക്ലാസിൽ ഇരിക്കുന്നത്? ഇവിടെ ചേച്ചിയുടെ കൂടെ ഇരിക്കാമല്ലോ?"

അവർ ആ പറഞ്ഞത് കേട്ടപ്പോ എനിക്ക് സന്തോഷമായി. ഞാൻ തന്റെ കൂട്ടുകാരിയുമായി ഇരിക്കുന്ന ചേച്ചിയുടെ ബെഞ്ചിലേക്ക് ചെന്നു. മറ്റു കുട്ടികൾ ആ കാഴ്ച കണ്ടുകൊണ്ടിരിക്കുകയായിരുന്നു. എന്തുകൊണ്ട് വഫ അന്ന് എന്നോട് ഒരു വിചിത്രമായ രൂപത്തിൽ പെരുമാറിയത് എന്ന് അറിയില്ല. അവൾ ദേഷ്യത്തോടെ എന്നോട് ചോദിച്ചു.

"നീ എന്തിനാ ഇങ്ങോട്ട് വന്നത്?"

അവളുടെ അടുത്തിരിക്കുന്ന കൂട്ടുകാരി സുന്ദരിയും നല്ലവളുമായിരുന്നു. അവൾ കുറച്ചു നീങ്ങിയിരുന്ന് എനിക്ക് ഇരിക്കാനും സ്ഥലം ഉണ്ടാക്കിത്തന്നു. ഞാൻ എന്റെ പേനയും പുസ്തകവും പെൻസിലും എല്ലാം എടുത്ത് എഴുതാൻ തയ്യാറായി. മാനേജർ എല്ലാവരോടും ഇരിക്കാൻ പറഞ്ഞ് നന്ദിപറഞ്ഞ് പുറത്തേക്ക് പോയി. ടീച്ചർ ക്ലാസ് തുടങ്ങി.

പക്ഷേ അവർ പറയുന്നത് ഒന്നുംതന്നെ മനസ്സിലാകുന്നുണ്ടായിരുന്നില്ല. ഞാൻ ഇതുവരെ കേൾക്കാത്ത പദങ്ങളായിരുന്നു പറഞ്ഞിരുന്നത്. കേട്ട ഒരു പദം എഴുതുന്നതിനിടയിൽ അവർ അടുത്ത പദം പറഞ്ഞിട്ടുണ്ടാകും. മറ്റു കുട്ടികൾ എല്ലാവരും വേഗത്തിൽ അതെല്ലാം എഴുതുന്നു. എനിക്ക് എഴുതാൻ കഴിയുന്നുമില്ല. കുറച്ചു കഴിഞ്ഞപ്പോൾ മനസ്സിലായി, അവരെ പോലെ എഴുതാൻ എനിക്കാവില്ല. അതിന് പ്രിലിമിനറി ക്ലാസിൽനിന്ന് പഠിച്ചുവരണം. സങ്കടംകൊണ്ട് എന്റെ കണ്ണീർതുള്ളികൾ നോട്ട് പുസ്തകത്തിലേക്ക് വീണു. അതിനുശേഷം എന്ത് സംഭവിച്ചു എന്ന് ഓർക്കുന്നില്ല. തൊട്ടടുത്ത ദിവസവും കുറെ കരഞ്ഞു. പക്ഷേ അന്നു മുതൽ വാശിപിടിച്ച് എഴുതി ക്ലാസിൽ ഒന്നാമനാകുകയും ചെയ്തു. ഞാനും കുർദിയ്യായ വിയാനുമായിട്ടായിരുന്നു മത്സരം. പരീക്ഷകളിൽ ഞാനോ അവളോ ആയിരിക്കും ഒന്നാംസ്ഥാനത്തും രണ്ടാംസ്ഥാനത്തും. ഏകദേശം ആറാംക്ലാസ് കഴിയുന്നതുവരെ ഇതുതന്നെയായിരുന്നു അവസ്ഥ. അവൾ സുന്ദരിയായിരുന്നു. ഒന്നാംക്ലാസിലെ അവാർഡ് വിതരണസമയത്ത് എനിക്കും അവൾക്കുമായിരുന്നു സമ്മാനം പ്രഖ്യാപിക്കപ്പെട്ടിരുന്നത്. ഞങ്ങൾ അത് വാങ്ങിക്കാൻ നിൽകുന്നതിനിടയിൽ മാനേജർ വന്ന് ടീച്ചറുടെ കാതിൽ എന്തോ മന്ത്രിച്ചു. അവൾ സമ്മാനാർഹരുടെ പേര് വായിച്ചപ്പോൾ 'മഅൻ' എന്ന പേര് കൂടെ വിളിച്ചു. ക്ലാസിലെ കുഴിമടിയനും പഠിക്കാത്തവനുമായ അവന് സമ്മാനമുണ്ടെന്ന് കേട്ടപ്പോൾ ഞങ്ങൾ പരസ്പരം നോക്കിയ നോട്ടം ഇന്നും ഓർമ്മയിലുണ്ട്. മഅൻ ടയോട്ട കാറിലാണ് മടങ്ങിയിരുന്നത്. സ്വന്തമായി കാറും ഡ്രൈവറുമുണ്ടായിരുന്ന മഅനിന്റെ പിതാവ് സദ്ദാമിന്റെ അമ്മാവനായിരുന്ന ഇബ്നു ഖൈറുല്ല ത്വൽഫാഹിന്റെ മകനുമായിരുന്നു. രണ്ടാംക്ലാസിൽ വെച്ച് അവനെ വേറെ സ്കൂളിലേക്ക് കൊണ്ടുപോയതിനാൽ ഞങ്ങളോട് മത്സരിക്കാനും തങ്ങളുടെ സ്ഥാനം തട്ടിയെടുക്കാനും ആരുമില്ലാതെയായി.

ആദ്യമായി ഒരു പെൺകുട്ടിയോട് എനിക്ക് ഇഷ്ടം തോന്നിയതും പ്രൈമറി സ്കൂളിൽ വെച്ചായിരുന്നു. എനിക്ക് അന്ന് ഒൻപതു വയസ്സായിരുന്നു. കാമുകി എന്റെ ക്ലാസുകാരിയായിരുന്നില്ല. ഒരേ പ്രായക്കാരുമായിരുന്നില്ല. 12 വയസ്സ് മുതിർന്നവളായിരുന്നു അവൾ. പേര് റന. ആ പേര് കേൾക്കുമ്പോഴും പറയുമ്പോഴും എനിക്കുണ്ടായിരുന്ന ഇഷ്ടം പറഞ്ഞറിയിക്കാനാവാത്തതായിരുന്നു. നൂറുകണക്കിന് പേജുകളിൽ ഞാൻ ആ പേര് എഴുതിയിട്ടുണ്ടായിരുന്നു. സാധാരണ മുതിർന്ന കുട്ടികൾ ചെറിയ ക്ലാസിലെ കുട്ടികൾക്ക് ക്ലാസ് എടുത്ത് കൊടുക്കാറുണ്ട്. റന ചരിത്രം പഠിപ്പിക്കാൻ വന്നതായിരുന്നു. അവളുടെ ചുണ്ടുകൾകൊണ്ട് മുത്തം വെക്കുന്നത് ഞാൻ സ്വപ്നം കാണാറുണ്ടായിരുന്നു. യൂണിഫോമിന്റെ ഉള്ളിൽനിന്ന് പുറത്തേക്ക് തുറിച്ചുനിൽക്കുന്ന മുലയിൽനിന്ന് കണ്ണ് എടുക്കാൻ എനിക്ക് കഴിഞ്ഞിരുന്നില്ല. ചെയ്യുന്നത് തെറ്റാണ് എന്ന് മനസ്സ് പറഞ്ഞിരുന്നെങ്കിലും നോക്കാതിരിക്കാനും ആലോചിക്കാതിരിക്കാനും എനിക്ക് കഴിഞ്ഞിരുന്നില്ല. കാരണം ഞാൻ ഒരു കാമുകനായി

മാറിക്കഴിഞ്ഞിരുന്നു. ധീരനായ കാമുകൻ. ക്ലാസ് കഴിഞ്ഞ് അവർ പോകുന്ന അന്നുതന്നെ എന്റെ ഇഷ്ടം തുറന്നു പറഞ്ഞുകൊണ്ടും പോകുന്നതിലുള്ള സങ്കടം അറിയിച്ചുകൊണ്ടും സുദീർഘമായ ഒരു കത്ത് എഴുതി.

വ്യത്യസ്ത നിറം കൊണ്ട് അലംകൃതമായ ഓട്ടോഗ്രാഫിന്റെ താളിൽ അവൾ ഇങ്ങനെ എഴുതി:

"എന്റെ പ്രിയപ്പെട്ട വിദ്യാർത്ഥി... നിനക്ക് ശോഭനമായ ഒരു ഭാവി ആശംസിക്കുന്നു. പ്രിയത്തോടെ...നിന്റെ കൂട്ടുകാരി റന."

പ്രിയപ്പെട്ട വിദ്യാർത്ഥി, കൂട്ടുകാരി എന്നൊക്കെ പറഞ്ഞത് എനിക്ക് സന്തോഷം നൽകിയെങ്കിലും 'പ്രിയത്തോടെ' എന്ന് പറഞ്ഞതിൽ എന്റെ മനസ്സിൽ എവിടെയോ കോറിക്കിടന്നു. അതിൽ എന്തൊക്കെയോ അർത്ഥമുള്ളതുപോലെ തോന്നി. അമ്മയോട് സ്നേഹവും പ്രിയവും തമ്മിലുള്ള വ്യത്യാസം ചോദിച്ചെങ്കിലും വ്യക്തമായ മറുപടി ലഭിച്ചില്ല. ഒരുപാട് കഴിഞ്ഞാണ് പ്രണയവും പ്രിയവും ഒരുപാട് വ്യത്യാസമുണ്ട് എന്നു മനസ്സിലായത്. ഒരു ദിവസം ക്ലാസ് കഴിഞ്ഞ് വീട്ടിൽ പോകാൻ അച്ഛനെ കാത്തിരുന്ന എന്റെ ക്ലാസിലെ ഒരു വിദ്യാർത്ഥി, സബാഹ് സാറിനേയും റന മിസ്സിനേയും ഒഴിഞ്ഞ ഒരു ക്ലാസ്മുറിയിൽ വെച്ച് പരസ്യമായി ചുംബിക്കുന്നത് കണ്ടുവെന്നു പറഞ്ഞത് വിശ്വസിക്കാതിരിക്കാനായില്ല. ഞാൻതന്നെ അന്വേഷിച്ച സംഗതി സത്യമാണെന്ന് കണ്ടതോടെ അവൾ എന്നെ ചതിച്ചതായി ഉറപ്പിച്ചു. അത് ഓർത്ത് ഇത്തിരി കരഞ്ഞു.

ഒരു ദിവസം കഴിഞ്ഞ് പുറത്തേക്ക് തള്ളിനിൽക്കുന്ന വദൂദിന്റെ എഴുത്ത് ശ്രദ്ധയിൽപെട്ടു.

> **ഞാ**ൻ വീട്ടിലേക്ക് തിരിച്ചുപോകുകയാണ്.
>
> വീട്ടിലേക്ക് മടങ്ങിച്ചെന്നിരിക്കുന്നു.
>
> അതെ, സത്യമായും ഞാൻ ഒരിക്കൽ വീട്ടിലേക്ക് മടങ്ങി.
>
> അകലെനിന്ന് നടപ്പാലം കണ്ടപ്പോൾ ധൈര്യം സംഭരിച്ച് ബസിന്റെ ഫസ്റ്റ് ഫ്ളോറിൽ നിന്ന് താഴേക്ക് ഇറങ്ങി. ഡ്രൈവർ വാതിൽ തുറന്നപ്പോൾ പതിയെ പ്ലാറ്റ്ഫോമിലേക്ക് ഇറങ്ങി. ബസ് സ്റ്റോപ്പ് വിട്ടു. കൂടെ ഇറങ്ങിയവർ ഓരോരുത്തരും അവരവരുടെ വീട്ടിലേക്ക് പോയി. ഞാൻ സംശയത്തോടെ അഞ്ചു മിനിട്ടോളം പ്ലാറ്റ്ഫോമിൽതന്നെ നിന്നു. ഈ പ്രാവശ്യം നേരത്തെ കാണിച്ചതുപോലെ പിന്മാറില്ല എന്ന ഉറച്ച തീരുമാനമെടുത്തു ഞാൻ. അതെ ഞാൻ എന്റെ വീട്ടിലേക്ക് തിരിച്ചുപോകുന്നു.
>
> ഞങ്ങളുടെ റോഡിലേക്ക് ഞാൻ കയറി. വലതുവശത്തെ ഞങ്ങൾ ഫുട്ബോൾ കളിക്കാറുണ്ടായിരുന്ന മൈതാനം ഞാൻ നോക്കി. പക്ഷേ അത് അവിടെ ഉണ്ടായിരുന്നില്ല. ചാരനിറത്തിലുള്ള

പെയിന്റടിച്ച മതിലുള്ള ഇരുനില വീട് ആ സ്ഥലം കവർന്നെടു ത്തിരിക്കുന്നു. പുറത്തുള്ള ഇരുമ്പ് ഗേറ്റിന് വെള്ളനിറമായിരുന്നു. അകത്ത് കാറൊന്നും കണ്ടില്ല. മുകളിൽനിന്ന് താഴേക്ക് തൂങ്ങി നിൽക്കുന്ന പൂവിന്റെ വാസന ആസ്വദിച്ചു. കറുപ്പിൽ പുള്ളിയുള്ള ഒരു പൂച്ച റോഡ് മുറിച്ച് കടന്ന് ഓടി. പിറകിൽ ഏതാനും പൂച്ച കൾ കൂടി ഓടി. മണിക്കൂറുകളോളം ഇരുന്ന് കളിക്കാറുള്ള സ്ഥല ത്തേക്ക് എത്തി. ആ റോഡിലും ചുറ്റിലും സംഭവിക്കുന്ന സകല കാര്യങ്ങളിലും സകല വ്യക്തികളിലും ഞങ്ങളുടെ കണ്ണുകൾ പതി ച്ചിരുന്നു. പ്രത്യേകിച്ചും സ്കൂളിൽ പോകുന്ന പെൺകുട്ടികളെ നോക്കിയിരിക്കലായിരുന്നു ജോലി. ഈ ഭാഗത്തുവെച്ചാണ് വിചിത്രമായ സംഭവം അരങ്ങേറിയത്. മാസങ്ങളുടെ ഒഴുക്കിൽ എന്റെ അയൽവാസിയായിരുന്ന അവൾ വളർന്ന് സുന്ദരിപ്പെണ്ണായി മാറിയതുപോലും ഞാൻ അറിഞ്ഞിട്ടുണ്ടായിരുന്നില്ല. ശ്രദ്ധിച്ചിരു ന്നില്ല എന്നുവേണം പറയാൻ. അന്ന് അവളെ കണ്ടതോടെ ഒരിഷ്ടം തോന്നി. അവളുടെ കൂടെ നടക്കാനും സംസാരിക്കാനു മുള്ള സാഹചര്യം ഞാനായിട്ട് ഉണ്ടാക്കി. ആദ്യമൊന്നും അവൾ സംസാരിക്കാൻ തയ്യാറായില്ല. എന്തോ പേടി ഉള്ളതുപോലെയാ യിരുന്നു പെരുമാറ്റം. രണ്ടാമത്തെ തവണ അവൾ പുഞ്ചിരിച്ചു. അതിനുശേഷം എന്തു സംഭവിച്ചു എന്ന് എനിക്കുതന്നെ ഓർമ്മ യില്ല. അവർ മറ്റൊരു സ്ഥലത്തേക്ക് മാറി താമസിച്ചോ അറിയില്ല. ജീവിതത്തിൽനിന്നുതന്നെ മാഞ്ഞുപോയതാണോ. അതേ. എന്റെ ഓർമ്മയിൽനിന്നാണോ മാഞ്ഞുപോയത്?

ആ വഴിക്ക് കാര്യമായ മാറ്റമൊന്നുമുണ്ടായിരുന്നില്ല. ചില വീടു കൾക്ക് എന്റെ ഓർമ്മകളിലേക്കാൾ പഴക്കം തോന്നിക്കുന്നുണ്ടാ യിരുന്നു. ചിലതിന് ചില അല്ലറചില്ലറ മാറ്റങ്ങൾ വരുത്തിയിട്ടുണ്ട്. റോഡ് തിരക്കുള്ളതായിരിക്കുന്നു. അഡ്വ. ഫുഅമ സഅദിയുടെ വീടിന്റെ അരികിലൂടെ കടന്നുപോയി. പുറത്തെ വാതിലിന്റെ അരികിലുള്ള നെയിംബോർഡ് അപ്പോഴും അവിടെയുണ്ടായിരുന്നു. രുചികരമായ മധുരപലഹാരങ്ങൾ ഉണ്ടാക്കുകയും വില്പന നട ത്തുകയും ചെയ്തിരുന്ന ബേക്കറിക്കാരന്റെ വീടിന്റെ അരികി ലെത്തി. നാല് പെൺകുട്ടികളുണ്ടായിട്ടും ഒരു ആൺകുട്ടിയെ ദൈവം അദ്ദേഹത്തിന് നൽകിയില്ല. ഒരു പിൻഗാമിയുണ്ടാകണം എന്ന് കരുതി ഒരു യുവതിയെതന്നെ വിവാഹം ചെയ്തു. പക്ഷേ അവരിലും രണ്ട് പെൺകുട്ടിയാണ് ഉണ്ടായത്. ഏതായാലും അദ്ദേഹം തന്റെ പരിശ്രമത്തിൽ വിജയം വരിച്ചോ എന്നത് എനിക്ക് അറിയില്ല. ഞങ്ങളുടെ വീടിന്റെ മുമ്പിൽ ഞാൻ നിന്നു.

പക്ഷേ അങ്ങനെ ഒരു വീട് അവിടെയുണ്ടായിരുന്നില്ല. ഒരുപാട് മാറ്റങ്ങൾക്ക് വിധേയമായ പുതിയ ഒരു വീടായിരുന്നു അത്. ഒരുപാട് മാറ്റങ്ങൾ. ഇത്ര പുതുക്കിയെടുക്കാൻ അവർക്ക് എങ്ങനെ

കഴിഞ്ഞു എന്ന് എനിക്ക് അറിയില്ല. ഒരു വീട് പൂർണമായും ഇല്ലാതാക്കി പുതിയ ഒന്ന് എങ്ങനെ നിർമ്മിക്കാനാകും? രണ്ടാംനിലയിലെ നാല് ജനാലകളും നല്ല വീതിയുള്ളതും ഗ്ലാസ് ഇട്ടതുമായിരുന്നു. തോട്ടത്തിന്റെ ഒരു ഭാഗത്തുണ്ടായിരുന്ന ഈന്തപ്പന അപ്രത്യക്ഷമായിരിക്കുന്നു. തോട്ടത്തിന്റെ ചുറ്റുമതിലിന്റെ ഉയരം കുറച്ച് വർദ്ധിച്ചിട്ടുണ്ട്. എന്നാലും അകത്തുള്ള മരങ്ങളും മറ്റും കാണാൻ കഴിയുമായിരുന്നു. വാതിൽപാളി ഉയരമുള്ളതും നിറം നൽകിയതുമായിരുന്നു. വലതുവശത്തെ തൂണിൽ ബെൽസ്വിച്ചും അതിന്റെ അടുത്തായി ചുവന്ന വെളിച്ചമുള്ള ചെറിയ ഇൻഡിക്കേറ്റർ സ്വിച്ചുമുണ്ടായിരുന്നു. വീടിന്റെ നമ്പർ 26 എന്നുതന്നെയായിരുന്നുവെങ്കിലും ഇപ്പോഴത്തെ താമസക്കാർ ആരാണ് എന്നത് പുറത്ത് നെയിം ബോർഡ് വെച്ചിട്ടില്ലായിരുന്നു. പുറത്തുള്ള ശക്തമായ ചൂട് എനിക്ക് അനുഭവപ്പെട്ടു. ഞാൻ ഡോർബെല്ലിൽ വിരലമർത്തി. അമർത്തിപ്പിടിക്കുന്നതിനിടയിൽ 'എവിടെ ഞങ്ങളുടെ വീട്?' എന്ന ചോദ്യം എന്റെ തന്നെ അകത്തുനിന്നാണെങ്കിലും അകലെ നിന്നെന്നപോലെ കേൾക്കാനായി.

"ബെല്ലിൽ ഇങ്ങനെ അമർത്തിപ്പിടിച്ച് വെറുതെ കൈ കേട് വരുത്തണ്ട. ഇതു കേട്ടാൽ നാട്ടുകാർ ഓടിക്കൂടുമല്ലോ." ഇതായിരിക്കും അമ്മാവൻ കേട്ടാൽ പറയാൻ പോകുന്നത്.

ഞാൻ തിരിച്ച് വന്നിരിക്കുന്നു. പക്ഷേ, തിരികെ എത്തിയിട്ടില്ല.

അമ്മാവൻ പറഞ്ഞു

"വദൂദ് നോക്ക്, നീ എനിക്ക് വക്കാലത്ത് കൈമാറിയതിന് ശേഷം ഞാൻ ആ ഭൂമി കിട്ടിയ വില്ക്ക് വിറ്റു, നല്ല വിലയും കിട്ടി. ആ കാശ് ഞാൻ ഒന്ന് തിരിമറി ചെയ്തിരിക്കുകയാണ്. എപ്പോഴാണ് നിനക്ക് ആവശ്യം വരുന്നത്, വേണം എന്ന് തോന്നുന്നത് അപ്പോ പറഞ്ഞാൽ മതി. ഞാൻ ശരിയാക്കി തരാം."

എനിക്ക് ശ്വാസം മുട്ടുന്നത് പോലെ തോന്നി. ഞാൻ അവർക്ക് ഒരു ഭാരമാവുകയാണ്. എന്നോട് വലിയ സ്നേഹം കാണിച്ചിരുന്ന ബദീന ആഹിറ അമ്മായി ഒരു ദിവസം അമ്മാവനോട് പറയുന്നത് കേട്ടു.

"എന്നാ നമ്മളീ ദുരിതത്തിൽ നിന്ന് ഒന്ന് രക്ഷപ്പെടുക. എന്തിനാ അവനെ നോക്കാനുള്ള ചുമതല നിങ്ങളായി ഏറ്റെടുത്തത്? അവനെ അവന്റെ വഴിക്ക് വിട്ടൂടെ, അവന്റെ കാര്യം അവൻ തന്നെ നോക്കിക്കോളും. ചില രാത്രികളിൽ പേക്കിനാവ് കണ്ട് ആർത്ത് വിളിച്ച് മനുഷ്യരെ പേടിപ്പിക്കുന്ന സ്വഭാവമുണ്ട് അവന്"

"അങ്ങനെ തന്നെ ആണെങ്കിലും അവൻ എവിടെ പോകും. നമ്മളല്ലാതെ ആരാ അവനുള്ളത്? അവനെ അങ്ങനെ വിടാൻ എനിക്ക് മനസ്സ് വരില്ല. ഉള്ളത് പോലെ അങ്ങനെ ജീവിക്കാം. അതാ നല്ലത്"

"നല്ലതോ.. എന്താ നിങ്ങളുടെ ബുദ്ധി ഇല്ലാണ്ടായോ.."

എന്റെ ശത്രുക്കൾക്കൊപ്പം ചേർന്ന് എനിക്കെതിരെ ചാരപ്പണി നടത്തുന്നുണ്ടോ എന്ന സംശയം ഞാൻ അമ്മാവനോട് പങ്ക് വെച്ചപ്പോൾ എന്നെ വിശ്വസിക്കാൻ അദ്ദേഹം കൂട്ടാക്കിയില്ല

"ദൈവം നിനക്ക് ശാന്തി നൽകട്ടേ. അങ്ങനെ ഒന്നും പറയരുത്. അത് കേട്ടാൽ അവർക്ക് സങ്കടമാകും. അതൊക്കെ നിനക്ക് തോന്നുന്നതാകും."

എന്നെക്കുറിച്ച് അയൽവാസികളോട് കുശുകുശുക്കുന്നത് ഞാൻ കേൾക്കാറുണ്ടായിരുന്നു.

എന്റെ സ്റ്റാറ്റസ് നന്നായപ്പോൾ (എത്ര തവണ നമ്മുടെ സ്റ്റാറ്റ്സ് മാറി മാറി വരും.. എന്നാണ് ഇതിനൊക്കെ ഒരു അന്ത്യം) തനിച്ച് പുറത്ത് പോകാനുള്ള അനുമതി അവരിൽ നിന്ന് കിട്ടി. പുസ്തകം വാങ്ങിക്കാനായി മുതനബ്ബി സ്ട്രീറ്റിലെത്തിയെപ്പോഴാണ് യൂനിവേഴ്സിറ്റിയിലെ സഹപാഠിയായിരുന്ന മുഹമ്മദ് സലൂമിയെ കാണാനായത്. പഠനം കഴിഞ്ഞ് ഒരുപാട് വർഷങ്ങൾക്ക് ശേഷമാണ് അവനെ കാണുന്നത്. ആദ്യം കണ്ടപ്പോൾ തിരിച്ചറിഞ്ഞില്ല. കഷണ്ടി തന്നെയായിരുന്നു വില്ലൻ. പഠിക്കുന്ന സമയത്ത് കഷണ്ടിയൊന്നുമുണ്ടായിരുന്നില്ല. എക്സറ്റെൻഷൻ റോഡിന്റെ അരികിൽ നിൽക്കുമ്പോൾ അവൻ തന്നെയാണ് എന്നെ പേരു ചൊല്ലി വിളിച്ചത്. അപ്പോഴാണ് ഞാൻ അവനെ കാണുന്നതും

"അല്ല.. ഇത് വദൂദല്ലേ? എവിടെയായിരുന്നടോ?"

തൊട്ടടുത്തുണ്ടായിരുന്ന അരച്ചുമരിൽ ഇരുന്ന് യൂണിവേഴ്സിറ്റി കാലത്തെ രസകരമായ സംഭവങ്ങൾ അയവിറക്കാൻ തുടങ്ങി. അതിന്റെ തൊട്ടപ്പുറത്തെ മതിലിൽ റൂമുകൾ വാടകയ്ക്ക് എന്ന നോട്ടീസ് എന്റെ ശ്രദ്ധയിൽ വന്നു.

മുതനബ്ബി സ്ട്രീറ്റിലെ റൂമിലേക്ക് ഞാൻ എന്തിനാണ് താമസം മാറ്റുന്നതെന്ന് അമ്മാവന് മനസ്സിലായില്ല.

"നിനക്ക് ഇവിടെ വീട്ടിൽ എന്താ കുറവ്, സൗകര്യവും സമാധാനവുമില്ലാത്തത് കൊണ്ടാണെങ്കിൽ ഒരു ചെറിയ വീടോ ഫ്ലാറ്റോ വാടകക്ക് എടുത്തൂടെ.. എന്തിനാ ആ ചെറിയ റൂമിലേക്ക് മാറുന്നത്?"

"എനിക്കും നിങ്ങൾക്കും അതാണ് സൗകര്യം." എന്റെ തീരുമാനത്തിൽ മാറ്റമുണ്ടാക്കാനാകില്ലെന്ന് മനസ്സിലായതോടെ പിന്നെ എതിർപ്പൊന്നും പറഞ്ഞില്ല. ആ വീട്ടിൽ നിന്ന് ഞാൻ പുറത്ത് പോകുന്നത് നിലവിലുള്ളതും ഇനി വരാനിരിക്കുന്നതുമായ ഒരുപാട് മാനസിക സംഘർഷങ്ങൾക്കും പ്രശ്നങ്ങൾക്കും പരിഹാരമായിരിക്കുമെന്ന് അദ്ദേഹത്തിനും തോന്നിക്കാണണം.

ഇതെല്ലാം എന്തിനാണ് നിന്നോട് പറയുന്നത്.. കാരണം നീ ഒരു പാട് കാലമായില്ലേ എന്നോട് മുതനബ്ബി സ്ട്രീറ്റിലെ താമസവും പുസ്തക വിൽപനയും എന്റെ കഥയുമായി എന്ത് ബന്ധമാണുള്ളത് എന്ന് ചോദിക്കാൻ തുടങ്ങിയിട്ട്. അതിനുള്ള ഉത്തരമായിട്ടാണ് ഈ കഥ. അനിവാര്യതയുടെ ഫലമായിട്ടാണോ ആ മാറ്റങ്ങളും മറ്റുമുണ്ടായിട്ടുള്ളത്,, നിനക്ക് എന്താണ് തോന്നുന്നത്? ഇടുങ്ങിയ ചുറ്റുപാടുകളിൽ നിന്നും വിശാലതയുടെ ലോകത്തേക്ക് ചേക്കേറാനുള്ള താത്പര്യം മാത്രമായിരുന്നു അതിന്റെ പിന്നിലുണ്ടായിരുന്ന വികാരം. ഞാൻ എഴുതാനിരിക്കുന്ന ഈ മുറിയാണ് എന്റെ യഥാർത്ഥ ലോകം. ഓരോരോ ആകാശങ്ങളെ കാണിച്ച് തരുന്ന പുസ്തകങ്ങളെ കൊണ്ട് നിറഞ്ഞതായിരുന്നു എന്റെ മുറി. എന്റെ ചിന്തകളും കാഴ്ചവട്ടവും മനനങ്ങളും അറിവുകളും തിരിച്ചറിവുകളും കുത്തിക്കുറിക്കുന്ന എന്റെ ഫിഹ്രിസും ആ ചെറിയ വലിയ ലോകത്തിന്റെ സൃഷ്ടിയാണ്.

ഏതായാലും എന്റെ അമ്മാവനെ ദ്രോഹിക്കാനോ അവരെ കുറിച്ച് തെറ്റായ ധാരണ നിനക്ക് നൽകാനോ എനിക്ക് അശേഷം താത്പര്യമില്ല. അദ്ദേഹം നല്ലവനായിരുന്നു. ഇടയ്ക്ക് എന്നെ വന്ന് കാണാറുണ്ടായിരുന്നു. മാസത്തിൽ ഒരിക്കലെങ്കിലും വരും. എന്നെ സമാധാനിപ്പിക്കാനും വീട് വിട്ട് പോരുമ്പോൾ ഞങ്ങൾ തമ്മിലുണ്ടായിരന്ന കരാർ പ്രകാരം വ്യാപാരത്തിന്റെ വരുമാന പങ്ക് നൽകാനുമായിരുന്നു ഓരോ വരവുകളും. യൂസ്ഡ് ബുക്സ് വിൽപന അത്രയ്ക്ക് ലാഭകരമായ ബിസിനസ് ഒന്നുമല്ലല്ലോ എന്ന് നിനക്ക് ചോദിക്കാൻ തോന്നുന്നുണ്ടാകും. ഞങ്ങൾ എന്നും പരാജിതരാണ്, നഷ്ടക്കച്ചവടക്കാർ തന്നെയാണ്. വരുമാനം കുറഞ്ഞവർ.

അവനെ വായിക്കുന്തോറും എനിക്ക് ആധികയറാൻ തുടങ്ങിയിരിക്കുന്നു.

എങ്ങനെയാണ് അവനെ പരിചയപ്പെടുത്തേണ്ടത് എന്നറിയില്ല. സ്വപ്നമോ ദുഃസ്വപ്നമോ? ഞങ്ങൾ എല്ലാവരും ഒരാളായിരുന്നു. എല്ലാവരും എന്നിൽ സമ്മേളിച്ചിരിക്കുന്നു. കണ്ണാടിയിൽ നോക്കിയപ്പോൾ ഞാൻ അവനേയും അവൻ എന്നേയും കാണുന്നു. ഞങ്ങളുടെ ഓർമ്മകളും ശബ്ദവും ശരീരം പോലും ഒന്നായിരുന്നു. ഞങ്ങളുടെ പേരുകൾ പോലും വദൂദും നുമൈറുമായിരുന്നില്ല. എനിക്ക് പേരുമറിയില്ല. എപ്പഴോ ഞാൻ പുറത്തിറങ്ങി. അല്ല എന്നിലെ ആ 'ഞാനെ' പുറത്ത് ചാടിച്ചു. ഞാൻ ഓടി രക്ഷപ്പെട്ടു, ബാഗ്ദാദ് വിട്ട് ദൂരേക്ക് പലായനം ചെയ്തു. ഞാൻ ബാഗ്ദാദിലേക്ക് തിരിച്ച് വന്നപ്പോൾ എനിക്ക് വദൂദിനെ അറിയില്ലായിരുന്നു, കാരണം അവൻ മറ്റാരൊ ആയിരുന്നു. എന്നിലെ എന്നിൽ നിന്ന് അടർത്ത് മാറ്റപ്പെട്ട ഞാനും മറ്റാരൊ ആയിത്തീർന്നിരുന്നു. അവൻ വദൂദായി ഞാൻ നുമൈറും. അത് കൊണ്ട് തന്നെ അവന് എന്നെ തിരിച്ചറിയാനും കഴിഞ്ഞില്ല. ഞാൻ വദൂദിന്റെയും എന്റെയും ഇടയിലുള്ള

വ്യക്തിയായിരുന്നു. കാരണം അവന് സംഭവിച്ച എല്ലാ കാര്യങ്ങളും എനിക്കും സംഭവിക്കാതിരിക്കില്ല. ഞാൻ എന്നോട് തന്നെ പറയാൻ തുടങ്ങി. പോ.. വദൂദിന്റെ കൂടെ അവന്റെ വീട്ടിലേക്ക് പോ. എന്നിട്ട് അവന് സംഭവിച്ച ദുരന്തങ്ങൾ മനസ്സിലാക്ക്, അവനെ തിരികെ ജീവിതത്തിലേക്ക് കൊണ്ട് വാ. തന്റെ വീട് തിരഞ്ഞ് നടക്കുന്ന വദൂദിന്റെ പിറകെ ഞാനും കൂടി. ഏതോ ഒരു പോക്കറ്റ് റോഡിലേക്ക് തിരഞ്ഞതോടെ അവനെ കാണാതായി. ഞാൻ ഉറക്കിൽ നിന്ന് എഴുന്നേൽക്കുകയും ചെയ്തു.

മേശവലിപ്പ് തുറന്ന് അവന്റെ ഫയൽ വലിച്ചെടുത്ത് അകത്തുള്ള എഴുത്ത് പുറത്തെടുത്തു വായിച്ചത് മാറ്റിവെച്ച് വായിക്കാത്ത എഴുത്ത് തുറന്നുനോക്കി. ഒരു ആൽബംപോലെ എന്തോ ഒട്ടിച്ചുവെച്ചിരിക്കുന്നു. അതിന്റെ താഴെ ചെറിയ വിശദീകരണവും എഴുതി ചേർത്തിരിക്കുന്നു. ഒരു സിനിമ തിരക്കഥപോലെ ഓരോ സീനുകളായി എഴുതിയിരിക്കുന്നു.

ചിത്ര ചരിതം

1. കത്തിക്കരിഞ്ഞ സാധനം. കരിക്കട്ട. മധ്യഭാഗത്ത് ചെറിയ ഒരു ഭാഗം മാറ്റി വെച്ചാൽ മുഴുവനായി കറുത്ത നിറം വ്യാപിച്ച് കിടക്കുന്നു. കറുപ്പിന്റെ കൊഴുപ്പിൽ അരികുകളിൽ ഇരുട്ട് നിറഞ്ഞിരിക്കുന്നു.

   (ഫോട്ടോ എടുക്കാൻ തീരുമാനമൊന്നുമുണ്ടായിരുന്നില്ല. കച്ചവടക്കാരൻ ഫിലിം ക്യാമറക്കുള്ളിലിട്ട് വാ മൂടി അത് അയാൾക്ക് കൈമാറി. അറിയാതെ സ്വിച്ചിൽ കൈ തട്ടിയപ്പോൾ ക്യാമറക്കണ്ണുകൾ തുറന്നടച്ചു, ആ ഒരു നിമിഷത്തിൽ കാണാനായത് ഒപ്പിയെടുക്കുകയും ചെയ്തു. ആദ്യമായിട്ടായിരുന്നു അയാൾ ക്യാമറ കൈ കൊണ്ട് തൊട്ട് നോക്കുന്നത് പോലും.

2. ഇരുപത് വയസ്സ് തോന്നിക്കുന്ന യുവതി. കറുത്ത മുടി വെട്ടിച്ചെറുതാക്കിയിരിക്കുന്നു. വെളുത്ത ഷർട്ടും നീല ജാക്കറ്റും ധരിച്ച് കൈ തൊക്കിൽ ഒരു പുസ്തകവും ഇടത് കൈയ്യിൽ ഒരു ലേഡീസ് ഹാൻഡ് ബാഗും പിടിച്ചിട്ടുണ്ട്. ചിരിക്കുന്ന കണ്ണുകൾ (പുരികങ്ങളിൽ തേച്ച് പിടിപ്പിച്ച സുറമ പരന്നിരിക്കുന്നു) തല വലത് വശത്തേക്ക് അൽപം ചെരിച്ച് പിടിച്ചിരിക്കുന്നു. പിറകിലായി ഗ്ലാസ്സ് കട കാണുന്നുണ്ട്, അതിന്റെ മുന്നിൽ നിന്ന് ഒരാൾ വരുന്നുണ്ട്. ഇടത് വശത്ത് ചുമരിൽ ഉറപ്പിച്ച് നിർത്തിയിരിക്കുന്ന ക്യമാറ അവളെ തന്നെ ഫോക്കസ് ചെയ്യുന്നു.

   (താൻ എടുക്കുന്ന ആദ്യ ഫോട്ടോ അവൾക്കുള്ളതാണെന്ന് അവളോട് തന്നെ പറഞ്ഞു)

3. യുവതി വെളുത്ത ഷർട്ടും നീല കോട്ടും പാന്റും ധരിച്ച ഒരാളുടെ അരികിൽ നിൽക്കുന്നു. ക്യാമറയുടെ ഫോക്കസിൽ നിന്ന് പോസ് ചെയ്ത് ചെറുതായി ചിരിക്കുന്നു. വൈഡ് ആംഗിൾ ഷോട്ടിൽ നേരത്തെയുണ്ടായിരുന്ന സീനിനെ വ്യൂ കുറച്ച് കൂടുതലായി കാണിക്കുന്നു.

(കച്ചവടക്കാരനോട് രണ്ട് പേരുടേയും ഫോട്ടോ എടുക്കാൻ ആവശ്യപ്പെടുന്നു)

4. റോഡിന്റെയും കാറിന്റെയും കാഴ്ച. (ചുവന്ന ഡബിൾ ഡക്കർ ബസ്) ക്യാമറ ലെൻസിലേക്ക് കയറി വരുന്നു. റോഡിന്റെ നടുവിലുള്ള ഡിവൈഡറുകളിലെ കൂടുതൽ വലുപ്പമില്ലാത്ത മരങ്ങൾ, റോഡ് മുറിച്ച് കടക്കാൻ ശ്രമിക്കുന്ന യാത്രക്കാരൻ. പിറകിൽ ഒരു നിർമ്മാണം നടക്കുന്നു, ഒപ്പം ഒരു നടപ്പാലവും. മേഘമൊഴിഞ്ഞ ആകാശം.

(അവരെ കടന്ന് പോയ ഒരാൾ അപരിചിതത്വത്തോടെ അവരെ രണ്ട് പേരേയും നോക്കുന്നു, കുറച്ച് അപ്പുറത്ത് എത്തിയ അയാൾ തിരിഞ്ഞ് നോക്കി ഇങ്ങനെ ഉറക്കെ ചിന്തിച്ചിട്ടുണ്ടാകും

"ന്താത്... ക്യാമറയോ.."

പക്ഷേ, ഒന്നും പറഞ്ഞ് കേട്ടില്ല.

5. നാണത്തോടെ ചിരിക്കുന്ന യുവതിയുടെ മുഖ ഭാവം ഒപ്പിയെടുക്കുന്ന ക്ലോസപ്പ് ഷോട്ട്. വലത് കൈ ലെൻസിന് നേരെ ഉയർത്തിപ്പിടിച്ചിരിക്കുന്നു (തണ്ടം കൈയ്യിൽ ചങ്ങല വളകൾ നിറഞ്ഞ് നിൽകുന്നു) , മങ്ങിയ രീതിയിൽ മറ്റു കാഴ്ചകളും ചിത്രത്തിൽ കാണപ്പെടുന്നു.

(അവൾ അവനോട് "അങ്ങനെ തന്നെ പോരെ, ഇങ്ങനെ നിൽക്കാണേൽ അഞ്ച് മിനുട്ട് കൊണ്ട് ഫിലിമെല്ലാം തീരുമല്ലോ..." "അതിനെന്തിനാ തിരക്ക് കൂട്ടുന്നത്... രണ്ട് മൂന്ന് ഫിലിം കൂടി വാങ്ങിച്ചാ പോരെ")

6. നല്ല വലുപ്പമുള്ള വഴുതനങ്ങ പേപ്പർ കുട്ടയിൽ മൂടിയിട്ടിരിക്കുന്നു. അത് മറിച്ചിടുന്നു.

7. ഹോട്ടൽ തൊഴിലാളി വെളുത്ത നിറമുള്ള എണ്ണ മെഴുക്ക് പുരണ്ട ഓവർ കോട്ട് ധരിച്ച് വലിയ കത്തികൊണ്ട് ഇറച്ചി കഷ്ണമാക്കുന്നു.

8. യുവതി ലിപ്സ്റ്റിക് എടുത്ത് ചുണ്ടിൽ പുരട്ടുന്നു, കണ്ണാടിയിൽ നോക്കുന്നു.

(കൈയ്യും മുഖവും കഴുകി വൃത്തിയാക്കിയിട്ടാണ് അവൾ കണ്ണാടിക്ക് മുന്നിൽ വന്ന് നിൽകുന്നത്. ഫോട്ടോ എടുക്കുന്നതിന് മുമ്പ് അയാൾ അവളോട് പറഞ്ഞു "എന്റെ പുതുമണവാട്ടി, നീ എന്താ ചെയ്യുന്നത്. ഞാൻ ആ ചുണ്ടുകൾ അടപ്പിക്കാൻ നോക്കുന്നു, നീ അത് ചുവപ്പിക്കാനും" പകപ്പോടെ "അല്ല

ഇത്, ഫോട്ടോ എടുക്കാണോ..." "കവി ശിഅബി തന്റെ വിവാഹ ദിവസം കാമുകിയോട് പറഞ്ഞ വരികളാണ് അത്" "ന്തേ എന്നെ ഒന്നൂടെ കല്യാണം കഴിക്കണം എന്നുണ്ടോ നിങ്ങൾക്ക്?" "പിന്നെന്താ.. പക്ഷേ, ഇപ്പോഴല്ല,, കുറച്ച് കൂടെ കഴിഞ്ഞിട്ട്" ആകർഷകമായ ഒരു ചിരി സമ്മാനിക്കുന്നു. പക്ഷേ, തന്നെ ഫോട്ടോ എടുക്കാൻ പോകാണ് എന്ന് കണ്ടതോടെ അവളുടെ ചിരി ചെറിയ പരിഭ്രമത്തിലേക്ക് നീങ്ങി. "നീ കണ്ടാ മതി.. അത് മതി.. ഇനിയും നീ ഫോട്ടോ എടുക്കാൻ നിന്നാ സത്യം പറയാലോ ഞാൻ പോകും... ഇവിടെ ഇട്ടേച്ച് പോകും" "നിർത്തി... നിർത്തി..."

9. വൃത്തിയുള്ള അവളുടെ കൈകളിലെ ക്യൂട്ടക്സിട്ട കൈവിരലുകൾ ക്ലോസപ്പിൽ വരുമ്പോൾ ഐസ്ക്രീം നിറച്ച പ്ലാസ്റ്റിക് ഗ്ലാസ് കാണുന്നു. മറു കൈയ്യിൽ സ്പൂൺ പിടിച്ച് നിൽകുന്ന വിരലുകളും വളകിൾക്കിടയിൽ ചെറിയ ഒരു വാച്ചും കാണാനാകുന്നു.

   (മുഖം വ്യക്തമല്ലെങ്കിലും അവളുടെ കൈകളുടെ ഭംഗി എടുത്ത് പറയേണ്ടത് തന്നെയാണ്.)

10. കാറുകളും വണ്ടികളും ചുറ്റിയടിക്കുന്ന ചെറിയ മരങ്ങൾ തിങ്ങി നിറഞ്ഞ മൈതാനത്തിന് നടുവിലെ ഒരു ഫൗണ്ടെൻ.

    (ദൈവമേ, നമുക്ക് പോകാം. ഒരുപാട് വൈകി. എല്ലാവരും ഇവിടെ ഫോട്ടോ എടുക്കാൻ വേണ്ടി നിൽക്കാണ്.. എന്റെ അവസരം നഷ്ടപ്പെടും)

11. വിശാലമായ റോഡിലൂടെ യൂനിഫോം ധരിച്ച കുട്ടികൾ കൂട്ടം കൂട്ടമായി പോകുന്നു, റോഡ് സൈഡിൽ നിറയെ യൂക്കാല്പ്സ് മരങ്ങൾ നിരന്ന് നിൽകുന്നു.

12. വലിയ ചുമരിൽ സദ്ദാമിന്റെ അതികായ ചിത്രം. നീണ്ട ബിരുദദാന ചടങ്ങിലെ വസ്ത്രവും തൊപ്പിയും ധരിച്ച് കൈയ്യിൽ ഒരു ഡിഗ്രിയും ചുരുട്ടി പിടിച്ചിരിക്കുന്ന ചിത്രത്തിന്റെ തൊട്ട് താഴെ ഇങ്ങനെ എഴുതി വെച്ചിരിക്കുന്നു ' പേനകൾക്കും തോക്കുകൾക്കും ചെയ്യാനുള്ളത് ഒരേ ഉത്തരവാദിത്വം"

    (ചെറിയ ചിരിയോടെ മന്ത്രിച്ചു, അയാളുടെ ചിത്രം എല്ലായിടത്തേക്കും യോജിച്ചിതല്ല. ചിത്രത്തിനുള്ളിലെ ചിത്രമാണ് നിങ്ങളെല്ലാം... അത് എനിക്ക് അനുഭവിച്ചറിയാവുന്ന സത്യവുമാണ്)

13. മെറ്റൽ ബോർഡിൽ കറുത്ത മഷി കൊണ്ട് വലിയ മരവാതിലിന്റെ മുകളിൽ എഴുതിയിരിക്കുന്നു 'അൽഫറാഹിദി ഹാൾ'

14. ലക്ചർ ഹാളിന്റെ സീറ്റുകളിൽ ഇരിക്കുന്ന ആൺകുട്ടികളും പെൺകുട്ടികളും.

    (അവരെല്ലാവരും ഫോട്ടോ എടുക്കാൻ അവനെ നിർബന്ധിക്കുന്നു. അവൻ അവളുടെ കാതിൽ മന്ത്രിക്കുന്നു. മിക്കവരും

വിശ്വസിക്കാൻ കൊള്ളാത്തവരാണ്. അവർക്ക് വേണ്ടി വെറുതെ നമ്മുടെ ഫിലിം കേട് വരുത്തണ്ട. അത്ര മതി. വെറുപ്പിക്കാൻ ഏതായാലും വയ്യ." "ക്യാമറ അടച്ച് വെച്ചിട്ടെങ്കിലും ഒന്ന് എടുക്ക്, അത് മതി."

15. അവളുടെ വെളുത്ത കുപ്പായവും ചാര നിറത്തിലുള്ള പെറ്റി കോട്ടും കട്ടിലിന്റെ അരികിലായി താഴെ വീണ് കിടക്കുന്നു. ചെരുപ്പ് സെന്റി മീറ്ററുകളുടെ അകലത്തായി കിടക്കുന്നു.

16. വെളുത്ത ബ്രാ താഴെ വീണ് കിടക്കുന്നു.

(കുളിമുറിയിൽ അവൾ കുളിക്കുന്ന ഫോട്ടോ എടുത്ത ശബ്ദം കേട്ടില്ല. ആ നിമിഷം എന്നന്നേക്കും ഓർത്ത് വെക്കാനുള്ള താണ്.)

17. ബാത്ത്റൂമിന്റെ വാതിൽ അൽപം തുറന്ന് കിടക്കുന്നു. ബാത്ത് ടബ്ബിൽ നിന്ന് പുറത്തേക്ക് തള്ളി നിൽക്കുന്ന അവളുടെ ശരീര ത്തിന്റെ മുകൾ ഭാഗം കാണുന്നു. മുഖം കഴുകുന്ന അവളുടെ കൈകൾ ഇടത് മുലയെ ഭാഗികമായി മാത്രമേ മറയ്ക്കുന്നുള്ളൂ.

(ഈ സമയം ക്യാമറ കണ്ണുകൾ തുറന്ന് അടയ്ക്കുമ്പോഴു ണ്ടായ ശബ്ദം അവൾ കേൾക്കുന്നു, വാതിൽ തുറന്നത് കണ്ട അവൾ ഒച്ച വെച്ച് ചോദിക്കുന്നു "എന്താണത്?"

18. പേടി നിറഞ്ഞ അവളുടെ രണ്ട് കണ്ണുകൾ. തുറന്ന് കിടക്കുന്ന വായിൽ നിന്ന് ദേഷ്യം നിറഞ്ഞ അട്ടഹാസം പുറത്തേക്ക് ഒഴുകി. രണ്ട് കൈകളും കൊണ്ട് അവൾ മുലയെ മറയ്ക്കാൻ ശ്രമിക്കുന്നു.

(ശക്തിയോടെ വാതിൽ വലിച്ചടച്ച് ബാത്ത്റൂമിന്റെ അക ത്തേക്ക് വലിയുന്നു. വാതിൽ തുറക്കാനും അവനോട് സംസാരി ക്കാനും അവൾ തയ്യാറാകുന്നില്ല)

19. അവൾ കട്ടിലിന്റെ അരികിൽ ഡ്രസ്സ് മുഴുവൻ ധരിച്ച് ഇരി ക്കുന്നു. കൈകൾ കൊണ്ട് മുഖം പൊത്തിപ്പിടിച്ചിരിക്കുന്നു.

(വലിയ വായിൽ ഒച്ചയിട്ട് അവൾ പറയുന്നു " മതി.. നീ ഇത് എന്നോട് ചെയ്യും എന്ന് കരുതിയില്ല. മതി.. എന്ത് കരുതിയാ എന്റെ ഫോട്ടോ നീ എടുത്തത്, ആ ക്യാമറ ഇങ്ങ് താ)

20. വ്യക്തതയില്ലാത്ത ഒരു ചിത്രം. ലെൻസിന് നേരെ കൈ നീട്ടി അവൾ നിൽക്കുന്നു.

(സത്യം ഞാൻ ഇത് കൊണ്ട് ഫിലിമൊന്നുമുണ്ടാക്കാൻ പോകുന്നില്ല. ഫിലിം പുറത്ത് എടുത്ത് അത് അവൾക്ക് നീട്ടി. "ദാ.. ഇത് പിടിച്ചോ.. നിന്റെ ഇഷ്ടത്തിന് അനുസരിച്ച് എന്താ വേണ്ടത്ന്ന് വെച്ചാ ചെയ്തോ.. നീ എന്താ എന്നെ കുറിച്ച് വിചാരിച്ചിരിക്കുന്നത്.. മതി. മതി. ഇത് ഇവിടെ വെച്ച് നിർത്താം.." ഫിലിം കട്ടിലിൽ അവൾ ഇരിക്കുന്നതിന്റെ അരി കിലായി വെച്ചു.

21,22,23,24. ബ്ലാങ്ക്...

(അവൾ അത് നശിപ്പിക്കാൻ തന്നെയാണ് കരുതിയിരുന്നത്, പക്ഷേ, ഓർമകളുടെ തുരുത്തിൽ അവശേഷിക്കാനായി ബാക്കി വെക്കാൻ തീരുമാനിച്ചു.)

ഞാനത് എടുത്തുവെച്ച് എഴുന്നേറ്റു.

മറിയ വാങ്ങിക്കാറുള്ള ബ്രാൻഡഡ് പാൽ എടുക്കാനായി ഫ്രിഡ്ജിന്റെ ഗ്ലാസ് വാതിൽ തുറന്നു. സൂപ്പർ മാർക്കറ്റിലെ ഫ്രിഡ്ജിന്റെ അകത്തെ തണുത്ത കാറ്റ് മുഖത്തേക്ക് അടിച്ചു. പാലിന്റെ പ്ലാസ്റ്റിക് ബോട്ടിൽ എടുക്കുന്നതിനിടയിൽതന്നെ ആ ചില്ലിൻകൂട്ടിൽ നിരത്തിവെച്ചിരിക്കുന്ന വ്യത്യസ്ത കമ്പനികളുടെ വ്യത്യസ്ത അളവിലുള്ള പ്ലാസ്റ്റിക് കുപ്പികൾ ഞാൻ ശ്രദ്ധിച്ചു. പാൽക്കുപ്പി എടുത്ത് വെയ്ക്കുമ്പോൾ കൂട്ടത്തിൽ ഗ്ലാസ് കുപ്പി കൂടിയുണ്ട് എന്ന് കാണാനായി. പ്ലാസ്റ്റിക്കിന്റെയും പേപ്പറിന്റെയും അമിത ഉപയോഗത്തിനിടയിൽ ഗ്ലാസ് കുപ്പികൾ കാണാതെ പോയിത്തുടങ്ങിയിരുന്നു. ഫ്രിഡ്ജിന്റെ വാതിൽ തുറന്നിട്ട് ഞാൻ മറ്റൊരു കുപ്പി പുറത്തെടുത്തു. കമ്പനിയുടെ പേര് 'ഫ്രഷ്'. അവരുടെ പരസ്യവാചകം 'കറവയിൽനിന്ന് നിങ്ങളുടെ മേശപ്പുറത്തേക്ക്' അതിന്റെ താഴെ ചെറുതായി അച്ചടിച്ചിരിക്കുന്നു. ഞങ്ങൾ പശുക്കളെ നേരിട്ട് കറക്കുന്നു, മുന്തിയ ഇനം പശുക്കൾ ഗുണമേന്മയുള്ള പാൽ മാത്രമേ നൽകൂ. ഞങ്ങൾ കൃത്രിമ പൊടി ചേർക്കാറില്ല. ഞങ്ങൾ പ്ലാസ്റ്റിക് ഉപയോഗിക്കാറില്ല. ഗ്ലാസ് മാത്രമേ ഉപയോഗിക്കാറുള്ളൂ. നിങ്ങളുടെ ആരോഗ്യമാണ് ഞങ്ങളുടെ ലക്ഷ്യം. രുചിക്കൂ, ആസ്വദിക്കൂ ഞങ്ങളോടൊപ്പം. ഞാൻ എടുത്ത പാൽക്കുപ്പി ഫുൾക്രീം പാലായിരുന്നു. ചോക്ലേറ്റ്, ഓറഞ്ച് മിക്സഡ് പാൽകുപ്പികളും അതിലുണ്ടായിരുന്നു. ഞാൻ എടുത്ത കുപ്പി അവിടെതന്നെ വെച്ചിട്ട് ഓറഞ്ച് പാൽ എടുത്ത് ഷോപ്പിംഗ് കൊട്ടയിൽ ഇട്ടു. ഫ്രിഡ്ജിന്റെ തണുപ്പും ഓറഞ്ചും പാലും ഓർമ്മകളെ എഴുപതുകളിലേക്ക് കൂട്ടിക്കൊണ്ടുപോയി. ഞങ്ങളുടെ, എന്റെയും ചേച്ചിയുടെയും സന്തോഷത്തിന്റെ നാളുകൾ. അന്ന് നസീർ ജനിച്ചിട്ടില്ല. 'പാൽകമ്പനി' എന്ന് എഴുതിയ ചില്ലർ ട്രക്കുമായി വരാറുള്ള പാൽക്കാരൻ ഞങ്ങളുടെ വീടിന്റെ മുന്നിൽ വന്ന് നിന്നു. അമ്മ തരുന്ന ഒഴിഞ്ഞ പാൽ പാത്രം അയാളുടെ മുമ്പിൽ കൊണ്ടുപോയി കൊടുക്കുന്നതും നിറച്ച് തിരികെ കൊണ്ടുവരുന്നതും ഞാനായിരുന്നു. പാൽക്കാരൻ ഡ്രൈവിംഗ് സീറ്റിൽ നിന്ന് ഇറങ്ങി ട്രക്കിന്റെ പിറകുവശത്തേക്ക് വരും. പിറകുവശത്തെ ഡോർ തുറക്കും. തണുപ്പ് പുറത്തേക്ക് അടിച്ച് വീശും. ഒഴിഞ്ഞ കുപ്പികളോ നിറഞ്ഞ കുപ്പികളോ ഒന്നുംതന്നെ പൊട്ടിയിട്ടില്ല എന്ന് എണ്ണി തിട്ടപ്പെടുത്തുകയും ചെയ്യും. ചെറിയ കുപ്പിയെ ചൂണ്ടി അമ്മ അയാളോട് പറയും.

"കുറച്ച് ഓറഞ്ച്, കുറച്ച് പഴം മിക്സ്ഡ് പാൽ."

ഓറഞ്ച് മിക്സഡ് പാലായിരുന്നു ഏറ്റവും രുചികരം. പക്ഷേ വഫയ്ക്ക് പഴമായിരുന്നു ഇഷ്ടം. ട്രക്കിന്റെ ഉള്ളിൽ കയറി രണ്ടും പുറത്ത് എടുക്കും. ശുദ്ധ പാൽ ഒരു പാത്രത്തിലും ഓറഞ്ച് പഴം പാൽ മറ്റൊരു കുപ്പിയിലും ഒഴിച്ചുതരും. അയാളുടെ കൈവശമുള്ള നെയ്യും തൈരും മോരും അമ്മ ചോദിച്ചുവാങ്ങും. പാൽകുപ്പികൾ തിരികെ അടുക്കളയിലേക്ക് കൊണ്ടുവരുന്നത് ഞാനും ചേച്ചിയുമായിരുന്നു. വീടിന്റെ അകത്ത് എത്തിയാൽ അത് തുറക്കുന്നതിനുള്ള തല്ലായിരിക്കും ഞങ്ങളുടെ ഇടയിൽ. എല്ലാ തർക്കങ്ങളിലും അവൾ എന്റെ മുമ്പിൽ തോൽവി സമ്മതിക്കാറായിരുന്നു. എഴുപതുകളുടെ അവസാനത്തോടെ എന്തുകൊണ്ടാണ് പാൽവണ്ടികൾ അപ്രത്യക്ഷമായത് എന്ന് അറിയില്ല. അതോടെ രുചികരമായ ഫ്ളാവാർഡ് പാലും ഓർമ്മയിൽനിന്ന് പോയിരുന്നു.

അന്നു വൈകീട്ട് ഫ്രിഡ്ജിൽ ഫ്ളാവേർഡ് മിൽക്കിന്റെ കുപ്പി കണ്ട മറിയ അദ്ഭുതപ്പെട്ടു. അവൾക്ക് എല്ലാ കഥയും പറഞ്ഞുകൊടുക്കേണ്ടി വന്നു.

ഒരു കവിതയാണ് ആദ്യം കണ്ടത്. വായിച്ചു തുടങ്ങിയപ്പോൾ വദൂദിന്റെ ചിന്തകൾ ചിതറിവീഴുന്നത് ആവേശത്തോടെ വായിച്ചുതീർത്തു.

എങ്കാല മക്കളെ, രഹസ്യങ്ങളറിയുമോ നിങ്ങൾ
അറിയാമെനിക്കെങ്കിലും ചൊൽവാനാവില്ല പോൽ
വാർദ്ധ്യക്യജന്മങ്ങളതിലില്ലെന്നറിവ് തെല്ലുമേ
ജീവിതമതിലുമില്ലെങ്കിലുമപ്പുറമെന്നിഷ്ടമില്ലേ തെല്ലും?
ഉയിരിരിക്കും ശിക്ഷയേതോ മൃത്യുവത് സ്വാന്തനമോ
അമ്മപ്പൊൻമകനെപ്പഴും മണ്ണിൻ തടവിലല്ലേ.
ഞാൻ അവിടെ എന്നെ കാണുന്നു.

മനുഷ്യന് ആഗ്രഹമുള്ളിടത്തേക്ക് വീണ്ടും തിരിച്ച് പോകാൻ കഴിയില്ല എന്നത് വിചിത്രമായ ഒരു സത്യമാണ്. മറിച്ച് ഓടി രക്ഷപ്പെടാൻ ശ്രമിക്കുന്ന ഇടത്തേക്ക് പേർത്തും പേർത്തും വന്നെത്തുകയും ചെയ്യും. വെറുതെ പറയുന്നതല്ല, എനിക്ക് തന്നെ ഒരുപാട് അനുഭവങ്ങളുണ്ടായിട്ടുണ്ട്. സ്വപനങ്ങളിലും ഒരുപാട് അനുഭവങ്ങളുണ്ടായിട്ടുണ്ട്. ദുഃസ്വപ്നങ്ങൾ ഇടയ്ക്കിടെ വിരുന്ന് വരുന്ന അതിഥികളായിരുന്നു.

എന്റെ അടുത്താണ് അത് നടന്നത്. ജനാലയ്ക്ക് തൊട്ടരുകിൽ തന്നെ. അത് കണ്ടപ്പോൾ ഞാൻ ചിന്തിച്ചത്, "എനിക്ക് എങ്ങനെ അതുപോലെ ആകാതിരിക്കാനാകും " എന്നായിരുന്നു. ഞാനാകാതിരിക്കാൻ എനിക്ക് കഴിയില്ലല്ലോ. എനിക്ക് തന്നെ അതിരുകൾ വെക്കാൻ എനിക്ക് സാധിക്കില്ലല്ലോ. ഈ ചോദ്യങ്ങൾ വെറും ഫിലോസഫിക്കൽ എന്ന് പറഞ്ഞ് മാറ്റി നിർത്താനാകുന്ന ഒന്നല്ല.

മറിച്ച് മനസ്സിന്റെ അടിത്തട്ടിൽ അടിഞ്ഞ് കിടന്നിരുന്ന വേദനിക്കുന്ന സംശയങ്ങളായിരുന്നു. ഇതൊക്കെ പറയുമ്പോൾ നീ ചിന്തിക്കുന്നുണ്ടാകും പിന്നെ എന്താ നീ ആത്മഹത്യയെ കുറിച്ച് ചിന്തിക്കാത്തത് എന്ന്. ഞാൻ മാറിയിട്ടില്ല എന്ന് തന്നോടാരാണ് പറഞ്ഞത്? തുടക്കക്കാരനിൽ നിന്ന് ഞാൻ ബഹുദൂരം മാറിയിട്ടുണ്ട്. പിന്നെ ആത്മഹത്യ അത്രയ്ക്ക് എളുപ്പമുള്ള കാര്യമല്ലല്ലോ. മൂന്ന് തവണ ശ്രമിച്ച് നോക്കി പരാജയപ്പെട്ടതാണ്. ആദ്യ തവണ ശ്രമിക്കുന്നതിന് മുമ്പേ മറ്റുള്ളവർ കണ്ടെത്തി പൊളിച്ചു കളഞ്ഞു. അവരുടെ കൂട്ടത്തിലുണ്ടായിരുന്ന ഒരാൾ എന്റെ നേരെ അട്ടഹസിച്ചു. അത് കേട്ട് മറ്റുള്ളവർ ഓടിക്കൂടി. മരണക്കെണിയുടെ അടയാളം എന്റെ കൈകളിൽ ബാക്കിയാവുകയും ചെയ്തു. രണ്ടാം തവണ ശ്രമിച്ചപ്പോഴും പരാജയപ്പെട്ടു, വേദന മാത്രമാണ് മിച്ചം കിട്ടിയത്. ആത്മഹത്യ അത് തോൽവി സമ്മതിക്കൽ തന്നെയാണ്. ഒരു തോൽവി എനിക്ക് അംഗീകരിക്കാനും വയ്യ. ഞാൻ പറയാൻ പോകുന്ന കാര്യം കേട്ടാൽ നീ ഒരു പക്ഷേ, എന്നെ കളിയാക്കുമായിരിക്കും. സത്യം പറഞ്ഞാൽ ഇത്രയും കാലത്തെ ജീവിതത്തിൽ അനുഭവിച്ച യാതനകളും വേദനകളും മറ്റും തോൽവികളായിരുന്നു എന്ന് മനസ്സിലാക്കിയിടത്താണ് എന്റെ ഭയം ജനിച്ചത്. മിക്ക കാര്യങ്ങളും അപകടങ്ങളും സംഭവിക്കുന്നതിന് മുമ്പ് തന്നെ അറിയാമായിരുന്നിട്ടും അതിൽ മാറ്റം വരുത്താനോ അതിനെ മാറ്റം വരുത്താനോ എനിക്ക് കഴിഞ്ഞില്ലല്ലോ എന്ന് തിരിച്ചറിവ് എന്റെ നാശത്തെ കൂടുതൽ ത്വരിതപ്പെടുത്തുന്നു, ശക്തിപ്പെടുത്തുന്നു. കാര്യങ്ങൾ തിരിച്ചറിയാൻ എന്നെ സഹായിച്ചതിന്റെ മുഴുവൻ ക്രഡിറ്റും പോകുന്നത് സൽമാൻ ഡോക്ടർക്കാണ്. എന്നെ ഹോസ്പിറ്റലിലേക്ക് മാറ്റിയപ്പോൾ പ്രത്യേക ശ്രദ്ധ പതിപ്പിച്ചതും സമയത്ത് തന്നെ മരുന്നും മറ്റു ട്രീറ്റ്മെന്റുകളും നൽകിയതും നൽകാനുള്ള നിർദ്ദേശങ്ങൾ നൽകിയതും അദ്ദേഹമായിരുന്നു. അദ്ദേഹം സ്വയം മുന്നിട്ടിറങ്ങി പല കാര്യങ്ങളും ചെയ്യുകയും ചെയ്തു. ഇറാഖി ഉപരോധ കാലത്ത് ജീവിത പ്രാരബ്ധങ്ങളും ബ്യൂറോക്രാറ്റിക് കളികൾക്കിടയിലും ഇത് പോലുള്ള ഒരാളുടെ പ്രവർത്തനവും എടുത്തുപറയേണ്ടത് തന്നെയായിരുന്നു. എന്നെ കേൾക്കാൻ അദ്ദേഹം പൂർണമനസ്സോടെ തയ്യാറായി. എന്തിന് ഞാൻ പറയുന്നത് പൂർണമായും വിശ്വസിക്കുന്നുണ്ടെന്ന് എനിക്ക് പോലും തോന്നിത്തുടങ്ങി. ഇത്രയും കാലം കൂടെയുണ്ടായിരുന്നവരെല്ലാം എന്നോട് മനുഷ്യത്വമില്ലാതെ അകറ്റി നിർത്താനാണ് ശ്രമിച്ചിരുന്നത്. അദ്ദേഹമാണ് ആത്മഹത്യകൾ തോൽവികളാണ് എന്ന പരമമായ സത്യം എന്നെ വിശ്വസിപ്പിച്ചത്. ഓർമകളും അനുഭവങ്ങളും ചിന്തകളും കടലാസിലേക്ക് പകർത്താനുള്ള ഉപദേശവും നൽകിയത് അദ്ദേഹമായിരുന്നു. ആ അവസ്ഥയിലായതുകൊണ്ട് പേനയും പേപ്പറും നൽകാൻ സാധിക്കില്ല; അതിന് പകരമായി കാസറ്റും സൗണ്ട് റെക്കോർഡറും എത്തിച്ച്

തരുകയാണ് ചെയ്തത്. പേന കൊണ്ട് സ്വയമോ മറ്റുള്ളവരേയോ ദ്രോഹിച്ചേക്കും എന്നതായിരുന്നു കാരണമായി പറഞ്ഞിരുന്നത്. കോളേജിൽ പഠിക്കുന്ന കാലത്ത് ലക്ചർ ക്ലാസ്സുകൾ നോട്ട് ചെയ്യാനായി വാങ്ങിച്ചിരുന്ന കാസറ്റും റെക്കോർഡറും എനിക്കായി അദ്ദേഹം കൊണ്ട് തന്നു. അവരുടെ കൂടെ എനിക്കെതിരെ ചാരപ്പണി ചെയ്യാനാണ് ഈ ഉപകരണം എന്നായിരുന്നു ഞാൻ ആദ്യം കരുതിയത്. അതുകൊണ്ട് തന്നെ തുടക്കത്തിൽ ഞാൻ ഒന്നും റെക്കോർഡ് ചെയ്തില്ല. എന്റെ റെക്കോർഡുകൾ എനിക്കുനേരെ തന്നെ ഉപയോഗിക്കുമോ എന്നതായിരുന്നു എന്റെ പേടി. കുറച്ച് കഴിഞ്ഞ് റെക്കോർഡ് ചെയ്തെങ്കിലും എല്ലാം കോഡ് ഭാഷയിലായിരുന്നു. കേൾക്കുമ്പോൾ എനിക്ക് മാത്രമേ അതിന്റെ അർത്ഥം മനസ്സിലാക്കാനാകൂ. അന്ന് മുതലാണ് എന്റെ ഫിഹ്രിസിന്റെയും കഥ ആരംഭിക്കുന്നത്. അതിന്റെയും മുഴുവൻ ക്രെഡിറ്റും പോകുന്നത് അദ്ദേഹത്തിന് തന്നെയായിരുന്നു.

ഞാൻ അപ്പോഴും ഇരുമ്പ് കമ്പിയിലേക്ക് മുഖം അമർത്തി നിൽക്കുകയായിരുന്നു. വായിൽ വിരലിട്ട് പുറത്ത് കാണിച്ച് കാറ്റടിക്കുമ്പോഴുണ്ടാകുന്ന ഇളം തണുപ്പ് ആസ്വദിക്കുന്ന സ്വഭാവം ഈ അടുത്താണ് തുടങ്ങിയത്. പുറത്ത് കാറ്റുണ്ടെന്ന് കാണുമ്പോൾ ഞാൻ ചെയ്തിരുന്നത് അത് തന്നെയായിരുന്നു. ദീർഘ യാത്രയ്ക്ക് ഒരുങ്ങിയിരിക്കുന്ന നാവികന്റെ ഭാവമായിരുന്നു എനിക്ക്. പുറത്ത് ആകാശത്തിലൂടെ പാറി പറക്കുന്ന പക്ഷികളോടായിരിക്കും ചിലപ്പോൾ സംസാരം. ചില നേരം ആരൊടാണെന്നില്ലാതെ വെറുതെ കൈ കൊട്ടും. അരയടിയോളം വലുപ്പത്തിൽ കിട്ടുന്ന സ്വാതന്ത്ര്യ ലോകത്ത് നിന്ന് എനിക്ക് ചെയ്യാനാവുന്ന എല്ലാ കാര്യങ്ങളും ഞാൻ ചെയ്തു. ആ അരയടി സ്വാതന്ത്ര്യ ലോകത്ത് ചില്ലുകളുണ്ടായിരുന്നുവത്രേ, ഒരു രോഗി അത് പൊട്ടിച്ച് ഇല്ലായ്മയുടെ ലോകത്തേക്കുള്ള ടിക്കറ്റ് വാങ്ങിച്ചതോടെ ചില്ല് ജനാലകൾ എല്ലാം മാറ്റി സ്ഥാപിച്ചു. സെല്ലിന്റെ പുറത്തേക്ക് കൈയിട്ട് കൊട്ടാനും പാടാനും കിട്ടിയിരുന്ന സ്വാതന്ത്യം തണുപ്പ് കാലത്ത് എല്ലുകളിലൂടെ അരിച്ച് കയറുന്ന തണുപ്പിന്റെ രൂപത്തിൽ വരുന്നതിനെ സ്വാഗതം ചെയ്യേണ്ടിയും വന്നു. അക്കാലത്ത് ജീവനക്കാർ നൽകുന്ന വസ്ത്രങ്ങളൊന്നും തണുപ്പിനെ പ്രതിരോധിക്കാൻ പ്രാപ്തമായിരുന്നില്ല. ഒരിക്കൽ ശക്തമായ മണൽ കാറ്റടിച്ചപ്പോൾ ആ സ്വാതന്ത്യ ലോകത്തൂടെ അകത്തോട്ട് മണൽ കയറിയതോടെ അതിനും തീരുമാനമായി. അതും അടച്ച് പൂട്ടി. മണൽ കയറി ആകെ വൃത്തികേടായ സ്ഥലം വൃത്തിയാക്കാനുള്ള ഭാരിച്ച പണിയുണ്ടായിരുന്നെങ്കിലും ആ സമയത്തെ ആകാശക്കാഴ്ച അതിസുന്ദരമായിരുന്നു. എനിക്ക് സൗന്ദ്യര്യമുള്ളത് പോലെ തോന്നിച്ചു, മറ്റുള്ളവർക്ക് എങ്ങനെയായിരുന്നു എന്ന് അറിയില്ല. ആ നീലാകാശം നോക്കി ഒരു മണിക്കൂറിലധികം ഞാൻ ഇരുന്നു.

എന്ത് ലക്ഷ്യം കരുതിയാണോ ആ സ്ഥലത്ത് എത്തിപ്പെടുന്നത് അതിന്റെ നേർവിപരീതമാണ് അവിടെ നിന്ന് കിട്ടുന്ന ഫലം. അത് ഒരു വിചിത്രമായി തോന്നാതിരുന്നിട്ടില്ല.'ഭ്രാന്തൻ എന്ന് വിളിക്കപ്പെടുക മാത്രം ചെയ്തവൻ യഥാർത്ഥ ഭ്രാന്തനായി തീരുന്നു. സുഖപ്പെടുത്തപ്പെടാൻ എത്തിയവൻ മുഴു ഭ്രാന്തനാക്കപ്പെടുന്നു. എന്തിന് 'ബുദ്ധിയുള്ളവൻ' പോലും ഭ്രാന്തനായി മാറ്റപ്പെടുന്നു. ഈ രണ്ട് ബോധങ്ങളുടെയും ഇടയിലുള്ള വ്യത്യാസം മറ്റുള്ളവർക്ക് മനസ്സിലാക്കിയെടുക്കാനാകുന്നതാണെന്ന് എനിക്ക് തോന്നുന്നില്ല. വ്യക്തതയുള്ളതാണെന്ന് പൊതുജനം വിശ്വസിക്കുന്ന കാര്യങ്ങളിൽ പോലും പതർച്ചയും തളർച്ചയും കാണപ്പെടാറുണ്ട്. അതിന് നേതൃത്വം കൊടുക്കുന്നവരിൽ പോലും മുഴുഭ്രാന്തിന്റെ പൊതുവായ ലക്ഷണങ്ങൾ ഞാൻ കാണാറുണ്ട്. ബുദ്ധിയുടെ തട്ടകങ്ങളിലാണ് ആ തീരുമാനങ്ങൾ ചെന്ന് വീഴുന്നതെങ്കിലും ഭ്രാന്തിന്റെ കൊടി മരം ഉയർന്ന് തന്നെ നിൽകുന്നത് എനിക്ക് കാണാമായിരുന്നു. ഇതിന്റെ നേർ വിപരീതവും നമുക്ക് കണ്ടെത്താനാകുമായിരുന്നു. മറ്റുള്ളവർ ഭ്രാന്തനെന്ന് മുദ്ര കുത്തി അകറ്റി നിർത്തപ്പെട്ട ബുദ്ധിമാൻമാർ അനവധിയുണ്ടല്ലോ.

സാമുവൽ ബക്കറ്റ് പറഞ്ഞ കാര്യത്തെക്കുറിച്ചാണ് ഞാൻ ആലോചിക്കുന്നത് "ഒന്നും നവീകരിക്കപ്പെടുന്നില്ല, ഒന്നും നശിക്കുന്നുമില്ല, ഒന്നും നാമാവശേഷമാകുന്നുമില്ല, അതെല്ലാം തെറ്റായ സങ്കൽപങ്ങൾ മാത്രമാകുന്നു." പക്ഷേ, യാഥാർത്ഥ്യം വ്യത്യസ്തമാണ്. ഗോയ്ഥേ തിരിച്ച് വന്നിട്ടേ ഇല്ല. ചില അജീവവസ്തുക്കൾ പോലും എന്നോട് സംസാരിക്കാൻ തുടങ്ങി. ജീവനില്ലാത്ത സാധനങ്ങൾ സംസാരിക്കുകയോ എന്നാകും നിങ്ങളുടെ സംശയം, പക്ഷേ, സത്യം അതായിരുന്നു.

അമ്മാവൻ ഇടയ്ക്ക് കാണാൻ വരാറുണ്ട്. ഇത് വരെ കാണാൻ വരാതിരിന്നിട്ടില്ല. ചിലപ്പോൾ രണ്ടോ മൂന്നോ മാസത്തേക്ക് ഒരു വിവരവുമുണ്ടാകില്ല, പിന്നെ വരും. വന്നാൽ തന്നെയും കൂടുതൽ ഒന്നും സംസാരിക്കില്ല. സുഖ വിവരങ്ങളെക്കുറിച്ചുള്ള സാധാരണ ചോദ്യങ്ങൾ. എല്ലാം കേട്ട് കഴിഞ്ഞാൽ സാരമില്ല എല്ലാം മാറി നീ തിരികെ നല്ല ജീവിതത്തിലേക്ക് മടങ്ങി വരുമെന്ന ആശ്വാസ വാക്കുകളുണ്ടാകും. ഡോക്ടർമാരുടെ അനുവാദം കിട്ടിയാൽ പുറത്തേക്ക് കൊണ്ടുപോകും. മാറ്റങ്ങൾ അനവധിയായിരുന്നു. സൽമാൻ ഡോക്ടർക്ക് മാത്രം കാര്യമായ മാറ്റമുണ്ടായില്ല. തുർക്കിക്കാരനായ സഫ മാത്രമാണ് എന്നോട് കുറച്ചെങ്കിലും അടുപ്പം കാണിച്ചിരുന്നത്. സഫയുടെ അസുഖം മാറി തിരികെ പോകുമ്പോൾ തേങ്ങിക്കരഞ്ഞു. ടെക്നോളജി യൂനിവേഴ്സിറ്റിയിൽ നിന്ന് ഉയർന്ന മാർക്കോടെ ഡിഗ്രി പൂർത്തിയാക്കി പോസ്റ്റ് ഗ്രാജ്വേഷനും നേടിയ അവൻ കുടുംബസ്വത്തായിരുന്ന കമ്പനി നോക്കി നടത്താൻ തുടങ്ങി. പാളിച്ചകൾ വന്നു. അതോടെ കുടുംബക്കാർ

അവനെ ഇവിടെ കൊണ്ട് വന്നാക്കിയതായിരുന്നു. (എന്റെയും അവന്റെയും കഥയിൽ എവിടെയൊക്കെയൊ സാമ്യതകളില്ലേ എന്ന് നിനക്ക് തോന്നിയോ?) തകർച്ച, വൻ തകർച്ച തുടങ്ങിയ പദാവലികളെക്കുറിച്ച് ഞാൻ ഒരുപാട് ആലോചിച്ചു. അതിനിടയിലാണ് മറ്റൊരു ചോദ്യം മനസ്സിൽ വന്നത്. ഒരു വട്ടം തകർന്ന് പോയവന് തിരികെ തന്റെ യഥാർത്ഥ ജീവിതത്തിലേക്ക് തിരികെ വരാൻ കഴിയുമോ? അതും പരിപൂർണ ആരോഗ്യവനായി? എനിക്കറിയില്ല. പരാജിതനാണെന്ന ചിന്ത മനസ്സിൽ വരുമ്പോഴെല്ലാം പതർച്ച ഞാൻ അറിയുന്നുണ്ടായിരുന്നു. അതി സുന്ദരമായ കെട്ടിടത്തിന്റെ കല്ലുകൾ ഓരോന്നായി ഇളകിയടർന്ന് ചുമരുകൾ അടർന്ന് വീണ് നിലകൾ നിലം പൊത്തിയതിൽ നിന്നും തിരിച്ച് കയറാൻ ശ്രമിക്കണം. ശ്രമിച്ചുകൊണ്ടേയിരിക്കണം. അതിനെല്ലാം കുറച്ച് സമയം വേണ്ടി വരുമെന്നത് നിനക്കറിയാമല്ലോ. ആ വീടുകളിൽ താമസിച്ചിരുന്നവരെ കാര്യങ്ങൾ പറഞ്ഞ് ബോധ്യപ്പെടുത്തി ജീവിതത്തിലേക്ക് തിരികെ കൊണ്ടുവരേണ്ട ഉത്തരവാദിത്വം നിനക്കാണ്. അതെ എന്റെ അകത്ത് ഒരുപാട് പേർ ജീവിച്ചുകൊണ്ടിരിക്കുന്നുണ്ട്. തോൽവി സമ്മതിച്ച് തിരിച്ച് വരാൻ തയ്യാറാകാത്ത ഒരുപാട് പേരുണ്ട് ആ കൂട്ടത്തിൽ. നീ ഒരിക്കൽ തോറ്റ് പോയാൽ കൂടെയുണ്ടായിരുന്ന പലരും നിന്നെ ഇട്ടേച്ച് പോകും. ആ അവസ്ഥ എനിക്ക് നേരിട്ട് അനുഭവിക്കാൻ കഴിഞ്ഞതാണല്ലോ. ഞാൻ ഉപേക്ഷിക്കപ്പെട്ടവനാണ്, പരമ ദരിദ്രനാകാൻ വിധിക്കപ്പെട്ടവനുമാണ്. ജീവികളാലും അജീവികളാലും ദരിദ്രനാകാൻ വിധിക്കപ്പെട്ടവൻ. തോൽവികൾ എത്ര പദ്ധതികളെയാണ് തകിടം മറിച്ചിട്ടുണ്ടാവുക. അൽപനേരം ചിന്തകൾ അതിനെ കുറിച്ചായിരുന്നു. കെട്ടിടങ്ങളുടെയും കൂനകളുടെയും വ്യത്യാസം തന്നെ അവകൾ അടുക്കി വെക്കുന്ന ശൈലികളല്ലേ തീരുമാനിക്കുന്നത്. അതിന്റെ തകർച്ചയിൽ കുറ്റക്കാരനാകുന്നത് അതിന് അകത്തുള്ളവർ മാത്രമാണോ? കഥകളുടെ കാര്യങ്ങൾ പല വഴിക്ക് വായിക്കപ്പെടുന്നു.

വദൂദിനെ ഇനിയും വായിക്കാനുണ്ടെന്ന് ഓരോ എഴുത്ത് വായിച്ചു തീരുമ്പോഴും എനിക്ക് തോന്നിത്തുടങ്ങിയിരിക്കുന്നു.

ഒരു ദിവസം അവൾ പറഞ്ഞു:

“അമ്മയ്ക്ക് കാണണം എന്നു പറയുന്നുണ്ട് . നിന്നെ. ബുദ്ധിമുട്ട് ഇല്ലെങ്കിൽ ഈ ആഴ്ചാന്ത്യത്തിൽ വീട്ടിലേക്ക് ക്ഷണിച്ചിട്ടുണ്ട്. ഡിന്നർ അവിടെനിന്ന് കഴിക്കാമെന്നാണ് പറയുന്നത് എന്താ...? പറ്റില്ലേ?”

“അതിനെന്താ ഞാൻ റെഡി.”

ആത്മധൈര്യത്തോടെ തന്നെ മറുപടി നൽകി.

സന്തോഷംകൊണ്ട് കൊച്ചുകുട്ടിയെപ്പോലെ കൈയടിച്ച് എന്നെ കെട്ടിപ്പിടിച്ച് ചെറുചിരിയോടെ അവൾ പറഞ്ഞു.

"പേടിക്കണ്ട. ഇത് പരീക്ഷയൊന്നുമില്ല. നമ്മുടെ ബന്ധം ഒരാൾക്കും തകർക്കാൻ കഴിയാത്ത തലത്തിലേക്ക് എത്തിക്കഴിഞ്ഞിരിക്കുന്നു. ആർക്കും അതിന് തടയിടാൻ കഴിയില്ല. അമ്മയ്ക്ക് എന്റെ കൂട്ടുകാരനെ ഒന്നു കാണണം, പരിചയപ്പെടണം. അത്രമാത്രം."

"അല്ല, നമ്മുടെ ബന്ധം ഉറച്ചതല്ലേ അപ്പോ?"

"ഉറച്ചതാണ്. എങ്കിലും എത്ര ഉറച്ച ബന്ധങ്ങളാണ് തകർന്നുപോയിട്ടുള്ളത്. നമ്മുടെ ബന്ധം അതുപോലെ തന്നെ നിലനിൽക്കും. പ്രണയത്തിന്റെ തുടക്കംപോലെ തന്നെയാണ് ഇപ്പോഴും."

ഞാൻ ഒന്നും പറഞ്ഞില്ല.

തൊട്ടടുത്ത ശനിയാഴ്ച നമ്പർ 2 മെട്രോയിൽ ബ്രോക്ലൈനിലേക്ക് വണ്ടി കയറി. അമ്മ ക്രാവൻ ഹൈറ്റ്സിലാണ് താമസിക്കുന്നത്. അവിടെയാണ് മറിയ ജനിച്ചതും പ്രൈമറി വിദ്യാഭ്യാസം പൂർത്തിയാക്കിയതും പെൻസുൽവാനിയയിലേക്ക് യൂണിവേഴ്സിറ്റി പഠനത്തിന് പോകുന്നതുവരെ ജീവിച്ചതും. പോകുന്നതിനിടയിൽ അവളുടെ നാടിനെക്കുറിച്ച് ഞാൻ ചോദിച്ചു.

"കുട്ടിക്കാലം രസകരമായിരുന്നു. കറുമ്പന്മാരായ രണ്ടു കുട്ടികൾ ഒരു ജൂതന്റെ ശവമടക്ക് ചടങ്ങിന്റെ സമയത്തുണ്ടായ സ്ഫോടനത്തിൽ കൊല്ലപ്പെട്ടതിനെ തുടർന്ന് 1991ൽ മൂന്നു ദിവസമുണ്ടായ കലാപത്തിനിടയിൽ വെറുപ്പും വിദ്വേഷവും വളർന്നുവരുന്നത് കണ്ട കഥയും അവൾ പറഞ്ഞു. കലാപം പൊട്ടിപ്പുറപ്പെട്ടു. ഒരുപാട് ഗ്രാമങ്ങളും വീടുകളും സ്ഥലങ്ങളും അഗ്നിക്കിരയാക്കപ്പെട്ടു. എല്ലായിടത്തും പൊലീസ് കാവലിരുന്നു. അന്ന് എനിക്ക് ഒൻപത് വയസ്സായിരുന്നു. പേടിച്ച് സ്കൂളിലേക്ക് പോയില്ല. പൊതു അവധി പ്രഖ്യാപിച്ചതിനെ തുടർന്ന് ഓഫീസ് അവധിയുള്ള അച്ഛന്റെ കൂടെ വീട്ടിൽ ഇരുന്ന് ആ ദിനം ആഘോഷിച്ചു. അമ്മ കഴിഞ്ഞ മുപ്പത് വർഷമായി തൊട്ടടുത്തുള്ള ഗവണ്മെന്റ് സ്കൂളിലെ ഇംഗ്ലീഷ് അധ്യാപികയാണ്. അഞ്ചു വർഷം കഴിഞ്ഞാൽ ജോലിയിൽനിന്ന് വിരമിക്കും. ഇപ്പോ വീട്ടിലുള്ളത് രണ്ടാനച്ഛനാണ്. ജോർജിയക്കാരനായിരുന്ന അച്ഛൻ ഞാൻ ജനിച്ചയുടനെ അമ്മയെ വിട്ട് പോയതാണ്. ഇക്കാലംവരെ പിന്നെ തിരിഞ്ഞുനോക്കിയിട്ടില്ല. അച്ഛനെ കണ്ടിട്ടുമില്ല. അയാളെ കുറിച്ച് ഒന്നുംതന്നെ അറിയില്ല. തനിക്ക് 18 വയസ്സായപ്പോഴാണ് അത്രയുംകാലം അച്ഛാ എന്ന് വിളിച്ചിരുന്നത് തന്റെ അച്ഛനല്ലെന്നും എന്നാൽ ഏത് അച്ഛനേക്കാൾ കൂടുതൽ സ്നേഹം നൽകുന്നുണ്ടെന്നും അമ്മ പറഞ്ഞ് അറിയാനായത്. തന്നെ വയറ്റിലുള്ള സമയത്ത് വിട്ടുപോയ കഥയും ഒരു ഫോൺ നമ്പർ തരാതെയുള്ള പോക്കായതുകൊണ്ട് പിന്നീട് ഒരിക്കലും കോണ്ടാക്റ്റ് ചെയ്യാൻ പറ്റാതിരുന്ന കഥയും അമ്മ തന്നെയാണ് പറഞ്ഞത്. രണ്ടാനച്ഛൻ തന്റെ സ്വന്തം ചോരപോലെ നോക്കുന്നുണ്ടെങ്കിലും അച്ഛനെ ഓർത്ത് അവൾക്ക് സങ്കടം തോന്നാതിരുന്നില്ല. അവൾ അച്ഛനെ അന്വേഷിച്ചു കണ്ടെത്തി. ജോർജിയയിലെ ഒരു ചർച്ചിൽ തോട്ടക്കാരനായി

ജോലിയെടുത്ത് ജീവിക്കുന്നുണ്ടെന്ന് കണ്ടെത്തി. വിവാഹിതനും മൂന്നു കുട്ടികളുടെ അച്ഛനുമായിരുന്നു. ചർച്ചിന്റെ ഫയലിൽ അദ്ദേഹത്തിന്റെയും കുടുംബങ്ങളുടെയും ഫോട്ടോയ്ക്ക് താഴെ ഇങ്ങനെ എഴുതിയിരുന്നു. "കുടുംബം സ്നേഹത്തിന്റെയും ജീവന്റെയും ഉറവിടമാണ്. അവിടങ്ങളിലാണ് പരസ്പര സ്നേഹത്തിന്റെയും പരിഗണനയുടെയും ദൈനംദിന പരിചയം സൃഷ്ടിക്കപ്പെടുന്നത്." ഈ വാചകം എഴുതിവെക്കുമ്പോൾ താൻ ഒരുകാലത്ത് തന്റെ കാമുകിയുടെ വയറ്റിൽ കുരുത്തിട്ട് കളഞ്ഞ ഒരു മകളെക്കുറിച്ച് ഓർത്തിട്ടുണ്ടാകുമോ? അറ്റ്ലാന്റയിലേക്കുള്ള വിമാനടിക്കറ്റ് എടുത്ത് നേരെ ചർച്ചിൽ ചെന്ന് സുവിശേഷ പ്രസംഗത്തിന്റെ ഇടയിൽ ഞാൻ നിങ്ങളുടെ മകളാണ് എന്നു പറയാൻതന്നെ തീരുമാനിച്ചു. അമ്മ തടഞ്ഞില്ല. തനിക്ക് അച്ഛനെ കാണാനുള്ള ആഗ്രഹമുണ്ടാകുമെന്ന് അമ്മ തിരിച്ചറിഞ്ഞു. സമ്മതം മൂളുകയും ചെയ്തു. പക്ഷേ താൻ ചെന്നു കണ്ടതു കൊണ്ട് കാര്യമായ മാറ്റങ്ങൾ ഒന്നുമുണ്ടാകില്ലെന്നും മറിച്ച് പ്രശ്നം വല്ലതുമുണ്ടാകാൻ സാധ്യതയുണ്ടെന്നും തിരിച്ചറിഞ്ഞ മറിയ പോകാതിരിക്കാൻ തീരുമാനിച്ചു. അമ്മയെ ഒഴിവാക്കി പോയത് തന്റെ സാമ്പത്തികപ്രയാസംകൊണ്ടോ മറ്റോ ആകാം. അത് സ്വീകരിക്കാവുന്നതാണ്. പക്ഷേ സാമ്പത്തിക ഭദ്രത നേടിയെടുത്തിന് ശേഷവും ഇത്രയുംകാലം ഒന്നു അന്വേഷിച്ചുവന്നില്ല എന്നത് പൊറുത്തുകൊടുക്കാനാകുമായിരുന്നില്ല. എല്ലാ വിവരങ്ങളും കൃത്യമായും വ്യക്തമായും വിവരിച്ചുകൊണ്ട് എഴുതിയെങ്കിലും ആ കത്ത് ഒരിക്കലും അദ്ദേഹത്തിന് അയച്ചുകൊടുത്തില്ല. എല്ലാം കേട്ടപ്പോൾ ഞാൻ പറഞ്ഞു.

"അയാം സോറി."

"എന്തിന് സോറി. അച്ഛനുമായുള്ള വൈകാരികബന്ധം ഞാൻ മറന്ന് തുടങ്ങിയിരുന്നു. അത് ഓർത്ത് ഞാൻ സങ്കടപ്പെട്ടിട്ടില്ല. അത് ശരിയല്ലല്ലോ. വർഷത്തിൽ ഒന്നോ രണ്ടോ തവണ സങ്കടം തോന്നും. രക്തമല്ലേ. അതിന്റെ ബന്ധം അങ്ങനെ ഒന്നും ഒഴിഞ്ഞുപോകില്ലല്ലോ... അച്ഛനുണ്ടാകുന്നതിന്റെ വില അത് ശരിക്ക് ഞാൻ അനുഭവിച്ചിട്ടുണ്ട്.

ഞങ്ങൾ പരിചയപ്പെട്ട ആദ്യകാലത്ത് ഞാൻ അവളോട് കുട്ടിക്കാലത്തെക്കുറിച്ചും അച്ഛനെക്കുറിച്ചും അമ്മയെക്കുറിച്ചും ചോദിച്ചിരുന്നു. അച്ഛനെക്കുറിച്ച് മറുപടി പറയുമ്പോൾ കൂടുതൽ ഒന്നും പറയാറുണ്ടായിരുന്നില്ല. പറയാൻ ഒന്നുമുണ്ടാകില്ല എന്നായിരുന്നു കരുതിയിരുന്നത്. പക്ഷേ, എന്തോ മറച്ചുവെക്കുന്നുണ്ട് എന്ന് തോന്നിയിരുന്നു. സമയമാകുമ്പോൾ അവൾ തന്നെ എല്ലാം പറയും എന്നുതന്നെയാണ് കരുതിയിരുന്നത്. ഏതായാലും കിട്ടിയ അവസരം മുതലാക്കാൻതന്നെ ഞാൻ ശ്രമിച്ചു.

"അല്ല ഇപ്പോൾ ഈ കാര്യങ്ങൾ എല്ലാം വിശദമായി പറഞ്ഞത് നമ്മുടെ ബന്ധം അത്രയ്ക്ക് ഉറച്ചതാണ് എന്നതുകൊണ്ടാണോ?"

എന്റെ നെഞ്ചിൽ അടിച്ചുകൊണ്ട് അവൾ പറഞ്ഞു.

"മതി... ഞാൻ അന്നേരം പറഞ്ഞ ഒരു വാക്ക് മാത്രം എടുത്ത് എന്നെ കൊല്ലാക്കൊല ചെയ്യാൻ തന്നെയാണോ നിന്റെ തീരുമാനം?"

അവളുടെ രണ്ടാനച്ഛൻ ആംട്രാക്ക് ട്രെയിൻ ഡ്രൈവറായിരുന്നു. അദ്ദേഹത്തിന്റെ സർവീസ് ന്യൂയോർക്ക്-ന്യൂ ഓർലൻസ് റൂട്ടിലായതു കൊണ്ട് ആഴ്ചയിൽ ചില ദിവസങ്ങളിൽ മാത്രമേ വീട്ടിൽ കാണൂ.

അവളോട് അമ്മയുടെ കുടുംബപ്പേരിനെക്കുറിച്ച് ചോദിച്ചു. അതുവെച്ച് അവരെ അഭിസംബോധന ചെയ്യാമല്ലോ എന്നാണ് ഞാൻ കരുതിയത്.

"ഞാൻ വിളിക്കാറുള്ള ഡൗസൻ എന്നാണ്. അതാണ് അമ്മയുടെ പേര്. അച്ഛന്റെ പേര് വാലാക്കാൻ അമ്മയ്ക്ക് താത്പര്യമില്ല."

സ്റ്റേഷനിൽ ഇറങ്ങി ഏതാനും നിമിഷത്തെ നടത്തത്തിനുശേഷം കല്ലു കൊണ്ട് നിർമ്മിച്ച മൂന്ന് നിലകളുള്ള ഒരു വീട് ചൂണ്ടിക്കാട്ടി അവൾ പറഞ്ഞു:

"ദാ... ഇതാണ്."

ഓരോ വീടിന്റെയും മുൻപിൽ മെയിൻ വാതിലിലേക്ക് എത്താവുന്ന കല്ലുകൊണ്ട് പണിതുയർത്തി കോണിയുമുണ്ടായിരുന്നു. കോണിപ്പടി കൾ കയറി കോളിംഗ് ബെൽ അടിച്ചു. ആരാണ് എന്ന ചോദ്യത്തിന് "ഞാനാണ് മറിയ'' എന്നത് കേട്ടപ്പോൾ അകത്തുനിന്ന് വാതിൽ തുറ ക്കുന്ന ശബ്ദം കേട്ടു.

അമ്മയുടെ റൂം രണ്ടാം നിലയിലായിരുന്നു. അവർ വാതിൽ തുറന്നു. അടുക്കളയിൽനിന്ന് വരികയാണെന്നു തോന്നുന്നു. ഏപ്രൺ ധരിച്ചിട്ടു ണ്ടായിരുന്നു. അവളെ കണ്ടതോടെ സന്തോഷത്തോടെ കെട്ടിപ്പിടിച്ചു. ശേഷം എനിക്ക് കൈ തന്ന് അകത്തേക്ക് ക്ഷണിച്ചു. നാല്പത് വയസ്സ് തോന്നിക്കുന്ന കുറിയ ശരീരപ്രകൃതിയുള്ള ഒരു ലക്ഷണമൊത്ത സ്ത്രീ തന്നെയായിരുന്നു അവർ. അവരുടെ പുഞ്ചിരി മനസ്സിൽ തട്ടുന്ന തരത്തി ലായിരുന്നു.

അകത്തേക്ക് കയറുന്ന സമയത്ത് ചുമരിൽ കണ്ട ചിത്രം എന്റെ മനസ്സിലുടക്കി. പ്രശസ്ത ഗായിക നൈന സൈമണിന്റെ ഒരു ബ്ലാക്ക് ആന്റ് വൈറ്റ് ചിത്രം. ഞാൻ അത് നോക്കിനിൽക്കുന്നത് കണ്ട മറിയ പറഞ്ഞു:

"അമ്മയ്ക്ക് അവരുടെ പാട്ട് വളരെ ഇഷ്ടമായിരുന്നു."

മാർട്ടിൻ ലൂതർ കിങ്ങിന്റെ കൂടെ നിൽക്കുന്ന ഒരു നീഗ്രോക്കാരി. എനിക്ക് അവരെ പരിചയമില്ലാത്തതുകൊണ്ടുതന്നെ ഇത് ആരാണെന്ന് ഞാൻ ചോദിച്ചു. അമ്മയാണ് മറുപടി പറഞ്ഞത്.

"മാവാലിയ ജാക്സണാണ്. പ്രശസ്തയായ സുവിശേഷഗായിക യാണ്."

അതിനുശേഷം ഒരുപാട് കുടുംബഫോട്ടോകൾ. അതിൽ മറിയ യുടെയും അനിയത്തിയുടെയും വിവിധ പ്രായത്തിലുള്ള ഫോട്ടോകൾ.

ചരിത്രപഠനത്തിനുശേഷം പെൻസിൽവാനിയ യൂണിവേഴ്സിറ്റി അവാർഡ്ദാന ചടങ്ങിൽ സർട്ടിഫിക്കറ്റ് സ്വീകരിക്കുന്ന മറിയ. സെക്കന്ററി സർട്ടിഫിക്കറ്റ് വാങ്ങുന്ന മായയുടെ മറ്റൊരു ഫോട്ടോ. അഭിമാനത്തോടെ അമ്മ പറയുന്നതു കേട്ടു.

"മായ ഇപ്പോൾ ബ്രൗൺ യൂണിവേഴ്സിറ്റിയിലാണ് പഠിക്കുന്നത്." അമ്മയും അച്ഛനും നിൽക്കുന്ന മറ്റൊരു ഫോട്ടോ ചൂണ്ടിക്കാണിച്ച് അമ്മ പറഞ്ഞു.

"മാർട്ടിനും ഇവിടെ വേണമായിരുന്നു. എന്റെ ഭർത്താവ്. ന്യൂ ഓർലൻസിൽ നിന്ന് വരാൻ വൈകും."

ഗസറ്റ് റൂമിലേക്ക് പോകുന്നതിനിടയിൽ അവർ എന്റെ കുടുംബത്തെക്കുറിച്ചും ഇവിടെ എത്തിപ്പെട്ടതിനെക്കുറിച്ചും ഇറാഖിലുള്ള കുടുംബക്കാരെക്കുറിച്ചും ചോദിച്ചു. ഞങ്ങൾ 1993ൽ അമേരിക്കയിലേക്ക് വന്നുവെന്നും തൊട്ടടുത്ത വർഷങ്ങളിൽതന്നെ കുടുംബങ്ങളിൽ മിക്കവരും മറ്റു നാടുകളിലേക്ക് കുടിയേറിപ്പാർത്തുവെന്നും ഞാൻ പറഞ്ഞു.

"സോറി മോനേ, യുദ്ധം അത് നരകം തന്നെയാ... ബുഷ് ജൂനിയറിനും സീനിയറിനും ഞാൻ വോട്ട് ചെയ്തിട്ടില്ല."

ഞാൻ ഒന്ന് ചിരിച്ചു. ഒന്നും പറഞ്ഞില്ല.

അമ്മ എന്നോട് അവരുടെ ഇടതുഭാഗത്ത് ഇരിക്കാൻ പറഞ്ഞു. മറിയ അവരുടെ വലതുഭാഗത്ത് എനിക്ക് നേരെയായി സോഫയിൽ ഇരുന്നു. ഒരു കൈകൊണ്ട് എന്റെ കൈയിലും മറുകൈകൊണ്ട് മറിയയുടെ കൈയും പിടിച്ച് അമ്മ കണ്ണുകളടച്ച് പ്രാർത്ഥിച്ചു.

"ഈ അന്നത്തിന് നമുക്ക് ദൈവത്തോട് നന്ദി പറയാം. നമ്മെ ഒരുമിച്ചു ചേർത്ത ഈ സ്നേഹത്തിനും ദൈവത്തോട് നമുക്ക് നന്ദി പറയാം. ആമീൻ."

പാത്രങ്ങളും തളികകളും തയ്യാറാക്കി വെച്ചിരുന്നു. പഠിക്കുന്ന കാലത്ത് അവളുടെ അമ്മ ഹോട്ടൽ വെയിറ്ററായി ജോലി എടുത്തിരുന്നു. അതിന്റെ ഒരംശം ബാക്കിയുണ്ടായിരുന്നതുകൊണ്ടുതന്നെ ആ മേശയ്ക്കുമുകളിൽ സുന്ദരമായ കാഴ്ച കാണാൻ കഴിഞ്ഞു.

"അല്ല നുമൈർ, ഇതെല്ലാം കണ്ട് വായിൽ വെള്ളമൂറി നിൽക്കാണോ?"

"ഹേയ്.... ഇല്ലില്ല. ഈ വെണ്ടക്കാ തോരന് ഞങ്ങളുടെ നാട്ടിലും നല്ല ഡിമാന്റാണ്."

പുരികം ഉയർത്തി അവർ ചോദിച്ചു.

"സത്യം?"

"അതെ, തക്കാളി സോസുമായി കൂട്ടിയടിച്ച് അരിയോ ഇന്ത്യൻ തന്തൂരി റൊട്ടി പോലുള്ള റൊട്ടിയും കൂട്ടിയാണ് കഴിക്കാറുള്ളത്."

അമ്മ എന്റെ പാത്രത്തിലേക്ക് സലാഡ് ഇട്ട് തരുന്നതിനിടയിൽ മറിയ യോട് ചോദിച്ചു.

“നിനക്ക് ഒന്നും ഉണ്ടാക്കാൻ അറിയില്ല എന്ന് എനിക്ക് അറിയാം... ഇവൻ വല്ലതും നിനക്ക് ഉണ്ടാക്കിത്തരാറുണ്ടോ?”

“ഇല്ല. പക്ഷേ മാൻഹാട്ടണിലെ ഒന്നാന്തരം ഹോട്ടലുകളിലേക്ക് കൊണ്ടുപോകും.”

“ആഹാ, ആണൊരുത്തൻ സുന്ദരനും സുശീലനും സർവ്വോപരി ധർമ്മിഷ്ഠനുമാണെങ്കിൽ ഒരിക്കലും അയാളെ വിട്ടുപോകരുത്. അയാളെ വിട്ടുപോകാൻ അനുവദിക്കുകയും ചെയ്യരുത്.”

അമ്മ പറയുന്നതു കേട്ട് ഞങ്ങൾ ചിരിച്ചു.

ഭക്ഷണം ഒന്നാന്തരമായിരുന്നു. കുരുമുളകും ഉള്ളിയും മസാലകളു മിട്ട വെണ്ടയ്ക്ക വരട്ടിയത് രുചികരമായിരുന്നു. ഇതിനേക്കാൾ നന്നായി ഇറാഖികളുണ്ടാക്കുന്നതാണ് എന്ന് ഞാൻ പറഞ്ഞില്ല. ഇവിടെ ഈ അമേ രിക്കയിൽ എനിക്ക് കിട്ടാതെ പോകുന്നത് ആ ഇറാഖി ഭക്ഷണങ്ങളായി രുന്നു എന്നറിയാമായിരുന്നു. ഭക്ഷണശേഷം സംസാരിച്ചുകൊണ്ടിരി ക്കുമ്പോൾ ഐസ്ക്രീമും കാപ്പിയും ആപ്പിളും അടയും കഴിച്ചു. ഡൈനിംഗ് ടേബിളിൽ നിന്ന് പാത്രങ്ങൾ അടുക്കളയിലേക്ക് കൊണ്ടു പോകാൻ ഞങ്ങളും അമ്മയെ സഹായിച്ചു. മറിയ പാത്രങ്ങൾ കഴുകി വൃത്തിയാക്കി. അമ്മ ഞങ്ങളുടെ ഭക്ഷണശേഷം ടി.വി. കണ്ടിരിക്കാൻ ഒരുപാട് നിർബന്ധിച്ചു. മറിയ അമ്മയോട് പറഞ്ഞു.

“നുമൈറിന് ടി.വി. ഇഷ്ടമല്ല.”

ചോദ്യഭാവത്തോടെ അമ്മ പുരികമുയർത്തി.

“ഓരോരുത്തർക്കും ഇഷ്ടമുള്ളത് ചെയ്യട്ടെ. വേണ്ടേ - അത് ചെയ്യു കയും വേണ്ട.”

മറിയ പറഞ്ഞു.

“ഞങ്ങൾ സംഗീത ക്ലാസിൽ പോകണം എന്ന് കരുതുന്നു.”

“അത് നല്ല തീരുമാനമാണല്ലോ.... ഓരോരുത്തർക്കും നല്ല പാട്ട് കേൾക്കാമല്ലോ.”

അവർ പറഞ്ഞ സ്ഥലപ്പേരിൽ എനിക്ക് അദ്ഭുതം തോന്നി.

“ചിരപുരാതന ഗേഹം.”

മറിയ കുഞ്ഞായിരുന്നപ്പോൾ അവിടെ ജാസ് മ്യൂസിക് ബാന്റിന്റെ ഭാഗമായിരുന്നുവത്രേ. ആർക്കറിയാം. ഒറ്റ രാത്രികൊണ്ട് കഥ മാറിമറി യുമോ എന്ന്.

അമ്മ എന്നെ ഹാർദ്ദമായി യാത്രയാക്കി. ഞങ്ങൾ കോണി ഇറങ്ങു മ്പോൾ അവർ ചോദിച്ചു.

"അല്ല നിനക്ക് ബോറടിച്ചിരുന്നോ?"

"നേരെ തിരിച്ചാണ്. ഒരുപാട് ആസ്വദിച്ചു. മറക്കാനാവാത്ത ഒരുദിനം തന്നെയായിരുന്നു."

ക്ലബ്ബ് വീട് കൂടുതൽ അകലെയായിരുന്നില്ല. നടന്ന് എത്താവുന്ന ദൂരത്തായിരുന്നു. പക്ഷേ ചെറുതായിരുന്നു. പ്രവേശനഫീസ് നൽകി അകത്തു കയറി. ഒരുപാട് മേശകൾ കടന്നാണ് ഞങ്ങൾ ബാറിലെ രണ്ട് കസേര തരപ്പെടുത്തിയത്. മറുഭാഗത്തുള്ള വേദിയും ഗായികയേയും ഞങ്ങൾക്ക് കാണാനാകുന്നുണ്ടെങ്കിലും തൊട്ടടുത്തുള്ള ഒരു തൂണിന്റെ മറവ് കാരണം റൂമിലെ കൂടുതൽ കാഴ്ചകൾ ഒന്നും കാണാനായില്ല. മറിയ 'കൊറോണ ബീറാ'ണ് ആവശ്യപ്പെട്ടത്. ഞാൻ 'മൊഹീറ്റോ'യുടെ ഒരു ഗ്ലാസും വാങ്ങിച്ചു. സംഗീതപരിപാടിയുടെ ഇടയിൽ ബാറിന്റെ അകത്തുള്ളവർ നിശ്ശബ്ദത പാലിച്ചിരിക്കണം എന്നു കാണിക്കുന്ന 'നിശ്ശബ്ദരാകൂ, സംഗീതം നിങ്ങളുടെ ശബ്ദത്തേക്കാൾ മികച്ചതായിരിക്കും' വാചകം പിറകിൽ എഴുതിവെയ്ക്കപ്പെട്ടിരുന്നു. രണ്ടു പാട്ടുകൾ കഴിഞ്ഞതോടെ ചെറിയ ഒരു ഇടവേള എടുക്കുന്നു എന്ന് പറഞ്ഞ ഗായിക തന്റെ ഒഴിഞ്ഞ ഗ്ലാസ് നിറയ്ക്കാനായി ബാറിലേക്ക്, മറിയയും നുമൈറും ഇരിക്കുന്നിടത്തേക്ക് വന്നു. അവളോട് മറിയ ചോദിച്ചു.

"നൈനാ സൈമണിന്റെ പാട്ട് ഏതെങ്കിലും ഒന്ന് പാടുമോ?"

"തീർച്ചയായും... പ്രത്യേകിച്ച് ഏതെങ്കിലും പാട്ടുണ്ടോ?"

"വരൂ... നീയും... നന്ദിയുണ്ട്..." എന്ന പാട്ടാണ് എന്റെ ഫേവറേറ്റ്."

ഇടവേള കഴിഞ്ഞ് പാടാൻ തുടങ്ങിയ ഗായിക തിരഞ്ഞെടുത്തത് മറിയ ആവശ്യപ്പെട്ട ഗാനമായിരുന്നു. തിരിച്ച് എന്റെ ഫ്ളാറ്റിലേക്ക് മടങ്ങുമ്പോൾ ആ പാട്ടിൽ എനിക്ക് മനഃപാഠമായ വരികളായിരുന്നു ചുണ്ടുകളിൽ.

"എന്റെ തളികയിൽ
അൽപം മധുരം വേണമെനിക്ക്
എന്റെ ആത്മാവിൻ ആഴിയിൽ
എനിക്കൽപം മധു വേണം
ആഹ്, ഞാൻ ആവശ്യക്കാരി തന്നെയാണ്
ഇത്തിരി സ്നേഹമെനിക്ക് വേണം
വേദനയുടെ ലോകമേ
സങ്കടക്കടലുകളേ..."

മറിയയ്ക്ക് എന്നെ ഇഷ്ടമായിരുന്നു. എങ്ങനെ എന്നെ ഇഷ്ടപ്പെടണം എന്നത് അവൾക്ക് അറിയാമായിരുന്നു. പ്രണയകവിതകൾ ഇടയ്ക്കിടെ പാടിക്കൊണ്ട് അത് ഓർമ്മയിൽ കൊണ്ടുവരും. അവളുടെ സ്നേഹം

നിഷ്കളങ്കമായിരുന്നു. ഒരു നിബന്ധനയോ മറ്റോ അവളുടെ സ്നേഹത്തിലുണ്ടായിരുന്നില്ല. എന്റെ ആത്മശാന്തിക്ക് വേണ്ടി ശരീരത്തിലൂടെ വിരലുകൾ ചലിപ്പിച്ച് മസാജ് ചെയ്യേണ്ടത് എങ്ങനെ എന്ന് അവൾക്ക് അറിയാമായിരുന്നു. എന്ത് എവിടെ എങ്ങനെ പറയണം, ചെയ്യണം എന്ന് അവൾക്ക് അറിയാമായിരുന്നു. അവളുടെ വാക്കിലോ നോക്കിലോ ഭാവത്തിൽപോലും താനാണ് ഇവനുവേണ്ടി എല്ലാ സഹായങ്ങളും ചെയ്തുകൊണ്ടിരിക്കുന്നത് എന്ന് സൂചിപ്പിക്കുകപോലും ചെയ്യാറില്ലായിരുന്നു. ഞങ്ങൾ പരിചയപ്പെട്ട ആദ്യകാലങ്ങളിൽ ഒരു ദിവസം അച്ഛനെക്കുറിച്ച് എനിക്ക് കടുത്ത ഭാഷയിൽ സംസാരിക്കേണ്ടി വന്നു.

രണ്ടുപേരും അങ്ങോട്ടും ഇങ്ങോട്ടും ഇഷ്ടം തുറന്നുപറയാതെ ഒരു വർഷം കടന്നുപോയി. പറയേണ്ട ആവശ്യവും ഇല്ലായിരുന്നു. ഒരു ദിവസം കാണുന്നതും കാണാത്തതുമായ മറുകുകളെക്കുറിച്ച് സംസാരിക്കുകയായിരുന്നു ഞങ്ങൾ. ഞങ്ങൾ ഒരുമിച്ച് കിടന്നുറങ്ങിയ ആദ്യകാലങ്ങളായിരുന്നു അത്. എന്റെ വിരലുകൾകൊണ്ട് അവളുടെ മുതുകിൽ തടവുന്നതിനിടയിൽ അവിടെയുള്ള മറുകിനെക്കുറിച്ച് ചോദിച്ചു.

"അത് പത്താംവയസ്സിൽ സൈക്കിളിൽനിന്ന് ഒന്ന് വീണു. അന്നുണ്ടായത് അത്." അതിനുശേഷം അവൾ പറഞ്ഞതാണ് എന്നെ അദ്ഭുതപ്പെടുത്തിയത്.

"ഈ മറുക് എനിക്ക് ഇഷ്ടമാണ്. ഇത് എന്റെ ശരീരത്തിന്റെയും ചരിത്രമാണ്... എന്റെ ഓർമ്മകളുടെ വഴിയും."

സംസാരം എന്റെ അച്ഛന്റെ കാര്യത്തിൽ എത്തി.

"എനിക്ക് അദ്ദേഹത്തെ വെറുപ്പാണ്."

ഞാൻ പറഞ്ഞത് കേട്ടിട്ട് അവളിൽ അദ്ഭുതമൊന്നും കണ്ടില്ല. കൂടുതൽ ചോദിച്ചപ്പോൾ അച്ഛനോട് ഉണ്ടായ ആ തർക്കവും അതിനെ തുടർന്നുണ്ടായ സംഭവങ്ങളും ഞാൻ പറഞ്ഞുകൊടുത്തു.

ഒരു ദിവസം അവൾ പറഞ്ഞു: "എനിക്ക് അറബി പഠിക്കണം."

"സുന്ദരമായ ഭാഷ തന്നെയാണ് അറബി. കവികൾ തന്നെ അതിനെ പ്രകീർത്തിച്ച് പറഞ്ഞിട്ടുണ്ട്. പക്ഷേ എന്തിനാപ്പോ നിനക്ക്?"

"നീ ഉറക്കത്തിൽ പറയുന്ന കാര്യങ്ങൾ മനസ്സിലാക്കാൻ തന്നെ. കരയിലിട്ട മത്സ്യത്തെപ്പോലെ കിടന്ന് പെടയ്ക്കലാണ്. ഒപ്പം എനിക്ക് മനസ്സിലാവാത്ത ഭാഷയിൽ എന്തൊക്കെയോ വിളിച്ച് പറയുകയും ചെയ്യാറുണ്ട്. അതൊന്ന് മനസ്സിലാക്കണം."

"സോറി."

"സോറിയൊന്നും പറയണ്ട... സ്വപ്നങ്ങളിലും ദുഃസ്വപ്നങ്ങളിലും ഒരുമിച്ചിരിക്കാനാകുന്നില്ലല്ലോ എന്നതാണ് എന്റെ സങ്കടം."

"ശരിയാ... ഈ ലോകത്ത് അതിനുള്ള സൗകര്യമുണ്ടായിരുന്നെങ്കിൽ ഉറക്കത്തിൽപോലും നമുക്ക് എല്ലാവർക്കും ഒരുമിച്ചിരിക്കാനാകും. നീയൊക്കെ ഉറങ്ങിക്കിടക്കുമ്പോൾ ആ സമാധാനം ആസ്വദിക്കാൻ എനിക്കും കഴിയുമല്ലോ."

ചിരിയോടെ അവൾ പറഞ്ഞു: "എന്റെ ഉറക്കം ഗാഢമാണ്."

രാത്രി മുഴുവൻ ക്ലാസിക് പാട്ടുകൾ കേൾക്കാനായി റേഡിയോ ഓടിക്കൊണ്ടിരിക്കുന്നുണ്ടെങ്കിലും അവൾക്ക് ഒരു കുഴപ്പവുമുണ്ടായിരുന്നില്ല.

അവൾ ഇപ്പോൾ മിക്ക ദിവസങ്ങളിലും എന്റെ ഫ്ളാറ്റിലാണ് രാത്രി കാലതാമസം. പലപ്പോഴായി അവളുടെ പല സാധനങ്ങളും ഇങ്ങോട്ട് കൊണ്ടുവരികയും ചെയ്തിട്ടുണ്ട്. എന്റെ ജീവിതമെന്ന ശിഖരത്തിൽ കൂട് കെട്ടി പാർക്കാൻ തുടങ്ങിയ പക്ഷിയെപോലെയായിരുന്നു അവൾ. അവൾക്കായി ഫ്ളാറ്റിന്റെ ഒരു താക്കോൽ നൽകി സ്വന്തം വീടെന്ന പോലെ പോക്ക് വരവുകൾ നടത്താമെന്ന് ഞാൻ അവൾക്ക് നൽകിയ സ്വാതന്ത്ര്യമായിരുന്നു. വസ്ത്രം തൂക്കിയിടാനുള്ള വാർഡ്റോബ് പോലും അവൾക്കായി നീക്കിവെച്ചിരുന്നു. ബാത്ത്റൂമിലും അവൾക്കായി ഒരുക്കങ്ങൾ തയ്യാറാക്കിയിരുന്നു.

നല്ല ഉറക്കത്തിലാണ്. ബീച്ചിലെന്നപോലെ മണൽപരപ്പിൽ നീണ്ട് നിവർന്നാണ് കിടപ്പ്. അവളുടെ ഇടതുഭാഗത്തായി കിടന്ന് എന്റെ കാലുകൾ അവളെ ചുറ്റിവരിഞ്ഞ് അടുപ്പിച്ചപ്പോഴും അകറ്റി നിർത്തലോ ഇഷ്ടക്കുറവോ ആ മുഖത്തു കണ്ടില്ല. ഞാൻ മാറി കിടന്നു. എന്തോ വായിക്കാനായി എടുത്തു. ലൈറ്റിന്റെ സ്വിച്ച് ഓണാക്കി വായന തുടർന്നു. ബൾബിന്റെ വെളിച്ചത്തിൽ രക്ഷപ്പെടാനെന്നോണം മുഖത്തൂടെ പുതപ്പ് വലിച്ചിട്ടുണ്ടായിരുന്നു. സ്വപ്നസുന്ദരിയെപോലെ നീണ്ടുനിവർന്ന് കിടക്കുന്ന ആ അപ്സരസ്സിനെ ഞാൻ നോക്കിനിന്നു. കണ്ടിരുന്നാൽ അപകടമാണ് എന്ന് തോന്നിത്തുടങ്ങിയപ്പോൾ പതിവുപോലെ ഡ്രസ്സ് മാറ്റി പുറത്തേക്കിറങ്ങി.

കാലത്തെ കുറിച്ച് വദൂദ എഴുതിയത് ഞാൻ വായിച്ചു.

> **കാ**ലങ്ങൾ ഒരേ ദിശയിലല്ല സഞ്ചരിച്ച് കൊണ്ടിരിക്കുന്നത്. അതിന്റെ കെണിയിൽ നിന്ന് പുറത്ത് കടക്കാൻ കഴിഞ്ഞിരുന്നില്ലെങ്കിൽ ഞാനും അത് വിശ്വസിക്കുമായിരുന്നില്ല. ഓടി രക്ഷപ്പെടുന്നതിനിടയിൽ ഒരു കുഴിയിൽ വീണു. എത്തിയത് എതിർ ദിശയിൽ സഞ്ചരിക്കുന്ന സംഘത്തിലേക്കായിരുന്നു. അവിടെ നിന്ന് നോക്കുമ്പോൾ എന്റെ ജീവിതം പിറകോട്ട് പോകുന്നതായി കണ്ടു. തിരികെ യാത്ര ചെയ്ത് ഞാൻ എന്റെ അമ്മയുടെ ഗർഭപാത്രത്തിലെത്തി ഞാൻ തിരികെ യാഥാർത്ഥ്യങ്ങളുടെ ലോകത്തേക്ക് തിരിച്ച് പോരാൻ വാശി പിടിച്ചു. അവർ എന്നെ പിടിച്ച് പുറത്തേക്കിട്ടു.

അത് വായിച്ചുകഴിഞ്ഞ് അടുത്ത പേജ് ഞാൻ എടുത്തു.

ശബ്ആദ്

ശബ്ആദ് കൂടുതൽ ഉറങ്ങാറില്ല. മിക്ക സമയങ്ങളിലും ചിന്തയിലായിരിക്കും. കിടക്കപ്പായിൽ സമാധാനത്തോടെ കിടക്കാൻ അനുവദിക്കാത്ത ചഞ്ചല ചിന്തകളായിരുന്നു അവയെല്ലാം. എന്തിനാണ് ഈ വെപ്രാളം? ഒരുപാട് കാലമായി അവൾ പരിശീലിച്ച് കൊണ്ടിരിക്കുന്ന കാര്യങ്ങളാണല്ലോ അത്. കണ്ണുകൾ ഇറുകിയടച്ചതാണെങ്കിലും തെറ്റ് കൂടാതെ എഴുതിപ്പിടിപ്പിക്കാൻ അവൾക്ക് കഴിയും. നിസാബ ദേവിക്ക് സമർപ്പിച്ച് എഴുതിയ കവിത അവൾക്ക് മനഃപാഠമായിരുന്നു. നാളെ നടക്കാനിരിക്കുന്ന അമ്പലത്തിലെ ഉത്സവത്തിൽ അവൾ അത് ആലപിക്കുകയും ചെയ്യും. പത്തിലധികം തവണ അവളത് പാടി നോക്കിയിട്ടുണ്ടായിരുന്നു. ഉറങ്ങുന്നതിന് മുമ്പ് അച്ഛനെ കേൾപ്പിക്കുകയും ചെയ്തിരുന്നു. അത് കേട്ട അച്ഛൻ ചെറുപുഞ്ചിരിയോടെ പറഞ്ഞു "ശബ്ആദ്, നീ ഒരു വലിയ എഴുത്തുകാരിയാകും, നിന്റെ പിതാക്കന്മാരെ പോലെ. നിസാബ ദേവി അതിന് നിന്നെ കടാക്ഷിക്കും. ഒരു കാലത്ത് അവരുടെ അമ്പലത്തിലെ ഒരു പ്രതിഷ്ഠയാവുകയും ചെയ്യും."

കവിത ഒരിക്കൽ കൂടി അവൾ ആലപിച്ചു.

മഹത്വം അത് നിസാബ ദേവിക്കല്ലോ
അനൂഷർവ്വാനിൻ പുത്രിയാം,
നേൻസൂനിൻ സോദരി കൽകമാശിൻ
തായും നൻനീലിനിനും.
ഇങ്കീ, ജ്ഞാനത്തിൻ ദേവൻ വിളിച്ചിരിക്കുന്നു
ദൈവത്തിൻ എഴുത്തുകാരി
പണിതുയർത്തിയല്ലോ നിനക്കായ് ഒരു അക്ഷര ഗേഹം
രേഖ തൻ രക്ഷകേ,
എഴുതുന്നു നീ വർണ്ണമാം ചരിത്രമത്
ദൈവം നിന്നോടല്ലേ സഹായം ചോദിക്കുന്നത്
ആലോചനോപദേശം നീയല്ലോ നൽകുന്നതും
മഹത്വമത് നിസാബ ദേവിക്കല്ലോ

ലാസോർദ് തകിട് വഹിക്കും നിസാബ
വിശുദ്ധ സ്തന്യം പാനം ചെയ്യും ഒറിക്സല്ലേ നീ
നിസാബ
ഏഴാകാശലോകം വാ തുറക്കുമത് മാറിമറിയും
ദൈവീകശേഷിയിരിക്കും തരുണിയല്ലേ നീ
മഹത്വമത് നിനക്കല്ലേ
മഹത്വമത് നിസാബയ്ക്കല്ലോ

എൻ ദേവീ,
ജനനീ തായേ, ഈശ്വരാ

ശീതളിമയിൽ സൗന്ദര്യമേകുമീ സതീദേവിക്ക്
മൂർത്തമാം പർവ്വതമതിനെ കാക്കും നീ
വേദമതുത്പത്തി നിന്നിലല്ലേ
വിശുദ്ധേ, നിനക്കല്ലേ മഹത്വമഖിലവും
സാഹിത്യനാഥാ, സംരക്ഷകേ,
തന്ത്രമതിരിക്കും ദേവീ
നിനക്കല്ലോ മഹത്വം
മഹത്വം അത് നിസാബക്കല്ലോ.

നിസാബയുടെ അടുത്ത് നിൽക്കുന്ന ഇൻകയുടെ സമീപത്ത് അമ്പലച്ചുമരിന്റെ മുമ്പിലായി ശബ്ആദ് മുട്ടു കുത്തി നിന്നു. അർച്ച നകൾ അർപിച്ചു. അവൾക്കായി ഒരു സാംസ്കാരിക നിലയം സ്ഥാപിക്കപ്പെട്ടിരിക്കുന്നു. ലാസോർദി താളുകൾ അവളുടെ കാൽമുട്ടിന്റെ ഭാഗത്ത് വെച്ചിരിക്കുന്നു. ആകാശലോകത്തുള്ള വിശുദ്ധ ഏടിനെ മറ്റുള്ളവർക്ക് കാണിച്ച് കൊടുക്കാനായിരുന്നു. ഇടറുന്ന ശബ്ദത്തിൽ അവൾ തന്റെ കവിത ആലപിച്ചു. അത് കഴിഞ്ഞപ്പോൾ അമ്പലത്തിലെ പ്രധാന പൂജാരി പറഞ്ഞു

“നിസാബ ദേവി നിന്നെ അനുഗ്രഹിച്ചിരിക്കുന്നു, നിന്നെ ഒരു ആചാര്യയാക്കിയിരിക്കുന്നു. നിറഞ്ഞ മനസ്സോടെയാണ് നിന്നെ അനുഗ്രഹിച്ചിരിക്കുന്നത്.

കാതിബ ദേവിക്കായി ഒരു പ്രാർത്ഥനാ ഗീതവും ആലപിക്കാൻ പൂജാരി അവളോട് പറഞ്ഞു. ആത്മവിശ്വാസം നിറഞ്ഞ ശബ്ദ ത്തിൽ അവൾ പാടി:

“ഇരുളാണ്ടയിടങ്ങളിൽ അറിവൊരുക്കും ധവളപ്രകാശം
ഒരുക്കങ്ങളാക്കിത്തന്ന നിസാബക്കല്ലോ മഹത്വം
അതിരുകൾ വരച്ച് വെച്ചിരിക്കുന്നു
ദേവിശക്തിയെതിർക്കാനാരുമില്ലൊരു പരിധിയുമവർക്ക്
രാജാധിരാജയാണവർ
കാതിബ
സകലമറിയുമവർ
മണ്ണിൽ പുതയും വിരലും നയിക്കുമവർ,
ഏടുകളിൽ
ഭംഗിയേറും വരകളൊരുക്കാൻ കല്പനയെറിയുന്നവൾ
സ്വർണ്ണവർണ്ണ എഴുത്താണിയലങ്കരിക്കുമതിനെ
തൂക്കമൊപ്പിക്കാനുള്ള മാപിനി നൽകുമത് നിസാബ
തിളങ്ങും വിളങ്ങും നെയ്ത്ത് നൂലുമത് നൽകുമല്ലോ

ഈ നാടിൻ സ്വരസ്വതി ദേവിയല്ലോ അവർ
ദേവകൾക്ക് പോലും അന്നമൂട്ടുന്നതുമവരല്ലേ
മർത്യപുത്രന് പശിയടക്കുന്നതുമവർ തന്നെ
മസ്തകം മറയ്ക്കും ധാന്യക്കിരീടം

നക്ഷത്ര ലോകമേ, നീലപരപ്പേറും വിണ്ണേ
നാടാകെ പരന്നെത്തുന്നു നീ
പ്രാർത്ഥനാഗേഹമത് ഒരുങ്ങുന്നു
മാസമഖിലങ്ങളിലും
നായകർ നിന്നിലേക്കുയർത്തുന്നു കൈകൾ
നിസാബ, ആകാശനീലിമയിൽ നിന്നല്ലോ ശക്തി
യണിഞ്ഞതും വിണ്ണിൻ താളല്ലോ വായിച്ചതും
ആകാശത്തിന്നതിര് വരച്ച് ഭൂമിയിലിറക്കും ശക്തി
അതിരുകൾ വരയ്ക്കപ്പെടുന്നു, കുറിക്കപ്പെടുന്നു
മഹത്വമത് അവൾക്കുള്ളതാണ്
മഹത്വം ഏറീഷ് ദേവിക്കുള്ളതാണ്
മഹത്വമത് നിസാബയ്ക്കുള്ളതാണ്

നിസാബ ദേവിയുടെ പ്രധാന ജോത്സ്യയായി ശബ്ആദ മാറി. നല്ല എഴുത്തുകാരിയായി തീരുകയും ചെയ്തു. കച്ചവട കരാറുകളെക്കുറിച്ചും നികുതി പിരിവുകളെ കുറിച്ചും പ്രാർത്ഥനാ ഗീതങ്ങളും ദുഷ്ടാത്മാക്കളെ തുരത്തിയോടിക്കാനുള്ള മന്ത്രോച്ചാരണങ്ങളും ദേവകൾക്കുള്ള പുതിയതും പഴയതുമായ കീർത്തനങ്ങളുമടങ്ങുന്ന എഴുത്തിന്റെ വലിയ ലോകം തന്നെ അവൾ കീഴടക്കുകയുണ്ടായി. പക്ഷേ, ആദ്യം എഴുതിയതും ആലപിച്ചതുമായ കവിത അവളുടെ മനസ്സിൽ പതിഞ്ഞ് കഴിഞ്ഞിരുന്നു. കാലം ചെല്ലുമ്പോൾ ഒരിക്കലും കരുതിക്കാണില്ല. ബാബിലോണിയക്കാർ തന്റെ പ്രാർത്ഥനകളും ജപങ്ങളുമായിരിക്കും ഉത്സവാഘോഷത്തിന് ആലപിക്കുക എന്ന സത്യം. നിസാബ ദൈവത്തിന്റെ പ്രതിഷ്ഠ ക്ഷേത്രങ്ങളിൽ തന്റെ കവിതാശകലങ്ങളാണ് കൊത്തിവെക്കപ്പെടുക എന്ന യാഥാർത്ഥ്യവും അറിയില്ലായിരുന്നു. ശബആദ് എഴുതിയ എല്ലാ കൃതികളും ദിയാല നദിയുടെ സമീപത്തായി ശദപ്പോമിൽ പണിതുയർത്തിയ നിസാബ ദേവിയുടെ ക്ഷേത്രപരിസരത്ത് നിർമ്മിച്ച സ്കൂളുകളിലേക്ക് റഫറൻസിന് ഗ്രന്ഥങ്ങളായി സമർപ്പിക്കപ്പെട്ടു. 1945-1963 കാലങ്ങളിൽ അവിടം ഖനനം ചെയ്തിരുന്ന ഥാഹാ ബാക്കിർ ഗ്രൂപ്പിന് ഏകദേശം 2000ൽ അധികം മൺപലകകൾ ലഭിച്ചിട്ടുണ്ട്. അവകൾക്കിടയിൽനിന്ന് ലഭിച്ച നിസാബ ദേവിക്കുള്ള ശബആദിന്റെ കവിത ദേശീയ മ്യൂസിയത്തിലേക്ക് മാറ്റുകയും 2003 ഏപ്രിൽ മാസം വരെ അത് അവിടെ കാണപ്പെടുകയും ചെയ്തു. അതിനുശേഷം അതിന് എന്ത് സംഭവിച്ചു എന്നറിയില്ല.

നിസാബയും കഥയും കൂടുതൽ ആലോചിക്കാൻ നിൽക്കാതെ ഞാൻ എഴുത്തുകൾ അടച്ചുവെച്ച് ഫയലിലേക്ക് തന്നെ തിരികെ വെച്ചു.

അലഞ്ഞ് തിരിയലിന് ഒരു മാധുര്യമുണ്ടായിരുന്നു. കാലുകൾക്ക് നാവുകളെപ്പോലെ കൃത്യമായ ലക്ഷ്യമോ ദിശാബോധമോ ഉണ്ടായിരുന്നില്ല. പ്രത്യേകിച്ച് കാരണങ്ങൾ ഒന്നുമില്ലാതെ കണ്ട വഴികളിലൂടെ മുന്നോട്ടു പോകുക തന്നെയാണ്. ദേശഭാഷ വ്യത്യാസങ്ങളില്ലാതെ വലത്തോട്ടും ഇടത്തോട്ടുമായി ചാഞ്ഞും ചെരിഞ്ഞും മുന്നോട്ടുതന്നെ. കൃത്യമായ ലക്ഷ്യമോ, പ്ലാനോ ഒന്നുമില്ല. നഗരത്തിന്റെ രേഖകളിൽ കാണാനാകാത്ത കുത്തിക്കുറിക്കലുകൾ തന്നെയല്ലേ ഒരർത്ഥത്തിൽ ഈ അലഞ്ഞു തിരിയൽ. ഞാൻ വല്ലാതെ കയറി പറയുന്നുണ്ടോ? ഇല്ല, ഓരോ അലയലും ഓരോ ചരിത്രമാണ് എന്ന് എത്രപേർക്ക് മനസ്സിലാക്കാനാകും.

ആദ്യമായി ന്യൂയോർക്കിൽ വന്ന കാലത്ത് ഒരു മാപ്പും പിടിച്ചാണ് നടന്നിരുന്നത്. നടന്നുകൊണ്ടാണ് ഞാൻ നാട് കാണാനിറങ്ങിയിരുന്നത്. വഴി തെറ്റാൻ പാടില്ലല്ലോ. പുതുവഴികൾ കണ്ടെത്താനും കഴിയണം. പക്ഷേ, നടന്ന് കണ്ടെത്താൻ മാത്രം മതിയായ സമയം ഉണ്ടായിരുന്നില്ല. ഞാൻ ഒരുപാട് നടക്കാൻ ഇഷ്ടപ്പെടുന്നവനായിരുന്നു. അതും ദിക്കറിയാതെ, ലക്ഷ്യമറിയാതെ. ഓരോ തവണയും വ്യത്യസ്ത വഴികളിലൂടെയാകണം. വടക്കുഭാഗത്തുള്ള റോഡിലൂടെ കുറച്ചു നടന്നപ്പോഴാണ് റോഡ് നമ്പർ 34ലെ എമ്പയർ സ്റ്റെയറ്റ് ബിൽഡിങ്ങ് കാണാനായത്. അന്ന് അതിന്റെ നിറവൈവിധ്യങ്ങളിലെ കൗതുകം നോക്കി ഒരുപാട് നേരം നിന്നിരുന്നു. ചില സമയത്തെ നടത്തം ടൈംസ് സ്ക്വയർവരെ എത്താറുണ്ട്. ഈ വഴി എപ്പോഴും വാണിഭക്കാരാലും ടൈംസ് സ്ക്വയർ കാണാൻ വന്ന സന്ദർശകരാലും നിറഞ്ഞ് നിൽക്കുന്നുണ്ടാകും.

കുറച്ചുകാലം കഴിഞ്ഞപ്പോൾ പടിഞ്ഞാറ് ഭാഗത്തേക്ക് പുഴയോരം ലക്ഷ്യമാക്കി നടക്കാൻ തുടങ്ങി. ഹോട്ടലുകളും റസ്റ്റോറന്റുകളും നിറഞ്ഞ റോഡായിരുന്നു അത്. എന്നാലും തിരക്ക് കുറവായിരുന്നു. കൂടുതൽ, മുന്നോട്ട് കല്ല് പാകിയ, വീടുകൾ നിരന്ന് നിൽക്കുന്ന, ഗ്രാമീണത മുറ്റി നിൽക്കുന്ന പ്രദേശത്തേക്ക് എത്തുന്നതോടെ തിരക്കുകൾ കുറയും. സിനിമാനടന്മാരും നടിമാരും പിന്നണി പ്രവർത്തകരും സംവിധായകന്മാരും നിർമ്മാതാക്കളും ഇവിടെയാണ് താമസിക്കുന്നത്. പുഴതീരത്ത് ജോഗിങ്ങിനും നടക്കാനും സൈക്ലിങ്ങിനും പ്രത്യേകം തയ്യാറാക്കിയ വഴികളിലൂടെ കാറ്റ് കൊണ്ട് നടക്കും. ഈ വഴിയോടും നടത്തത്തിനോടും പ്രത്യേക താത്പര്യമായിരുന്നു. കാരണം ഓളം വെട്ടി മന്ദമായി ഒഴുകുന്ന പുഴയുടെ സംഗീതം കേട്ടാൽതന്നെ മനസ്സിൽ കുളിരായിരുന്നു. അതും സൂര്യാസ്തമന സമയത്തുള്ള കാഴ്ച അതിസുന്ദരവുമായിരുന്നു. സഞ്ചാരികളേയും സന്ദർശകരേയും കാത്തിരിക്കുന്ന കടത്തുവള്ളങ്ങളും ബോട്ടുകളും അലംകൃതമായി ജെട്ടിയിൽ കിടക്കാറുണ്ട്. രാത്രിയിൽ ഓളത്തിൽ ന്യൂജഴ്സിയുടെ പ്രതിബിംബം തെളിഞ്ഞ് കാണാമായിരുന്നു.

നടക്കൽഅസുഖം വർദ്ധിച്ചുവന്നതേയുള്ളൂ. ഓരോ ദിവസവും പുതിയ വഴികളും പുതിയ സ്ഥലങ്ങളും കണ്ടുകൊണ്ടുള്ള ആ സഞ്ചാരം സന്തോഷകരമായിരുന്നു. ചൈന ടൗൺ അങ്ങനെയുള്ള ഒരു യാത്രയ്ക്കിടയിൽ

കണ്ടെത്തിയതായിരുന്നു. തുടക്കത്തിൽ നടക്കുമ്പോൾ കാണുന്ന രസകരമായ കാഴ്ചകളിൽ കൂടുതൽ നേരം നോക്കിയിരിക്കാൻ എനിക്ക് താത്പര്യമുണ്ടായിരുന്നില്ല. പതിയെ വിവിധ നിറങ്ങളിൽ ആലേഖനം ചെയ്യപ്പെട്ട ചൈനീസ് കൊറിയൻ അക്ഷരങ്ങളെ വായിച്ചെടുക്കാനുള്ള ശ്രമം നടത്തിയും അതിന്റെ ഭംഗിയും കണ്ടുനിൽക്കാൻ ഇഷ്ടമായിത്തുടങ്ങി. എനിക്ക് അതെല്ലാം വെറും അക്ഷരങ്ങളായിരുന്നു. അർത്ഥമറിയാത്ത ഒരുപാട് ചിത്രങ്ങൾ. അത് വായിച്ചുനോക്കിയിട്ട് എവിടെയാണ് എത്തിയിരിക്കുന്നത് എന്നതുപോലും മനസ്സിലാക്കാൻ കഴിഞ്ഞിരുന്നില്ല.

മിക്ക നടത്തത്തിലും ആ യാത്ര ചെന്ന് അവസാനിച്ചിരുന്നത് കൊളംബസ് പാർക്കിലായിരുന്നു. സാധാരണക്കാരായ നാട്ടുകാർ കൂടുതലായി കാണപ്പെടുന്ന പാർക്കായിരുന്നു അത്. വന്ദ്യവയോധികരായ ചൈനക്കാരായിരുന്നു കൂടുതലും. തിരക്ക് കൂടുതൽ കാണപ്പെടുന്നത് ആഴ്ചാവധി ദിനങ്ങളിലായിരുന്നു. മിക്കവാറും ചീട്ടുകളി, ചെസ്കളി, മാജൂംഗ് കളി തുടങ്ങിയ കളികളും അല്ലെങ്കിൽ ടെറസിലും മറ്റും ഇരുന്ന് മറ്റുള്ളവരെ നിരീക്ഷിക്കുകയും ആയിരുന്നു അവരുടെ പരിപാടികൾ. അവിടെ ഇരിക്കുന്ന വന്ദ്യവയോധികർ ചൈനയിൽനിന്നും ഹോംങ്കോംഗിൽനിന്നും മാൻഹാട്ടന്റെ ഈ ഭാഗങ്ങളിൽ വ്യാപിച്ചുകിടന്നിരുന്ന നെയ്ത്തുശാലകളിൽ ജോലി ചെയ്യാനായി അൻപതുകളിൽ വന്നെത്തിച്ചേർന്ന പണിക്കാരായിരുന്നു എന്ന കഥ പിന്നീടാണ് അറിയാൻ കഴിഞ്ഞത്.

ബീച്ചിൽ കുറച്ച് യുവാക്കൾ പ്രത്യേകിച്ച് വെള്ളക്കാരായ യുവാക്കൾ തായ് ചി പരിശീലിക്കുകയോ ഫുട്ബോൾ കളിക്കുകയോ ചെയ്യുന്നുണ്ടായിരുന്നു. സാധാരണ പോലെ ചുറ്റിയടിച്ചും ഫോട്ടോ എടുത്തും നടക്കുന്ന സന്ദർശകരും അവിടെയുണ്ടായിരുന്നു. പക്ഷേ, ചെറീസ് മരത്തിന്റെ താഴെ ചൈനക്കാർ ചൈനീസ് ഓപ്പറ നടത്താറുള്ള മൂലയായിരുന്നു എനിക്ക് ഏറ്റവും ഇഷ്ടമുള്ള സ്ഥലം. അത് കേൾക്കുമ്പോൾ ഇറാഖി രാഗത്തോട് സാമ്യതയുള്ളതായി പലപ്പോഴും തോന്നിയിട്ടുണ്ട്. എല്ലാ രാജ്യത്തും സംഗീത ഉപകരണങ്ങളായി ഉപയോഗിച്ചുകൊണ്ടിരിക്കുന്നത് ഓരോ രൂപത്തിലുള്ള വസ്തുക്കളാണല്ലോ. ചെണ്ടയും തബലയും അടങ്ങുന്ന സംഗീത ഉപകരണങ്ങൾ അവിടെയുണ്ടായിരുന്നു. ചിലർ പാട്ടുകൾ എഴുതിവെച്ച പേജുകളോ നോട്ടുപുസ്തകങ്ങളോ കൈയിൽ കരുതാറുണ്ടായിരുന്നു. പാട്ടുപുസ്തകം മുമ്പിലുള്ള പീഠത്തിൽ വെച്ചാണ് പാടിയിരുന്നത്. ആർക്കും പാടാം എന്നതായിരുന്നു അവിടത്തെ രസകരമായി കാര്യം. അമ്പതും അറുപതും എഴുപതു വരെ പ്രായമുള്ള സ്ത്രീപുരുഷഭേദമന്യേ പാട്ടുപാടാനായി വരിയിൽ നിൽക്കാറുണ്ടായിരുന്നു.

ആശയം മനസ്സിലാക്കാൻ ഭാഷകൾ ആവശ്യമില്ലല്ലോ. ആശയം സാർവ്വജനീനമാണ്. മനസ്സിലാക്കി എടുക്കാനുള്ള മനുഷ്യന്റെ കഴിവ് അസാധാരണവുമാണല്ലോ. വികാരത്തിന്റെ ഭാഷ, അത് മനസ്സിലാകലാണ്. വാക്കുകളല്ല, വരകളുമല്ല. ആസ്വാദനവും വേദനയും ഓരോരുത്തരും അനുഭവിക്കേണ്ട സത്യങ്ങളാണല്ലോ. യാത്രകൾക്കിടയിൽ ഇടറി വീണുപോയേക്കാം. തോൽക്കാൻ നിൽക്കാതെ വീണ്ടും മുന്നോട്ടു തന്നെ

നടക്കാൻ നമുക്ക് കഴിയുന്നു. ഗിത്താറിന്റെയും വീണയുടെയും മീണയുടെയും കമ്പികളിൽനിന്ന് ഒഴുകിവരുന്നത് ഒരുപാടുപേരുടെ സന്തോഷങ്ങളും സങ്കടങ്ങളുമായിരിക്കുമല്ലോ. കാലങ്ങളും ദേശങ്ങളും ഭേദിച്ച് അതിന്റെ സൗകുമാര്യത ലോകങ്ങൾക്കിടയിൽ വ്യാപിക്കുന്നതുപോലും അതിനെ തുടർന്നാണല്ലോ. സുഖദുഃഖങ്ങളെ കണ്ടെത്താനും സഹിക്കാനും ആസ്വദിക്കാനും കഴിയുന്നിടത്താണ് മനുഷ്യന്റെ ജയവും പരാജയവും തീരുമാനിക്കപ്പെടുന്നതും അംഗീകരിക്കപ്പെടുന്നതും.

ആരാണ് സ്വദേശി, ആരാണ് വിദേശി എന്ന സത്യം വ്യത്യസ്തമായ കാഴ്ചപ്പാടിലൂടെ വദൂദിന്റെ എഴുത്തിൽ നിന്നാണ് ഞാൻ മനസ്സിലാക്കിയത്.

മര്യാദ കാണിക്കാത്ത പരദേശി എന്നും നിന്ദ്യനാ.
പരദേശിയുടെ ചെലവഴിക്കലുകൾ ചെറുതാ.
നാവിന് ശൗര്യം കുറവുമാ.
മനുഷ്യർ പരസ്പരം സഹായിക്കുന്നു,
അവർ കുറവുമാണല്ലോ.

മറ്റൊരാൾ പറയുന്നു.

വേർപാടിന്റെ വേദനയല്ല എൻ കണ്ണീർത്തുള്ളികൾ. പക്ഷേ, പരദേശിയെന്നും പരദേശി തന്നെയാണല്ലോ.

എന്താണിത്?! വെള്ളവും മണ്ണും നൽകി വളർത്തി വലുതാക്കിയ രാജ്യത്തുനിന്ന് അകറ്റി നിർത്തപ്പെടുന്ന പരദേശിയുടെ സ്വഭാവവിശേഷമാണ്. സ്നേഹവും പരുഷതയും പകരം നൽകിയിരുന്ന ആയിരങ്ങളിൽ നിന്ന് അകന്നു നിൽക്കേണ്ടി വരുന്നവൻ. കളിയിലും കാര്യത്തിലും കപ്പടിക്കുന്നവനാകാം അവൻ. പകച്ചുനോട്ടങ്ങളുടെ സൗന്ദര്യം തന്റെ കണ്ണുകൊണ്ട് പിടിച്ചെടുക്കുന്നവനാകാം. അവയിൽ പലതിന്റെയും അവസാനം കടം വീട്ടാനും നാട് വിടാനുമാകും. ഒരു സ്വദേശിക്കുപോലും അപരിചിതത്വം തോന്നുന്ന നാടായി മാറിയപ്പോൾ വീട്ടിൽനിന്നും കൂട്ടുകാരനിൽ നിന്നും ലഭിക്കാനുള്ളത് കിട്ടാതെ വന്നപ്പോൾ നീ എവിടെയായിരുന്നു. സ്വന്തമായി ഒരു നാടില്ലാതെ നാടാക്കി മാറ്റാൻ കഴിയാതെ വന്ന പരദേശിയോട് നിന്റെ സമീപനമെന്ത്? ഒളിഞ്ഞ് താമസിച്ചിട്ടും അവന് നിറം മാറിവരുന്നുണ്ട്. ആധി കൂടി വരുന്നു. വല്ലതും മിണ്ടിയാലോ രണ്ട് സങ്കടങ്ങൾ, മിണ്ടാതിരുന്നാലോ ആധിയും ആശങ്കയും.

ചൊല്ലുകൾ പല വിധത്തിലുണ്ട്. 'കാമുകൻ അകറ്റിനിർത്തിയവനാണ് അപരിചിതൻ' എന്ന്. പക്ഷേ, ഞാൻ പറയുന്നു അപരിചിതൻ കാമുകൻ ചേർത്തുപിടിച്ചവൻ തന്നെയാണ്. ബോഡി ഗാർഡ് പോലും അശ്രദ്ധയോടെ നോക്കുന്നവനാണ് അപരിചിതൻ. മുഴുക്കുടിയൻപോലും അകറ്റിനിർത്തുന്നവനാണ് അപരിചിതൻ.

അടുത്തുണ്ടായിട്ടുപോലും വിളിക്കപ്പെടേണ്ടി വരുന്നവനാണ് അപരിചിതൻ. തന്റെ ഒറ്റപ്പെടലിൽപോലും അപരിചിതത്വം കാണുന്നവനാണ് അപരിചിതൻ. ബന്ധുവെന്ന് പറഞ്ഞ് ചൂണ്ടിക്കാണിക്കാൻപോലും ചുറ്റിലും ആരുമില്ലാത്തവനാണ് അപരിചിതൻ. മാത്രമല്ല അവകാശങ്ങൾ വകവെച്ച് കൊടുക്കപ്പെടാത്തവനാണ് അപരിചിതൻ. ഇതുവരെ ഞാൻ പറഞ്ഞത് സത്യമാണെന്നും അംഗീകരിക്കാവുന്നതുമാണെന്നു തോന്നുന്നുവെങ്കിൽ വരൂ സംഭവിച്ചുപോയതിനെ ഓർത്ത് നമുക്ക് ഒന്നിച്ചിരുന്ന് കരയാം.

ഏയ്, ഇതാണ് കാര്യങ്ങൾ! തന്റെ ഭംഗിയുടെ, സൗന്ദര്യത്തിന്റെ, പ്രഭാവകാലം മാഞ്ഞുപോയവനാണ് അപരിചിതൻ. തന്റെ കൂട്ടുകാരികളിൽനിന്നും എതിരാളികളിൽ നിന്നും അകറ്റിനിർത്തപ്പെട്ടവനാണ്, സ്വന്തം വാക്കുകളിലും പ്രവർത്തികളിൽ പോലും അപരിചിതത്വം തോന്നിയവനാണ്. തന്റെ മുന്നോട്ടും പിന്നോട്ടുമുള്ള ഓരോ നീക്കത്തിലും അന്യതാബോധം വളർത്തിയവനാണ്.

ഹേയ്, ഇതാണ് കാര്യം. കഠിനധ്വാനത്തിന് ശേഷവും തന്റെ വിശേഷണങ്ങൾ എടുത്തുപറയേണ്ടിവന്നവനാണ് അപരിചിതൻ. തന്റെ അഡ്രസ്സ് പോലും കുഴപ്പങ്ങൾക്ക് പിറകെ കുഴപ്പങ്ങൾ സൃഷ്ടിക്കപ്പെടുന്നതാണ് എന്ന ബോധത്തിലേക്ക് എടുത്തെറിയപ്പെട്ടവനാണവൻ. ഒരു പരിപാടിയിൽ പങ്കെടുത്താൽ പോലും മറ്റുള്ളവരുടെ കണ്ണിൽ പരിഗണന കിട്ടാത്തവനും, വന്നെത്തിച്ചേരാൻ വൈകുകയോ എത്താൻ സാധിക്കാതിരിക്കുകയോ ചെയ്താൽ മറ്റുള്ളവരാൽ ചർച്ച ചെയ്യപ്പെടുന്നവനാണ് അപരിചിതൻ. നീ കണ്ടാൽ പോലും അറിയാത്തവനാണ് അപരിചിതൻ, കണ്ടില്ലെങ്കിൽ അന്വേഷിക്കാൻപോലും നിൽക്കാത്തവനാണ് അപരിചിതൻ. നീ കേട്ടിട്ടില്ലേ എന്തിന് ആവലാതിപ്പെടണം. വീടില്ല, നാടില്ല, ഓർത്ത് ഖേദിക്കാനും ആരുമില്ല. താമസിക്കാനോ ഇടമില്ല. കുടിക്കാൻ വെള്ളപ്പാത്രവുമില്ല.

തന്റെ പിറന്ന നാട് വിട്ട് അവൻ മാറിയില്ല എന്നത് അദ്ഭുതമായിരുന്നു. തന്റെ നേരെ വരുന്ന കൊടുങ്കാറ്റുകളെ തെല്ലും ഭയപ്പെട്ടതുമില്ല. അപരിചിതരിൽ ഒറ്റപ്പെട്ടുപോകുന്നത് സ്വന്തം നാട്ടിൽപോലും അന്യനാകേണ്ടി വന്നവരായിരിക്കും. വിദൂരതയിലേക്ക് എറിയപ്പെട്ടവൻ സ്വന്തം ദേശത്തുനിന്ന് അകറ്റിനിർത്തപ്പെട്ടവനാണ്.

കഠിനാധ്വാനത്തിന്റെ ഫലമാണ് അംഗീകാരം നേടിയെടുക്കാനാകുന്നത്. പല കാഴ്ചകളും കണ്ണടയ്ക്കും. പല വാക്കുകളും പാലിക്കപ്പെടില്ല. നീണ്ടുവരുന്ന ദാനത്തിന്റെ കൈകളെ തൃപ്തിപ്പെടുത്താനായി. അതിരുകൾക്ക് അതിർത്തി നിശ്ചയിക്കാനായി ചിലർക്ക് വേണം.

ഹേയ്, ഓർക്കുക. സത്യം വിളിച്ചുപറഞ്ഞാൽ ഒതുക്കപ്പെടുന്നവനും അകറ്റപ്പെടുന്നവനുമാണ് അപരിചിതൻ. മറ്റുള്ളവരെ

നന്മയുടെ വഴിയിലേക്ക് ക്ഷണിച്ചാൽ ആട്ടിയോടിക്കപ്പെടുന്നവനാണ്. ബാധ്യത നിറവേറ്റിയാൽ അവിശ്വസിക്കപ്പെടുന്നവനാണ് അപരിചിതൻ. ശുദ്ധീകരിക്കാൻ ശ്രമിച്ചാൽ ശിക്ഷിക്കപ്പെടുന്നവനാണ്. ദൂരങ്ങളും തൂക്കങ്ങളും കണക്കാക്കുന്നവനെ പരിഗണിക്കാതിരിക്കലാണ് അപരിചിതത്വം. പതിതനായി ഒരിടത്ത് വേച്ചുപോയാൽപോലും തിരിഞ്ഞുനോക്കാൻ ആരും വരാത്തവരാണ് അപരിചിതർ. അപരിചിതന്റെ കാരുണ്യലോകമേ! ആഗമനമില്ലാത്ത അവന്റെ യാത്ര നീണ്ടിരിക്കുന്നു. കുറ്റ വിചാരണ നടത്തപ്പെടാതെ തന്നെ ശിക്ഷാ കാലാവധിയും നീണ്ടിരിക്കുന്നു. ഒരു വീഴ്ചയും വരുത്താതിരുന്നിട്ടും ബുദ്ധിമുട്ട് ശക്തിപ്പെട്ടിരിക്കുന്നു. യാതൊരു സാദ്ധ്യതയുമില്ലാതിരുന്നിട്ടും വേദനകൾ ബീഭത്സമായിരിക്കുന്നു.

തന്റെ വാക്കുകൾ കേൾക്കാൻ ആരുമില്ലാത്തവനാണ് അപരിചിതൻ. കണ്ടാൽപോലും തിരിഞ്ഞു നോക്കപ്പെടാത്തവനാണ് അവൻ. ഓരോ ഉച്ഛ്വാസനിശ്വാസത്തിലും സങ്കടങ്ങളും ദുഃഖങ്ങളും പറത്തിവിടുന്നവനാണ്. ആധികളും ആശങ്കകളും സങ്കടക്കടലിൽ മറച്ചുവെക്കുന്നവനാണ്. കയറിവന്നാൽ ആരും ചോദിക്കാൻ വരാത്തവനാണ്, തിരിഞ്ഞുപോയാൽ ആരും അന്വേഷിക്കാത്തവനാണ്. ആരെ വിളിച്ചാലും ഉത്തരം കിട്ടാത്തവനാണ്.

ഇത് കൂടി. അപരിചിതൻ പൂർണതയിൽ ഒരു എരിച്ചിലാണ്, പാതിയിൽ മുറിവുമാണ്. രാത്രികാലം സങ്കടക്കടലുകളാണ്. പകലുകൾ പ്രണയ നൈരാശ്യവുമാണ്. പ്രഭാതങ്ങൾ ആധിയാണ്. പ്രദോഷങ്ങൾ ആശങ്കയുമാണ്. അവന്റെ അഭിപ്രായങ്ങൾ അപൂർണമാണ്. വേർപാട് ശിക്ഷയാണ്. രഹസ്യങ്ങൾ പരസ്യവുമാണ്. ഭീതി സ്ഥായിയുമാണ്.

ഹേയ്, ഇതുംകൂടി. ആ അർത്ഥത്തിൽ നീയല്ലേ അപരിചിതൻ?

ആരാണ് അപരിചിതൻ എന്നറിയാതെ ഞാൻ ചിന്തയിലാണ്ടു.

വീട് വിട്ട് പോന്നെങ്കിലും എല്ലാ മാസവും ഒരു തവണ എങ്കിലും ഞാൻ നസീറിനെ ഫോണിൽ വിളിച്ച് കാര്യങ്ങൾ അന്വേഷിച്ചിരുന്നു. അച്ഛനോ കാമുകിയോ ആണ് ഫോൺ എടുക്കുന്നത് എങ്കിൽ ഫോൺ ഉടനടി വെയ്ക്കുമായിരുന്നു. അച്ഛന്റെ കാമുകി, ഭാര്യയുടെ സ്ഥാനത്ത് എത്തിയ അവർ അവനെ ബുദ്ധിമുട്ടിക്കും എന്നാണ് കരുതിയിരുന്നത്. പക്ഷേ അവനെ അവർക്ക് ഇഷ്ടമായിരുന്നു. രണ്ട് കുഞ്ഞുങ്ങൾ ഉണ്ടായതിനു ശേഷവും തന്റെ മകനെപ്പോലെ തന്നെയാണ് അവൾ അവനെ കണ്ടത്. അച്ഛൻ എന്നോട് പറഞ്ഞതും ഞാൻ തിരിച്ച് അച്ഛനോട് ചെയ്ത കാര്യങ്ങളൊന്നും അവനെ ബാധിച്ചതായി തോന്നിയില്ല. സെക്കന്ററി ഫൈനൽ ഇയറിൽ അവന്റെ ബാസ്കറ്റ് ബോൾ കളിയിലെ മികവുകൊണ്ട് വിർജീനിയ യൂണിവേഴ്സിറ്റിയിൽ സ്കോളർഷിപ്പോടെ പഠിക്കാനുള്ള അവസരം

കിട്ടി. യൂണിവേഴ്സിറ്റി നേരിട്ട് തന്നെ കഴിവുള്ള വിദ്യാർത്ഥികളെ കണ്ടെത്താനായി രാജ്യത്തിന്റെ വിവിധ ഭാഗങ്ങളിലേക്ക് സെലക്റ്റർമാരെ അയയ്ക്കാറുണ്ട്. അവന്റെ കളി കണ്ട് സെലക്ഷൻ കമ്മറ്റിക്ക് നന്നായി ബോധിച്ചു എന്നാണ് കേട്ടത്. യൂണിവേഴ്സിറ്റിക്ക് വേണ്ടി കളിക്കാനായി അവൻ വീട് വിട്ടു.

വളരെ കുറഞ്ഞ കാലത്തിനുള്ളിൽതന്നെ അമേരിക്കയുടെ വ്യത്യസ്ത ദേശങ്ങളിൽ കളിക്കാനുള്ള അവസരവും അവനെ തേടിവന്നു. അതും കളി മികവുകൊണ്ട് മാത്രം. കളിയോടുള്ള അവന്റെ ഭ്രാന്തമായ ആവേശത്തിൽ എനിക്ക് പേടിയുണ്ടായിരുന്നു. കോളേജ് പഠനം കഴിഞ്ഞാൽ ഡിഗ്രി എടുത്ത് പുറത്തിറങ്ങിയാൽ മാത്രമേ നല്ല ഒരു ജോലി ലഭിക്കുകയുള്ളൂ എന്നതും കളിയെ മാത്രം ആശ്രയിച്ച് അവന് എത്ര കാലം മുന്നോട്ടു പോകാനാകും എന്നതായിരുന്നു എന്റെ ചിന്തയും പ്രശ്നവും. അവന്റെ താത്പര്യവും പരിശ്രമവും ഒന്നുകൊണ്ടുമാത്രം പഠനം കഴിഞ്ഞ ഉടനെ അമേരിക്കയിലെ മുൻനിര കമ്പനിയായ സ്റ്റേറ്റ് ഫാം ഇൻഷൂറഫൻസ് കമ്പനിയിൽ നല്ല ജോലിതന്നെ ലഭിച്ചു. തന്റെ കൂട്ടുകാരിയുടെ കൂടെ ജീവിക്കാനും തുടങ്ങി. അതോടെ വാരാന്ത്യങ്ങളിലെ ഒഴിവ് ദിനങ്ങളിൽ മാത്രമായി അവന്റെ ബാസ്കറ്റ് ബോൾ കളി. ഞാൻ അവനെ അവിടെ പോയി രണ്ടുവട്ടം കണ്ടിട്ടുണ്ട്. അവനും കൂട്ടുകാരിയും ഞാൻ ഇവിടെ ന്യൂയോർക്കിൽ താമസമാക്കിയതിനുശേഷം രണ്ടുതവണ വന്ന് കൂടെ താമസിക്കുകയും ചെയ്തിട്ടുണ്ട്.

ഫിഹ്റസിന്റെ കഥതന്നെ വദൂദ് എഴുതിവെച്ചതു കണ്ടപ്പോൾ എനിക്ക് അദ്ഭുതം തോന്നാതിരുന്നില്ല. ഞാൻ താത്പര്യത്തോടെ വായന തുടർന്നു.

സ്ഫോടനത്തിലൂടെയായിരുന്നു തുടക്കം.

ഇതാണല്ലേ. പൊതുവായി അംഗീകരിക്കപ്പെടുന്ന കാഴ്ചപ്പാട്? ഇല്ലായ്മയുടെ ഗർഭപാത്രത്തിൽ നീണ്ട ഉണ്മയുടെ വേദനയിലേക്കുള്ള പ്രസവസമയത്ത് പ്രപഞ്ചം അട്ടഹസിച്ച ഭീതിതമായ ശബ്ദഘോഷമായിരുന്നില്ലേ ആ സ്ഫോടനം. പ്രകാശവേഗതയിൽ വികാസം പ്രാപിച്ചുകൊണ്ടിരിക്കുന്ന ഈ പ്രപഞ്ചം ഇഴഞ്ഞുനീങ്ങുന്നതിനു പകരം മില്യൺകണക്കിന് ചിറകുകളും നക്ഷത്രങ്ങളുമായി പാറിപ്പറക്കുകയാണ്.

തുടക്കം ഒരു സ്ഫോടനമായിരുന്നു.

ഇരുളിലാണ്ടു കിടക്കുന്ന പ്രപഞ്ചത്തിലൂടെ അതിവേഗതയിൽ ഓടിക്കളിക്കുന്ന വെടിക്കോപ്പുകളുടെ ആരണ്യംപോലെയാണ് അതിന്റെ ഉണ്മ. വെടിക്കോപ്പുകളിൽ ചിലതിന് നക്ഷത്രങ്ങളായി രൂപാന്തരം സംഭവിച്ചിരിക്കുന്നു. ദുഃഖിതമായ ഭ്രമണപഥത്തിലേക്ക് പതിക്കുകയും ചെയ്തിരിക്കുന്നു. ബാക്കിയുള്ളത് വെറും ധൂളികളായി പാറിപ്പറക്കുന്നു. ചെറിയ ഒരു സ്ഫോടനത്തിനുള്ള വെടിക്കോപ്പ് സമാഹരിക്കാൻ ഞാൻ ശ്രമിക്കുന്നു. അതിനെ പിടിച്ചുകെട്ടാൻ എനിക്ക് ഒരിടം വേണം. അതെ പിടിച്ച് കെട്ടാൻതന്നെ. പക്ഷേ

എവിടെ? എവിടെ ഞാൻ അതിനെ പിടിച്ച് കെട്ടും. ശൂന്യതയുടെ കണ്ഠ നാഡിയിലോ?!

എന്റെ തീരുമാനങ്ങളിലെ ദൃഢത വയറ്റാട്ടിയുടെ തീരുമാനങ്ങൾക്കും പ്രസവശേഷം പൊക്കിൾകൊടി മുറിക്കുന്ന ഡോക്ടർമാരുടെ തീരുമാനങ്ങൾക്ക് വിരുദ്ധമായിരിക്കും. ഞാൻ വസ്തുക്കളുടെയും അമ്മമാരുടെയും പൊക്കിൾകൊടി തിരിച്ച് നൽകും. കണ്ണീരുകളെ കണ്ണുകളിലേക്ക് മടക്കും. ഒരിക്കലും അവസാനിക്കാത്ത, ക്ഷീണമുണ്ടാക്കുന്ന പ്രവർത്തനമാണ് അത്. എനിക്ക് ശത്രുക്കളും ധാരാളമുണ്ട്. ചില സമയത്ത് ഇരയെ പിടിക്കാനാവാതെ തോറ്റുപോയ എട്ടുകാലിയെ പോലെയാണ് ഞാൻ എന്നുപോലും എനിക്ക് തോന്നിയിരുന്നു.

ഇനിയും എഴുതാനുണ്ടെങ്കിലും പെട്ടെന്ന് നിർത്തിയതുപോലെ തോന്നി.

ഞാൻ അഹ്മദ് ഫാരിസ് ശദയാഖിനെക്കുറിച്ചും അറബി നോവലിന്റെ ആരംഭത്തെക്കുറിച്ചും കുട്ടികൾക്ക് ചെറിയ ക്ലാസ് എടുക്കുന്നതിനായി ക്ലാസ്സ് റൂമിലേക്ക് നീങ്ങി. ബ്രൗൺ സ്യൂട്ട് ധരിച്ച ഒരു വെള്ളക്കാരൻ അവിടെ നിൽക്കുന്നത് കണ്ടു. ഞാൻ വന്നത് മനസ്സിലാക്കിയ അയാൾ തിരിഞ്ഞ് പറഞ്ഞു:

"ഞാൻ അവസാനിപ്പിക്കുകയാണ്, ഇനിയും കൂടുതൽ പറയാനില്ല."

എന്റെ നേരെ കൈനീട്ടി അയാൾ ചോദിച്ചു

"നിങ്ങൾ കഴിഞ്ഞ വർഷം പുതുതായി ജോയിൻ ചെയ്തതാണല്ലേ?"

"അതെ."

യൂണിവേഴ്സിറ്റി ഡിപ്പാർട്ട്മെന്റുകളിലെ എല്ലാ സഹപ്രവർത്തകരുടെയും ഫോട്ടോയിൽ ഇയാളുടെ മുഖവും കണ്ടത് ഓർമ്മ വന്നു. യൂറോപ്യൻ ചരിത്രം പഠിപ്പിക്കുന്ന പ്രൊഫസർ.

"ജിം ക്ലാരി. അയാം റിയലി സോറി. കഴിഞ്ഞ വർഷം ചില ഗവേഷണ ആവശ്യത്തിനായി ലീവ് എടുത്ത് ഫ്രാൻസിൽ പോകേണ്ടിവന്നു. നിങ്ങളെ പരിചയപ്പെടാൻ സമയം കിട്ടിയില്ല. അക്കാദമിക് ലേഖനങ്ങളും മറ്റും ഞാൻ കണ്ടിട്ടുണ്ട്. നിങ്ങൾ ഇറാഖിൽ നിന്നാണല്ലോ. ബാഗ്ദാദുകാരൻ. അങ്ങനെ തന്നെയല്ലേ?"

"അതെ, നുമൈർ..."

"ഞങ്ങളുടെ കപ്പൽ തട്ടിലേക്ക് സുസ്വാഗതം. എന്തായി എല്ലാം സുഖമായി പോകുന്നില്ലേ? എല്ലാം ശരിയായില്ലേ ഇപ്പോ?"

"അതെ. കുഴപ്പമില്ല."

"ആഹാ... ഒന്നുകൂടെ... നിങ്ങൾ സുന്നിയാണോ... ഷിയയാണോ... എന്നൂടെ പറയൂ."

പരിചയപ്പെട്ട അടുത്ത നിമിഷംതന്നെ ഇതുപോലത്തെ ഒരു ചോദ്യം ഞാൻ ഒരിക്കലും പ്രതീക്ഷിച്ചിരുന്നില്ല. എല്ലാവരും ഒരു ചായ ഒക്കെ

കുടിച്ച് ഒന്ന് കമ്പനിയായി എന്ന സ്ഥിതി ആയിട്ടാണല്ലോ ഇതുപോലുള്ള ചോദ്യങ്ങൾ ചോദിക്കാറുള്ളത്. ഇങ്ങനെയുള്ള ചോദ്യങ്ങൾ ഇതിനു മുമ്പും നേരിട്ടിട്ടുള്ളതുകൊണ്ട് മറുചോദ്യങ്ങൾകൊണ്ടു മാത്രമേ പരിഹരിക്കാൻ സാധിക്കൂ എന്നറിയാം.

"എന്തിനാപ്പോ അത്? വല്ല പ്രാധാന്യവുമുണ്ടോ?"

"ന്യൂയോർക്ക് ടൈംസിന്റെ വീക്ഷണപ്രകാരം ആ ഒരു ചിന്തയാണ് നിങ്ങളുടെ നാട്ടിലെ സകല പ്രശ്നങ്ങൾക്കും കാരണം. സദ്ദാം സുന്നി യായിരുന്നില്ലേ?"

"നിങ്ങളേതാ? ക്രിസ്ത്യാനിയാണോ, ജൂതനോ, ബുദ്ധമതക്കാരനോ?"

എന്റെ ചോദ്യം അവനിലുണ്ടാക്കിയ അമ്പരപ്പ് ഞാൻ ശ്രദ്ധിച്ചു.

"ക്രിസ്ത്യാനിയാണ്, പക്ഷേ, ഞാൻ മതതീവ്രവാദിയല്ല."

"നിങ്ങൾ പ്രൊട്ടസ്റ്റന്റാണോ കത്തോലിക്കക്കാരനോ?"

"പ്രൊട്ടസ്റ്റന്റ്. എന്റെ ചോദ്യത്തിന് ഉത്തരം തന്നില്ല?"

"എന്റെ അച്ഛൻ ശീയക്കാരനും അമ്മ സുന്നിയും."

"അമ്മയുടെയാണോ, അച്ഛന്റെ മാർഗമാണോ നിങ്ങളുടേത്?"

"അതുമല്ല ഇതുമല്ല. ഞാൻ മതതീവ്രവാദിയല്ല. എന്തിന്, മതവി ശ്വാസി തന്നെയല്ല. ഞാൻ ഒരു നിരീശ്വരവാദിയാണ്. നിങ്ങളിൽ പലരും പറയുന്നതുപോലെ സർവ്വസ്വതന്ത്രൻ."

അയാൾക്ക് തൃപ്തിയായില്ല. അവൻ വീണ്ടും ചോദിച്ചു.

"ആഹാ... മഹാസംഭവംതന്നെ. നിന്റെ ചിന്താഗതിയുള്ള ആരെങ്കിലും ഇറാഖിലുണ്ടോ? അതോ ഈ ചിന്താഗതി ഇവിടെ വന്നതിന് ശേഷമുണ്ടാ യതാണോ? അതോ പഠനത്തിനു ശേഷമോ?"

"അങ്ങനെ ഒന്നുമല്ല. വിമാനത്താവളത്തിൽ വെച്ചല്ല. ബാഗ്ദാദിൽ വെച്ചുതന്നെ എന്റെ വിശ്വാസം നഷ്ടപ്പെട്ടിട്ടുണ്ട്. ദൈവത്തിന് സ്തുതി."

"ഈ പറഞ്ഞത് ന്യായം."

"താങ്ക് യു."

ചിരിച്ചെങ്കിലും ആ ചുണ്ടിലെ പരിഹാസം എനിക്ക് കാണാം. അവ നോട് ശബ്ദമുയർത്തി സംസാരിച്ചതിന്റെ പേരിൽ തീർച്ചയായും അവൻ പകരം വീട്ടിയേക്കും എന്ന് ചിന്തിക്കാതിരുന്നില്ല.

"**എ**ന്തിനെക്കുറിച്ചാ നമ്മളിപ്പോ സംസാരിക്കുന്നത്?"

"എന്തിനെക്കുറിച്ച് സംസാരിക്കണമെന്നാണ് നീ പറയുന്നത്? കഴിഞ്ഞ പ്രാവശ്യം നമ്മൾ സംസാരിച്ചിരുന്ന കാര്യത്തിന് ഒരു തീരുമാനമുണ്ടാക്കണോ അതോ നിന്റെ മനസ്സിനെ മഥിച്ചുകൊണ്ടിരി ക്കുന്ന കാര്യത്തെക്കുറിച്ച് സംസാരിക്കണോ?"

അവളുടെ മറുപടിയിൽ അമ്പരന്നത് ഞാനാണ്.

“എന്റെ മനസ്സിനെ മഥിച്ചുകൊണ്ടിരിക്കുന്നത് ഞാൻ എഴുതാൻ ഉദ്ദേശിക്കുന്ന നോവലാണ്.”

“ആയിക്കോട്ടെ. ഇതിന് മുന്നേയുണ്ടായ ഒരുപാട് സംസാരങ്ങളിൽ ഞാൻ അത് വ്യക്തമായി നിന്നോട് പറഞ്ഞിരുന്നതാണല്ലോ. അതിനെക്കുറിച്ച് കൂടുതൽ ഒന്നും ഇനി പറയാനാവില്ലല്ലോ. ഉണ്ടോ?”

“അത് ബാഗ്ദാദിലെ ഒരു പുസ്തകവില്പനക്കാരനെക്കുറിച്ചാണ്. ഞാൻ ബാഗ്ദാദിൽ പോയപ്പോൾ വ്യക്തിപരമായി കാണുകയും സംസാരിക്കുകയും ചെയ്തിട്ടുണ്ട്. ഇടയ്ക്കിടെ അങ്ങോട്ടും ഇങ്ങോട്ടും കത്തുകൾ അയയ്ക്കാറുമുണ്ട്.”

“അയാളിൽ അതിന് മാത്രം എന്താണുള്ളത്?”

ഞാൻ വദൂദിന്റെ കഥ അവൾക്ക് പറഞ്ഞുകൊടുത്തു. അവൻ അയച്ച കത്തുകളെക്കുറിച്ച് കൂടുതൽ ഒന്നുംതന്നെ പറഞ്ഞതുമില്ല.

“നിന്റെ കൂട്ടുകാരന്റെ കഥകൾ കേൾക്കുമ്പോൾ മെന്റൽ ഷോക്ക് വന്നവരുടെ ചേഷ്ടകളുമായി ചെറിയ സാദൃശ്യമില്ലേ എന്ന് തോന്നുന്നുണ്ട്. ഒരുപക്ഷേ ഒരു ആക്സിഡന്റ്, ശരീരത്തിനേറ്റ മാരകമായ മുറിവ് അല്ലെങ്കിൽ മാനസിക ആഘാതം. അങ്ങനെ പലതും ആകാം ഇതുപോലുള്ള രോഗമുണ്ടാകാൻ. ജയിലിൽ കിടന്ന് അവൻ അനുഭവിക്കേണ്ടിവന്ന ആ കൊടിയ പീഡനം തന്നെയാകണം എല്ലാ പ്രശ്നത്തിനും കാരണം. അതിന് വല്ല ചികിത്സയും അവൻ നോക്കുന്നുണ്ടോ?”

“എനിക്കറിയില്ല. അങ്ങനെ ഒരു ചികിത്സ അവൻ ചെയ്യുമെന്ന വിശ്വാസവും എനിക്കില്ല.”

“ആദ്യമൊക്കെ അതിന്റെ അഥവാ ആഘാതത്തിന്റെ തോത് വളരെ കുറവായിരിക്കും. ചെറിയ ചെറിയ സംഭവങ്ങളെല്ലാം സഹിക്കാനും ക്ഷമിക്കാനും കഴിയും. എന്തുതന്നെ വന്നാലും അത് മറ്റൊരാളോട് പറയാനോ അത് ഒരു രോഗമാണ് എന്ന് കണ്ടറിഞ്ഞ് ചികിത്സിക്കാനോ ഇവർ തയ്യാറാകില്ല. അതിന് അവർ സമ്മതിക്കില്ല എന്നു വേണം പറയാൻ. അസുഖം പിടികൂടിക്കഴിഞ്ഞാൽ അത്ര പെട്ടെന്ന് ഒന്നും അതിൽനിന്ന് മോചിതരാകാൻ കഴിയില്ല. നിരന്തരമായ ചെക്കിംഗും ടെസ്റ്റും റിസൾട്ടും എല്ലാം വേണ്ടിവന്നേക്കും. നിന്റെ കൂട്ടുകാരന്റെ അസുഖം മാറാൻ ഒറ്റ വഴിയേ ഉള്ളൂ. പുസ്തകം അടച്ചുവെക്കുക. അവന്റെ ദുരിതത്തിന് കാരണമായ സംഭവത്തെ മനസ്സിൽനിന്നും അകറ്റിനിർത്താനാവശ്യമായ അനന്തര നടപടികൾ സ്വീകരിക്കുക. എന്നാൽ ക്രമേണ പഴയ ജീവിതത്തിലേക്ക് യാഥാർത്ഥ്യലോകത്തേക്ക് തിരിച്ചുവരാൻ സാധ്യതയുണ്ട്.”

“അവൻ തന്റെ ജീവിതത്തിൽ അനുഭവിച്ച സകലയാതനകളും സങ്കടങ്ങളും തന്റെ റൂമിൽതന്നെ സ്വരുക്കൂട്ടി വെച്ചിട്ടുണ്ട്. എല്ലാ കാര്യങ്ങളും

കുറിച്ച് വെച്ച് ഒരു പുസ്തകം തന്നെ എഴുതാനാണ് ആലോചിച്ചു കൊണ്ടിരിക്കുന്നത്. പിന്നെ ബാഗ്ദാദിൽ ഒരാളും സുന്ദരമായ സമാധാന ജീവിതം നയിക്കുന്നവർ ഇല്ലല്ലോ. അവരുടെ ഓരോരുത്തരുടെയും ജീവിതം ദുരിതങ്ങളും ദുരന്തങ്ങളും മാത്രമാണ്.

"സോറി. മനസ്സ് തുറന്ന് എഴുതുന്നത് ചിലർക്ക് ഒരു ചികിത്സ കൂടിയാണെന്നു തോന്നുന്നു. അതിനെക്കുറിച്ചുള്ള പുതിയ പഠനങ്ങൾ അങ്ങനെയാണ് സൂചിപ്പിക്കുന്നത്. അതും ഒരു ഡോക്ടറുടെ നിരീക്ഷണത്തിലാണെങ്കിലേ കരുതിയ ഫലം ചെയ്യൂ. ഇറാഖിൽ നിന്ന് തിരിച്ചുവരുന്ന സൈനികരിൽ പലരും പുസ്തകം എഴുത്ത് ഒരു മാനസിക ചികിത്സ എന്ന രീതിയിൽ സ്വീകരിച്ചിട്ടുണ്ട്."

ഞാൻ ചിരിച്ചു.

"എന്തിനാ നീ ചിരിക്കുന്നത്?"

"എന്റെ കൂട്ടുകാരൻ മുഴുസമയവും യുദ്ധമുഖത്താണല്ലോ. സൈനികർ മടങ്ങിവരികയും ചെയ്യുന്നു. അവന് തിരിച്ചുപോകാൻ ഇടമില്ലല്ലോ. അതാണ് അവനെ എഴുത്തുകാരനാക്കി മാറ്റുന്നതും."

"ശരിയാണ്. കാരുണ്യത്തിന്റെ കണക്ക് നോക്കുമ്പോൾ സൈനികരും ബലിയാടുകളാണ്."

"ഇപ്പോൾ നിന്നോട് തർക്കിക്കാൻ എനിക്ക് താത്പര്യമില്ല. ഇവിടെ സൈന്യത്തിൽ ചേരുക എന്നത് ഓപ്ഷനാണ്. എന്നാൽ ഇറാഖികൾക്ക് അത് ഒരു ഓപ്ഷൻ അല്ല. അവർക്ക് അത് ചെയ്തേ തീരൂ."

"നമുക്ക് നിന്റെ നോവലിനെക്കുറിച്ച് സംസാരിക്കാം. നിന്റെ എഴുത്തിൽ വല്ല പുരോഗതിയുമുണ്ടോ?"

"ഒന്നുമില്ല. എനിക്ക് എഴുതാൻ കഴിയുന്നില്ല."

"എന്താകും? എന്താ നിനക്ക് തോന്നുന്നത്?"

"അറിയില്ല. എന്റെ ഓർമ്മകൾക്കും ചിന്താശേഷിക്കുതന്നെയും കാര്യമായി എന്തോ പറ്റിയിട്ടുണ്ട് എന്നാണ് തോന്നുന്നത്. എഴുതേണ്ട കാര്യങ്ങളും ഡാറ്റകളും എല്ലാം എന്റെ കൈയിലുണ്ട്. പക്ഷേ, എഴുതാനിരുന്നാൽ ഒരു ക്ഷീണം പിടികൂടും. പെട്ടെന്ന് പണി തീർക്കാൻ ശ്രമിച്ചിട്ടുണ്ട്. പക്ഷേ ഒരിക്കലും സാധിച്ചിട്ടില്ല."

"നീ എഴുതുന്നത് പ്രസിദ്ധീകരിക്കാൻ മാത്രം വാല്യു ഉള്ളതല്ല എന്ന പേടിയുണ്ടോ നിനക്ക്?"

"അത് ഏത് എഴുത്തുകാർക്കും ഉണ്ടാകാറുള്ളതല്ലേ?"

"ശരിയാണ്, എങ്കിലും... അല്ല നോവലിന്റെ കഥയുമായി ഒരു ബന്ധവുമില്ലാത്ത വല്ലതും എഴുതിക്കൂടേ നിനക്ക്? ഉദാഹരണത്തിന് നിന്റെ ദൈനംദിന ജീവിതത്തെക്കുറിച്ചെങ്കിലും എഴുതിക്കൂടെ?"

"ഡയറി എഴുതാൻ എനിക്ക് തീരെ താത്പര്യമില്ല."

"നിന്റെ ആ ഡയറി എഴുത്ത് മാനസിക സംഘർഷം കുറച്ചെങ്കിലും കുറയ്ക്കാൻ സഹായിക്കും എന്നാണ് തോന്നുന്നത്."

കഴിഞ്ഞ തവണ അവളോട് സംസാരിച്ചിരിക്കുമ്പോൾ ഓരോ ദിവസവും പത്രം വായിക്കുമ്പോൾ വല്ലാതെ അസ്വസ്ഥനാകുന്നുവെന്ന കാര്യം സൂചിപ്പിച്ചു.

"അത് ശരി. അപ്പോ പത്രം വായന നിർത്ത്."

ആ ഉത്തരം കേട്ടപ്പോൾ എനിക്ക് ഒരുതരം മടുപ്പാണ് തോന്നിയത്. ഒരു സൈക്കോളജി ഡോക്ടറിൽനിന്ന് പ്രതീക്ഷിക്കാത്ത ഉത്തരം. അതും എന്റെ കഥകൾ എല്ലാം അറിയുന്ന ഒരാളിൽനിന്ന്.

"എങ്ങനെ. ഇതുതന്നെയാണോ ഉദ്ദേശിച്ചത്?"

"അതെ!"

"പത്രം വായിക്കാതെയോ റേഡിയോ കേൾക്കാതെയോ എനിക്ക് ഒരു ദിവസം തള്ളിനീക്കാൻ കഴിയില്ല. വളരെ ചെറുപ്പത്തിൽ തുടങ്ങിയ ഒരു ശീലമാണ്."

"നിന്റെ ജീവിതം നിന്റെ നിയന്ത്രണത്തിലാകണമെങ്കിൽ നോക്ക്."

ഒരാളുടെ ഇഷ്ടാനിഷ്ടങ്ങളുടെ നിയന്ത്രണാധികാരവും മറ്റും ചർച്ച ചെയ്ത് അവസാനം എനിക്ക് തോന്നിയ കാര്യം ഞാൻ തുറന്നുപറഞ്ഞു.

"നമ്മുടെ ഈ സിറ്റിംഗ് കൊണ്ട് എനിക്ക് യാതൊരു ഉപകാരവുമില്ല. എന്റെ മാനസികമായ അസ്വസ്ഥതകൾക്ക് ഒരു കുറവും തോന്നുന്നില്ല."

"ഇത് പെട്ടെന്ന് തീരുന്ന പ്രശ്നങ്ങൾ അല്ലല്ലോ അതിന്. ഒരുപാട് സമയം വേണം നിന്റെ അച്ഛനോടുള്ള നിന്റെ സംശയവും അച്ഛനും രണ്ടാ നമ്മയും തമ്മിലുള്ള ബന്ധത്തിൽ നിനക്കുള്ള വിയോജിപ്പും മറ്റും കൂടുതൽ സംസാരിക്കേണ്ടതുണ്ട്. വൈകാരികമായ ഓർമ്മകളെക്കുറിച്ച് കൂടുതൽ സംസാരിക്കാനും തുറന്നു പറയാനും നീ മടി കാണിക്കുന്നു ണ്ടല്ലോ."

"എത്ര സമയം വേണ്ടിവരും?"

"അത് അറിയില്ല. പറയാനും കഴിയില്ല. ഓരോ രോഗിയും രോഗവും വ്യത്യസ്തമാണ്. അതിനുള്ള ചികിത്സയും വ്യത്യസ്തമായിരിക്കും. ചില ചികിത്സയ്ക്ക് പത്തുവർഷം അതിലും കൂടുതൽ എടുത്തേക്കും. പ്രശ്ന ത്തിന്റെ കാതലായ വശം കണ്ടെത്താൻ അത്ര സമയം കണ്ടെത്തുന്നത് പുതിയ കാര്യമല്ല."

"പത്തു വർഷമോ?"

"അതെ!"

പരിഹാസസ്വരത്തിൽ ഞാൻ പറഞ്ഞു.

"ജീവിതം കുറച്ചേയുള്ളൂ."

"ശരിയാണ്. ജീവിതം കുറവാണെങ്കിലും ഉള്ളത് ആരോഗ്യത്തോടെ, സന്തോഷത്തോടെ, പ്രശ്നങ്ങളില്ലാതെ ജീവിക്കുമ്പോഴല്ലേ ജീവിതം സുന്ദരമാകുക?"

"ഈ പ്രശ്നത്തിൽ ഒരു പരിഹാരം കാണാൻ മാത്രം പത്തു വർഷത്തോളം കാത്തിരിക്കാൻ എനിക്കാകുമോ എന്ന് അറിയില്ല."

"പത്ത് കൊല്ലം എന്നൊന്നും പറയാനാകില്ല. ഏതായാലും പത്ത് സിറ്റിംഗ് വേണ്ടിവരും. ചികിത്സയ്ക്ക് കുറച്ച് ക്ഷമയോടെ കാത്തിരിക്കേണ്ടിവരും."

ആ സിറ്റിംഗിന് ശേഷമുള്ള രണ്ട് അപ്പോയിന്റ്മെന്റുകൾക്ക് ഞാൻ പോയില്ല. ഒരാഴ്ചയ്ക്കുശേഷം അവളുടെ ക്ലിനിക് വീടിന്റെ അരികിലേക്കുള്ള ബിൽഡിംഗിലേക്ക് മാറ്റിയിരിക്കുന്നു എന്നറിയിച്ചുള്ള ഒരു ഇമെയിൽ കിട്ടി. പുതിയ ക്ലിനിക് മെട്രോ വഴി പോയാലും 40 മിനിട്ടുകൾ എടുക്കുന്നുണ്ടെന്ന് മനസ്സിലായതോടെ ഡോക്ടറെ മാറ്റാൻതന്നെ ഞാൻ തീരുമാനിച്ചു.

വദൂദിനെ വീണ്ടും വായിച്ചു. ചെറുതെങ്കിലും വലിയ കാര്യങ്ങളായിരുന്നു അന്നും അവന്റെ എഴുത്തിലുണ്ടായിരുന്നത്.

ജീവിക്കാൻ വേണ്ടിയാണോ നാം ശ്വസിക്കുന്നത്?

അതോ മരിക്കാൻ വേണ്ടിയാണോ നാം ശ്വസിക്കുന്നത്?

പുഷ്കലതയില്ലാതെ ഒരു വസ്തുവും ഈ ലോകത്ത് ജനിക്കുന്നില്ല. പക്ഷേ പ്രസവം, ഏത് പ്രസവമായിരുന്നാലും ശരി മുറിപ്പാടുകളാണ്. ഏതാനും സമയത്തേക്ക് വേദന നൽകുന്ന മുറിവ്. അമ്മയിൽ നിന്ന് രക്തം ഒഴുകാത്ത ഒരു പ്രസവുമില്ല. വേദന സഹിക്കാത്ത ഒരു ജനനവുമില്ല. മറുപിള്ളയില്ലാത്ത പ്രസവവുമില്ല. തന്റെ ഉത്തരവാദിത്വം ഭംഗിയായി നിർവ്വഹിച്ച മറുപിള്ളയെ ശരീരംതന്നെ പുറത്തേക്ക് തള്ളും.

പുഷ്കലത്വമില്ലാതെ ഒരു വസ്തുവും ഈ ലോകത്ത് ജനിക്കുന്നില്ല.

അചേതനവസ്തുക്കൾക്കുപോലും ഗർഭപാത്രവും മറുപിള്ളയുമുണ്ട്. പ്രസവസമയത്ത് പുറത്തുവരികയും ചെയ്യും. ആറ്റമിക് റിയാക്ടറിൽ ഊർജ്ജ ഉത്പാദനത്തിനായി സമ്പുഷ്ട യുറേനിയം ഉപയോഗിച്ച് കഴിഞ്ഞാൽ പുറത്തുവരുന്ന അതിന്റെ മറുപിള്ളയായ യൂസ്ഡ് യുറേനിയത്തിന് പ്രഥമ യുറേനിയത്തിന്റെ ശക്തിയോ ധർമ്മമോ ഉണ്ടാകില്ല. ഉപയോഗശൂന്യമായ കൂട് ചില പക്ഷികൾ കളയുന്നതുപോലും അതേ കാരണം കൊണ്ട് തന്നെയാവണം. കൂടെ നിത്യജീവിതത്തിൽ മനുഷ്യന് വല്ല ഉത്തരവാദിത്വവും ലഭിച്ചാൽ അതിന്റെ ഭാരവും വലുതായിരിക്കും.

ഡിപ്ലീറ്റഡ് യുറേനിയംകൊണ്ട് മൂടിയ എന്റെ ഫാക്ടറിയുടെ ലക്ഷ്യം റേഡിയേഷൻ പ്രശ്നങ്ങളെ ഒഴിവാക്കുക എന്നത്

മാത്രമായിരുന്നു. അപ്രതീക്ഷമായി അത് എൽ എ kn 10 എന്ന വിമാനത്തിൽനിന്ന് താഴേക്ക് വീണെങ്കിലും, കാര്യമായ ഒരു അപകടവും വരുത്തിയില്ല. ശത്രുക്കളുടെ ഭൂമിയിലേക്ക് ഓടിക്കയറിയ എന്റെ സൈനികരെപോലെ ഇറാഖിന്റെ മണലിൽ അത് തറഞ്ഞു നിന്നു. ആ സൈന്യം നശിച്ചില്ല, തകർന്നുമില്ല. അവശരാവുകയുമില്ല. ശ്വസിക്കും. അതിന്റെ മുരൾച്ച ശ്വാസകോശത്തിലും ഗർഭപാത്രത്തിലും കൂട് കൂട്ടും. ചിലപ്പോൾ ശരീരം മുഴുവനും മറ്റ് ചിലപ്പോൾ അസ്ഥികൾക്കൊപ്പവും.. കാറ്റിലും വെള്ളത്തിലുമായി നാല് മില്യൺ വർഷക്കാലം അതിജീവിക്കും. ശരീരങ്ങളിൽ അതിന്റെ വിഷം ഊർന്നിറങ്ങും. ശരീരമുള്ള കാലം വിഷവും ജീവിക്കും.

ജീവിക്കാൻ വേണ്ടിയാണോ നാം ശ്വസിക്കുന്നത്?

അതോ മരിക്കാൻ വേണ്ടിയാണോ ശ്വസിക്കുന്നത്?

ഒരു ദിവസം ഞാൻ പാട്ട് പാടുന്നത് മറിയ കേട്ടു. അറബിയിലുള്ള പാട്ടായതുകൊണ്ട് തന്നെ അവൾ ചോദിച്ചു

“എന്താണത്?”

“ഇറഖി ഗാനമാണ്.”

“എന്നാ ആശയം പറഞ്ഞുതരൂ.”

എങ്ങനെ വിവർത്തനം ചെയ്ത് കൊടുക്കുമെന്ന് അൽപനേരം ആലോചിച്ചശേഷം പറഞ്ഞു

“നിനക്കറിയാമോ മറിയ, ചില ദുഃഖങ്ങളെ വിവർത്തനം ചെയ്യാൻ കഴിയില്ല”

അവൾ ചോദിച്ചതിന് ഉത്തരം കിട്ടുന്നില്ല എന്ന് കണ്ടതോടെവായിച്ചിരിക്കുന്ന പുസ്തകത്തിലേക്ക് തന്നെ തിരിച്ച് പോയി.

ഫയലിൽനിന്ന് അന്ന് വലിച്ചെടുത്തത് കുറച്ച് നീണ്ട എഴുത്തായിരുന്നു. ഒരു സ്ഥലത്ത് സ്വസ്ഥതയോടെ ഇരുന്ന് ഞാൻ വായന തുടർന്നു.

റസൂൽ കാലത്ത് അഞ്ചുമണിക്കുതന്നെ ഉണർന്നു. അവന്റെ അമ്മയും ചെറിയ സഹോദരിയും നല്ല ഉറക്കത്തിൽ തന്നെയാണ്. വീണ്ടും ഉറങ്ങാൻ ശ്രമിച്ചെങ്കിലും വിജയിച്ചില്ല. എല്ലിൽ തുളച്ചു കയറുന്ന തണുപ്പിനെ തടയാൻപോലും മതിയാകാത്ത ആ വിരിപ്പിൽനിന്ന് അവൻ പതുക്കെ എഴുന്നേറ്റു. അവന്റെ അധ്വാനം പുതിയ ഒരു പുതപ്പ് വാങ്ങിക്കാൻ മാത്രം തികയുന്നതായിരുന്നില്ല. ഈർപ്പത്തിന്റെ ബുദ്ധിമുട്ട് താനറിയുന്നുണ്ടോ എന്ന് ഒരിക്കൽ അമ്മ ചോദിച്ചപ്പോൾ, അമ്മ പറഞ്ഞതുപോലെ തന്നെ അവൻ ‘കുഴപ്പമില്ല’ എന്നാണ് മറുപടി പറഞ്ഞത്. ഇന്നലെ രാത്രി കിടക്കുമ്പോൾ യുദ്ധം കാരണത്താൽ ഇന്നുകാലത്ത് അവർ ആരും പുറത്തിറങ്ങില്ലന്നാണ് അമ്മ പറഞ്ഞത്. അവന് ഉറങ്ങാനും കഴി

ഞ്ഞില്ല. ശ്വാസം മുട്ടുന്നു. ഈ ഇടുങ്ങിയ മുറിക്കുള്ളിൽ ഒന്നും തന്നെ ചെയ്യാനില്ല. രാത്രി ഭീതിദമായിരുന്നു. പോർവിമാനങ്ങളുടെ ഇരമ്പലുകളും സ്ഫോടനശബ്ദങ്ങളും വളരെ അകലെ നിന്നായിരുന്നെങ്കിലും അവർ എല്ലാവരും പേടിച്ചരണ്ടിരിക്കുകയായിരുന്നു. മണിക്കൂറുകൾ കഴിഞ്ഞിട്ടാണ് ഒന്നു കണ്ണടയ്ക്കാനായത്. അമ്മയും റേഡിയോ വാർത്തകൾ കേട്ട് ആകെ പേടിച്ചരണ്ടിരിക്കുകയാണ്. അവനോ സോദരിയോ വല്ലതും അമ്മയോട് ചോദിച്ചാൽ 'യുദ്ധം തുടങ്ങിയിരിക്കുന്നു അമേരിക്കക്കാർ ബോംബിടുന്നുണ്ട്."

ഇപ്പോൾ ഒന്നും കേൾക്കുന്നില്ല.

യുദ്ധം കഴിഞ്ഞുകാണും. വീണ്ടും തുടങ്ങുമെന്നാണ് എല്ലാവരും പറയുന്നത്. കൂരയുടെ വലതുവശത്തുണ്ടായിരുന്ന ചെറിയ വെള്ള ടാങ്കിന്റെ അരികിൽ പോയി കൈയിൽ വെള്ളമെടുത്ത് കുടിച്ചു. ഒന്നുകൂടി കോരിയെടുത്ത് മുഖമൊന്നു കഴുകി. ഉറങ്ങാൻ കിടക്കുമ്പോൾ ധരിക്കാറുള്ള പാന്റിന് മുകളിലൂടെ ജോലിക്ക് പോകുമ്പോൾ ധരിക്കാറുള്ള പാന്റ് വലിച്ച് കയറ്റി. കോട്ടും ജാക്കറ്റും എടുത്തിട്ടു. വാതിലിന്റെ അരികിൽ തന്നെയുണ്ടായിരുന്ന ചെരുപ്പ് ധരിച്ചു. വാതിൽ തുറന്ന് പുറത്തിറങ്ങി. അമ്മയെയും പെങ്ങളെയും ഉണർത്താതിരിക്കാൻ ശബ്ദമുണ്ടാക്കാതെ വാതിൽ അടച്ചു. പ്രഭാതത്തിലെ തണുപ്പ് ശരീരത്തിലൂടെ വീശിയടിച്ചു. ചവറുകൂനയിൽ നിന്ന് വരുന്ന ചീഞ്ഞ വാസന പലപ്പോഴും അവന് ഛർദ്ദിയുണ്ടാക്കാറുണ്ട്. അപ്പോഴെല്ലാം അമ്മ പറഞ്ഞ കാര്യങ്ങളാണ് അവൻ ഓർക്കാറുള്ളത്. ഏത് ബുദ്ധിമുട്ടും ക്ലേശങ്ങളും നാം സഹിച്ചേ പറ്റൂ. ഈ മൺകൂരയിൽനിന്ന് മാറി അടച്ചുറപ്പുള്ള ബാത്ത്റൂമുകളുള്ള ഒരു വീട് നിർമ്മിക്കാനും മറ്റൊരു നല്ല ജോലിക്കാനും പറ്റുന്നതു വരെ നാം ഇത് സഹിച്ചേ പറ്റൂ. അതുതന്നെയായിരുന്നു അവന്റേയും അമ്മയുടെയും പ്രാർത്ഥനയും. വീടിന്റെ പിറകിലുള്ള കുഴിക്കരുകിൽ അവൻ പോയി നിന്നു. പാന്റിന്റെ സിബ്ബ് മാറ്റി ചെറിയ വെള്ളക്കെട്ടിലേക്ക് മൂത്രശങ്ക തീർത്തു. ആകാശം വസ്ത്രം മാറി ജോലിക്കിറങ്ങാനിരിക്കുന്ന കാഴ്ച അവൻ കാണുന്നുണ്ടായിരുന്നു. പോർവിമാനങ്ങളോ അട്ടഹാസങ്ങളോ ചക്രവാളത്തിൽ എവിടെയുമില്ല. അവസാനതുള്ളിയും ഇറ്റിവീഴുന്നതിനായി കാത്ത് നിന്ന് കുഞ്ഞൻ അവയവത്തെ ഒന്നുകൂടെ കുടഞ്ഞ് അവൻ ആശ്വസിച്ചു. ഒരു തുള്ളി അവന്റെ വിരലിൽ പറ്റിയിരുന്നു. സിബ്ബ് വലിച്ചടച്ച് കൈ പാന്റിൽ തുടച്ച് തിരിഞ്ഞ് 20 മിനിട്ട് ദൂരമുള്ള ചവറ്കൂനയെ ലക്ഷ്യമാക്കി നടന്നു.

വയറ്റിലുള്ളത് ഛർദ്ദിച്ച് കളയാൻ ട്രക്കുകൾ അതുവരെ എത്തിയിട്ടില്ല. എന്നാലും നേരത്തെ എത്തിയില്ലെങ്കിൽ കിട്ടാനുള്ളത് ഒന്നും തന്നെ കിട്ടില്ല. വിലപ്പെട്ടത് പലതും കിട്ടാറുണ്ട്. ഒരിക്കൽ ഒരു സ്വർണമോതിരം തന്നെ കിട്ടിയില്ലേ? തിരച്ചിലിനിടയിൽ തിളങ്ങുന്ന ഒരു വസ്തു കണ്ടപ്പോൾ കുനിഞ്ഞ് എടുത്തു. അമ്മയ്ക്ക് അത് നൽകിയപ്പോൾ കൈകൊണ്ട് തുടച്ച് അവർ ചെറുവിരലിൽ

ധരിച്ചു. അല്പം ടൈറ്റായിരുന്നു. അവർക്ക് വളരെ സന്തോഷമായി. റസൂലിനെ വിളിച്ച് അടുത്തിരുത്തി കെട്ടിപ്പിടിച്ച് നെറുകെ ഉമ്മ വെച്ചു. അടുത്ത ദിവസം അത് വിൽക്കാനായി അമ്മ തന്നെ അങ്ങാടിയിലേക്കു പോയി. അന്ന്, പെരുന്നാൾ ദിനത്തിൽ മാത്രം കഴിക്കാറുള്ളതുപോലെ സുഭിക്ഷമായി ഭക്ഷണം കഴിച്ചു. പക്ഷേ മോതിരം അത്ര പെട്ടെന്ന് വിറ്റഴിഞ്ഞ് പോയില്ല. അതിന്റെ ശരിയായ വില അവർക്ക് കിട്ടിയതുമില്ല. കച്ചവടക്കാർക്ക് വേണ്ടത് ഒഴിഞ്ഞ കുപ്പികളും മറ്റുമാണ്. ഒരുപാട് കവറുകളിലായി ആ കുപ്പികളെ സ്വരൂപിക്കാനും കഴിയുമായിരുന്നു. ഒരു ദിവസം അമ്മയ്ക്കു തന്നെയാണ് ചവറ് കൂനയിൽനിന്ന് റേഡിയോ കിട്ടിയത്. രണ്ട് ബാറ്ററി വാങ്ങിച്ച് ഇട്ടുനോക്കിയപ്പോൾ സാധനം വർക്ക് ചെയ്യുന്നുണ്ടായിരുന്നു. അന്ന് മുതൽ ജോലി കഴിഞ്ഞ് തിരിച്ച് വീട്ടിലെത്തിയാൽ ആ റേഡിയോ കേട്ടിരിക്കലായിരുന്നു അമ്മയുടെ പണി. എന്തിനാണ് ഇത് പോലത്തെ സാധനങ്ങൾ അവർ വലിച്ചെറിയുന്നത്? വ്യക്തമായ ഉത്തരം കിട്ടിയില്ലെങ്കിലും ഈ ചോദ്യം ഇടയ്ക്കിടെ ചോദിക്കുമായിരുന്നു.

ബാറ്ററികൾ, ബ്രഷ്, ഒഴിഞ്ഞ സെന്റ് കുപ്പികൾ, കീറിപ്പറിഞ്ഞ അടിവസ്ത്രങ്ങൾ, പഴത്തൊലികൾ, ഇയർഫോണുകൾ, പൊട്ടിയ സി.ഡികൾ, ജ്യൂസ് ബോട്ടിലുകൾ, മുട്ടത്തോട്, തക്കാളി, പൊട്ടിയ പന്തുകൾ, ഗ്ലൗസുകൾ, പാത്രങ്ങളും ഗ്ലാസുകളും ബേബി നാപ്കിൻസ്, കാസറ്റുകൾ, ചീഞ്ഞ മാംസങ്ങൾ, കടലാസ്, പത്രങ്ങൾ, മാസികകൾ, വയറുകൾ...

അവൻ അമ്മയോട് എന്തിനാണ് ഇതെല്ലാം ഇങ്ങനെ വലിച്ചെറിയുന്നത് എന്ന് ചോദിച്ചപ്പോൾ അവർ പറഞ്ഞ മറുപടിയിൽ അവന്റെ എല്ലാ സംശയങ്ങളും മാറിപ്പോയി.

“മോനേ... അവർ സകലതും വലിച്ചെറിയും. അവരത് ചെയ്യട്ടെ. അവർ വലിച്ചെറിയുന്നതല്ലേ നമ്മുടെ അന്നവും ജീവിതവും.

‘വേട്ടക്കാരൻ’ എന്ന വിളിപ്പേരിനേക്കാൾ ‘പെറുക്കി’ എന്നതായിരുന്നു അവനെ വിളിക്കുന്നത് ഇഷ്ടം. ഒരിക്കൽ പെറുക്കിക്കൂട്ടിയ ഒരു മാസികയിൽ സുന്ദരമായ ഒരു ചിത്രം കണ്ടു. സുന്ദരനായ ഒരു ചെറുപ്പക്കാരൻ കടൽത്തീരത്ത് മരക്കസേരയിൽ ഇരിക്കുന്നു. അടുത്ത് ഒരു ചൂണ്ടലും സിഗരറ്റ് പാക്കറ്റുമുണ്ട്. അതിന്റെ താഴെയായിട്ട് വലിയ അക്ഷരങ്ങളിലായി അറബിയിൽ ഒരു വാചകവും അതിനിടയിൽ മറ്റൊരു ഭാഷയിൽ ഒരു വാക്കും എഴുതിയിരിക്കുന്നത് കണ്ടെങ്കിലും മനസ്സിലായില്ല. കൂടെയുണ്ടായിരുന്ന മുതിർന്ന ഒരാളോട് അതിനെക്കുറിച്ച് ചോദിച്ചപ്പോൾ അത് ‘പരസ്യമാണ്’ എന്നായിരുന്നു മറുപടി.

“എന്തിന്റെ പരസ്യം?”

“സിഗരറ്റിന്റെ!!”

> അയാൾ വലിയ ശിക്കാരിയാണ്. മാസികയിൽനിന്ന് ആ പേജ് പറിച്ചെടുത്ത് കീശയിലിട്ടു വലുതാകുമ്പോൾ അയാളെപ്പോലെ വലിയ ശിക്കാരിക്കാരനാകും എന്ന് സ്വപ്നവും കണ്ടു. താൻ മത്സ്യത്തെ വേട്ടയാടി പ്രശസ്തനാകും. വിശ്രമവേളയിൽ സിഗരറ്റ് വലിക്കും. കീശയിൽനിന്ന് അത് പുറത്തെടുത്ത് നോക്കി നോക്കി സ്വപ്നലോകത്തേക്ക് പോകും.
>
> മാലിന്യക്കാട്ടിലേക്ക് എത്തിയപ്പോൾ തന്നെ മൂന്ന് വലിയ കൂനകൾ വന്ന് കിടക്കുന്നത് കണ്ടു. ചില ദിവസങ്ങളിൽ പെറുക്കികൾ എല്ലാം തിരിച്ചുപോയതിനുശേഷം അർദ്ധരാത്രിക്കു ശേഷമാണ് മാലിന്യങ്ങളുമായി ട്രക്കുകൾ എത്താറുള്ളത്. അങ്ങനെയുള്ള ദിവസങ്ങളിൽ രാവിലെയാകുമ്പോഴും മാലിന്യ സംസ്കരണം കഴിഞ്ഞിട്ടുണ്ടാകില്ല.
>
> അവൻ തനിച്ചായിരുന്നു. ഇര തേടിവന്ന ചില പക്ഷികളും അവനും മാത്രം ആ ചവറ്കൂനയ്ക്കു ചുറ്റും നടന്നു. അവൻ അടുത്ത് എത്തിയതോടെ പറവകൾ പാറിയകന്നു. കീശയിലുണ്ടായിരുന്ന കീസ് പുറത്തെടുത്ത് അവൻ 'വേട്ട' ആരംഭിച്ചു. അടുത്തു ചെല്ലും തോറും ദുർഗന്ധവും വർദ്ധിച്ചുവന്നു. അത് ഒഴിവാക്കാനായി അവൻ വായ കൊണ്ട് ശ്വസിക്കാൻ തുടങ്ങി. സാധാരണ മറ്റുള്ളവരിൽനിന്ന് പഠിച്ചെടുത്തതുപോലെ രണ്ട് തൂവാലകൾ മൂക്കിൻ തുമ്പിൽ വലിച്ചു കെട്ടാറുണ്ടായിരുന്നു. ഇന്ന് വീട്ടിൽനിന്ന് ഇറങ്ങുമ്പോൾ അത് എടുക്കാനും മറന്നു.
>
> ചവറുകൂനയ്ക്ക് അരികിൽ എത്തി മാന്തി വലിക്കാൻ തുടങ്ങി. സാധാരണപോലെ ഒഴിഞ്ഞ കുപ്പികളും മറ്റും കിട്ടി. ഇതാണ് എളുപ്പമുള്ള ജോലി. ദൂരെനിന്ന് പോർവിമാനത്തിന്റെ ശബ്ദം കേട്ട് തല ഉയർത്തി നോക്കിയെങ്കിലും ഒന്നും കണ്ടില്ല.
>
> ചവറുകൂനയിൽനിന്ന് ഏകദേശം 200 മീറ്റർ ദൂരത്താണ് 1991ൽ പണി കഴിപ്പിച്ച പ്രതിരോധമന്ത്രാലയത്തിന് കീഴിലുള്ള സൈനിക ക്യാമ്പ്. ഈ സ്ഥലം ചപ്പുചവറുകൾ നിക്ഷേപിക്കാനുള്ള സ്ഥലമായതോടെ തൊണ്ണൂറുകളുടെ അവസാനമായപ്പോഴേക്കും അവിടത്തെ സേവനം നിർത്തിവെക്കേണ്ടിവന്നു. പക്ഷേ ഇന്നും ആ സ്ഥലം രഹസ്യസൈനികകേന്ദ്രമായിട്ട് നിലനിൽക്കുന്നുണ്ട് എന്നാണ് പറയപ്പെടുന്നത്.

വായിച്ചുതീർന്നതോടെ വായിച്ചവയുടെ കൂട്ടത്തിലേക്ക് അതും തിരുകിവെച്ചു.

'ഫിഫ്രിസ് അസുഖം' എന്ന രോഗമുണ്ടോ? വായിച്ചോ തുടച്ചെടുത്തോ മാറ്റാൻ സാധിക്കുന്ന വല്ല രോഗവുമാണോ അത്? വാർത്തകളും ചിത്രങ്ങളും മറ്റും മുറിച്ചെടുത്ത് സൂക്ഷിക്കാൻ തുടങ്ങിയിട്ട് വർഷങ്ങൾ കുറെയായി. ഇറാഖിൽ പോയി വദൂദിനെ കണ്ട് വന്നതിനുശേഷമാണ് ആ സ്വഭാവം ഒന്നുകൂടെ രൂക്ഷമായത്. കൂട്ടത്തിൽ ഇറാഖിന്റെ ദുരിത

ചിത്രവും മറ്റും നേരിട്ട് കാണാനായതും ഒപ്പം വദൂദിൽനിന്ന് പലതും കേട്ടതോടെ എന്താണെന്നറിയില്ല എന്റെ ഫയലുകളിൽ ഫോട്ടോയുടെ എണ്ണവും കൂടിക്കൂടി വന്നു. പക്ഷേ, ഒരിക്കലും സീലുകളോ സ്റ്റാമ്പുകളോ പോസ്റ്റ് കാർഡുകളോ മറ്റു ഡോക്യുമെന്റുകളോ സൂക്ഷിക്കുന്ന സ്വഭാവമുണ്ടായിരുന്നില്ല. അന്നൊന്നും ഇങ്ങനെയുള്ള സാഹചര്യം വരുമെന്ന് അറിയില്ലല്ലോ. ഒരു ദിവസം ന്യൂയോർക്കിലെ യൂണിവേഴ്സിറ്റി ഓഫീസിലിരുന്ന് വദൂദിന്റെ എഴുത്തുകൾ വായിക്കുകയായിരുന്നു. പിക്ചർ ബുക്കിനെക്കുറിച്ച് അവൻ സൂചിപ്പിച്ച കാര്യങ്ങൾ വായിച്ചപ്പോൾ എനിക്കുതന്നെ രസം കയറി. അതിൽ പലതരം സ്റ്റാമ്പുകളെക്കുറിച്ച് അവൻ പറയുന്നുണ്ടായിരുന്നു.

പുസ്തകവായന നിർത്തി ഞാൻ പഴയകാല ഇറാഖി സ്റ്റാമ്പുകളെക്കുറിച്ച് ഇന്റർനെറ്റിൽ സെർച്ച് ചെയ്തു. സെർച്ച് ചെയ്തപ്പോൾ കിട്ടിയ ഉത്തരം എന്നെ ഇ-ബേയുടെ സൈറ്റിലേക്ക് എത്തിച്ചു. ഓൺലൈനിൽ സാധനങ്ങൾ വാങ്ങുകയും വിൽക്കുകയും ചെയ്യുന്ന സൈറ്റിനെക്കുറിച്ച് നേരത്തെ കേട്ടിട്ടുണ്ടായിരുന്നു. രാജവംശത്തിന്റെയും ജുംഹുരി ഭരണകൂടത്തിന്റെയും എന്തിന് സദ്ദാമിന്റെ കാലത്തേയും വരെ സ്റ്റാമ്പുകൾ അതിലുണ്ടായിരുന്നു. ആവശ്യക്കാരുടെ കുറവുകൊണ്ടാകും ചെറിയ വില നൽകിയിരുന്ന സാധനങ്ങൾ ഓർഡർ ചെയ്തു. എന്റെ മെയിൽ അഡ്രസ്സും മറ്റു വിവരങ്ങളും സൈറ്റിൽ അടിച്ചുകൊടുത്തതോടെ മൂന്നു ദിവസത്തിനുള്ളിൽ സാധനം എന്റെ വീട്ടിൽ എത്തുമെന്ന് കാണിച്ചുതന്നു. ‘ഇറാഖ്’ എന്ന ടൈറ്റിൽവെച്ച് സെർച്ച് ചെയ്തതിൽ ഒരുപാട് സാധനങ്ങളുടെ ലിസ്റ്റ് എന്റെ മുന്നിൽ നിരന്നുവന്നു. കടലാസ് ഉത്പന്നങ്ങളും ആന്റിക്യൂ സാധനങ്ങളും സൈറ്റിൽ കണ്ടു. 1931ലെ 50 പൈസയുടെ ഒരു നാണയവും 1938ലെ ഗാസി രാജാവിന്റെ ചിത്രമുള്ള ഒരു ചുവന്ന നാണയം എന്നിവ ഷോപ്പിംഗ് കാർട്ടിലേക്ക് ഞാൻ മാറ്റി. ആഴ്ചയിൽ ഒന്നോ രണ്ടോ തവണ സൈറ്റിൽ പോയി കാർട്ട് നിറയ്ക്കുന്നത് പിന്നീട് ഒരു പതിവായി. 1962ലെ ബാഗ്ദാദിന്റെ എല്ലാ വിവരങ്ങളും നൽകുന്ന ഒരു മാപ്പിൽ ഇംഗ്ലീഷിലും അറബിയിലും വിവരങ്ങൾ രേഖപ്പെടുത്തിയതായി കണ്ടു. 1954ലെ വെള്ളപ്പൊക്കത്തിൽ സേവനം ചെയ്തവർക്കുള്ള മെഡലുകളും അതിലുണ്ടായിരുന്നു. 1939ൽ ബാഗ്ദാദിൽനിന്ന് യാഫായിലേക്ക് അയച്ച കത്തിന്റെ കോപ്പി, 1971ൽ മൊസ്യൂൾ യൂണിവേഴ്സിറ്റിയിൽനിന്ന് ഹോളണ്ടിലേക്ക് അയച്ച ഔദ്യോഗിക കത്തിന്റെ പകർപ്പ്, 1972ലെ ഇറാഖിലെ പ്രൈമറി സ്കൂൾ വിദ്യാർത്ഥികൾക്കുവേണ്ടി തയ്യാറാക്കിയ അറ്റ്ലസ്, ഹാഫിള് ഖാളി റോഡിന്റെ ചിത്രമുള്ള പോസ്റ്റൽ കാർഡ് തുടങ്ങിയവ അതിലുണ്ടായിരുന്നു. അതിൽ ഏറ്റവും രസകരവും സുന്ദരവുമായി തോന്നിയത് പ്രശസ്ത ഡോക്ടറായിരുന്ന അബ്ദുൽ ഖാദിർ വഹബി അമീനിന്റെ കുറിപ്പടിയായിരുന്നു. “മിസ്റ്റർ അബ്ദുൽ മജീദ് ഇസ്മാഈലിനെ പരിശോധിച്ചതോടെ അയാൾക്ക് രക്തക്കുറവും മലമ്പനിയും ബാധിച്ചിട്ടുണ്ടെന്ന് മനസ്സിലാക്കാനായി. രോഗപ്രതിരോധത്തിനായി അത്യാവശ്യമരുന്നുകൾ നൽകിയതോടൊപ്പം തന്നെ പൂർണ

വിശ്രമവും അഞ്ച് ദിവസത്തേക്ക് മുടക്കം കൂടാതെ മരുന്ന് സേവിക്കണ മെന്നും നിർദ്ദേശിച്ചിട്ടുണ്ട്." അതിന്റെ പുറത്തുള്ള രണ്ട് സീലിൽ ഒന്ന് ഫൈസൽ രണ്ടാമൻ രാജാവിന്റേതായിരുന്നു. അടുത്ത പേജിൽ ഒരു പാട് വെള്ളിയുടെയും മറ്റും പാത്രങ്ങളുടെ ഫോട്ടോ കണ്ടു. കൂട്ടത്തിൽ സദ്ദാമിന്റെ കൊട്ടാരത്തിൽനിന്ന് മോഷ്ടിക്കപ്പെട്ട ഒരുപാട് പാത്രങ്ങളും കണ്ടു. അവയിലൊന്നും താത്പര്യമില്ലാത്തതുകൊണ്ടുതന്നെ അതൊന്നും ഓർഡർ ചെയ്യാനും ഞാൻ നിന്നില്ല. സൈറ്റിൽ തന്നെ വില്പ നയ്ക്ക് വെച്ചിരിക്കുന്ന സാധനങ്ങൾക്ക് താഴെ വില്പനക്കാരുടെ പേരും മേൽവിലാസവും ഫോൺ നമ്പറും നൽകിയിട്ടുണ്ട്. അതെല്ലാം മദ്ധ്യ-ദക്ഷിണ അമേരിക്കൻ നാടുകളിലെ മുൻസൈനികരായിരുന്നു. ഇറാഖിലെ സൈനികസേവനം കഴിഞ്ഞ് തിരിച്ചുപോന്നപ്പോൾ കൂടെ കൂട്ടിയതാകും ആ സാധനങ്ങൾ.

ഓർഡർ ചെയ്ത സാധനങ്ങൾ കൃത്യസമയത്ത് തന്നെ എത്തി. ബാഗ്ദാദ് മാപ്പും മറ്റു ഒന്നുരണ്ടു സാധനങ്ങളും എന്റെ ഫ്ളാറ്റിലേയും ഓഫീസിലേയും ചുമരുകളിൽ ഒട്ടിച്ചുവെച്ചു. ബാക്കിയുള്ള സാധനങ്ങൾ ഫ്ളാറ്റിലും ഓഫീസിലുമായി പലയിടങ്ങളിലായി ചിതറിക്കിടന്നു. ആരും ശ്രദ്ധിക്കാനില്ലാതെ അവയെല്ലാം പൊടിപിടിച്ച് മ്യൂസിയം വസ്തുക്കളെ പ്പോലെ കിടന്നു. പൊടിനിറഞ്ഞതു കാരണം ആർക്കും അത് കാണാനും കഴിയുമായിരുന്നില്ല. ചില സമയത്ത് പൊടിയെല്ലാം തട്ടി അതിന്റെ ഓർമ്മ കളുമായി ഇത്തിരിനേരം ഇരിക്കാൻ ശ്രമിക്കാറുണ്ടെങ്കിലും വിജയിക്കാ റില്ല. ഇങ്ങനെയുള്ള കഥകൾ തന്നെയല്ലേ വദൂദ് പറയാറുള്ളത്. ഓരോ വസ്തുവിനും പറയാനുണ്ടാകും ഒരുപാട് കഥകൾ. എനിക്കത് കേൾ ക്കാൻപോലും സമയമില്ലല്ലോ. ഞാൻ നല്ല ഒരു കേൾവിക്കാരൻ അല്ലാ ത്തതുകൊണ്ടാകുമല്ലേ? അതോ എന്നോട് പറയാൻ അവർക്കാർക്കും താത്പര്യമില്ലാത്തതുകൊണ്ടാകുമോ കേൾക്കാനാകാത്തത്?"

കാലമായിരുന്നു വദൂദിന്റെ എഴുത്തിലെ പ്രധാന കഥാപാത്രം അന്ന് വായിക്കാൻ എടുത്ത ഏടിലും അതുതന്നെയായിരുന്നു.

ഓറഞ്ച് തൊലി പൊളിക്കുന്നതുപോലെ ഞാൻ സമയത്തെയും എന്റെ കൈകൊണ്ട് പൊളിക്കുന്നു. പ്രശസ്ത കവി പോൾ എലൂർദ് തന്റെ കവിതയിൽ പറഞ്ഞതുപോലെ സമയം ഒരു നീല ക്കളർ ഓറഞ്ചാണ്. കാലത്തിന്റെ തൊലികൾ എന്റെ നഖത്തിന്റെ അടിയിൽ പറ്റിപ്പിടിക്കുന്നു. അതിന്റെ ഗന്ധം എന്റെ മൂക്കിലേക്ക് അടിച്ചുകയറുന്നു. ഈ ഗന്ധത്തെ എങ്ങനെ വിശദീകരിക്കണം എന്ന് എനിക്ക് അറിയില്ല. കുറച്ചു സമയത്തേക്ക് ഞാൻ വിരൽ കൊണ്ടും വാ കൊണ്ടും കണ്ണുകൾ കൊണ്ടും സകല വസ്തു ക്കളെയും ആദ്യമായി പൊളിച്ചെടുക്കുന്ന കുഞ്ഞായതുപോലെ തോന്നുന്നു. കാലത്തിന് എണ്ണി പറയാവുന്ന കുഞ്ഞല്ല. എനിക്ക റിയാത്ത മറ്റൊരു കുഞ്ഞ്. ഓർമ്മകളോ സംസാരങ്ങളോ ഇല്ലാത്ത

ഒരുവൻ. തൊലികളഞ്ഞ് പൂർത്തിയായപ്പോഴേക്കും അതിനകത്തു നിന്ന് വലിയ ഒരു കടൽതന്നെ ഒഴുകിവന്നു. ഞാനതിൽ ഒരു മത്സ്യത്തെപോലെ നീന്തിത്തുടിക്കുന്നു. ക്ഷീണിതനായ ഞാൻ നഗ്നനായി തന്നെ തീരത്ത് കിടന്നുറങ്ങുന്നു. ഉണർന്നപ്പോൾ നനഞ്ഞ മണ്ണിലാണ് ഞാൻ കിടക്കുന്നത്.

നിന്നെക്കുറിച്ചുള്ള സകല രേഖകളും കിടക്കുന്ന ഫയലിലെ കടലാസ് വിത്തുകളിൽ നിന്ന് മുളച്ച് പൊന്തിയ ചെറിയ ചെടി വലിയ മരമായി പൂക്കളും കായും വന്ന് ഫലമായി പഴുത്ത് വീഴാനുള്ള സമയമായെന്ന് തോന്നിയത് കൊണ്ട് തന്നെ എനിക്ക് നീ മാപ്പ് നൽകണം.

ഞാൻ ഒരു പ്രാണിയായിരുന്നപ്പോൾ.

തള്ളപ്രാണിയായിരുന്നു എന്റെ അമ്മ.

എന്റെ അമ്മയായിരുന്നു തള്ള പ്രാണി, അവൾ ഒരു ദിവസം മുട്ട യിട്ട് അടയിരുന്നു കാത്തിരുന്നു. ഞാനല്ലാത്ത എല്ലാ മുട്ടകളും കെട്ടുപോയി. മുട്ടത്തോട് പൊട്ടിച്ച് പുറത്തുവന്ന ഞാൻ ഇഴഞ്ഞു നടന്ന് അവിടെയും ഇവിടെയും പറ്റിപ്പിടിച്ചു. അമ്മ എങ്ങോട്ടോ പറന്നുപോയി. പിന്നീട് തിരിച്ചുവന്നില്ല. കണ്ണീരും ഭയവും കൂട്ടിച്ചേർത്താണ് എന്റെ കൂട് ഞാൻ നെയ്തെടുത്തത്. ഞാൻ തളർന്നു. ഒരുപാട് നേരം കാത്തിരുന്നു. മറ്റുള്ളവർ എന്നെ വേട്ട യാടാൻ ശ്രമിച്ചപ്പോൾ ഞാൻ കൂടിനകത്തേക്ക് വലിയും. അമ്മയെ തേടി ഞാൻ ചുറ്റുവട്ടവും പറന്നുനോക്കി. ആയിരക്കണക്കിന് പ്രാണികളെ കണ്ടെങ്കിലും അതിലൊന്നും അമ്മയുണ്ടായിരുന്നില്ല. പതിയെ ഞാൻ അവരെ മറന്നുതുടങ്ങി. എന്റെ ചിറകുകൾ എന്നെ തോട്ടത്തിന്റെ മറ്റൊരു ഭാഗത്തേക്ക് കൊണ്ട് പോയി. താളുകൾ മറിഞ്ഞുകൊണ്ടിരിക്കുന്ന ഒരു തുറന്ന പുസ്തകം മേശപ്പുറത്ത് ഞാൻ കണ്ടു. അതിനിടയിൽ എന്റെ അമ്മയുടെ ശവശരീരവും ഞാൻ കണ്ടു. അക്ഷരങ്ങളാണ് അമ്മയെ മറവ് ചെയ്തിരിക്കുന്നത്.

പുസ്തകങ്ങൾക്കിടയിൽ ചത്തുകിടക്കുന്ന പ്രാണികളെ പലതവണ കണ്ടിട്ടുണ്ടെങ്കിലും ഒരിക്കൽപോലും വദൂദ് ചിന്തിച്ചതുപോലെ ചിന്തി ക്കാൻ എനിക്ക് കഴിഞ്ഞിരുന്നില്ല.

വർഷങ്ങളായി ബീഗിൾ റൊട്ടിയാണ് പ്രാതൽ. പക്ഷേ ഇന്ന് സിമിത് റൊട്ടി കഴിക്കാൻ ഒരു കൊതി തോന്നി. വരിയിൽ നിൽക്കുമ്പോൾ അങ്ങനെ ഓർമ്മയിൽ ഒന്നുമുണ്ടായിരുന്നില്ല. ഓർമ്മകളുടെ ഒരു തമാശ. എപ്പോഴാണ് അത് കയറിവരിക എന്ന് ഒരിക്കലും പറയാനാകില്ല.

ബീഗിൾ റൊട്ടി വിൽക്കുന്ന കടയുടെ മുന്നിൽ വരി നിൽക്കുമ്പോ ഴാണ് ചെറുപ്പകാലത്ത് ബാഗ്ദാദിൽ വെച്ച് സിമിത് റൊട്ടി ആസ്വദിച്ച് കഴിച്ചത് ഓർമ്മ വന്നത്. ന്യൂയോർക്കിൽ വന്നതിനുശേഷവും ഒന്നോ

രണ്ടോ തവണ കഴിച്ചിട്ടുണ്ടെന്ന് തോന്നുന്നു. ബീഗിൾ റൊട്ടി കട്ടിയുള്ളതും സിമിതിനേക്കാൾ കളർ കുറഞ്ഞതുമാണ്. സാധാരണ വാങ്ങിച്ച് ചൂടാക്കി നെയ്യ് അതിനകത്ത് തേച്ചുപിടിപ്പിച്ചാണ് കഴിച്ചിരുന്നത്. സിമിതിന് മുകളിൽ എള്ള് വിതറിയിട്ടുണ്ടാകും. കിഴക്കൻ യൂറോപ്പിൽനിന്ന് അമേരിക്കയിലേക്ക് കുടിയേറിപ്പാർത്ത ജൂതന്മാരാണ് വ്യത്യസ്ത രീതിയിലുള്ള ബീഗിളുകൾ നിർമ്മിക്കാൻ വിദഗ്ധർ. എള്ളിന് പുറമെ വറുത്ത് പൊരിച്ച ഉള്ളിയോ വെള്ളുള്ളിയോ ഗോതമ്പ്മണികളോ ഉണക്കമുന്തിരിയോ മറ്റോ മുകളിൽ വിതറാറുണ്ട്. എല്ലാം ഉള്ള റൊട്ടിയായിരുന്നു എനിക്ക് ഏറ്റവും ഇഷ്ടമുണ്ടായിരുന്നത്.

ഉച്ചയ്ക്ക് ലഞ്ച്ബ്രേക്കിന് ബെല്ലടിച്ചാൽ ഞങ്ങൾ എല്ലാവരും പിറകുവശത്ത് താഴിട്ട് പൂട്ടിയ ഗെയ്റ്റിന്റെ നേരെ ഓടും പാതി തുറന്ന് കിടക്കാറുള്ള അരവാതിലിലൂടെ പുറത്തുനിൽക്കുന്ന സിമിത് റൊട്ടി വിൽക്കുന്നവനിൽനിന്ന് ഞങ്ങൾ വാങ്ങിക്കും. അന്ന് ഞങ്ങൾ ഓടി വാതിലിന്റെ അരികിലെത്തിയപ്പോൾ സിമിത് വില്പനക്കാരനെ, ഹെഡ്മിസ്റ്ററിന് ഇതുപോലത്തെ സാധനങ്ങൾ വില്പനയ്ക്ക് കൊണ്ടുവരുന്നത് താത്പര്യമില്ല എന്നു പറഞ്ഞ് ആട്ടിയോടിക്കുന്ന ഗെയ്റ്റ് കീപ്പറെയാണ് കണ്ടത്. എന്റെ ക്ലാസ്മേറ്റ് റാസിം അദ്നാൻ പറഞ്ഞു.

"എനിക്ക് മതിൽ ചാടിക്കടക്കാനുള്ള വഴി അറിയും. വാ. അതിലൂടെ പുറത്തുചാടി സിമിത് വാങ്ങി തിരിച്ചുവരാം. ആരും അറിയില്ല."

ഞാനും അതിന് സമ്മതിച്ചു. അവൻ ഓടി, ഞാൻ അവന്റെ പിറകെയും ഓടി. മതിലിനോട് ചാരിനിൽക്കുന്ന മരങ്ങൾ നിരനിരയായി നിൽക്കുന്ന സ്ഥലത്തേക്ക് എത്തി.

"ഇതിലൂടെ ചാടിമറിയാം."

ഞങ്ങൾ മതിലിൽ കയറി. പ്രയാസപ്പെട്ട് മരക്കൊമ്പുകളിലൂടെ മതിലിന്റെ മുകളിലെത്തി. അപ്പുറത്തേക്ക് ചാടി ഇറങ്ങുന്നതിനിടയിൽ ഡ്രസ്സിൽ മുഴുവൻ ചളി പുരണ്ടു. അപ്പുറത്തേക്ക് തൂങ്ങിനിൽക്കുന്ന മരക്കൊമ്പിൽ തൂങ്ങി താഴേക്ക് ഉതിർന്ന് താഴേക്ക് ചാടി. ചാട്ടം പിഴച്ചു. നിലത്തേക്ക് വീണു. ഇടതുകൈ കുത്തിയപ്പോൾ നല്ലവണ്ണം വേദനിച്ചെന്ന് തോന്നുന്നു. ഞാനും അതേ രീതിയിൽതന്നെ ചാടിയെങ്കിലും വീഴാതെ കാൽ കുത്തിത്തന്നെ നിലത്ത് എത്തി. ചളി തട്ടിക്കുടഞ്ഞ് ഞങ്ങൾ സിമിത് വില്പനക്കാരന്റെ അരികിലേക്ക് ഓടി. അയാൾ പുറത്തെ റോഡിലേക്ക് എത്തിക്കഴിഞ്ഞിരുന്നു. ചാടിയത് പിഴച്ചുപോയതുകൊണ്ടാകും എന്റെ വലതുകാലിന് ചെറിയ വേദന വരുന്നതുപോലെ തോന്നി. ഞങ്ങൾ രണ്ടുപേരും രണ്ട് സിമിതുകൾ വാങ്ങിച്ചു. തിരികെ സ്കൂളിലേക്ക് നടക്കുന്നതിനിടയിൽ ഒരു സിമിത് കഴിച്ചു. മതിലിന്റെ അടുത്ത് ഇപ്പുറത്ത് മരങ്ങൾ ഒന്നുമില്ലാത്തതിനാൽ അതിലൂടെ അകത്തേക്ക് കയറാൻ സാധിക്കില്ല എന്ന് അറിയാവുന്നതുകൊണ്ട് ഞങ്ങൾ നേരെ മെയിൻ ഗെയിറ്റിലേക്ക് നടന്നു. കാവൽക്കാരൻ ഞങ്ങളുടെ പേരും ക്ലാസും ഡിവിഷനും പറഞ്ഞു

കൊടുത്താൽ മാത്രമേ വാതിൽ തുറക്കൂ എന്ന് പറഞ്ഞു. ഞങ്ങൾക്ക് എന്തുകൊണ്ടാണ് കളവ് പറയാൻ കഴിയാതിരുന്നത് എന്നറിയില്ല. ഞങ്ങൾ ക്ലാസും ഡിവിഷനും പേരും പറഞ്ഞുകൊടുത്തു. കീശയിൽ നിന്ന് കീ എടുത്ത് ഡോർ തുറന്ന് ഞങ്ങളെ അകത്തേക്ക് കടത്തിവിട്ടു. ലഞ്ച് ബ്രേക്കിന് ശേഷമുള്ള പിരീയഡിൽ വാതിൽ തട്ടി തള്ളിത്തുറന്ന് തടിച്ച കണ്ണടയും വെള്ള ളോഹയും ധരിച്ച മാനേജർ അകത്തേക്ക് കയറി വന്നു. ആ സമയത്തെ ക്ലാസിലെ ഹിസ്റ്ററി ടീച്ചർ ഫാത്തിമ അവരെ സ്വാഗതം ചെയ്യുകയും ചെയ്തു. മാനേജർ എന്റെയും അദിനാന്റെയും പേര് വിളിച്ച് ക്ലാസിന്റെ മുന്നിലേക്ക് വരാൻ നിർദ്ദേശിച്ചു. ശകാരം തുടങ്ങി.

"തോന്നിയതുപോലെ ഇറങ്ങി നടക്കുകയാണോ? സ്കൂൾ കോമ്പൗണ്ട് വിട്ട് സിമിത് വാങ്ങിക്കാൻ ഇറങ്ങിപ്പോകുകയാണോ? ന്താത് കഥ? പോകുന്ന വഴിയിൽ വല്ല കാറോ മറ്റോ തട്ടിയാ. പിന്നെ ഞങ്ങളാ നിങ്ങളുടെ രക്ഷിതാക്കളോട് കാരണം പറയേണ്ടിവരുന്നത്. അവർ ഞങ്ങളെ ഏല്പിച്ചതാ... ഞങ്ങൾക്ക് നിങ്ങളെ ശ്രദ്ധിക്കേണ്ട ഉത്തരവാദിത്വമുണ്ട്. ഇവിടെ ഇതിന് അകത്തുനിന്നുതന്നെ നിങ്ങൾക്ക് കഴിക്കാനുള്ളത് എല്ലാം കിട്ടുമല്ലോ. ഇനി അതുപോലത്തെ സാധനങ്ങൾ ഇതിന് അകത്തു കയറ്റിപ്പോകരുത്. ആരെങ്കിലും ഇനി അനുവാദമില്ലാതെ പുറത്തുപോകാനോ മതിൽ ചാടാനോ ശ്രമിച്ചാൽ അവർ സ്കൂളിൽനിന്ന് പുറത്തായിരിക്കും. മനസ്സിലായല്ലോ."

ഞങ്ങളോട് കൈനീട്ടാൻ പറഞ്ഞു. അഞ്ചുവീതം അടികൾ രണ്ടു പേർക്കും കിട്ടി. ക്ലാസ് കഴിഞ്ഞ് വീട്ടിലേക്ക് പോകുമ്പോൾ രണ്ടാമത്തെ റൊട്ടി കഴിക്കുമ്പോഴും അടിയുടെ വേദന കൈയിലുണ്ടായിരുന്നു. എന്നാലും സിമിതിന്റെ കഷ്ണം കൈയിൽ കണ്ടപ്പോൾ ഒരു സമാധാനമുണ്ടായിരുന്നു.

വദൂദിന്റെ ആ എഴുത്ത് എന്നോടു മാത്രമായി എന്തോ പറയുന്നതുപോലെ എനിക്ക് തോന്നി. ഞാനതു വായിച്ചുനോക്കി.

> **ന**മ്മൾ ആദ്യമായി കണ്ടപ്പോൾ നീ ചോദിച്ചിരുന്നു നീ ഒരു എഴുത്തുകാരനാണോ എന്ന്. ഞാൻ നൂറുകണക്കിന് കവിതകളും അഞ്ചോളം നോവലുകളും ഒറ്റ സീനുള്ള നാടകവും രചിച്ചിട്ടുണ്ടെങ്കിലും ഒന്നുപോലും പ്രസിദ്ധീകരിച്ചിട്ടില്ല. ഒരു നോവൽ മാത്രമാണ് പൂർത്തിയാക്കിയത്. പക്ഷേ മറ്റു സൃഷ്ടികളെപ്പോലെ അതും കീറിയെറിഞ്ഞ് ചവറ്റുകുട്ടയിലേക്ക് ഇട്ടു. കാരണം എഴുതിയ ഒന്നിലും എനിക്ക് തൃപ്തിയുണ്ടായിരുന്നില്ല. അതിനു ശേഷം ആത്മീയചിന്താധാരയിലേക്ക് ഞാൻ കടക്കുകയും ഒരുപാട് വർഷം അതിൽ തുടരുകയും ചെയ്തു. അതിന്റെ കൂടുതൽ കാര്യങ്ങൾ ഞാൻ പിന്നീട് പറഞ്ഞു തരാം. അക്കാലത്ത് പുസ്തക വായനയും വില്പനയും അല്ലാതെ ഒരു കാര്യവും ചെയ്തിരുന്നില്ല. യാഥാർത്ഥ്യ ലോകത്തേക്ക് വെളിച്ചം വീശപ്പെടുന്നതുവരെ ഞാൻ

> ഇരുട്ടിൽ തന്നെയായിരുന്നു. ഒന്നിനും ആത്യന്തികമായ തുടക്കവുമില്ല ഒടുക്കവുമില്ല. നമ്മുടെ താത്പര്യങ്ങളെയും ആഗ്രഹങ്ങളെയും സംരക്ഷിക്കാനായി മാത്രം സൃഷ്ടിക്കപ്പെടുന്ന നിയമങ്ങളും അടയാളങ്ങളും വിശദീകരണങ്ങളും മാത്രമാണ് പലതും. നാം ഉണ്ടാക്കിയ നഗ്നത മറയ്ക്കാനുള്ള ചില പൊടിക്കൈകൾ മാത്രം. നമുക്ക് ഒരിക്കലും ശാന്തിയും സമാധാനവും നൽകാത്ത പുഴയ്ക്ക് മുകളിലൂടെ പാലം വലിച്ച് കെട്ടിയുണ്ടാക്കുന്നതുപോലെയാണത്. ഈ യാഥാർത്ഥ്യം മനസ്സിലായതോടെ ഞാൻ എന്റെ ചക്രവാളവാതിലുകൾ തുറന്നു. അന്നു മുതൽ ഞാൻ പുതിയ ലക്ഷ്യബോധവുമായിട്ടാണ് പ്രവർത്തിച്ചുകൊണ്ടിരിക്കുന്നത്. മറ്റേത് പുസ്തകങ്ങളും അവസാനിക്കുന്നത് (ക്കാത്തതു) പോലെ അവസാനിക്കാത്തതായിരിക്കും എന്റെ എഴുത്തുകൾ. കഥാകാരന്റെ മരണംകൊണ്ടുപോലും അത് അവസാനിക്കില്ല. എന്റെ കാലശേഷവും മറ്റുള്ളവർക്ക് അതിന്റെ ബാക്കി എഴുതിത്തുടങ്ങാനാകും.

ഞാൻ നോട്ട്ബുക്ക് മറിച്ചുനോക്കി. എന്റെ വാചകങ്ങൾ വദൂദിന്റെ വാചകങ്ങളുമായി സാമ്യതയുള്ളതായി തോന്നി. അവന്റെ കത്തുകളും കഥകളും അവന്റെ ഭാഷയിൽ എഴുതുന്നതുകൊണ്ടാകുമോ അത്? അവൻ എഴുതിയത് ഒരു പത്തുതവണയെങ്കിലും വായിച്ചിട്ടുണ്ടാകും. അതോ അവന്റെ കഥ എഴുതുന്നതിൽ ഞാൻ അവൻ തന്നെയായി മാറിയോ? ഒന്നും മനസ്സിലാകുന്നില്ല. അല്ല. ഇത് ഞാൻ എഴുതിയതല്ല. ഇത് എന്റെ എഴുത്തല്ല. ഇത് അവൻ എഴുതിയതാണ്. ഇത് അവന്റെ വാക്കുകളാണ്. എന്റെ കുട്ടിക്കാലത്തെ എഴുത്തിന്റെ ഭാഷയും ലാളിത്യവും എവിടെ? അത് ഇനി എനിക്ക് തിരിച്ചുകിട്ടുമോ?

അവന്റെ എഴുത്തുകൾ വീണ്ടും എന്നെ വശീകരിക്കുന്നു. കാലം അവനിൽ ഏൽപ്പിച്ച മുറിവുകളായിരിക്കാം, ഒരുപക്ഷേ ഇങ്ങനെ എഴുതാൻമാത്രം അവനെ നിർബന്ധിതനാക്കിയിരിക്കുക.

> **സ**കലതും എന്റെ ചുറ്റും കറങ്ങിക്കൊണ്ടിരിക്കുന്നു. കാലങ്ങളായി ഈ പ്രപഞ്ചവും സകല വസ്തുക്കളും എന്റെ ചുറ്റും കറങ്ങിക്കൊണ്ടിരിക്കുകയാണ്. ഓരോ വസ്തുവിനും ഏറിയും കുറഞ്ഞുമുള്ള ഭ്രമണകാലവും ലോകവും ഉണ്ടാകും. ആദ്യം ഞാൻ കരുതിയിരുന്നത് ഞാൻ കറങ്ങാതെ ഒരിടത്ത് ഉറച്ചു നിൽക്കുന്നുണ്ട് എന്നായിരുന്നു. പിന്നീടാണ് മനസ്സിലായത് ഞാനും കറങ്ങിക്കൊണ്ടിരിക്കുന്നുണ്ട്. എന്റെ ശരീരത്തിന്റെ ചുറ്റിലും ഞാൻതന്നെ കറങ്ങിനടക്കുന്നു. അതിന്റെ സുഖദുഃഖങ്ങളെ ആലോചിച്ച് ശരീരത്തെ ചുറ്റിപ്പറ്റി മാത്രം നടക്കുന്നു. പിന്നീടാണ് മറ്റൊരു സത്യം മനസ്സിലായത്. എന്റെ ശരീരത്തെ മാത്രമല്ല ഞാൻ വലയം ചെയ്യുന്നത്. ഞാൻ ഒരു ഭ്രമണ മണ്ഡലത്തിൽ തടവിലടയ്ക്കപ്പെട്ടവനാണ്. പ്രപഞ്ചത്തെ

പ്പോലെ സകലവസ്തുക്കളെയും പോലെ ഞാനും കറങ്ങിക്കൊണ്ടിരിക്കുന്നു. എനിക്കറിയാത്ത എന്തോ ഒരു സാധനത്തിന്റെ ചുറ്റിലുമാണ് ഞാൻ കറങ്ങിക്കൊണ്ടിരിക്കുന്നത്. ശൂന്യതയാകാം. ഏതായാലും സൂര്യനെയല്ല. എനിക്ക് കൂട്ടായി നിൽക്കുന്ന അമ്പിളിക്ക് ചുറ്റുമല്ല പക്ഷേ, അന്ധകാരതയുടെ ചുറ്റുമാകാം, ഞാൻ ഒരിക്കലും കാണാത്ത, കാണാൻ കഴിയാത്ത, അന്ധകാരത്തിന്റെ ചുറ്റും പ്രകാശത്തിന്റെ കണികയിൽ അപ്രത്യക്ഷമാവുന്ന അന്ധകാരത. ഞാൻ കറങ്ങുന്നു. ഭ്രമിക്കുന്നു അട്ടഹസിക്കുന്നു. തിരിച്ചു കയറാൻ കഴിയാത്ത വേഗതയിൽ കറങ്ങിക്കൊണ്ടിരിക്കുന്നു. എന്നെ ശൂന്യതയിൽകൊണ്ട് തള്ളിയേക്കാവുന്ന ബ്ലാക് ഹോളിനെ ഞാൻ തിരഞ്ഞുകൊണ്ടിരിക്കുകയാണ്.

സമാപ്തം

2006. അധ്യയനവർഷാരംഭത്തിൽതന്നെ പ്രിൻസിപ്പാളുടെ ഒരു മെയിൽ വന്നു. മാനുസ്ക്രിപ്റ്റ് ഡിപ്പാർട്ടുമെന്റ് യുദ്ധത്തെക്കുറിച്ചും യുദ്ധാനന്തര ദുരിത നേട്ടങ്ങളെക്കുറിച്ചും പ്രതിപാദിക്കുന്ന പുസ്തകങ്ങളും രേഖകളും കണ്ടെത്തി ക്രോഡീകരിക്കാൻ തീരുമാനിച്ചിട്ടുണ്ടെന്നും പദ്ധതിക്ക് കീഴിൽ തൊഴിൽ ചെയ്യാൻ താത്പര്യമുള്ളവരിൽനിന്ന് അപേക്ഷകൾ ക്ഷണിക്കുന്നുണ്ടെന്നുമായിരുന്നു മെയിലിലുണ്ടായിരുന്നത്.

“നിനക്ക് വല്ലവരേയും അറിയുമോ? ഏതെങ്കിലും ഇറാഖികൾക്ക് ഈ പഠനത്തിന് വേണ്ടി ഇങ്ങോട്ട് വരാൻ കഴിയുമോ? താത്പര്യമുള്ളവർക്ക് അടുത്ത വർഷം മുതൽ ക്ലാസിൽ വരേണ്ടി വരും? ”

അത് വായിച്ചപ്പോൾ വദൂദിനെയാണ് എനിക്ക് ഓർമ്മവന്നത്. അവൻ ഗവേഷണ വിദ്യാർത്ഥിയാവുകയോ പഠനം പൂർത്തീകരിക്കുകയോ ചെയ്തിട്ടില്ലെന്ന് എനിക്കറിയാമായിരുന്നു. അവന് ഇംഗ്ലീഷ് ഭാഷ കൈകാര്യം ചെയ്യാനും സാധിക്കില്ല. ഇവിടെ വന്ന് ജോലി ചെയ്ത് മുകളിലേക്ക് കയറി പോകണം എന്ന ചിന്തയും അവനുണ്ടാകില്ല. എന്തുമാവട്ടെ, അവന് വിവരം കൈമാറട്ടെ. കാര്യങ്ങളുടെ കിടപ്പ് വശവും അറിയിക്കുക തന്നെ. താത്പര്യമെങ്കിൽ വന്നോട്ടെ. അവന് ബാഗ്ദാദ് വിട്ട് പുറത്തു വരാനുള്ള ഒരു ചാൻസാണ്. ഞങ്ങൾക്ക് രണ്ടുപേർക്കും കാണാനും ഒരു അവസരം, പൂർത്തിയാകാതെ കിടക്കുന്ന പുസ്തകം എഴുതിത്തീർക്കുകയും ചെയ്യാം. അവൻ സമ്മതിക്കുമോ എന്നറിയില്ല. ഞാൻ ഒരുപാട് ആലോചിച്ചു. അവന്റെ ശാരീരികവും മാനസികവുമായ പ്രയാസങ്ങളും രോഗാതുരതയും കൂട്ടത്തിൽ ഇറാഖിന്റെ പുറത്തേക്ക് കടക്കേണ്ടിവരുമ്പോൾ അഭിമുഖീകരിക്കേണ്ടിവരുന്ന ഉദ്യോഗസ്ഥലോബികളുടെ പെരുമാറ്റവുമെല്ലാം എന്റെ ചിന്തയിലൂടെ കടന്നുപോയി. എന്തായാലും നല്ലത്

എന്നും നല്ലതുതന്നെയാണല്ലോ... ചീത്തയെ അത് വകഞ്ഞുമാറ്റി തെളിഞ്ഞുവരികതന്നെ ചെയ്യും. പഴയ പുസ്തകങ്ങൾ വായിക്കുകയും പഠിക്കുകയും ചെയ്യാൻ താത്പര്യമുള്ള തന്റെ തന്നെ പുസ്തകം പ്രസിദ്ധീകരിക്കാൻ കഴിവും പ്രാപ്തിയുമുള്ള ബാഗ്ദാദുകാരനായ ഒരാൾ എന്റെ അറിവിലുണ്ടെന്നും സാധ്യമെങ്കിൽ അയാളെ നമുക്ക് വിളിച്ച് വരുത്താമെന്നും ഞാൻ തിരിച്ച് പ്രിൻസിപ്പാളിന് മെയിൽ ചെയ്തു. അവർക്ക് അത് ഇഷ്ടപ്പെട്ടു. മുന്നോട്ടുള്ള കാര്യങ്ങൾ ചെയ്യാനുള്ള പച്ചക്കൊടിയും കാണിച്ചു. എല്ലാ കാര്യങ്ങളും വേഗത്തിൽ ചെയ്തുതീർക്കണമായിരുന്നു. വദൂദിനോട് സംസാരിക്കണം, സമ്മതം വാങ്ങണം, അവന് പാസ്പോർട്ട് ഉണ്ടാക്കണം, വിസയുണ്ടാക്കണം തുടങ്ങിയ കാര്യങ്ങൾ എല്ലാം പെട്ടെന്ന് ചെയ്തുതീർക്കണമായിരുന്നു. ഞാൻ ബാഗ്ദാദിലുണ്ടായിരുന്ന മദേഹിനെ വിളിച്ച്, വദൂദിനെ നേരിട്ടുകണ്ട് സംസാരിച്ച് കാര്യത്തിന് വ്യക്തത വരുത്താൻ നിർദ്ദേശിച്ചു. അടുത്ത ദിവസം മദേഹ് വിളിച്ച് വദൂദിന് ഫോൺ കൈമാറി. ഫോണിലൂടെ ആദ്യമായിട്ടായിരുന്നു അവന്റെ ശബ്ദം കേൾക്കുന്നത്. ഞാൻ കാര്യങ്ങൾ അവതരിപ്പിച്ചു. യൂണിവേഴ്സിറ്റി നേരിട്ട് യാത്രയുടെയും താമസത്തിന്റെയും വിസയുടെയും കാര്യങ്ങൾ ചെയ്യുമെന്നും ഇങ്ങോട്ട് എത്തിച്ചേരാനുള്ള നടപടികൾ കൈക്കൊള്ളുമെന്നും അവനെ ബോധിപ്പിച്ചു. അവൻ പാസ്പോർട്ട് എടുത്താൽ മാത്രം മതി എന്ന് പ്രത്യേകം ഓർമ്മപ്പെടുത്തി.

'താങ്ക് യു ഡോക്ടർ. എനിക്ക് അക്കാദമിക് കാര്യങ്ങളിൽ താത്പര്യമില്ലെന്ന് നിങ്ങൾക്ക് ശരിക്കും അറിയാമല്ലോ?"

"വദൂദ്, ഇത് പക്ഷേ, അക്കാദമിക് പഠനമല്ലല്ലോ? പഴയ പുസ്തകങ്ങൾ, ലിഖിതങ്ങൾ എന്നിവ നിരീക്ഷിക്കുക, മനസ്സിലാക്കാൻ ശ്രമിക്കുക എന്ന് മാത്രമാണ്."

അല്പസമയത്തെ നിശ്ശബ്ദതയ്ക്കുശേഷം അവൻ പറഞ്ഞു:

"ആ... സർ.. ഒ.കെ. ആ കവറുകളും ഫിഹിരസും അയച്ചോ?"

"സാറേ കവറുകൾ എല്ലാം അതിന്റെ സ്ഥാനത്ത് തന്നെയുണ്ട്. ഫിഹിരസ് ഏതാനും ദിവസങ്ങൾക്കുള്ളിൽ നിന്റെ വാതിലിൽ വന്ന് മുട്ടിവിളിക്കും. നീ തന്നതുപോലെതന്നെ ഞാൻ തിരിച്ചും അയച്ചിട്ടുണ്ട്. എല്ലാം ഒന്നു കാണാനായി എന്നു മാത്രം. ഒന്നോ രണ്ടോ മാസത്തെ കാര്യമുള്ളൂ. അതു കഴിഞ്ഞ് നിനക്ക് തിരിച്ചുപോകാവുന്നതാണ്."

"എന്റെ ഇംഗ്ലീഷ് അത്ര ശരിയല്ല."

"അതിനെന്താ? ഒരു മാസംകൊണ്ട് നമുക്ക് അത് ശരിയാക്കാം. അത്യാവശ്യത്തിന് ഒരു വിവർത്തകനേയും കണ്ടെത്താം. അതൊക്കെ ഇവിടെ വന്നിട്ട് നോക്കാവുന്നതേയുള്ളൂ."

"താങ്ക്യു ഡോക്ടർ, ഞാനൊന്ന് ആലോചിക്കട്ടെ. എന്നിട്ട് പറയാം."

"ഒ.കെ. ഞാൻ നിർബന്ധിക്കുന്നില്ല. ഞാൻ പറഞ്ഞത് സമ്മതിക്കും എന്നുതന്നെയാണ് കരുതുന്നത്. പറഞ്ഞതിനെക്കുറിച്ച് ശരിക്ക് ആലോചിക്ക്. എത്രസമയം വേണേലും എടുത്തോ.... ഇവിടേക്ക് ഒന്നു പോരൂ.

ഒന്ന് ഫ്രഷ് ആകാൻ നോക്ക്. എന്നും അവിടെ ബാഗ്ദാദിൽ ഇരുന്നാ മതിയോ. ഏതായാലും ഒരു മാസത്തിന്റെയുള്ളിൽ വിവരം പറയൂ. മറ്റു കാര്യങ്ങൾ എല്ലാം ചെയ്തുതീർക്കണം."

അവനോട് സംസാരിച്ചു കഴിഞ്ഞപ്പോൾ വദൂദിന് താത്പര്യമില്ലെന്നും സംസാരമെല്ലാം വെറുതെയായി എന്നുമായിരുന്നു എന്റെ ചിന്ത. രണ്ട് ദിവസം കഴിഞ്ഞ് മദേഹ് വിളിച്ചു. വദൂദ് വിളിച്ചിരുന്നുവെന്നും അങ്ങോട്ട് വരാൻ അവൻ ഒ.കെ. പറഞ്ഞിട്ടുണ്ടെന്നും അത് എന്നെ വിളിച്ച് അറിയിച്ചിട്ടുണ്ടെന്നും അവൻ പറഞ്ഞു. രണ്ടു മാസം കഴിഞ്ഞ് വദൂദിന്റെ പാസ്പോർട്ട് നമ്പറും അവന്റെ മറ്റു വിവരങ്ങളുമടങ്ങിയ അറ്റാച്ച്ഡ് മെയിൽ എനിക്ക് മദേഹ് അയച്ചുതന്നു. ഞാൻ അത് യൂണിവേഴ്സിറ്റിയിലേക്ക് അയച്ചു. യൂണിവേഴ്സിറ്റി എൻട്രി വിസയ്ക്ക് വേണ്ടി വദൂദിനെ പരിപാടിയുടെ ഭാഗമാക്കണമെന്ന നിർദ്ദേശവുമായി അമേരിക്കൻ എംബസിയിലേക്ക് കത്ത് അയയ്ക്കുകയും ചെയ്തു. മൂന്ന് മാസത്തിനുള്ളിൽ എംബസി കാര്യങ്ങൾ പൂർത്തിയായി അമ്മാനിൽ നിന്ന് ന്യൂയോർക്കിലേക്കുള്ള വിമാന ടിക്കറ്റ് പർച്ചേയ്സ് ചെയ്തു.

എന്റെയുള്ളിൽ സന്തോഷം തിരതല്ലുകയായിരുന്നു. അവന്റെ കൂടെ നടന്ന് കാണിച്ചുകൊടുക്കാനുള്ള ഓരോ സ്ഥലവും ഞാൻ ഇന്റർനെറ്റിന്റെ സഹായത്തോടെ നോട്ട് ചെയ്തുവെക്കാൻ തുടങ്ങി. മോഡേൺ ആർട്ട് മ്യൂസിയം, സെൻട്രൽ പാർക്ക് തുടങ്ങിയവ തീർച്ചയായും സന്ദർശിക്കേണ്ട കൂട്ടത്തിലായിരുന്നു. ന്യൂയോർക്ക് പബ്ലിക് ലൈബ്രറിയും സ്ട്രാന്റ് ലൈബ്രറിയും ആയിരക്കണക്കിന് പുസ്തകങ്ങളുടെ കേദാരമായതുകൊണ്ട് അതും ലിസ്റ്റിലുണ്ടായിരുന്നു. മറിയയോട് വിവരം പറഞ്ഞപ്പോൾ അവൾക്ക് സന്തോഷമായി. ഞാൻ അവളോട് പറഞ്ഞു.

"വദൂദ് മജ്ജയും മാംസവുമുള്ള ഒരു മനുഷ്യജന്മമാണ്. അല്ലാതെ എന്റെ വെറും തോന്നലല്ല എന്ന് നിനക്കുതന്നെ മനസ്സിലാക്കാനുള്ള അവസരമാണ് വരുന്നത്."

"ഏതായാലും ആളിങ്ങ് വരട്ടെ. എന്നിട്ടു നോക്കാം. സ്വപ്നമാണോ യാഥാർത്ഥ്യമാണോ എന്ന്."

വദൂദ് വരുന്ന ദിവസം വെസ്റ്റ്ഫോർട്ട് റെയിൽവേ സ്റ്റേഷനിൽനിന്ന് ജെ.എഫ്.കെ. വിമാനത്താവളത്തിലേക്ക് ട്രെയിൻ വഴി ഞാൻ നേരത്തെ പുറപ്പെട്ടു. അമ്മാനിൽനിന്നും ന്യൂയോർക്കിലേക്ക് വിമാനം എത്തേണ്ട ഷെഡ്യൂൾഡ് സമയത്തിനും അരമണിക്കൂർ മുമ്പുതന്നെ ഞാൻ അവിടെ എത്തി. അവന്റെ ഇറാഖി പാസ്പോർട്ട് എമിഗ്രേഷനിൽ കാര്യമായ ചോദ്യങ്ങൾക്ക് കാരണമായിത്തീരും എന്ന് എനിക്ക് ഉറപ്പുണ്ടായിരുന്നു. ജനങ്ങൾ പുറത്തേക്ക് വരുന്ന വാതിലിന്റെ മുമ്പിൽതന്നെ ഞാൻ അവനെയും കാത്തുനിന്നു. ഏകദേശം അരമണിക്കൂർ കഴിഞ്ഞപ്പോൾ കറുത്ത ഹാൻഡ്ബാഗ് വലിച്ച് കൊണ്ടുവരുന്ന വദൂദിനെ ആൾക്കൂട്ടത്തിൽ കണ്ടു.

നര അല്പം കൂടിയിട്ടുണ്ട്. എന്നെ കണ്ടതോടെ വിരിഞ്ഞ മുഖം ഒന്നു കൂടെ പ്രകാശിതമായി. പരസ്പരം ആലിംഗനം ചെയ്ത് ആവേശത്തോടെ ന്യൂയോർക്കിന്റെ മണ്ണിലേക്ക് അവനെ ക്ഷണിച്ചു. കൈയിലുണ്ടായിരുന്ന ബാഗ് തരാൻ ആദ്യം അവൻ തയ്യാറായില്ലെങ്കിലും നിർബന്ധത്തിനു വഴങ്ങി. കൂടുതൽ സംസാരിക്കാൻ തുടങ്ങുന്നതിനു മുമ്പുതന്നെ അവൻ ബാഗിൽനിന്നും ഒരു കവർ പുറത്തേക്ക് എടുത്തു.

"ഡോക്ടർ, ഇത് നിങ്ങൾക്കുള്ളതാണ്. സമാ തന്ന് വിട്ടതാണ്. ബാഗ്ദാദിൽ നിന്ന് അബു അഫീഫ് ഹലുവ."

"താങ്ക് യു ഡിയർ, എന്തിനാ ഇതൊക്കെ. എന്തിനാ നീ വെറുതെ ബുദ്ധിമുട്ടുന്നത്?"

അവനോട് ഫിഹിരസിനെക്കുറിച്ചും കൂടുതലായി വല്ല അധ്യായവും കൂട്ടിച്ചേർക്കാനായോ അത് കൊണ്ടുവന്നിട്ടുണ്ടോ എന്നെല്ലാം ചോദിക്കണം എന്നുണ്ടായിരുന്നു. പക്ഷേ...

മറിയയെ പരിചയപ്പെടുത്തിയതും ന്യൂയോർക്ക് സിറ്റി നടന്ന് കണ്ട കഥയുമൊക്കെ കൂട്ടിച്ചേർക്കണം എന്നുണ്ടായിരുന്നു. പക്ഷേ, എനിക്ക് എന്തോ ഈ സമാപ്തം അത്ര ഇഷ്ടപ്പെട്ടില്ല. ഞാൻ എഴുതിയത് കീറിയെറിഞ്ഞു.

പെട്ടെന്ന് ഞെട്ടി ഉണർന്നപ്പോഴാണ് താൻ ദീർഘമായ ഒരു സ്വപ്നത്തിലായിരുന്നു എന്ന് മനസ്സിലായത്. ആഗ്രഹങ്ങൾ നിറവേറ്റപ്പെടണം എന്നില്ലല്ലോ? എല്ലാ ആഗ്രഹങ്ങളും പൂർത്തീകരിക്കപ്പെട്ടുകഴിഞ്ഞാൽ പിന്നെ ആഗ്രഹങ്ങളും ആഗ്രഹിക്കുന്നവരും ഉണ്ടാവില്ലല്ലോ...

സമാപ്തം: മോഡൽ 2

നേരത്തെ സൂചിപ്പിച്ചിരുന്നതുപോലെ ദാർത്ത്മൗതിൽനിന്ന് ന്യൂയോർക്കിലേക്ക് ഞാൻ മാറിയിരുന്നെങ്കിലും പല കത്തുകളും അങ്ങോട്ടുതന്നെയാണ് അയയ്ക്കപ്പെട്ടിരുന്നത്. കോളേജ് ഡീൻ എന്നോടി സ്ഥാപനം മാറിയത് ബന്ധപ്പെട്ടവരെ അറിയിക്കണം എന്ന് പറഞ്ഞുകൊണ്ട് എഴുതിയ കത്തിന് പിറകിൽ വദൂദിന്റെ ഒരു എഴുത്തും എനിക്ക് കിട്ടിയിരുന്നില്ല. അങ്ങോട്ട് ഒരുപാട് കത്തുകൾ അയച്ചെങ്കിലും ഒന്നിനും മറുപടി ലഭിച്ചില്ല. മദേഹിനോട് വദൂദിനെ പോയി കാണാനും സംസാരിക്കാനും ആവശ്യപ്പെട്ടെങ്കിലും അവന്റെ മറുപടി എന്നെ നിരുത്സാഹപ്പെടുത്തി. അവസാനം ഞാൻ പറഞ്ഞതിനെ തുടർന്ന് വദൂദിനെ കാണാൻ പോയ മദേഹിനോട് അവൻ പറഞ്ഞുവത്രെ:

"സഹോദരാ..., എന്നെ എന്റെ വഴിക്ക് വിട്ടേക്കൂ. ഡോക്ടർ സുമൈറിനോട് എല്ലാം ഒന്നു നിർത്താൻ പറയൂ. ഈ അന്വേഷണവും എന്തിന്

ബന്ധങ്ങൾപോലും എനിക്ക് മടുത്തിട്ടുണ്ട്. അല്ലെങ്കിൽതന്നെ എന്തിനാ ഈ വിവരാന്വേഷണമൊക്കെ?"

മദേഹിന്റെ സംസാരശൈലിയും പെരുമാറ്റരീതിയും കണ്ടതോടെ ഞാൻ അവനോട് ആവശ്യപ്പെടുന്ന പല കാര്യങ്ങളും അവന് ബുദ്ധിമുട്ടുണ്ടാക്കുന്നതായി മനസ്സിലാക്കിയതോടെ വദൂദുമായി ബന്ധപ്പെട്ട ഒരു കാര്യവും പറയാൻ നിന്നില്ല. ദിവസങ്ങൾ മറിഞ്ഞതോടെ ഞാനും മറന്നു പലതും. എന്റെ പഠനമേഖലയിലേക്ക് മാത്രമായി ഞാൻ ഒതുങ്ങി. കുറച്ച് കാലത്തേക്ക് മദേഹും വദൂദും ബാഗ്ദാദും ഒന്നും മനസ്സിലേക്ക് വന്നില്ല.

ഒരു ദിവസം ന്യൂയോർക്ക് യൂണിവേഴ്സിറ്റി അഡ്രസ്സിൽ വദൂദിന്റെ ഒരു കത്ത് വന്നു. അതിന്റെ പുറത്ത് വദൂദിന്റെ പേര് കണ്ടതോടെ എന്റെ മനസ്സിൽ ഓർമ്മകൾ ഓളംതള്ളി. തുറന്നു നോക്കിയപ്പോൾ അവന്റെ തന്നെ കൈപ്പടയിൽ എഴുതിയ ചെറിയ ഒരു കത്ത്:

"എന്റെ പ്രിയപ്പെട്ട ഡോക്ടർ നുമൈറിന്,

ആശംസകൾ അറിയിക്കട്ടെ,

ഒരുപക്ഷേ ഇതായിരിക്കും എന്റെ അവസാന കത്ത്. എന്റെ മാനസികാരോഗ്യശേഷി കുറഞ്ഞ് വരുന്നതായി തോന്നുന്നുണ്ട്. ഇനിയും ആരോഗ്യത്തോടെ കൂടുതൽകാലം വെളിച്ചത്തിന്റെ ലോകത്ത് നടക്കാനാകും എന്നു തോന്നുന്നില്ല. ഇത് സുഖപ്പെട്ട് രക്ഷപ്പെടും എന്നും തോന്നുന്നില്ല. നിങ്ങൾ മാത്രമായിരുന്നു എന്നെയും എന്റെ ഫിഹിരിസിനെയും കുറച്ചെങ്കിലും പരിഗണിക്കുകയും താത്പര്യത്തോടെ ശ്രദ്ധിക്കുകയും ചെയ്തിരുന്നത്. ചിരകാലസ്വപ്നമായിരുന്ന എഴുത്തിനെ ഇല്ലായ്മ ചെയ്യാൻ ഒട്ടും താത്പര്യമില്ലെന്നു മാത്രമല്ല അത് പ്രസിദ്ധീകരിക്കാൻതക്ക പ്രാപ്തി എനിക്കില്ലാത്തതുകൊണ്ടും നിങ്ങളിലേക്കുതന്നെ അത് എത്തിക്കണം എന്നുണ്ട്. എനിക്ക് കഴിയാത്തത് നിങ്ങൾക്ക് കഴിയും. നിങ്ങളത് പ്രസിദ്ധീകരിക്കും എന്നുതന്നെയാണ് കരുതുന്നത്. ഒരുപാട് കാലമായിട്ട്, ആശയറ്റ ഒരുപാട് ജീവനുകളെ കണ്ടിട്ടും അനുഭവിച്ചിട്ടും എന്റെ ഈ നാട് വിട്ട് പോകാനോ അകന്നുപോകാനോ എന്റെ ഫിഹിരിസിന്റെ രചനയിൽനിന്ന് മാറി നിൽക്കാനോ താത്പര്യമില്ല. പക്ഷേ ആ താത്പര്യവും ഇഷ്ടവും എല്ലാം നഷ്ടപ്പെട്ടുകൊണ്ടിരിക്കുകയാണോ എന്ന് ഭയക്കുന്നു. പലതിലും തോറ്റുപോകുന്നതുപോലെ തോന്നുന്നു. സ്വരുക്കൂട്ടി വെച്ച ഡാറ്റകളോടും എഴുത്തുകളോടുതന്നെയും ഒരു അകൽച്ച വന്നതുപോലെ. പറഞ്ഞറിയിക്കാനാവാത്ത ഒരുതരം മനോവേദന പടർന്നു കയറുന്നു. അവസാനം ഞാൻതന്നെ എഴുതിയാലോ എന്ന് ചിന്തിച്ചുതുടങ്ങിയിരിക്കുന്നു. ജീവിതത്തിൽ ഒരുപാട് കാര്യങ്ങൾ നമ്മുടെ ഇഷ്ടപ്പെടിയല്ല സംഭവിക്കുന്നത്. നാം ജനിക്കുന്ന ദിവസം സ്ഥലം എന്നിവ തിരഞ്ഞെടുക്കാൻ നമുക്ക് അവകാശമില്ലല്ലോ. എന്തിന് പാരമ്പര്യമായി കിട്ടുന്ന സുഖങ്ങളെയും അസുഖങ്ങളെയും ഇഷ്ടപ്പെടി തിരിക്കാൻ നമുക്ക് അർഹതയില്ലല്ലോ.

നമ്മുടെ ഭാഷ, മതം, തിരഞ്ഞെടുക്കാനാകുന്നില്ല. നമ്മുടെ ജീവിത രീതികൾപോലും മറ്റുള്ളവരുടെ ഇഷ്ടത്തിന് അനുസരിച്ചല്ലേ മുന്നോട്ട് പോകുന്നത്. ഇതിന്റെ ഒടുക്കമെങ്കിലും നമ്മുടെ ഇഷ്ട ത്തിന് അനുസരിച്ച് ആക്കേണ്ടതല്ലേ? ഞാൻ തീരുമാനിച്ചിരി ക്കുന്നു. സാധാരണ കഥയില്ലാതെ ആടുന്ന ആട്ടത്തിന്റെ ക്ലൈമാ ക്സ് മറ്റുള്ളവരാണ് നോക്കി രസിക്കാറുള്ളതെങ്കിൽ എന്റെ കഥയും തിരക്കഥയും ക്ലൈമാക്സും ഞാൻ തന്നെ എഴുതാനും നടിക്കാനും തീരുമാനിച്ചിരിക്കുന്നു. എന്റെ അന്ത്യം അത് എന്റെ ഇഷ്ടത്തിനായിരിക്കും. അവസാനത്തെ സീൻ ഞാൻ തന്നെ എഴുതി അഭിനയിക്കും. ഒരു നിമിഷമെങ്കിലും എന്റെ ഇഷ്ടത്തിന് അനുസരിച്ച് ഒരേ ഒരു നിമിഷമെങ്കിലും ജീവിക്കണം. വഴിമുടക്കി കളായി നിന്നിരുന്ന എല്ലാവരോടും പകരം വീട്ടും. അടുത്ത മാസം വരാനിരിക്കുന്ന ജന്മദിനം അത് വ്യത്യസ്തമായി തന്നെ ആഘോ ഷിക്കും. എല്ലാ പുസ്തക ഷെൽഫുകളും ഞാൻ അഗ്നിക്കിര യാക്കും. അത് കത്തി ചാരമായിത്തീരുന്നത് നോക്കിനിൽക്കും. അക്കൂട്ടത്തിൽ ഷിഹിരസും എരിയും. കാരണം അതാണ് എന്റെ ഏറ്റവും വലിയ കൃതിയും ഏറ്റവും വലിയ സ്വപ്നവും. അത് മാത്ര മായി ബാക്കിയാവാൻ പാടില്ല. നശിക്കണം. എല്ലാം നശിച്ച് മണ്ണാ കണം. ഫിഹിരസിന്റെ കഥകൂടി കഴിഞ്ഞാൽ പിന്നെ ഞാൻ ആരാണ്? ഞാൻ എന്തിനാണ്? എന്തുകൊണ്ടാണ് ഞാൻ? എല്ലാ വർക്കും ഒരു പാഠമായിട്ടോ ഉദാഹരണമായിട്ടോ ഞാനും എരിയും. ഞാൻ എന്നെതന്നെ കൊളുത്തും. നെരിപ്പോടിൽ വെന്ത് ഞാനും ഒരു കഥയാകും. പരിപൂർണമായ നാശം, ഉണ്മയുടെ ഈ ലോക ത്തുനിന്ന് ഇല്ലായ്മയുടെ സ്വതന്ത്രയുടെ ലോകത്തേക്ക് ഒരു ഉയിർപ്പ്, ഒരു ഒളിച്ചോട്ടമല്ല. ഒരു ഉയർത്ത് എഴുന്നേൽപ്പ് തീരു മാനം കഠോരമാണ് എന്നറിയാം. അത് നടപ്പിലാക്കാനുള്ള മനോ ധൈര്യമുണ്ടാക്കുമോ എന്നറിയില്ല. അത് മനസ്സറിഞ്ഞ് കത്തിയെരി യാൻ തന്നെ വേദന കുറഞ്ഞ ഒരു വഴി തിരഞ്ഞെടുക്കണം. എനി ക്കറിയാം. ആദ്യമായിട്ടല്ല ഒരു എഴുത്തുകാരനോ എഴുത്തിന്റെ ലോകം ഇഷ്ടപ്പെടുന്നവനോ എരിതീക്ക് ഇരയാകുന്നത്. ആദ്യ മായിട്ടല്ല തന്റെ മരണശേഷം സൃഷ്ടികൾ എല്ലാം കരിച്ച് കളയണം എന്നു പറയുന്നത്. കാഫ്കയുടെ കഥ നിങ്ങൾക്ക് അറിയാം എന്ന് എനിക്ക് ഉറപ്പുണ്ട്. ചിലർ അതിനെ സ്വീകരിച്ചു. ചിലർ എതിർത്തു. ഖാളി അബുസഹൽ അലി മുഹമ്മദിനെ എതിർത്ത് നൗഹീദി എഴുതിയ ആ ലേഖനം എന്നെ ഇരുത്തിക്കളഞ്ഞിട്ടുണ്ട്. എന്റെ തീരുമാനങ്ങളിൽ നിങ്ങൾക്ക് വിയോജിപ്പ് തോന്നുന്നുണ്ടെങ്കിൽ അതൊന്നു വായിച്ചുനോക്കണം!

ആത്മാർത്ഥതയോടെ,

വദൂദ്

കത്തിനെക്കുറിച്ച് ഞാൻ മറിയയോട് പറഞ്ഞപ്പോൾ അവളാണ് പറഞ്ഞത് വദൂദ് മറ്റൊരു തരത്തിൽ തന്നോട് സഹായം ചോദിക്കുകയായിരിക്കും എന്ന്. അവന് ആവശ്യമായ സഹായസഹകരണം നൽകിയില്ലെങ്കിൽ കൈവിട്ടുപോകാൻ സാധ്യതയുണ്ട്. എനിക്ക് എങ്ങനെ അവനെ സഹായിക്കാനാകും? മദേഹിനേയോ വേറെ വല്ല കൂട്ടുകാരെയോ വിളിച്ച് വദൂദുമായി സംസാരിക്കാൻ നിർദ്ദേശിക്കാം. കഴിഞ്ഞേക്കും.

കത്തിന്റെ കൂടെ വദൂദ് അയച്ച ഏതോ പുസ്തകത്തിൽ നിന്ന് കീറിയെടുത്ത ചളി പുരണ്ട് നിറം മങ്ങിയ മൂന്ന് താളുകൾ കൂടിയുണ്ടായിരുന്നു.

> "അപ്രതീക്ഷിതമായിട്ടാണ് നിങ്ങളുടെ കത്ത് കിട്ടിയത്. എനിക്ക് ചൊരിഞ്ഞ് നൽകിയ അനുഗ്രഹങ്ങൾക്കെല്ലാം ദൈവത്തിനാണ് സർവ്വ നന്ദിയും പ്രകാശിപ്പിക്കുന്നത്. അവനോട് കൂടുതൽ അനുഗ്രഹങ്ങൾ തേടുകയും ചെയ്യുന്നു. നിനക്ക് എന്നോടുള്ള ഇഷ്ടവും പ്രിയവും അറിയാവുന്നത് കൊണ്ട് തന്നെ ഞാൻ എന്റെ വില പിടിപ്പുള്ള പുസ്തകങ്ങളെല്ലാം കരിച്ച് കളഞ്ഞുവെന്ന വാർത്ത നിനക്ക് ഒരു ഷോക്കായിട്ടുണ്ടെന്ന് മനസ്സിലായി. അതിന്റെ ന്യായവശങ്ങൾ നിന്നോട് പറയാതിരിക്കാൻ എനിക്കാവില്ല. അല്ലാഹുവിന്റെ വാചകം നീ വായിച്ചിട്ടില്ലെന്ന് തോന്നുന്നു." അവന്റെ തിരുമുഖമല്ലാത്ത സകലതും നശിച്ച് പോകും, അവനിലാണ് സകല തന്ത്രവുമുള്ളത് അവനിലേക്ക് തന്നെയാണ് അവർ മടക്കപ്പെടുന്നത്" ഇതും നാ വായിച്ച് മനസ്സിലാക്കിയിട്ടില്ലെന്ന് തോന്നുന്നു "അതിന് (ഭൂമിക്ക്) മുകളിലുള്ളതെല്ലാം നശിക്കുന്നതാണ്." എത്ര വില പിടിപ്പുള്ളതായിരുന്നാലും ഇഹ ലോകത്ത് ഒന്നിനും സ്ഥായിയായ നിലനിൽപില്ലാ എന്ന പരമ സത്യം നിനക്കറിയാതിരിക്കില്ലല്ലോ, രാത്രികളുടെയും പകലുകളുടെയും കളിപ്പാട്ടങ്ങളായി കാല വിപത്തുകളുടെ ഭാഗമായി എല്ലാം ഇല്ലായ്മയിൽ ലയിക്കുക തന്നെ ചെയ്യും. അതുകൊണ്ട് തന്നെ തെളിവുകളുടെ ലോകത്തിലൂടെ കടന്ന് പോകാൻ ഉദ്ദേശിക്കുന്നുവെങ്കിൽ ഞാൻ നിനക്ക് ഒരു ഉപകാരം ചെയതവനെ പോലെയാണിപ്പോൾ. വ്യക്തമായ ന്യായീകരണം നൽകാൻ എനിക്ക് കഴിയും. എന്റെ കഴിവുകളെ നീ അംഗീകരിക്കേണ്ടി വരും. ദൈവത്തിന്റെ പരമോന്നതമായ കഴിവിനെ നിനക്ക് എന്നിൽ കണ്ടെത്താൻ കഴിയും. അറിവ് അത് പ്രവൃത്തി പഥത്തിൽ കൊണ്ടുവരാനുള്ളതണ്. ഓരോ പ്രവർത്തനവും രക്ഷയെ ലക്ഷ്യം വെച്ചുള്ളതാണ്. ജ്ഞാനം കുറഞ്ഞ പ്രവർത്തനങ്ങളാണതെങ്കിൽ തീർച്ചയായും ലോകത്തിന് തന്നെ അത് ഭാരമായി തീരും. ഭാരമായേക്കാവുന്നതും അപമാനിതമാക്കുന്നതുമായ അറിവുകളിൽ ഞാൻ ദൈവത്തോട് കാവൽ ചോദിക്കുന്നു. അത് ഒരു മുറിപ്പാടായി കിടക്കും. ന്യായീകരിച്ച് തെളിവുകൾ നിരത്തേണ്ടി വരുന്ന കൂട്ടത്തിൽ പെട്ടതാണ് അത്. ഒരു കാര്യം മനസ്സിലാക്കുക, ദൈവം നിനക്ക് പഠിപ്പിച്ച് തന്ന നല്ല അറിവുകൾ തീർച്ചയായും രഹസ്യവും പരസ്യവുമായ, പരന്ന് കിടക്കുന്ന

പാരാവാരത്തിലെ മത്സ്യക്കുഞ്ഞുങ്ങളാണ്. രഹസ്യമായ അറിവുകളെ സ്വായത്തമാക്കാൻ തക്ക പ്രാപ്തിയുള്ള ഒരാളെ പോലും എനിക്ക് കാണാനായിട്ടില്ല, പരസ്യമായ അറിവുകളെ സ്വന്തമാക്കാൻ സ്വമനസ്സാലെ താത്പര്യപ്പെട്ട് വരുന്നവരെയും എനിക്ക് കാണാനായിട്ടില്ല. ഞാൻ ഇതെല്ലാം സ്വരുക്കൂട്ടിയത് ജനങ്ങൾക്ക് വേണ്ടിയായിരുന്നു, അവരിൽ പ്രഗദ്ഭരെ കണ്ടെത്താനും അവരിലെ നേതൃത്വം കിട്ടാൻ വേണ്ടിയും അവരുടെ അടുക്കൽ സ്ഥാനം കിട്ടാൻ വേണ്ടിയുമായിരുന്നു, പക്ഷേ, എനിക്ക് എല്ലാം നിഷേധിക്കപ്പെട്ടു. ദൈവം എനിക്കായി കണ്ട് വെച്ചത് വെറുതെയല്ല എന്ന് എനിക്ക് വ്യക്തമായി അറിയാം. ഒപ്പം ഒരു കാര്യവും എനിക്ക് എതിരായിട്ടോ അനുകൂലമായിട്ടോ തെളിവായി എടുക്കപ്പെടുന്നതാകരുത് എന്ന നിർബന്ധബുദ്ധിയും കൂടിയുണ്ടായിരുന്നു. അതിനുള്ള പ്രാർത്ഥനയായിരുന്നു എല്ലാ സമയത്തും. എനിക്ക് ബുദ്ധിയുള്ള ഒരു കുട്ടിയുണ്ടായില്ല, പ്രിയപ്പെട്ടവനെന്ന് പറയാവുന്ന കൂട്ടുകാരനുണ്ടായില്ല, അടുത്ത സ്നേഹിതനുണ്ടായില്ല, കൂടെ നിൽകുന്ന അനുവൃന്ദമുണ്ടായില്ല, പിന്തുടരാവുന്ന നേതൃത്വവുമുണ്ടായില്ല. അതുകൊണ്ടു തന്നെ എന്നെ പരിഹസിക്കുന്ന, എന്റെ അഭിമാനത്തിന് വില കൽപിക്കാത്ത, എന്റെ തെറ്റുകളെ ആർഭാടമാക്കുന്ന, എന്റെ ശരികളെ പരിഗണിക്കാത്ത, അതെല്ലാം എന്റെ കുറ്റവും കുറവുമായി കാണുന്ന മറ്റുള്ളവർക്ക് എന്റെ അധ്വാനങ്ങളെ ഞാൻ വിട്ട് കൊടുക്കണം. അവരെ കുറിച്ച് മോശമായി ഒന്നും കരുതരുത്, അവരുടെ മോശത്തരും എന്നുമുണ്ടാകും എന്നതിൽ എന്താണ് ഉറപ്പ്? എന്നാണ് നിനക്ക് ചോദിക്കാനുള്ളതെങ്കിൽ ജീവിത കാലത്ത് ഞാൻ അവരെ കണ്ടതിൽ നിന്ന് ഒരു വ്യത്യാസവും മരണ ശേഷവും അവർക്ക് കാണിക്കാൻ കഴിയില്ല എന്ന പൂർണ വിശ്വാസമുണ്ട് എനിക്ക്. ഇരുപത് കൊല്ലം അവർക്കൊപ്പം ജീവിച്ചിട്ടും ഒരിക്കൽ പോലും സ്നേഹത്തിന്റെ ഭാഷ പറയാനറിയാത്തവരോട് പിന്നെ എങ്ങനെ ഞാൻ പെരുമാറണം. മനുഷ്യരിൽ മറ്റുള്ളവരെ അറിഞ്ഞുകൊണ്ട് പെരുമാറുന്നവരുണ്ടെന്ന് എനിക്ക് തോന്നുന്നില്ല. സ്ഥാനങ്ങളും പ്രശസ്തിയും കിട്ടയിതിന് ശേഷം പോലും അവരുടെ ഇടയിൽ കിടന്ന് നരകിക്കേണ്ടി വന്നിട്ടുണ്ട് എനിക്ക്. സാധാരണക്കാർക്കിടയിലും പ്രത്യേക ചിന്താഗതിക്കാർക്കിടയിലും ഞാൻ ബുദ്ധിമുട്ടിയിട്ടുണ്ട്. മനുഷ്യത്വവും എന്തിന് ആദർശങ്ങൾ പോലും പണയപ്പെടുത്തേണ്ടി വന്നിട്ടുണ്ട്. കാര്യ സാധ്യത്തിന് വേണ്ടി കപട പ്രശസ്തി നേടിയെടുക്കേണ്ടി വന്നിട്ടുണ്ട്. പേന കൊണ്ട് എഴുതി ഫലിപ്പിക്കാൻ പോലും സാദ്ധ്യമല്ലാത്ത പല കാര്യങ്ങളുമുണ്ടായിട്ടുണ്ട്. അതിന്റെ വേദന അനുഭവിച്ചവർക്ക് മാത്രമേ അറിയാനാകൂ. നിന്റെ കണ്ണിൽ എല്ലാ കാലവും സമമായിട്ടായിരിക്കും. പ്രഭാത പ്രദോഷ സമയകാലങ്ങൾക്കിടയ്ക്കുള്ള ഏതാനും മണിക്കൂറുകൾ മാത്രമായിരിക്കും. നിന്നെ അറിയാവുന്നത് കൊണ്ട് തന്നെ ഈ പറയുന്നത് ഒന്നും നിന്നെ പേടിപ്പിക്കുന്നുണ്ടാകില്ല എന്നു തന്നെയാണ് എന്റെ

വിശ്വാസവും. ഞാൻ പറയുന്നതിലെയും ചെയ്തതിലേയും ശരി തെറ്റുകളെ നിനക്ക് മനസ്സിലാക്കാനാകുന്നത് നീ ചിന്തിച്ച് തുടങ്ങുമ്പോൾ മാത്രമാണ്. പലതും പറയാത്തതു പോലും കൂടുതൽ ദീർഘിക്കരുത് എന്ന് കരുതി മാത്രമാണ്. പിന്നെ, ഇന്നിന്റെ ഭാരമാണ് ഞാൻ, ഒരുപക്ഷേ, നാളെ തൊണ്ണൂറുകളിൽ, വയോവൃദ്ധനായിത്തീർന്നാൽ തന്നെ സുന്ദരമായ ജീവിതം എനിക്ക് പ്രതീക്ഷിക്കാനാകുമോ? പുതിയ ഒരു താളം കിട്ടുമോ, അവസ്ഥകൾക്ക് കാതലായ വല്ല മാറ്റവുമുണ്ടാകുമോ. ആരോ പറഞ്ഞ് വെച്ചവരുടെ കൂട്ടത്തിൽ തന്നെയല്ലേ ഞാൻ. "എല്ലാ പകലുകളിലും രാത്രികളിലും ഞങ്ങൾ പോയിവരുന്നു, ചിലർ പോകുന്നുമില്ല വരുന്നുമില്ല." കവികൾ പറഞ്ഞ് പോയ കാര്യങ്ങളത്രയും എന്റെ ഈ അവസ്ഥയ്ക്ക് തീർച്ചയായും യോജിച്ച് വരുന്ന കാര്യമാണല്ലോ. എന്റെ വേദനകൾ തന്നെ അനുഭവിച്ച് തീർക്കുന്ന ആയിരങ്ങളുടെ സംഭവങ്ങളിലൂടെയാണ് ഞാൻ സ്വയം തിരിച്ചറിഞ്ഞ് കൊണ്ടിരിക്കുന്നുത്. ഇറാഖിലും ഹിജാസിലും ജബലിലും റയ്യിലും എനിക്ക് അവരെ നഷ്ടമായിരിക്കുന്നു. അവരുടെ പട്ടിക നീണ്ട് കൊണ്ടിരിക്കുന്നു. വേദനകൾ തുടർക്കഥകളാകുന്നു, വിലാപങ്ങളും ആവർത്തിക്കപ്പെടുന്നു. ഞാനും അവരുടെ കൂട്ടത്തിൽ തന്നെയല്ലേ. അവരുടെ സഞ്ചാരലോകത്ത് നിന്നും എനിക്ക് എന്ത് മാറ്റമാണുള്ളത്. ദൈവമേ, എന്റെ തിരിച്ചറിവുകൾ എന്നെ എത്തിക്കണ്ടിടത്ത് എത്തിക്കണേ. അവൻ, ദൈവം, എനിക്ക് ഉത്തരം നൽകും. പിന്നെ, ഞാൻ പുസ്തകങ്ങൾ കരിച്ചതിനും മറ്റുള്ളതിനും എനിക്ക് മുൻഗാമികളുണ്ട്, അവരുടെ പാത ഞാനും പിൻപറ്റുന്നു എന്ന് മാത്രം. അബൂ അംർ അലാ അവരിൽ ഒരാളാണ്. ത്യാഗോജ്ജ്വലമായ ജീവിതം നയിക്കുന്നതോടൊപ്പം തന്നെ നല്ല ജ്ഞാനിയുമായിരുന്നു. തന്റെ പുസ്തകങ്ങളെല്ലാം മണ്ണിട്ട് മൂടി. അതിന് ഒരു സൂചന പോലും നൽകിയതുമില്ല. ഇനി ദാവൂദ് ഥാഇ. ദൈവത്തെ സൂക്ഷിച്ച് ജീവിച്ചിരുന്ന ജ്ഞാനിയും ത്യാഗിയുമായിരുന്ന, സമൂഹത്തിന്റെ ജ്ഞാന കിരീടം എന്നറിയപ്പെട്ടിരുന്ന അദ്ദേഹം തന്റെ ഗ്രന്ഥങ്ങളെല്ലാം കടലിൽ എറിഞ്ഞു. എറിയുന്ന സമയത്ത് അദ്ദേഹം പറഞ്ഞുവത്രേ "അതെ നീയായിരുന്നു തെളിവുകൾ. ലക്ഷ്യത്തിലെത്തിയതിന് ശേഷവും തെളിവുകളുമായി അടയിരിക്കുന്നത് ശരിയല്ല, നാശമാണ്, നഷ്ടവുമാണ്." ഇനി യൂസുഫ് ബിൻ അസ്ബാഥ് തന്റെ ഗ്രന്ഥങ്ങളെടുത്ത് മലയുടെ മുകളിൽ കയറി ഏതോ ഗുഹക്കകത്ത് വെച്ച് അടച്ചു. അതിനെക്കുറിച്ച് ചോദിച്ചവരോട് അദ്ദേഹം പറഞ്ഞു "അറിവുകൾ ആദ്യഘട്ടത്തിൽ നമുക്ക് വഴി കാണിക്കും, പക്ഷേ, രണ്ടാം ഘട്ടത്തിൽ അവ നമ്മെ വഴി തെറ്റിക്കും. ഞാൻ എത്തേണ്ടിടത്ത് എത്തി എന്ന് തോന്നിയപ്പോൾ അതിനെ ഒഴിവാക്കി, ഞാൻ ഉദ്ദേശിച്ച കാര്യമുണ്ടായതിനാൽ അതിനെ കൂടെ കൂട്ടാൻ എനിക്ക് താത്പര്യമില്ല. അബൂ സുലൈമാൻ ദാറാനി തന്റെ പുസ്തകങ്ങളെല്ലാം അടുപ്പിലിട്ട് വെണ്ണീറാക്കിയിട്ട് പറഞ്ഞു "നീ എന്നെ കരിക്കാതിരിക്കാനായി

ഞാനിതാ നിന്നെ കരിച്ച് കളയുന്നു" സുഫ്യാൻ സൗരി. ആയിരം വോള്യം വരുന്ന പുസ്തകം കീറിക്കളഞ്ഞ് പറഞ്ഞു "എന്റെ കൈകൾ ഇവിടെ മുറിക്കപ്പെട്ടിരുന്നെങ്കിൽ എനിക്ക് ഇതൊന്നും എഴുതേണ്ടി വന്നിരുന്നില്ലല്ലോ." അബൂ സഈദ് സൈറാഫി തന്റെ മകനായ മുഹമ്മദിനോട് പറഞ്ഞു "നിന്റെ നന്മക്ക് വേണ്ടി മാത്ര മാണ് ഈ പുസ്തകങ്ങൾ ഞാൻ നിനക്കായി മാറ്റി വെക്കുന്നത്. അത് നിന്നെ ചതിക്കുന്നുണ്ടെന്ന തോന്നിയാലുടൻ കത്തിച്ച് കള ഞ്ഞേക്കണം." പറഞ്ഞ് വരുന്നത് ഞാൻ ചെയ്ത കാര്യം ശരിയാ യിരുന്നു എന്ന് വിശ്വസിക്കപ്പെടുന്ന ഒരു കാലം വരാനുണ്ടെന്ന് ഉറപ്പാണ്. എനിക്കായി മാത്രം ഞാൻ പഠിച്ച പാഠങ്ങൾ കുറവാണ്. ഏത് അറിവ് നൽകാനും ദൈവത്തിന് സാധിക്കും. അവൻ കരുതി യാൽ അനേകായിരം പേജുകൾ നിറയ്ക്കാൻ മാത്രം അറിവുകൾ അവൻ വേണ്ടവർക്ക് നൽകുക തന്നെ ചെയ്യും. അത് എനിക്കും ജനങ്ങൾക്കുമുള്ള ദൈവത്തിന്റെ വരദാനമാണ്. പക്ഷേ, മിക്ക വർക്കും അത് അറിയില്ല എന്ന് മാത്രം."

ആദ്യത്തെ സമാപ്തത്തേക്കാൾ ഒന്ന് കൂടെ നല്ലതായി തോന്നിയത് ഇതായിരുന്നു. പക്ഷേ, ഇത് പൂർണാർത്ഥത്തിൽ ഒരു സമാപ്തമായിട്ടി ല്ലല്ലോ. ബ്രാക്കറ്റുകളിട്ട് വിശദീകരണം നൽകാൻ ഞാൻ കരുതിയിരു ന്നെങ്കിലും അത് പിന്നീട് വേണ്ടെന്ന് വെച്ചു. യതാർത്ഥ അന്ത്യങ്ങൾ കൃത്യ മായി കാണിക്കാൻ കഴിയുക എന്നത് വിചിത്രമായ കാര്യം തന്നെയല്ലേ. അല്ലെങ്കിലും എല്ലാ അന്ത്യങ്ങളും ചില സങ്കൽപങ്ങളിലല്ലേ. ഞാനോ അവനോ കരുതിയതുപോലെ അവസാനിപ്പിക്കണം എന്ന് വദൂദിനെ എഴുതി അറിയിക്കാൻ നിന്നില്ല. നമ്മുടെ ആഗ്രഹത്തോടെയുള്ള അന്ത്യ ങ്ങൾ എന്നും ചില മുറിപ്പാടുകളാണ് എന്ന് മനസ്സിലാക്കേണ്ടിയിരിക്കുന്നു. ആ അന്ത്യങ്ങളിൽ ചിലപ്പോൾ പുതുജീവനുകളും സ്വപ്നങ്ങളും ഉദയം ചെയ്തേക്കും, പക്ഷേ, അത് അപൂർവ്വമാണ്. ചിലപ്പോൾ സന്തോഷവും ആഹ്ലാദവും നൽകുന്ന സംഭവങ്ങളുമുണ്ടായേക്കാം.

എന്തായാലും നമ്മുടെ സമാപ്തങ്ങൾ അത് നമ്മുടെ കൈവശമല്ല.

പക്ഷികാണ്ഡം - ശുഭം

ഞാനിതാ ബാഗ്ദാദിന്റെ വിഹായസ്സിന്റെ വിരിമാറിനോട് അടു ക്കുന്നു. പേടിയും ബേജാറും കൂടി വരുന്നുണ്ടെങ്കിലും അക ത്തോട്ട് കയറാതിരിക്കാനാകുന്നില്ല. മുകളിലേക്ക് കയറിവരുന്ന പുകത്തൂണിനെ പേടിക്കണോ? ഭീമാകാരമായ ലോഹ പക്ഷി കളേയാണ് ഞാൻ പേടിക്കുന്നത്. ഞാൻ കയറിയിരുന്നതുപോലെ അവകളും തിരികെ പറന്ന് വരുന്നുണ്ട്. മുകളിലുള്ളവരെ കാണാനും അവരോട് കൂട്ട് കൂടാനും. ചെകിടുകൾ അടയുന്നുണ്ട്.

കണ്ണ് പൊട്ടന്മാരായ അവകൾ എങ്ങനെയാണ് പറക്കുന്നത് എന്ന് എനിക്ക് അറിയില്ല. എന്താ ഈ പറവകൾ എല്ലായിടത്തും തീ എറിഞ്ഞ് വരുന്നത്?

വിട്ടുപിരിയുന്നതിന് മുമ്പ് അച്ഛൻ അവസാനമായി പറഞ്ഞത് ഇത്രയും എണ്ണത്തിലും വണ്ണത്തിലും ഭീകരമായ യന്ത്ര പക്ഷികളെ ഇതിന് മുമ്പ് കണ്ടിട്ടില്ല എന്നായിരുന്നു.

എന്റെ അച്ഛൻ എവിടെ പോയി?

എന്റെ അമ്മ എവിടെ?

എന്റെ സഹോദരി സഹോദരന്മാർ എവിടെ?

ഞാൻ പറന്ന് കൊണ്ടിരിക്കുക തന്നെയാണ്.

....

പക്ഷേ, ഞാൻ ക്ഷീണിച്ചിരിക്കുന്നു...

പുലർച്ചെ മുൻസിപ്പാലിറ്റി വണ്ടിയുടെ ഗോവണി ശബ്ദവും ജോലിക്കാരുടെ ഉച്ചത്തിലുള്ള സംസാരവും കേട്ടുകൊണ്ടാണ് ഉണർന്നത്. മറിയ തന്റെ ആന്റിയെ കാണാൻ ഫിലാഡൽഫിയയിലേക്ക് പോയതിനാൽ കൂടെ ആരുമുണ്ടായിരുന്നില്ല. ശബ്ദം നിലച്ചപ്പോൾ തിരിഞ്ഞുകിടന്ന് പുതപ്പ് ഒന്നുകൂടെ മൂടി വീണ്ടും ഉറക്കത്തിലേക്ക് മടങ്ങി. മുതനബ്ബി നല്ല ബ്രിട്ടീഷ് സ്ലാംഗിൽ കവിതാലാപനം നടത്തുന്നത് സ്വപ്നത്തിൽ കണ്ടു ഉണരുമ്പോൾ ഡബ്ല്യൂ.എൻ.വൈ.സി. ചാനൽ ബി.ബി.സി വാർത്തകൾ പുനഃസംപ്രേഷണം ചെയ്യുന്ന വാർത്ത ബുള്ളറ്റിൻ കേട്ടു.

“ആണവായുധ നിർമ്മാണ പ്രവർത്തനങ്ങളിൽനിന്ന് പിന്മാറാൻ ഉത്തര കൊറിയ സന്നദ്ധത പ്രകടിപ്പിച്ചതിനെ തുടർന്ന് അമേരിക്കയും ഉത്തര കൊറിയയും തമ്മിലുള്ള ഡിപ്ലോമാറ്റിക് സംഭാഷണത്തിന് ന്യൂയോർക്കിൽ വേദിയാകാൻ സാധ്യത. ചൈന പ്രതിരോധമേഖലയിലെ ബജറ്റ് വിഹിതം 17.8 ശതമാനം വർദ്ധിപ്പിച്ചു. മുൻ കൊസാവോ പ്രധാന മന്ത്രി മോൾ ഹാർഡിഞ്ചീയെ അന്താരാഷ്ട്ര നീതിന്യായകോടതിക്ക് മുമ്പാകെ മുൻ യൂഗോസ്ലാവ്യ കൂട്ടക്കൊലയുടെ പേരിൽ വിചാരണയ്ക്ക് ഹാജരാക്കി. എസ്റ്റോണിയയിലെ റിഫോർമേഷൻ പാർട്ടി 27 ശതമാനം വോട്ട് വിഹിതം ലഭിച്ച് 31 സീറ്റ് ഉറപ്പിച്ചു. ബാഗ്ദാദിലെ മുതനബ്ബി തെരുവിൽ മനുഷ്യബോംബ് പൊട്ടിത്തെറിച്ച് മുപ്പതിലധികം പേരുടെ മരണത്തിനിടയാക്കി.”

ഞാൻ കട്ടിലിൽനിന്ന് എഴുന്നേറ്റ് ഓടി കമ്പ്യൂട്ടറിന്റെ മുന്നിൽ ചെന്നിരുന്ന് വാർത്തയുടെ വിശദാംശങ്ങൾ തിരഞ്ഞു. അറബിയിലും ഇംഗ്ലീഷിലുമുള്ള എല്ലാ വാർത്തകളും വളരെ പ്രാധാന്യത്തോടെതന്നെ റിപ്പോർട്ട് ചെയ്തിട്ടുണ്ട്. ചിലതിൽ ദൃക്സാക്ഷിയുടെ വിവരണവും കൂട്ടിച്ചേർത്തിട്ടുണ്ടായിരുന്നു. പൊട്ടിത്തെറിയുടെ ആഘാതത്തിൽ ഒരുപാട് സ്ഥലങ്ങളും അനവധി കാറുകളും അഗ്നിക്കിരയായത് ഒരു ദൃക്സാക്ഷിയുടെ

വിവരണത്തിലുണ്ടായിരുന്നു. ഓരോ വാർത്തകളും വായിക്കുമ്പോൾ "വദൂദ് ഇല്ല... വദൂദ്... ഇല്ല വദൂദ് ഇല്ല, വദൂദ് അല്ല" എന്ന വാക്കുകൾ ഞാൻ പോലും അറിയാതെ പുറത്തേക്ക് വരുന്നുണ്ടായിരുന്നു. ആ പ്രാർത്ഥന അവന് വന്നേക്കാവുന്ന ആപത്തുകളെ തടഞ്ഞിട്ടുണ്ടാകും എന്ന ഭാവത്തിലായിരുന്നു എന്റെ വാക്കുകൾ. വാർത്തയുടെ കൂടെ കൊടുത്തിരിക്കുന്ന ഫോട്ടോയിൽനിന്ന് ആളെ വ്യക്തമാക്കാത്തത് എന്റെ ഭയവും സങ്കടവും ഇരട്ടിപ്പിക്കുകയാണ് ചെയ്തത്. ചിത്രത്തിലെ മനുഷ്യൻ പുകയിൽനിന്ന് രക്ഷപ്പെടാനായി മുഖത്ത് തൂവാല കെട്ടിയിട്ടുണ്ടായിരുന്നു. അയാളുടെ പിറകിലായി കാണപ്പെടുന്ന സ്ഥലങ്ങളിൽ തീയും പുകയും ശമിപ്പിക്കാനായി ഫയർഎഞ്ചിന്റെ വെള്ളം ചീറ്റുന്ന ചിത്രമാണ് ഫോട്ടോയിലുണ്ടായിരുന്നത്. ഫോട്ടോ നോക്കിയിട്ട് സ്ഥലം മനസ്സിലാക്കാൻ കഴിയുമായിരുന്നില്ല. മൂന്നുതവണ മദേഹിനെ വിളിച്ചെങ്കിലും അവൻ ഫോൺ എടുത്തില്ല. അവന് ഇമെയിൽ അയച്ച് എത്രയും പെട്ടെന്ന് വദൂദിന്റെ കടയുടെ അടുക്കൽപോയി അവന്റെ വിവരം അറിഞ്ഞ് മറുപടി അയക്കാൻ നിർദ്ദേശിച്ചു.

വാർത്ത വായിച്ച് ഒരു മണിക്കൂർ കഴിഞ്ഞപ്പോഴേക്കും മറിയ ഞാൻ വദൂദിന്റെ കാര്യം വിളിച്ച് അന്വേഷിച്ചോ എന്നറിയാനായി ഫോൺ ചെയ്തു. വദൂദിന് ഫോണില്ലെന്നും മദേഹിന് ഒരുപാട് മെയിൽ അയച്ചിട്ടുണ്ടെന്നും അവൻ അന്വേഷിച്ച് വിവരം അറിയിക്കുമെന്നും അവളോട് പറഞ്ഞു. വിദ്യാർത്ഥികളോട് ഇന്നത്തെ ക്ലാസ് തൽക്കാലം മാറ്റിവെച്ചിരിക്കുന്നതായി അറിയിച്ചു. ഒരു മണിക്കൂർ കഴിഞ്ഞ് മദേഹ് വിളിച്ച് താൻ വദൂദിന്റെ സ്ഥലത്തേക്ക് പോകുകയാണെന്നും അവിടെ ചെന്ന് കാര്യം അന്വേഷിച്ച് തിരിച്ചുവിളിക്കാമെന്നും അറിയിച്ചു. രണ്ട് മണിക്കൂറിനു ശേഷം അവൻ വിളിച്ച് ആദ്യമായി പറഞ്ഞത് "ഇനി ഒന്നും ബാക്കിയില്ല."

"വീട്, താമസസ്ഥലം, പുസ്തകങ്ങൾ, കല്ലുകൾ മാത്രം..."

എന്റെ അമ്മ മരിച്ചതിൽ പിന്നെ ഇന്നാണ് ഇത്ര ശക്തമായി കരയുന്നത്. 27 വയസ്സ് മാത്രം പ്രായമുള്ള വദൂദും രക്തസാക്ഷികളുടെ കൂട്ടത്തിലായിരിക്കുന്നു. അവൻ എഴുതിയിരുന്നതുപോലെ തന്റെ അന്ത്യം തന്റെ ഇഷ്ടത്തിനാക്കാൻ അവന് കഴിഞ്ഞില്ല. അന്ത്യത്തിന്റെ സ്വഭാവം നിരീക്ഷിക്കുമ്പോൾ അതിന് സാധ്യത കാണുന്നുണ്ടെങ്കിലും ഉറപ്പിക്കാനാകുമായിരുന്നില്ല. കിട്ടിയ വിവരമനുസരിച്ച് അവനിൽ നിന്നല്ല തീ ആളിപ്പടർന്നത്. പക്ഷേ, അവൻ പ്രിയത്തോടെ വളമിട്ട് വളർത്തി പരിപാലിച്ച് കണ്ണിലെ കൃഷ്ണമണിപോലെ കൊണ്ടുനടന്നിരുന്ന പുസ്തകങ്ങൾ എല്ലാം ചാരക്കൂമ്പാരമായിരിക്കുന്നു. അവന്റെ പൂന്തോട്ടത്തിലെ പൂക്കളിൽനിന്ന് അന്ന് ആ ഹോട്ടലിൽ വെച്ച് എനിക്കായി കാത്തുവെച്ച ആ പുസ്തകം മാത്രം ബാക്കിയായിരിക്കുന്നു. അത് എന്റെ കൈയിൽ സൂക്ഷിക്കാൻ

അവന് താത്പര്യമുണ്ടായിരുന്നില്ലെങ്കിലും ശരി അതെങ്കിലും ബാക്കിയായി. വദൂദിന്റെ അന്ത്യാഭിലാഷം പൂവണിഞ്ഞു. ഒരു കാര്യമാണെങ്കിലും ശരി. അവന്റെ ഫിഹിരിസ് വരാനിരിക്കുന്ന വിപത്തിന്റെ കഥകൾ കൂടി പറഞ്ഞുവെച്ചിരുന്നതായിരുന്നോ?

"പിരിഞ്ഞുപോകുന്ന നേരത്ത് മാത്രമറിയും ബന്ധത്തിന്റാഴങ്ങൾ."

ആ സംഭവത്തിന് ശേഷം വദൂദിന്റെ പേര് സെർച്ച് എഞ്ചിനിൽ ടൈപ്പ് ചെയ്ത് അവനെക്കുറിച്ച് പുതിയ വല്ല വാർത്തയും വന്നിട്ടുണ്ടോ എന്ന് നോക്കുന്നത് എന്റെ പതിവായി. സ്ഫോടനത്തിന്റെ നാലാംദിവസം "മുതനബ്ബി വീടാണോ അതോ വദൂദിന്റെ ഭ്രാന്തോ." എന്ന തലവാചകത്തിൽ ഇറാഖി എഴുത്തുകാരനായ മുസന്ന ഹാസിരി എഴുതിയ ലേഖനം കണ്ടു. 'വർഷങ്ങളായി മരണവും തകർച്ചയും നമ്മുടെ കൺമുമ്പിലെ നിത്യകാഴ്ചകളായിരുന്നു. നഗരങ്ങളിലും ഗ്രാമങ്ങളിലും ദിനചര്യയുടെ ഭാഗമെന്ന പോലെയായിരുന്നു. എല്ലാവരുടെയും പേരുകൾ, എനിക്കു പ്രിയപ്പെട്ട സ്ഥലത്തിന്റെ, തന്റെ പ്രിയപ്പെട്ടവരുടെ പേരുകൾ ഒന്നു കഴിഞ്ഞ് അടുത്തതായി ലിസ്റ്റിൽ കയറിക്കൊണ്ടേയിരിക്കുന്നു. രാത്രികളും പകലുകളും പ്രഭാതവും പ്രദോഷവും ഒരുപാട് നീണ്ടുപോകുന്നതുപോലെ തോന്നിക്കുന്നു. വേദന തിന്നുന്ന മനസ്സുകൾക്ക് സമയങ്ങൾ കടന്നുപോകാൻ പ്രത്യേക മാർഗങ്ങൾ ഒന്നുമില്ലല്ലോ.

മറവിയുടെ ആഴങ്ങളിലേക്കും ദാരുണമായി കൊല്ലപ്പെട്ടവരുടെയും നിരയിലേക്ക് ഒരു പേര് കൂടെ നമുക്ക് എഴുതിച്ചേർക്കാം. വദൂദ് അബ്ദുൽ കരീം. പക്ഷേ എനിക്ക് എന്റെ കൂട്ടുകാരനെ അത്ര പെട്ടെന്ന് പറഞ്ഞയയ്ക്കാൻ സാധിക്കില്ലല്ലോ. എനിക്ക് ഈ പേര് അറിയാം. 1991ലെ കൊടും പീഡനകാലത്തെ കൂട്ടാളികളായിരുന്നു ഞങ്ങൾ രണ്ടുപേരും. ഒരാഴ്ചക്കാലം കിടങ്ങുകളിൽ ഒളിച്ചിരുന്ന് ബോംബിങ്ങിൽനിന്ന് അദ്ഭുതകരമായി രക്ഷപ്പെട്ടു. ആർട്സ് കോളേജ് വിദ്യാർത്ഥിയായിരുന്ന വദൂദ് അബ്ദുൽ കരീമും ഞാനും ഇത് അവസാനത്തെ യുദ്ധമായിരിക്കും എന്ന ഉറപ്പിലാണ് പോർക്കളത്തിൽ എത്തുന്നത്. പക്ഷേ യുദ്ധത്തിന്റെ സ്വഭാവം മാറിയതോടെ മറ്റുള്ളവരെപോലെ ഞങ്ങളും പിന്തിരിഞ്ഞോടി. കൈയിലുണ്ടായിരുന്ന ഭക്ഷണശേഖരവും തീർന്നുതുടങ്ങിയിരിക്കുന്നു.

വദൂദ് സയ്യൂനയിലെ തന്റെ വീട്ടിലേക്ക് തന്നെയാണ് തിരിച്ചുപോയത്. പക്ഷേ അവൻ അവിടെ എത്തുനതിനുമുമ്പുതന്നെ ഒരു അമേരിക്കൻ ബോംബർ വിമാനം അവന്റെ വീടും വീട്ടുകാരേയും കൊന്നുകളഞ്ഞിരുന്നു. ആ ആഘാതത്തിൽനിന്ന് അവൻ ഒരിക്കലും മോചിതനായില്ല.

അൽ റശാദ് ഹോസ്പിറ്റലിൽ ഒരുപാട് കാലത്തെ ചികിത്സയിലും കാര്യമായ മാറ്റമുണ്ടാക്കാനായില്ല. ഏതാനും ദിവസങ്ങൾ അയൽവാസികളുടെ കൂടെ താമസിച്ചെങ്കിലും സംതൃപ്തി തോന്നാത്തതിനാൽ

മുതനബ്ബി റോഡിലെ തന്റെ കട തന്നെ വീടാക്കി മാറ്റി. ഇതാ ഇവിടെയും കാലൻ കലിപൂണ്ട് ആർത്തിപിടിച്ച് വലിച്ചെടുത്തിരിക്കുന്നു. അവന്റെ ലോകവും അവന്റെ വീടും അവന്റെ പുസ്തകവും ജീവനേക്കാളേറെ സ്നേഹിക്കുന്ന കടയും കഴുകൻ കൊത്തിവലിച്ച് നശിപ്പിച്ചിരിക്കുന്നു. അവിടെ പുസ്തകങ്ങളുടെ ലോകമായിരുന്നു അവന്റെ ലോകം. അതായിരുന്നു അവന്റെ വീട്. അവസാനമായി അവനെ കണ്ടത് ഒരു വർഷം മുമ്പാണ്. വദൂദ് നിനക്ക് നിത്യശാന്തി നേരുന്നു. യാത്ര അയയ്ക്കട്ടെ നിന്നെ ഞാൻ. അവസാനം നീ നിന്റെ വീട്ടുകാരുടെ, കൂട്ടുകാരുടെ അടുത്തേക്ക്, മണ്ണിന്റെ ലോകത്തേക്ക് മടങ്ങിയിരിക്കുന്നു.

എന്റെ കണ്ണിനെ എനിക്ക് തടയാനായില്ല. കുത്തിയൊലിച്ച് വരുന്ന കണ്ണീർ തുടച്ച് ഞാൻ ആ ലേഖനം പ്രിന്റ് ചെയ്തു. അതിന്റെ പുറത്ത് 'വദൂദിന്റെ ശബ്ദം' എന്ന് എഴുതി അവന്റെ തന്നെ പേരിലുള്ള ഫയലിലേക്ക് വെച്ചു. കഥയുടെ അവസാനം കിട്ടിയിരിക്കുന്നു. ഇനി ആദ്യം മുതൽ എഴുതിത്തുടങ്ങണം... ■

www.ingramcontent.com/pod-product-compliance
Lightning Source LLC
LaVergne TN
LVHW101419051026
849519LV00005BC/1813
* 9 7 8 9 3 8 8 8 3 0 0 5 8 *